தமிழகத்தில் புரத வண்ணார்கள்
– த. தனஞ்செயன்

தமிழகத்தில் புரத வண்ணார்கள்

முனைவர் **த. தனஞ்செயன்**

அலைகள் வெளியீட்டகம்

சென்னை - 600 089

அலைகள் வெளியீட்டகம், இரண்டாம் பதிப்பு : 2021
முதல் பதிப்பு : 2014.

அலைகள் வெளியீட்டகம்
எண் : 5 / 1ஏ, இரண்டாவது தெரு,
நடேசன் நகர், இராமாபுரம்,
சென்னை – 600 089.
கைபேசி: 9841775112.

தமிழகத்தில் புரத வண்ணார்கள்
முனைவர் த. தனஞ்செயன்

பக்கங்கள் : 304

அச்சு : பத்மாவதி ஆப்செட்
சென்னை – 600 032.

விலை : ரூ. 300-00

ISBN No: 978-93-92213-20-5

அறிவுத்திறன் கொண்ட வகுப்புதான்,
வருங்காலத்தில் நடக்கக் கூடியவற்றை
முன்கூட்டி உணரவும், ஆலோசனை
கூறவும், தலைமை ஏற்று
நடத்தவும் வல்லது.

– டாக்டர். **பி. ஆர். அம்பேத்கர்**

தமிழ்ச் சமூக வரலாறு எழுதியலில் 'குடித்தொழில் பெறும் வகிபாகம்'

தமிழ் மொழி புழக்கத்தில் இருந்துவரும் இன்றைய நிலப்பகுதி மற்றும் இதில் வாழும் மனிதர்கள் தொடர்பான விவரணங்கள் முழுமையாக அறியக் கூடியதாக இல்லை. குறிப்பாக, வரலாற்றுக்கு முற்பட்ட காலம் தொடங்கி இன்று வரை மேற்குறித்த தன்மைகளில் ஏற்பட்ட மாற்றங்கள், அதனால் உருவான விளைவுகள் ஆகியவை குறித்து அறிந்து கொள்ளும் தரவுகள் ஒழுங்குபடுத்தப்பட்டு, முறையாக நமக்குக் கிடைக்கவில்லை. பகுதி பகுதியாகவே பேசப்பட்டு இருப்பதைக் காண்கிறோம். நமக்குக் கிடைத்திருக்கும் தொல்லியல் தரவுகள், செவ்விலக்கியங்கள், கல்வெட்டுகள், சுவடிகள் மற்றும் வழக்காறுகள் ஆகியவற்றை அடிப்படையாகக் கொண்டு மேற்குறித்தவை தொடர்பான விரிவான பதிவுகளைச் செய்ய வேண்டிய அவசியமுண்டு.

கி.மு. 5 ஆம் நூற்றாண்டுக்கு முற்பட்ட காலம், கி.பி. 5 ஆம் நூற்றாண்டுக்கு முற்பட்ட காலம், கி.பி. 12 ஆம் நூற்றாண்டுக்கு முற்பட்ட காலம், கி.பி. 19 ஆம் நூற்றாண்டுக்கு முற்பட்ட காலம், பத்தொன்பதாம் நூற்றாண்டு, இருபதாம் நூற்றாண்டு எனத் தரவுகள் சார்ந்து கால நிகழ்வு களை ஊகிக்க முடிகிறது. மேற்குறித்த ஆறு பிரிவுகள் சார்ந்து, தமிழ்மொழி, தமிழ்மொழி பேசும் மனிதர்கள், இவற்றின் முந்தைய வரலாறுகள் ஆகியவை குறித்து உரையாடல் நிகழ்த்த ஏதுண்டு. இந்தப் பின்புலத்தில் 'வண்ணார் மக்கள்' குறித்த இந்த நூல் மேற்குறித்த வரலாறுகளை அறிவதில் ஏதோவொரு வகையில் உதவுவதாக அமைகிறது. தமிழ்ச்சமூக வரலாறு தொடர்பான ஆர்வமுடையவர்களின் கவனத்திற்குறியதாக இந்நூலைக் கூறலாம். இந்நூலில் காணப்படும் தரவுகள் சார்ந்து, தமிழ்ச் சமூக வரலாற்றில் குறிப்பிட்ட ஒரு பிரிவினரின் பல்வேறு பரிமாணங்களைப் புரிந்து கொள்ள இயலும். இந்நூல் செய்திகள் சார்ந்து உரையாடுவதற்கு வசதியாகக் கீழ்க்காணும் வகையில் தொகுக்கலாம்.

- வரலாற்றுக்கு முற்பட்ட காலம் தொடங்கி, 'ஊர்கள்' என்பவை, ஒவ்வொரு காலத்திலும் எவ்வாறு உருவாக்கப்படு

கின்றன? ஊரிக்கை (Settelment) என்பதில் ஏற்படும் மாற்றங்களுக் கும் அரசு உருவாக்கத்திற்கும் (State formation) உள்ள உறவுகள், முரண்கள் என்பவை எவ்விதம் உருப்பெறு கின்றன? நிலம் எவ்விதம் வரையறை செய்யப்பட்டு, தனித்த பெயர்களை உள்வாங்குகின்றன? ஆகிய பிற குறித்த உரை யாடல்.

- குடித்தொழிலாக வடிவம் பெற்ற மக்கள் வாழ்முறை, எவ்விதம் படிப்படியாகக் குலத்தொழிலாகக் கட்டமைக்கப் பட்டது? தொழில், சாதியாக வடிவம் பெறுவதால் மநுநூல் வழிப்பட்ட வர்ணாசிரமம் எவ்வகையான பங்களிப்பைச் செய் துள்ளது? அரசு (State), மேற்குறித்த தன்மை உருவாக எவ்வெவ் வழிகளில் உதவியது? நிலம்- அரசு- சாதி ஆகியவை தம்முற் கொண்டிருக்கும் உறவுகளின் பரிணாம வளர்ச்சிகள் எவை? ஆகிய பிற குறித்த விவரணங்கள் சார்ந்து விவாதிக்க முயலுதல்.

- பழம் தொல்லியல் தரவுகள் பழம் இலக்கியங்கள், கல்வெட்டு கள், கதைப்பாடல்கள், புனைகதைகள் ஆகிய ஊடகங்களில், மேற்குறித்த கூறுகள் எவ்வகையில் பதிவு செய்யப்படுகின்றன? அப்பதிவுகளின் பின்னணியில் அமைந் துள்ள நோக்கங்களை நாம் எவ்விதம் புரிந்துகொள்வது என்பதும் அவசியமாக அமைகிறது.

- இன்றைய தமிழக ஊர் அமைப்புகளில் வட்டாரம் சார்ந்து வேறுபட்ட தன்மைகள் உள்ளன. இத்தன்மைகள் எவ்விதம் உருப்பெற்றன? குடித்தொழில், குலத் தொழில் ஆகியவற்றை வட்டார மரபுகளை அடிப்படையாகக் கொண்டு அணுகுவதா? தமிழ்மொழி பேசும் பகுதி என்று ஒட்டுமொத்த அலகாகக் கொண்டு பார்ப்பது சரியாக இருக்க முடியுமா? உள்முரண் பாடுகள் எவ்வகையில் முக்கியத்துவம் பெறுகின்றன? என்பது குறித்தும் பேசுதல்.

- இந்நூல் பல்துறை சார்ந்த தரவுகளை ஒரு குறிப்பிட்ட பொருண்மைக்கு எவ்வகையில் பயன்படுத்துகிறது? இவ்வகை யான பயிற்சியின் தேவைகள்? இத்தன்மையற்ற ஆய்வுகளின் போதாமை ஆகியவை குறித்த உரையாடல்.

- தமிழ்ச் சமூக வரலாறு எழுதியலில் இந்நூலுக்கான இடம், தமிழ்ச் சமூக வரலாறு எழுத முனைவோருக்கான தரவாக இதனை எப்படிக் கருதலாம்? இன்ன பிற குறித்த உரையாடல்

தமிழ் பேசும் நிலப்பகுதிகளில் வாழும் வண்ணார் மக்களைப் பற்றிப் பேசும்போது, அவர்கள் வாழும் ஊரமைப்பு, அவர்களது வாழ்முறையில் எவ்விதமான தாக்கம் செலுத்துகிறது என்பதை அறிய வேண்டியுள்ளது. காலனிய ஆட்சியாளர்கள் காலத்துக்குப் பிற்பட்ட ஊரமைப்பு, காலனிய கால ஊரமைப்பு, பிற்காலச்

சோழர்காலத்திற்குப் பிற்பட்ட ஊரமைப்பு, பிற்காலச் சோழர்கால ஊரமைப்பு ஆகியவற்றை நாம் ஊகிக்க முடிகிறது. அதற்கான தரவுகள் நம்முன் உள்ளன. அதற்கு முந்தைய ஊரமைப்பு குறித்த தரவுகளை ஊகித்தறிய வேண்டும். நேரடியான தரவுகள் நம்முன் இல்லை.

பிற்காலச் சோழர் காலத்தில் நடைமுறையில் இருந்த ஊரமைப்பின் தொடர்ச்சி, அடிப்படையான மாற்றங்கள் இன்றி, சில மேல்கட்ட மாற்றங்களைப் பெற்று இன்றும் தொடர் கின்றன என்று கருதமுடியும். பிற்காலச் சோழர் கால ஊரமைப்புகளை அறிந்து கொள்ள பழைய மேலத்தஞ்சாவூர் மாவட்ட ஊர்களின் அமைப்பு உதவும். நான் பிறந்து வளர்ந்த ஊரமைப்பு இவ்வகையில் அடங்கும். பதினெட்டு ஊர்களைக் கொண்ட ஒரு நாடு என்னும் அமைப்பு இன்றும் நடைமுறையில் உள்ளது. திருமண உறவுமுறை கள் இந்தப் பதினெட்டு ஊர்களில் மட்டுமே ஒரு காலத்தில் நிகழ்ந்தது. கடந்த நாற்பது ஆண்டுகளில் அதில் சிறிதளவு மாற்றங்கள் உருவாகியுள்ளன. ஒவ்வொரு ஊரும் கரைகள் என்ற பாகுபாட்டைக் கொண்டவை. ஒவ்வொரு கரைக்கும் ஓர் அம்பலம் உண்டு. வழக்கமாக ஏழு கரைகள், ஏழு அம்பலங்கள் உண்டு. இவ்வகையான அமைப்பில் உள்ள ஊர்களில் குடித்தொழில் செய்யும் மக்கள் அதிக எண்ணிக்கை யில் உண்டு. பறையர் இன மக்கள் இருப்பர். அவர்கள் அந்த ஊரிலுள்ள ஆதிக்க சாதியைச் சேர்ந்த ஒவ்வொருவருக்கும் குடித்தொழில் புரிவர். அவர்களைக் குறிப்பிட்ட வீட்டினரின் குடியாள் என்று அழைப்பர். குறிப்பிட்ட நபரின் நிலங்களில் உழைப்பது அவர்களின் முதன்மையான தொழில். அவர்களின் வாழ்நிலைக்கு வேண்டிய ஏதுக்களை அவர் குடித்தொழில் செய்யும் நில உடைமையாளர் கொடுப்பார்.

பறையர் இன மக்களைப் போன்றே தச்சர், கொல்லர், மருத்துவர், வண்ணார் ஆகிய குடித்தொழில் செய்யும் மக்களும் அவ்வூரில் இருப்பர். இவர்களின் எண்ணிக்கை பறையர் இன மக்கள் அளவிற்கு இருக்காது. ஒன்று அல்லது இரண்டு குடும்பங்கள் மட்டும் இருக்கும். இவர்கள் ஆதிக்க சாதிகள் வாழும் பகுதியிலேயே குடியிருப்பர். ஆனால் பறையர் இன மக்களுக்கு ஊரிலிருந்து தள்ளிய சேரிகள் என்ற தனிப்பகுதி யுண்டு. ஆதிக்க சாதியினர்-குடித்தொழில் செய்வோர்-பறையர் இனமக்கள் என்றே சாதியப் படிநிலை அமைப்பு இருக்கும். பறையர் இன மக்களுக்கு குடித் தொழில் செய்வோர் அவர்கள் வாழும் சேரிக்குள் இருப்பர். ஆதிக்க சாதிகளுக்கான குடித்தொழில் செய்வோர் பறையரின மக்களுக்குச் செய்ய மாட்டார்கள். இவ்விதம் பிற்காலச் சோழர் காலம் தொடங்கி அடிப்படைத் தேவைகளைச் செய்யும் மக்கள் குடித்தொழில்

செய்வோராகக் கட்டமைக்கப்பட்டு, ஊரின் அன்றாட வாழ் முறைகளில் பங்கு பெற்று வருகின்றனர். இதில் வண்ணார் மக்கள், துணிகளை வெளுத்துத் தருவதை முதன்மைப் பணியாகச் செய்து வந்தனர். மேலும், அவ்வூர் மக்களின் பல்வேறு வாழ்க்கை வட்டச் சடங்குகளிலும் இடம்பெறுவர். பறையர் இன மக்களிடம் காட்டப்படும் தீண்டாமை இவர்களிடம் காட்டப்படுவதில்லை.

சோழ மண்டலப்பகுதி சார்ந்த ஊாகளில் அமைந்திருக்கும் இத்தன்மை, தமிழகத்தின் வேறுபகுதிகளிலும் நடைமுறையில் இருப்பதாகக் கூறமுடியாது. சில பகுதிகளில் இம்மக்கள் கூட்டமாக ஓரிடத்தில் வாழ்வதைக் காணமுடிகிறது. ஒரு ஊரின் குடியாக இருப்பதில்லை. இவ்விதம் ஊர்கள், இக்குடிமக்களைக் கொண்ட தாக உருவாக்கப்பட்டதற்கும் அரச உருவாக்கத்திற்கும் தொடர்பு இருப்பதாகக் கருதலாம். நிலங்கள் அரசுக்கு உரிமை, அதில் உழைப்பவர்கள் ஒரு பிரிவினர்; அவ்விதம் உழைப்பவர் களுக்கு ஊழியம் (குடித்தொழில்) செய்வோர் இன்னொரு பிரிவினர் என்றும் நிலவுடைமைப் பண்பாடு வலுவாகக் கட்டமைக்கப்பட்டிருப்ப தைக் காண்கிறோம். இதற்குள் சாதிய நியாயங்கள் அங்கீகரிக்கப் பட்டதைக் காணமுடியும். பிற்காலச் சோழர்கள் போன்ற மன்னர் களே இவ்வகையிலான அமைப்பை உருவாக்கி இருக்க வேண்டும். இது வர்ணாசிரம முறையாகவும் அங்கீகரிக்கப்பட்டது. நிலம்-அரசு-வர்ணாசிரமம் - சாதி என்ற கட்டமைப்பு குடித்தொழில் மரபில் இருந்ததைக் காண்கிறோம். இப்புரித லுக்கு வண்ணார்கள் குறித்த தரவுகள் உதவுகின்றன.

* * *

முன்னர்க் குறித்த குடித்தொழில், குலத்தொழில் அல்லது சாதிக்கான தொழில் என்ற அடையாளத்தை நமது செவ்விலக்கியப் பதிவுகளில் காண முடிகிறதா? என்ற உரையாடல் சுவையானது. கூட்டமாக வாழ்ந்த மக்கள் கூட்டம் குடிகள் என்று அழைக்கப் பட்டிருப்பதை செவ்விலக்கியங்கள் காட்டுகின்றன. அந்தனர், அரசர், இடையர், உமணர், உழவர், எயிற்றியர், கம்பியர், குயவர், குறவர், கூத்தர், கொல்லர், தச்சர், துடியர், பரதவர், பறையர், பாணர், புலையர், மழவர், வேட்டுவர், வண்ணார், வணிகர் எனப் பல்வேறு மக்கள் குறித்த தரவுகளை செவ்விலக்கியப் பிரதிகள் வழி அறிகிறோம். இதில் பிற்காலங்களில் காணப்படும் சாதிய அடை யாளங்களை இலக்கியப் பிரதிகள் வழி கட்டமைக்க முடியுமா? என்ற உரையாடல் தேவைப்படுகிறது. அரசர் குடியும், வண்ணார் குடியும் ‘குடி’ என்ற அடையாளத்தில் பேசப்படுவதைக் காண் கிறோம். ஒவ்வொரு மனிதக் குழுவும் வாழும் இடம் , செய்யும்

தொழில் மற்றும் கண்டறிய இயலாத இடுகுறித் தன்மை ஆகியவற்றை உள்வாங்கி பெயர்களாக அடையாளப்படுத்தப் படுகின்றன. செவ்விலக்கியப் பிரதியின் குடிகளும் இவ்வகையில் அமைவதாகவே உள்ளன. அகராதிகளும் இக்கண்ணோட்டத்தில் பொருள் கூறுவதாக அமைகின்றன. தொல்காப்பியத்தில் காணப் படும் பயில்வும் இவ்வகையில் இருப்பதை இந்நூல் வழி அறிய முடிகிறது. சோழர் குடி, சேரர் குடி, சேரமான் குடி, பாண்டியர் குடி ஆகிய சொல்லாட்சிகளையும் செவ்விலக்கியப் பிரதிகளில் காண்கிறோம்.

இவ்விதம் சாதிய அடையாளமற்ற குடி எப்போது சாதிய அடையாளம் பெற்ற குடி அல்லது குலமாக வடிவம் பெற்றது? இத்தன்மையை நமது இலக்கியப் பிரதிகளில் காணப்படும் பதிவுகள், கல்வெட்டுப் பதிவுகள், வழக்காறுகள் ஆகியவை வழி விவாதிக்க வேண்டும். இந்நூலில் அதற்கான முயற்சி மேற் கொள்ளப் பட்டிருப்பதைக் காண்கிறோம். குடித்தொழில் எப்போது குலத் தொழில் ஆனது? குடித் தொழிலுக்குக் கொடுக்கப்பட்ட சமூக மதிப்பீடுகள் எவை? குலத்தொழிலுக்குக் கொடுக்கப்பட்ட சமூக மதிப்பீடுகள் எவை? ஆகியவை குறித்த உரையாடலுக்கு, இந்நூல் வழி பேசப்படும் வண்ணார் குறித்த தரவுகள் உதவ ஏதுண்டு. பிற்காலச் சோழர் காலத்தில்தான் குடி என்பது குலமாகியது. அது கி.பி. 6 ஆம் நூற்றாண்டு தொடங்கி, படிப்படியாக வளர்ந்து 12 ஆம் நூற்றாண்டில் நிலைபேறு கொண்டிருக்க வேண்டும். இந்த மாற்றத்தை அரச உருவாக்கத் தின் பல்வேறு பரிமாணங்கள் வழி கண்டடைய முடியும்.

வர்ணாசிரமம் அல்லது மநு நூலுக்கும் அரச உருவாக்கத் திற்கும் உள்ள உறவு இதற்கு அடிப்படையாக அமைகிறது. சமசுகிருத பிரதிகளில் பேசப்படும் செய்திகள், தமிழ் பேசும் நிலப்பகுதி சார்ந்த அரசர்களிடத்தில் ஏற்படுத்திய தாக்கம், அதன் மூலம், சமயச்சார்பற்ற தமிழ்ப் பிரதிகள் முற்று முழுதான சமயப் பிரதிகள் ஆகுதல் ஆகியவை உருவாயின. இந்த வளர்ச்சியுடன் குடியும் குலமாகியிருக்க வேண்டும். இவ்வகையான உரையாடல் களுக்கு வாய்ப்பளிக்கும் வகையில் இந்நூல் அமைந்திருக்கிறது. இக்கண்ணோட்டத்தில், மேலும் மேலும் சிந்திக்க வேண்டும். இடங்கை, வலங்கைப் பிரிவுகள், நில உறவுகள், அரச உருவாக்கம் ஆகியவை இணைந்து உருவான நிலவுடைமைச் சமூக அமைப்பைப் புரிந்து கொள்வதன் மூலம், குடி என்பது குலமாகியதைப் புரிந்து கொள்ள இயலும்.

★ ★ ★

இந்நூலில் பல்வேறு ஊடகத் தரவுகளை அடிப்படையாகக் கொண்டு, வண்ணார் மக்கள் குறித்த உரையாடல் நிகழ்த்தப் பட்டிருப்பதைக் காண்கிறோம். இவ்வகையான பதிவுகள், அவை இடம் பெற்றிருக்கும் வடிவம் மற்றும் காலம் சார்ந்து, தனித்த தன்மைகளை உள்வாங்கியிருப்பது இயல்பு. தொல்லியல் தரவுகள், பயன்படுத்தப்பட்ட பின்புலம் சார்ந்தே புரிந்து கொள்ளமுடியும். இவ்வாய்வில் அவ்வகையான தேவை ஏற்படவில்லை. ஆனால் செவ்விலக்கியப் பிரதிகளிலிருந்து, பின்னர் உருவான சமயப் பிரதிகள் எவ்வகையில் வேறுபட்ட பொருளை, ஒரு குறிப்பிட்ட சொல்லுக்குக் கொடுக்கின்றன என்ற புரிதல் அவசியம். சொல்லைக் காலந்தோறும் ஒரே பொருளைக் குறிப்பதாகக் கொள்ள முடியாது. செவ்விலக்கியப் பிரதிகளில் உள்ள குடி, சாதி என்னும் பொருளை உள்வாங்கியிருக்காது, ஆனால் பிற்காலச் சோழர் கல்வெட்டுக் களில் உள்ள குடி, சாதி என்றும் பொருளை உள்வாங்கியிருக்கும். காலந்தோறும் சொற்பொருள் மாற்றத்திற்கும் சமூக வரலாற்றுக்கு மான உறவு குறித்தும் நாம் உரையாடல் நிகழ்த்த வேண்டும். இவ்விதம் நிகழ்த்தும்போது அரச உருவாக்கம் சாதிய உருவாக்கத் தைக் கட்டமைப்பதும், அவை அக்காலத்தின் சொற்பொருளாக வடிவம் பெறுவதை அறிய முடியும். வண்ணார் தொடர்பான பல்வேறு காலச் சொல்லாட்சிகளை இக்கண்ணோட்டத்தில் அணுகுவது அவசியம். இந்நூல் அதற்கான அடிப்படைகளை முன்வைத்திருப்பதைக் காணமுடி கிறது. துல்லியமான தரவுகளை நிரல்படுத்தி, அதன் வழி கட்டமைக்கப்படும் பொருண்மைகளைக் கொண்டு சமூக வரலாறு குறித்துப் புரிந்து கொள்ள மேற்குறித்த அணுகுமுறை உதவலாம். குடிகள் பற்றிய ஆய்வில் இத்தன்மைக் கான கூறுகள் கூடுதலாகவே உள்ளன என்று கூற முடியும். இந்நூலில் பல்வேறு இடங்களில் காணப்படும் சொற்பொருள் மாற்றங்களைக் கொண்டு கூட்டி, காலம்-சொல்-பொருண்மை மற்றும் - சமூக வரலாறு கட்டமைப்பு என்ற அணுகுமுறையைக் கண்டடையலாம். இவ்வகையான உரையாடல்களுக்கு இந்நூலில் பல்வேறு அரிய தரவுகள் காணக்கிடப்பதைப் புரிந்து கொள்ள வேண்டும்.

குடித்தொழில் மரபுகளைக் கொண்டு வாழும் மக்கள், இன்றைய தமிழ்ச் சூழலில், ஒவ்வொரு வட்டாரத்திலும் வாழும் முறை வேறுபட்டதாக இருக்கிறது. குறிப்பாக ஊரமைப்பு முறை வேறுபட்டதாக உள்ளது. திருநெல்வேலி, தாமிரபரணி கரைப் பகுதியில் கூட்டமாக வண்ணார் குடும்பங்கள் உள்ள ஊரிருக்கை முறை சோழ மண்டலப் பகுதிகளில் இல்லை. குறிப்பிட்ட ஊரின் குடியாக இருப்பது, குறிப்பிட்ட ஊராகவே இருப்பது என்னும்

இருவேறு கூறுகள், தமிழ்நாட்டில் வாழும் குடித்தொழில் சார்ந்த மக்களின் வாழ்முறையாக உள்ளது. குறிப்பிட்ட ஓர் ஊராகவே அம்மக்கள் வாழும்போது அவர்களுக்குள் செயல்படும் அதிகார உறவுகள், குறிப்பிட்ட ஊரில் குடியாக இருக்கும்போது செயல் படுவதற்கான வாய்ப்பு இல்லை. இந்நூலில் குறிப்பிட்ட பகுதிகளில் குடித்தொழில் செய்யும் மக்கள் முழு ஊராக இருப்பது குறித்த பதிவு உள்ளது. ஒவ்வொரு சாதிக்குள்ளும் குறிப்பாக பறையர் இன மக்களுக்கு ஊழியம் செய்யும் வேறுபட்ட வண்ணார் குடி இருப்பது தொடர்பான பதிவுகள் இந்நூலில் இடம்பெற்றுள்ளன. ஒடுக்கப் பட்டவருள்ளும் ஒடுக்கப்பட்டவராக, ஒரு பிரிவு வண்ணார் மக்கள் வாழும் அவலம் உள்ளது. இவ்வகையில், ஊரில் உள்ள குடிகளாக இருப்பது, முழு ஊரும் அவர்களே குடிகளாக இருப்பது, சாதிய படிநிலை சார்ந்து வெவ்வேறு சாதிகளுக்கு ஊழியம் செய்யும் குடிளாக இருப்பது எனப் பல்வேறு படிநிலைகளை வண்ணார் என்னும் குடித்தொழில் மக்களுக்குள் காணமுடிகிறது.

சாதியத்தின் உள்முரண்பாடுகளுக்கும் குடிகளின் உள்முரண் பாடுகளுக்கும் உள்ள இத்தன்மைகள் குறித்தும் விவாதிக்க வேண்டும். சாதிக்குள் சாதி என்னும் அவலம் எவ்வகையில் உருவானது? மநு பேசும் வர்ணம் குறித்த வேறுபாடுகள் இத்தமை களைக் கொண்டுள்ளதா? அப்படி எனில் வர்ணாசிரம முறைகளி லிருந்து வேறுபட்ட சாதியம் எப்படி உருவானது? நால்வருணம் என்பது சாதிக்குள் சாதி என்னும் பாகுபாட்டில் எப்படிப் புரிந்து கொள்வது? ஆகிய பல்வேறு உரையாடல்கள் நிகழ்த்த இந்நூலில் பேசப்படும் வண்ணார் குடித்தொழில் செய்யும் மக்களின் பல்வேறு பிரிவுகள் இடமளிக்கின்றன. குறிப்பிட்ட வண்ணார் மக்களுக்குள் செயல்படும் சாதி சார்ந்த குடிகள் (புரத வண்ணார்) வேறு எந்தெந்த குடித்தொழில் மரபில் செயல்படுகிறது? என்ற உரையாடலையும் நிகழ்த்த வேண்டும். சூத்திரர் என்னும் பிரிவுக்குள் செயல்படும் நூற்றுக்கணக்கான உட்பிரிவுகள் எவ்விதம் உருவாயின? இதற்கும் குடித்தொழிலுக்கும் என்ன உறவு? ஆகிய பல விவாதங்களுக்கு இந்நூல் வழி காணப்படும் தரவுகள் உதவுகின்றன? கள ஆய்வு வழி செயல்படும்போது இவ்வகை யான உள் உள் முரண்பாடுகள் நடைமுறையில் இருப்பதைக் காண்கிறோம். சமூக வாழ்வின் மிகக் கேவலமான இத் தன்மை எப்படி உருவானது? என்பது போன்ற பல உரையாடல்கள் வண்ணார் மக்கள் குறித்த இந்நூல் பதிவுகள் மூலம் முன்னெடுக்க வாய்ப்பு ஏற்படுகிறது.

* * *

தமிழ்ச் சமூகத்தின் வரலாறு தொடர்பான ஆய்வுகளில் 'குடித்தொழில்' பற்றிய ஆய்வு மிக முக்கியமான இடத்தைப் பெறுகிறது என்று கூறமுடியும். சமூகத்தின் நுண்ணிய அலகுகளைப் புரிந்துகொள்ள குடித்தொழில் சார்ந்த தரவுகளே உதவுகின்றன. குடி- ஊர்- மண்டலம்- நாடு- அரச உருவாக்கம் என்னும் படிநிலைகளைக் காணமுடிகிறது. அடிப்படை அலகாக உள்ள குடியைப் புரிந்து கொள்வது மிகச் சிக்கலானது. இதற்கு இந்நூல் மேற்கொண்டுள்ள அணுகுமுறை வேறுபட்ட நிலையில் இருப்பதைக் காணலாம். பண்டைய தொல்லியல் தரவுகள், பழந்தமிழ் இலக்கணம், இலக்கியம், கல்வெட்டு, கதைப்பாடல்கள், பாடல்கள், கதைகள், நடைமுறை வழக்காறு கள், சுவடிகள், நாட்குறிப்பேடுகள், அச்சு வழியான நவீனப்பதிவு கள் ஆகிய அனைத்தையும் தமது அய்வுப் பொருளுக்கான மூலத்தரவுகளாகக் கொண்டிருப்பதைக் காண் கிறோம். இவ்வகையான அணுகுமுறையின் மூலம்தான் குறிப்பிட்ட பொருண்மையின் பல்வேறு பரிமாணங்களை வெளிக்கொணர முடியும். இந்தத் தன்மையை இந்நூலில் காணமுடிகிறது.

சென்னைப் பல்கலைக் கழகத் தமிழ் இலக்கியத் துறையில் பயிற்சிபெறும் மாணவர்கள் மேற்குறித்த அனைத்து துறை தொடர்பான கள ஆய்வுப் பயிற்சியும், படிப்பு நிலையில் பட்டயங் களாகவும்(Diploma) பெறுகின்றனர். இவ்வகையான பயிற்சியின் அணுகுமுறைகளை நடைமுறைப்படுத்த வாய்ப்பு பெற்றவன் என்ற வகையில் இந்நூலில் எம்மாணவர் தனஞ் செயன் செயல்பட்டுள்ள நிலை ஆசிரியனுக்கு மகிழ்ச்சி தரும் வகையில் அமைந்திருப்பதைப் பதிவு செய்வது எனது கடமை. இப்படியான செயல்பாடுகளில் எம்துறை மாணவர் பலர் உள்ளனர், அதில் தனஞ்செயனும் ஒருவர் என்ற மகிழ்ச்சி கிடைக்கிறது. பயிற்சி-ஆய்வு-தன்னுணர்வு- சமூகம் சார்ந்த செயல்பாடு என்ற படிநிலைகளில் எம் மாணவர்களின் செயல்பாடுகளுக்கு இந்நூல் ஏதோவொரு வகையில் தரவாக அமைவதைப் பதிவு செய்வதில் மகிழ்வடைகிறேன். மேலும் மேலும் இவ்வகையில் தனஞ்செயன் செயல்படுவார் என்ற நம்பிக்கை எனக்குண்டு. இந்நூல் தமிழ்ச் சமூக வரலாறு எழுதுவோருக்கு ஏதோவொரு வகையில் உதவும் அரிய தரவு நூல். அது மட்டுமின்றி, தமிழ்ச் சமூக வரலாறு எழுதியல் நெறி குறித்தும் அறிய உதவும் நூலாக அமைகிறது.

அன்புடன்
வீ. அரசு

வாழ்த்துரை

திரு. த. தனஞ்செயன் அவர்கள் என்னுடைய முதல் முனைவர்பட்ட ஆய்வாளர். தமிழ் இலக்கியத்துறையில் நடை பெறும் கருத்தரங்க நிகழ்வுகளில் பங்கு பெறுவதற்காகவும் மெரினா வளாகத்திலுள்ள நூலகத்தைப் பயன்படுத்துவதற்காகவும் சில மாணவர்கள் மாநிலக் கல்லூரியிலிருந்து வருவது வழக்கம். அப்படி ஒரு நாள் மாநிலக் கல்லூரியிலிருந்து வந்த ஒரு மாணவரை நான் சந்திக்க நேர்ந்தது. சென்னை நகர இயல்புகளிலிருந்து முற்றிலும் வேறுபட்டு கிராமிய மண்வாசனையைப் பிரதிபலிக்கக் கூடியவராகக் காணப்பட்ட அவர் என்னிடம் வந்து பேசினார்.

அவரது பேச்சும் செயலும் என்னைக் கவர்ந்தன. அதுமுதலாக அவரோடு ஒரு தொடர்பு ஏற்பட்டது. திரு. த. தனஞ்செயன் அவர்கள் அடிப்படையில் ஒரு பொதுமை உள்ளம் கொண்டவர். அவர் என்னிடம் படித்த காலங்களில் எவரேனும் ஓர் ஏழை மாணவரோ அல்லது வழிப்படுத்த வழியறியாது தவிக்கும் மாணவர்களையோ இப்படி எவரேனும் கண்ணில்பட்டால் நேராக என்னிடம் வந்துவிடுவார். அவர்களை அறிமுகப்படுத்தி இவருக்கு ஏதேனும் உதவி செய்யுங்கள் என்று அன்புக் கட்டளையிடுவார். இதன் மூலமாக எனக்குப் பல புது உறவுகள் கிடைத்ததுண்டு. இந்தச் சிறிய வயதில் அவரிடம் அமையப் பெற்ற அந்தப் பெருந் தன்மையையும் ஈகை குணத்தையும் கண்டு நான் வியந்ததுண்டு.

என்னைப் பொறுத்தவரையில் ஒரு மாணவன் நல்ல அறிவாளியாக (அப்படித்தான் சொல்கிறார்கள்) இருப்பதைக் காட்டிலும் நல்ல பண்பாளராக, மனிதராக இருப்பது அவசியம் என்று கருதுபவன். அந்த அடிப்படையில் அவரிடம் இயல்பிலேயே குடி கொண்டிருந்த இத்தகைய நற்பண்புகள் அவர் என்னிடம் முனைவர்பட்ட ஆய்வாளராகச் சேர்வதற்குக் கூடுதல் தகுதியாக அமைந்தது.

இதுபோன்ற அவரது குணநலன்களைச் சொல்லுவதற்குச் சில காரணங்கள் உண்டு. இயல்பிலேயே பிறர்க்கு உதவும் உள்ளம் கொண்ட அவர், தனக்கான முனைவர்பட்ட ஆய்வுப் பொருண் மையைத் தேர்வு செய்வதில் ஒரு சமூக அக்கறையோடு தான் செயல்பட்டார் என்பதைச் சுட்டுவதற்காகத்தான் இதை இங்கு குறிப்பிட வேண்டியதாயிற்று.

முனைவர்பட்ட ஆய்வாளராகச் சேர்ந்தவுடன் தங்களது விருப்பக் களம் எதுவென்று வினவியபோது சற்றேத் தயக்க மில்லாமல் புரத வண்ணார்களைப் பற்றி என்று தமது விருப்பத்தை எடுத்துரைத்த பாங்கு அவரது ஆய்வு இலக்கை உணர்த்தியது. தீண்டாமையின் தீண்டாமை என்று சொல்லுமளவிற்கு மிகவும் இழிவான நிலையில் உள்ள ஒரு சாதியினர்தான் இத்தகைய புரதவண்ணார் எனப்படுவோர். தீண்டத்தகாத சாதியினராகக் கருதக்கூடிய சிலரைத் தொட்டால்தான் தீட்டுப்படும் ஆனால் இவர்களைப் பார்த்தாலே தீட்டுப்பட்டுவிடும் என்று இருந்த காலங்கள் உண்டு.

தமிழகத்தில் உள்ள கிராமங்கள்தோறும் இவர்களுக் கென்று தனி வாழ்முறைகள், குடியிருப்புகள், தொழில் மரபுகள் எனத் தனித்தனியாக உண்டு. தாழ்த்தப்பட்ட சாதியினருடைய வாழ்வியல் முறைகளிலிருந்து முற்றிலும் வேறுபட்ட இவர்களைத் தாழ்த்தப்பட்ட சாதியினர் (பறையர்) தங்கள் வீடுகளுக்குள் அனுமதிப்பதில்லை. மன உறவு வைத்துக் கொள்வதுமில்லை. அடிமைகளின் அடிமையாக விளங்கக் கூடிய இவர்களுடைய வாழ்வியல் முறை குறித்து இப்படி அடுக்கிக் கொண்டே செல்ல முடியும்.

தங்களுக்கென்று சில தனித்துவங்களைக் கொண்டுள்ள இந்தக்குழு இன்றைக்கு அழிந்துவரக்கூடிய ஓர் இனமாக உள்ளது. மிகக் கணிசமான அளவில் இருந்த இவ்வினத்தார் இப்போது ஒன்றிரண்டு என்ற அளவிலேயே காட்சியளிக்கின்றனர். இப்படிப் பட்டதொரு சூழலில் இம்மக்களைப் பற்றி ஆய்வு செய்ய விரும்புவோருக்கு நான் இருப்பது நியாயமாகுமா?. அம்மட்டுமின்றி பதிவு செய்யப்பட வேண்டிய எத்தனையோ புராதனச் சின்னங்கள் மண்ணோடு மண்ணாகிப் போவதற்கு நானும் ஒரு காரணமாகி விடக் கூடாது. இதனுடைய வெளிப்பாடுதான் இந்த ஆய்வு இப்பொழுது நூல் வடிவம் பெற்றுள்ளது. முனைவர் பட்ட ஆய்வாளராகவும் பல்கலைக்கழக மானியக் குழுவின் பெருந்திட்ட (யு. ஜி. சி- எம். ஆர். பி.) ஆய்வுத் திட்டத்தின் உதவியாளராகவும் இப்படி ஒரே சமயத்தில் இரண்டு பணிகளையும் என்னிடம் மேற்கொண்டு இரண்டையும் வெற்றிகரமாக முடித்துக் காட்டியவர், கடுமையான உழைப்பாள ரான திரு. த. தனஞ்செயன் அவர்களின் செதுக்கலில் விளைந்த நூற்சிலைதான் இது.

இந்நூலின் நுவல் பொருள் அடிப்படையில் இலக்கியம் சார்ந்து அமைவது, வரலாறு, மானிடவியல் மற்றும் சமூகவியல்

போன்ற துறைக்ளுக்கான கோட்பாடுகள் ஆங்காங்கே பின் பற்றப்பட்டுள்ள போதிலும் இதன் மையப்பொருள் இலக்கியத் தரவுகளை அடிப்படையாகக் கொண்டே நிகழ்த்தப்பட்டுள்ளது. பண்டைய இந்தியாவின் புராதன குழுக்களில் ஒன்றான புரதவண்ணார்களைப் பற்றிய ஒரு வரலாற்று ஆய்வாக இருப்பதால் கல்வெட்டு மற்றம் வாய்மொழித் தரவுகளை நடைமுறைத் தரவுகளோடு ஒப்பிட்டுப் பார்க்கும் அரிய முயற்சியை இந்நூல் மேற்கொண்டுள்ளது. இந்தியாவில் குறிப்பாகத் தமிழகத்தில் சாதியப் பிரிவினைகள் தோன்றிய வரலாற்றுப் பின்புலத்தையும் சில குறிப்பிட்ட சாதிகள் மட்டும் எப்படிக் காலங்காலமாக அடிமைப் படுத்தப்பட்டு வருகிறது என்பதையும் அரிய சான்றுகளோடு இந்நூல் விரிவாக ஆராய்ந்துள்ளது.

தணடாமையான உசசமாக வளஙகக கூடிய எததனையோ சான்றுகளை இந்த நூலின் களப்பகுதித் தரவுகள் சுட்டுகின்றன. குறிப்பாக இந்நூலில் இடம்பெற்றுள்ள ஆடைகளுக்குக் குறியிடுதல் என்ற ஒரு மரபு கவனிக்கத்தக்கது. துணி வெளுக்கும் தொழிலை மேற்கொண்டுள்ள இவர்கள் இன்னார் வீட்டுத் துணி என்பதை அடையாளப்படுத்துவதற்காகச் சில குழூஉக்குறிகள் இடுவதை வழக்கமாகக் கொண்டுள்ளனர்.

சாதி என்ற ஒரு பூச்சாண்டி வித்தையைக் காட்டி மக்களைக் கூறுபோடும் வர்ணாசிரமதர்மம் என்ற மூட நம்பிக்கையின் உச்சமாக விளங்கும் இந்தியாவின் மேல் கீழ் என்ற சாதிக்கட்ட மைப்பு உலகத்தில் வேறு எந்த நாட்டிலும் இல்லாதது. மேலுள் ளோர் (நெற்றி) உயர்ந்தோர் எனில் கீழுள்ளோர் (பாதம்) தாழ்ந்தோர் என்றும் வரையப்பட்ட இந்த வரைபடத்தில் அடங்காத அல்லது அப்பாற்பட்ட பெருந்திரளான மக்கட் கூட்டம் உண்டு. இவர்கள் இந்த வரைபடத்தைத் தொடமுடியாது. மீறினால் மோசமான பின்விளைவுகள் ஏற்படும்.

மேல்கீழ் என்ற சாதிய மரபுப்படி அடிமைச் சாதியினராகக் கருதப்படுவோர் ஆண்டைச் சாதியினரின் பெயர் சொல்லல் கூடாது. ஒரு வேளை பெயர் சொல்ல வேண்டிய சூழல் ஏற்பட்டால் பெயர்களின் பின்னொட்டாக 'அர்' , 'சாமி', 'அம்மா' அல்லது அவர்களது சாதிப்பெயர் ஆகியனவற்றைச் சேர்த்துத் தான் அழைக்க வேண்டும். ஆனால் தாழ்த்தப்பட்ட சாதியைச் சேர்ந்த 70 அல்லது 80 வயது மதிக்கத்தக்க பெரியவர்களைக்கூட மேல் சாதியில் உள்ள சிறியவர் முதல் பெரியவர் வரை அவர்களது பெயர்களைச் சொல்லி 'வாடா போடா என்றுதான் அழைப்பர். இந்தப் பார்ப்பன

வித்தைகளை இன்றைக்குச் சூத்திர சாதி அல்லாத ஏனைய கீழ்ச் சாதிகளிடையேயும் காணமுடிகின்றன. ஒரு மனிதன் பிறந்ததுமுதல் இறக்கின்ற வரையில் நடக்கக் கூடிய அனைத்துச் சடங்குகளிலும் வண்ணார்களுடைய பங்கு அளவிடற்கரியதாக உள்ளதை இந்நூலா சிரியர் தமது நூலில் பல இடங்களில் சுட்டிச் செல்கிறார். மேல் சாதியினருக்குரிய ஆடைகளை வெளுப்பதன் மூலம் கிடைக்கக் கூடிய ஊதியம் தவிர்த்த ஏனைய வருமானம் இவர்கள் ஈடுபடும் அந்தந்தச் சடங்குகளைப் பொறுத்தே அமைகின்றது.

குறிப்பாக இறப்புச் சடங்குகளின் போது இறந்த பிணத்திற் குப் படையலிடும் பொருட்களை பிணத்திற்கு வாய்க்கரிசி இடும் போதும் பிணத்தைத் தூக்கிச் செல்வோருடைய பாதங்களுக் காக விரிக்கப்படும் துணியின் மீது (நடை பாவாடை) இறைக்கப் படும் தானியங்களும் இவர்களுடைய வருமானமாக அமைகின்றன. இது தவிர திருமணம் முதலான மங்கல நிகழ்வுகளில் இவர்களுக் கென்று தனியே ஒதுக்கப்படும் சிறிய அளவிலான பொருட்களும் இவர்களுடைய உணவுத் தேவையை ஈடுசெய்வனவாக அமை கின்றன. இன்றைக்கு நிலைமை மாறியிருந்தாலும் சாதிய விடுபாடு களில் இருந்து மீளமுடியாத் தன்மையிலேயே அவர்களது வாழ்வு முற்றுப் பெறுகின்றது.

இன்றையத் தலைமுறையினர் தெரிந்து கொள்ள வேண்டிய சமூகவியல் ஆய்வாளர்களுக்குத் தேவையான அரிய தகவல்களை இந்நூல் கொண்டுள்ளது. வரும் ஆய்வாளர்களுக்கு இந்நூல் ஒரு கலங்கரை விளக்கமாகத் திகழும் என்பதில் ஐயமில்லை. நூல் ஆசிரியரின் இந்த அரிய ஆய்வு முயற்சி பாராட்டத்தக்கது. இது போன்ற பல அரிய நூல்களைப் படைத்து சமூகத்திற்கு உதவ வேண்டும். மனதார பாராட்டி மகிழ்கிறேன்.

- ஆ. ஏகாம்பரம்
உதவிப் பேராசிரியர்,
தமிழ் இலக்கித் துறை,
சென்னைப் பல்கலைக் கழகம்,
சென்னை-5.

சில வார்த்தைகள்...

உலகில் தோற்றம் பெற்றுள்ள ஒவ்வொரு சமூகமும் பல்வேறு வகையான படிநிலைகளைக் கடந்த பின்பே இன்றுள்ள நிலையை அடைந்துள்ளன. இவ்வாறு கால மாற்றத்தை உள்வாங்கிய முந்தைய சமூகமானது, தாங்கள் மேற்கொண்ட வாழ்க்கை முறையிலும் தொழில்கள் முதலானவற்றிலும் அதனை வெளிப்படுத்தியது. இந்நிலையில் காலத்திற்கேற்ப மாற்றங்களைப் பெற்ற சில தொழில்கள், இரண்டாயிரம் ஆண்டுகளைக் கடந்த பின்பு இன்றும் அதே நிலையில் வழங்கப்பட்டு வருகின்றன.

இதன்படி வண்ணார்கள் செய்து வந்த பல தொழில்கள் வழக்கிழந்து, சில தொழில்கள் மட்டுமே இன்று நடைமுறையில் இருந்து வருகின்றன. இப்பின்னணியில், தமிழகத்திலுள்ள சில ஊர்களைத் தவிர பெரும்பாலான ஊர்களில் இத்தொழில்கள் மறைந்து விட்டதைப் பரவலாகக் காணமுடிகின்றது. அவ்வகையில், இந்தியாவில் வாழும் புராதன இனக்குழுக்களின் இத்தகைய தொழில் அழிவை நாகரிக வளர்ச்சியாகக் கருதுவதைக் காட்டிலும் ஒரு தொழில் அழிக்கப்படுகின்றது என்று கருதுவது பொருத்தமான தாக இருக்கும். இங்கு, இவ்வாறு சுட்டுவதற்கான காரணம், இன்று உலகிலுள்ள பெரும்பான்மையான நாடுகளில் அந்நாட்டு மக்களின் பாரம்பரியமான தொழில்கள் அனைத்தும் உலகமயம், தனியார் மயம், தாராளமயம் என்கின்ற பெயர்களில் தொடர்ந்து அழிக்கப் படுவதே ஆகும். மேலும் நவீன முறையில் கண்டறியப்பட்ட கருவிகளைக் கொண்டு செய்யப்படும் தொழில்களுக்குக் கோடிக் கணக்கான ரூபாய்களை மானியமாக அளிக்கும் அரசுகள், பாரம்பரிய முறையைப் பின்பற்றி மேற்கொள்ளப்படும் தொழில் களுக்கு அத்தகைய முக்கியத்துவத்தை அளிக்கத் தவறுகின்றன. இதன் காரணமாக வேளாண்மைத் தொழிலைவிட்டு விவசாயிகள் வெளியேறுவதைப் போன்று நெசவுத் தொழிலைவிட்டு நெசவாளர் கள் வெளியேறுவதைப் போன்று, சலவைத் தொழிலைவிட்டு சலவையாளர்களும் வெளியேறும் நிலை ஏற்பட்டது. இந்நிலை, பாரம்பரியம் மிக்க தொழிலாளர்களின் வாழ்வைச் சிதைப்பது ஒருபுறமிருக்க, வேலையை எளிமைப்படுத்துதல் என்ற பெயரில்

ஆயிரக்கணக்கானோர் வேலைவாய்ப்பை இழப்பதற்கும் காரண மாக அமைகின்றது. மேலும், ஆயிரமாயிரம் ஆண்டுகளாகப் பின்பற்றப்பட்டு வந்த தொழில்நுட்ப முறைகள் அனைத்தும் ஒன்றன்பின் ஒன்றாகச் சிதையவும் வழிவகுத்தது. மாறாக, தொழிற்குடியினரின் வாழ்வு மேற்குறிப்பிட்டவாறு சிதையும் நிலை தொடருமேயெனில் கடந்த கால வரலாற்றைப் போன்றே நிகழ்கால வரலாறும் தொல்லியல் வழியாகத் தேடப்படும் நிலை உருவாவதும் தவிர்க்க முடியாததாகிவிடும் என்பது குறிப்பிடத்தக்கது.

சென்னைப் பல்கலைக்கழகத்தில் முனைவர் பட்ட ஆய்வை மேற்கொள்ளும் வாய்ப்பளித்து வழிநடத்தியதுடன் இந்நூலுக்கு வாழ்த்துரையும் வழங்கிய முனைவர் ஆ. ஏகாம்பரம் அவர்களுக்கும் உரிய ஆலோசனைகள் வழங்கி நெறிப்படுத்தியதுடன் இந்நூலுக்கு அணிந்துரையும் வழங்கிய பேராசிரியர் வீ. அரசு அவர்களுக்கும் ஆய்வு மாணவனாகச் சேர்ந்த நாள் முதல் இன்று வரை நிகரற்ற அன்புடன் என்னை வழிநடத்தும் பேராசிரியர் ய. மணிகண்டன், முனைவர் கோ. பழனி மற்றும் முனைவர் சி. இளங்கோ ஆகியோருக்கும் எனது நன்றியைத் தெரிவித்துக் கொள்கிறேன்.

ஆய்வு தொடர்பாக நான் அணுகியபோதெல்லாம் உரிய ஆலோசனைகளை வழங்கி உதவிய பேராசிரியர்களான கலாநிதி கா. சிவத்தம்பி, முனைவர் க.ப. அறவாணன், முனைவர் ம. இராசேந்திரன், முனைவர் அ. அறிவுநம்பி, முனைவர் பக்தவத்சல பாரதி, முனைவர் ஆ.சிவசுப்பிரமணியன், முனைவர் ஆ. தனஞ்செயன், முனைவர் மு.இராமசாமி, முனைவர் க.இளமதி சானகிராமன், முனைவர் உல பாலசுப்பிரமணியன் உள்ளிட்ட அனைவருக்கும் எனது நன்றி என்றும் உரியது.

கடந்த பத்து ஆண்டுகளுக்கும் மேலாக மாசற்ற அன்பைப் பகிர்ந்திடும் அண்ணன் முனைவர் பா.குப்புசாமி, முனைவர் ப.திருஞானசம் பந்தம், பொ.குபேந்திரன், முனைவர் ஜெ.சந்திரிகா, முனைவர் த.சரவணன், முனைவர் அரங்க. ஜனார்த்தனன், வெ.சச்சிதானந்தம், ச.சசிகுமார், ச.ரெங்கராஜன் ஆகியோர் என் வாழ்வில் நினைக்குந் தோறும் நன்றிக்குரியோர் ஆவர்.

இவ்வாய்வு தொடர்பாக அணுகியபோது உரிய தகவல்களைப் பகிர்ந்து உதவிய தமிழ்நாடு சலவைத் தொழிலாளர் பேரவையின் மாநிலத் தலைவர் கே. எஸ். ஜானகிராம், எழுத்தாளர்கள் து.இரவிக் குமார், இமையம் மற்றும் திருநெல்வேலியைச் சேர்ந்த ஜே.சுந்தர மூர்த்தி, மு.சுந்தர மூர்த்தி, இர.மந்திரமூர்த்தி, அ.கல்யாணசுந்தரம்,

சு.மூர்த்தி, வா.பகண்டையைச் சேர்ந்த கா.வெங்கடேசன் உள்ளிட்ட அனைவருக்கும் எனது நன்றியைத் தெரிவித்துக் கொள்கிறேன்.

மேலும் ஆய்வு தொடர்பான அரிய நூல்களைக் கொடுத்து உதவிய பேராசிரியர் வ. ஜெயதேவன் அவர்களுக்கும் உயர்கல்வி தொடர்பான ஆலோசனைகளை வழங்கி வழிநடத்திய முனைவர் சி. சக்கரவர்த்தி, முனைவர் மா. சற்குணம் உள்ளிட்டோருக்கும் என் நன்றி என்றும் உரியது.

நான் உழைக்கும் வயதை எட்டிய பின்பும் என்னிடமிருந்து ஊதியத்தை எதிர்பார்க்காமல் என் கல்வி வாழ்வை இன்முகத்துடன் தொடரச் செய்த என் பெற்றோர்களான திரு.சீ.தண்டபாணி, திருமதி த.ஜெயலட்சுமி ஆகியோர் என் கண்கண்ட தெய்வங்களாவர். இவர்களுடன் குடும்பச் சுமையைப் பகிர்ந்து கொண்டு என்னை அன்புடன் வழியனுப்பி வைத்த அண்ணன்கள் த. வெங்கடேசன், த. சிவா, த. தசரதன் மற்றும் த. மங்கை உள்ளிட்டோரும் என் நன்றிக் குரியோர் ஆவர்.

நான் தற்பொழுது பணியாற்றி வரும் பெட்ரிசியன் கலை மற்றும் அறிவியல் கல்லூரியின் தாளாளர் அருட்சகோதரர் ச.ஆரோக்கிய ராஜ், கல்லூரியின் முன்னாள் முதல்வர் முனைவர் ஜெ. ஞானபுஷ்பம், இந்நாள் முதல்வர் முனைவர் பாத்திமா வசந்த், துணை முதல்வர் முனைவர் கீதா ரூபஸ், திரு. ரூபஸ் சூரியகுமார் உள்ளிட்ட அனைவருக்கும் என் நெஞ்சார்ந்த நன்றியைத் தெரிவித்துக் கொள்கிறேன். மேலும் என்னை அன்புடன் அரவணைத்து வழிநடத்தும் தமிழ்த்துறையின் முன்னவர்களான துறைத்தலைவர் முனைவர் அகிலா சிவசங்கர், திருமதி இரா.சத்தியப்பிரியா, முனைவர் ஏ. இராஜசேகர், செல்வி ஆ. மேரி ஜூலி உள்ளிட்ட அனைவருக்கும் என் நன்றியைத் தெரிவித்து மகிழ்கிறேன்.

முற்போக்கு நூல்களுள் முதன்மையானவற்றை வெளியிட்டு வரும் அலைகள் வெளியீட்டகம், இந்நூலையும் வெளியிட முன்வந்தமைக்கு எனது நன்றியை உரித்தாக்குகின்றேன்.

– த. தனஞ்செயன்

பொருளடக்கம்

குறுக்க விளக்கம்	23
அறிமுகம்	25
1. தொழில், குடித்தொழில் – வரையறை	32
2. வண்ணார் வரலாறு	86
3. இலக்கியங்களில் வண்ணார்	141
4. இற்றை நிலை	191
5. ஆய்வு நிறைவுரை	271
துணைநூற்பட்டியல்	283
பின்னிணைப்பு – 1	292
பின்னிணைப்பு – 2	295

குறுக்க விளக்கம்

அகத்.	–	அகத்திணையியல்
அகம்.	–	அகநானூறு
அறப். சத., அறப். சதகம்.	–	அறப்பளீசுர சதகம்
இப	–	இரண்டாம் பதிப்பு
இளம்.	–	இளம்பூரணர்
உ.ஆ.	–	உரையாசிரியர்கள்
உரை.	–	உரையாசிரியர்
உ.நீதி.	–	உலக நீதி
ஐங்.	–	ஐங்குறுநூறு
க.க.பா.	–	கட்டபொம்மன் கதைப்பாடல்
க.பொ.கூ.	–	கட்டபொம்மு கூத்து
கலி., கலித்.	–	கலித்தொகை
கள.	–	களவியல்
கழக வெளியீடு	–	திருநெல்வேலி தென்னிந்திய சைவ சித்தாந்த நூற்பதிப்புக் கழகம்
கா. க. பா.	–	காத்தவராயன் கதைப்பாடல்
கா. சா. ச.	–	கான்சாகிபு சண்டை
கி.பி.	–	கிறித்துவிற்குப் பின்
குறி.	–	குறிஞ்சிப்பாட்டு
குறுந்.	–	குறுந்தொகை
ச.இ.ஆ. அட்டவணைகள்	–	சங்க இலக்கிய ஆராய்ச்சி அட்டவணைகள்
சிலம்பு. காடு.	–	சிலப்பதிகாரம் காடுகாண் காதை
சிறுபா.	–	சிறுபாணாற்றுப்படை
சின்ன.கதை	–	சின்னணைஞ்சான் கதை
சு.எண்.	–	சுவடி எண்
சொல்.	–	சொல்லதிகாரம்
சேனா.	–	சேனாவரையர்
தடி.கதை	–	தடிவீரசுவாமி கதை
தனிப். திர.	–	தனிப்பாடல் திரட்டு

திவா.	–	திவாகரம்
தென். கல். தொகு.	–	தென்னிந்தியக் கல்வெட்டுத் தொகுதி
தொ. ஆ.	–	தொகுப்பாசிரியர்
தொல்.	–	தொல்காப்பியம்
நற்.	–	நற்றிணை
நூ.	–	நூற்பா
நெடு.	–	நெடுநல்வாடை
ப	–	பக்கம்
பட்டி.	–	பட்டினப்பாலை
ப. ஆ.	–	பதிப்பாசிரியர்
பக்.	–	பக்கங்கள்
பதி.	–	பதிற்றுப்பத்து
பரி.	–	பரிபாடல்
பி.இ.	–	பின்னிணைப்பு
புறத்.	–	புறத்திணையியல்
புறம்.	–	புறநானூறு
பெரிய.	–	பெரியபுராணம்
பெரும்.	–	பெரும்பாணாற்றுப்படை
பொரு.	–	பொருநராற்றுப்படை
பொருள்.	–	பொருளதிகாரம்
ம.ப.	–	மறுபதிப்பு
மது.	–	மதுரைக்காஞ்சி
மலைபடு.	–	மலைபடுகடாம்
மு.ப.	–	முதன்மைப் பதிப்பாசிரியர்
மூ.ப.	–	மூன்றாம் பதிப்பு
மெய்.	–	மெய்ப்பாட்டியல்
மேலது.	–	மேற்குறிப்பிட்டுள்ள நூல்
வீவீக.	–	வீணாதி வீணன் கதை
ஜினேந். மாலை.	–	ஜினேந்திர மாலை
ஸ்ரீகாந். பிள்.	–	ஸ்ரீகாந்திமதியம்மை பிள்ளைத்தமிழ்
P.	-	Page
S.I.I.	-	South Indian Inscriptions
Vol.	-	Volume

அறிமுகம்

உலக வரலாற்றில் நீண்ட பாரம்பரியத்தைக் கொண்டுள்ள தமிழ்ச்சமூகம் பண்பாட்டுத் தெளிவினைப் பெற்ற காலம் முதல் தொழில்களை அடிப்படையாகக் கொண்டு பாகுபடுத்தப்பட்டிருந்தது. அரசியல், சமூகம், பொருளாதாரம் என அனைத்து நிலைகளிலும் மேன்மை பெற்று விளங்கிய அக்காலத்தில் (சங்க காலம்) மக்கட் பாகுபாடு நிலத்தின் அடிப்படையிலும் பின்பு, தொழில்களின் அடிப்படையிலும் தோற்றம் பெற்றன.

இப்பாகுபாடு குறித்து ஆய்வு செய்த வி. ஆர். இராமச்சந்திர தீட்சிதர் (தமிழரின் தோற்றமும் பரவலும்), ந. சஞ்சீவி (A Critical Study of Purananuru), கா. சிவத்தம்பி (பண்டைத் தமிழ்ச் சமூகம் வரலாற்றுப் புரிதலை நோக்கி) முதலிய அறிஞர் பெருமக்கள், தொல்காப்பியர் காலத்திற்கு முன்பிருந்து இவ்வழக்கம் தமிழ்ச்சமூகத்தில் நிலைபெற்றிருந்ததாகக் குறிப்பிடுவர். அவ்வகையில் தொடக்க நிலையிலான பாகுபாட்டை தொல்காப்பியமும் அரசர், அந்தணர், வணிகர், வேளாளர் (தொல். பொருள். 1025) எனவும், துடியன், பாணன், பறையன், கடம்பன் (புறம். 355) எனச் சங்க இலக்கியமும் குறிப்பிட்டன. மேலும், சங்க இலக்கியச் சுவடிகளைக் கண்டறிந்து பதிப்பித்த உ. வே. சாமிநாதையர் புறநானூற்றின் பதிப்புரையில் அந்தணர் முதல் வேடர் ஈறாக நாற்பத்து நான்கு தொழில்வழிக் குடியினரைச் (நா. வானமாமலை, தமிழகத்தில் சாதி சமத்துவப் போராட்டக் கருத்துக்கள், ப.50) சுட்டுவதன் மூலமாகவும் சங்ககால மக்கள் பாகுபாட்டை அறிய முடிகின்றது. இவ்வாறு அறியப்படும் தொழிற் குடிகள் குறித்த ஆய்வுகள் அண்மைக் காலமாகப் பரவலாக மேற்கொள்ளப்பெற்று வருகின்றன.

நீடித்த வளர்ச்சியும் நிலைத்த பண்பாட்டுத் தெளிவும் பெறுவதில் முதன்மையான பங்காற்றிய இவர்களின் வாழ்க்கை முறை பற்றிய பதிவுகள் தமிழ் வரலாற்று ஆவணங்களாகிய இலக்கியம், கல்வெட்டுகள், செப்புப் பட்டயங்கள், கதைப்பாடல்கள், வாய்மொழிக் கதைகள் ஆகியவற்றில் விரிவாக இடம்பெற்றுள்ளன.

தமிழ்ச் சமூகத்தில் இரண்டாயிரம் ஆண்டுகளுக்கு முன்பு வழங்கப்பட்ட தொழில்கள் இன்றும் அந்நிலையிலேயே மேற்கொள்ளப்பட்டு வருகின்றன. இவ்விடைப்பட்ட காலத்தில் அவ்வக்காலச்

சூழலுக்கேற்பப் பல புதிய தொழில்களும் தோற்றம் பெறலாயின. தொழிற்குடியினரின் முதன்மைத் தொழிலுடன் இணைத்து மேற்கொள்ளப்பட்ட இத்தொழில்கள், சிறிது காலத்திற்குப் பின்னர் அவர்களிடமிருந்து மறையத் தொடங்கின. இவ்வாறு பல தொழில்கள் இடையிடையே தோன்றி மறைந்தாலும் சங்க காலத்தில் தோற்றம் பெற்ற தொழில்கள் மட்டும் இன்றும் தொடர்ந்து மேற்கொள்ளப்பெற்று வருகின்றன.

இந்நிலையில் தமிழியலில் பரவலாக்கம் பெறத் தொடங்கிய ஆய்வு முறை இலக்கண, இலக்கியங்களைப் பெருமளவில் ஆய்வுக் களமாகக் கொண்டமைந்தன. இச்சூழலில் தமிழ்ப் பண்பாட்டைக் கட்டமைத்த தொழிற்குடிகள் குறித்த ஆய்வில் ஏற்பட்ட தேக்க நிலையைக் களையும் பொருட்டு மேற்கொள்ளப்பட்ட ஆய்வுகளும் குறிப்பிட்ட காலகட்டத்தை மட்டும் மையமாகக் கொண்டதாக அமைந்தன. எனவே, இத்தகைய இடைவெளிகளைக் களைந்து தொடக்க காலத்தில் தொழிற்குடிகளாகவும் பின்பு, சாதிகளாகவும் அடையாளப்படுத்தப்பட்ட மக்களுள் ஒரு பிரிவினர் பற்றி அறியும் ஆய்வாக இவ்வாய்வு அமைந்துள்ளது.

பண்டைக் காலந்தொட்டு இன்று வரையில் ஒரே தொழிலை மேற்கொண்டு வரும் தொழிற்குடிகள் பலர் இருப்பினும், அவர்களுள் 'வண்ணார்' மட்டுமே இவ்வாய்விற்கான களமாக அமைகின்றனர். வாழ்வின் அனைத்து நிலைகளிலும் ஒடுக்கப்பட்டு, புறக்கணிக்கப்பட்டு, அடிப்படை உரிமைகள் மறுக்கப்பட்ட ஒரு தொழிற் குடியின ராக இவர்கள் உள்ளனர். எனவே, அத்தொழிற்குடியினரின் வரலாற்றுத் தொடர்ச்சியை அறிவதென்பது தமிழ்ச் சூழலில் இன்றியமையாத ஒன்றாக வேண்டப்படுகின்றது. இதன்படி, ஆடை வெளுத்தலை முதன்மைத் தொழிலாகக் கொண்டு வாழும் 'வண்ணார்' சாதியினரின் வாழ்வியல் குறித்து ஆராய வேண்டும் என்பதற்காக இவ்வாய்விற்கு, **தமிழரின் குடித்தொழில் மரபுகள்: புரத வண்ணார்** என்ற தலைப்புத் தெரிவு செய்யப்பட்டது.

தமிழகத்தில் பட்டியல் சாதியினரில் ஒரு பிரிவினராகக் கருதப்படும் வண்ணார்கள், தொழிற்பிரிவினராக அறியப்பட்ட காலம் முதற்கொண்டு பல்வேறு தொழில்களைச் *செய்து வருகின்றனர். அவற்றுள் பல தொழில்கள் வழக்கிழந்து, சில தொழில்கள் மட்டும் இன்று நடைமுறையில் இருந்து வருகின்றன. இவ்வகையில் தொழில்கள் அறுபடுவதற்கான சூழலைத் தோற்றுவித்ததில் தொழிற் குடியினரின் மனப்பதிவு மற்றும் பொருளாதாரச் சிக்கல் ஆகியன முதன்மையானதாக அமைகின்றன. இதன்படி, தமிழகத்திலுள்ள சில ஊர்களைத் தவிர

* ஆடை வெளுத்தல், பாதையை ஈரங்கொள்ளச் செய்தல் மருத்துவம், நிகழ்த்துக் கலைகள், வாழ்வியல் சடங்குகள் முதலானவை.

பெரும்பாலான ஊர்களில் இத்தொழில் மறைந்துவிட்டதைப் பரவலாகக் காணமுடிகிறது. இந்தியாவில் நிகழும் புராதன இனக்குழுக்களின் இத்தகைய தொழில் அழிவை நாகரிக வளர்ச்சியாகக் கருதுவதைக் காட்டிலும் ஒரு தொழில் அழிக்கப்படுகிறது என்று கருதுவது பொருத்தமானதாக இருக்கும். மேலும், எதிர்காலத்தில் இவர்களைப் பற்றிய எந்த விதமான பதிவும் இருப்பதற்கு வாய்ப்பில்லாமல் போகும். இதன் மூலம் முழுமையான வரலாற்றையும் கட்டமைக்க முடியாது. எனவே இச்சூழலுக்கான காரணத்தைக் கருத்திற் கொண்டு தமிழகத்தில் வாழும் வண்ணார்களின் வாழ்வையும் அவர்களின் ஒரு பிரிவனராக எள்ள புரத வண்ணார் களின் ஒட்டு மொத்த வாழ்வியலையும் ஆராய்வதாக இந்நூல் அமைகிறது.

இரண்டாயிரம் ஆண்டுகால வரலாற்றுத் தொடர்ச்சியை உடைய ஒரு குடித்தொழில் மரபினரின் வாழ்வை ஆராய்ந்து ஆவணப்படுத்துதல் என்பது இவ்வாய்வின் முதன்மை நோக்கமாக அமைகிறது. வரலாற்றுப் பதிவுகள் மற்றும் கள ஆய்வுத் தரவுகளை அடிப்படையாகக் கொண்டு அமையும் இந்நூல், ஆடை வெளுப்போரை மையமாகக் கொண் டுள்ளது. இதன்படி, கடந்த காலங்களில் பொது நிலையிலான தொழிற்குடியினராகவும் பின்பு, பல்வேறு சாதியினருக்குமான தனித்தனி தொழிற்குடியினராகவும் விளங்கும் இவர்களின் வாழ்வு, பிற தொழிற் குடியினரைக் காட்டிலும் மாறுபட்டதாக அமைந்துள்ளது. இப் பின்னணியில், வண்ணார்களிடையே காணப்படும் பல்வேறு பிரிவினரில் தாழ்த்தப்பட்டோருக்கு வெளுக்கும் 'புரத வண்ணார்'கள் இவ்வாய்வில் தனித்த நிலையிலும் ஆராயப்பட்டுள்ளனர். இப்பின்னணி யில், புரத வண்ணாரின் வாழ்வியல் கூறுகள் அனைத்தும் கள ஆய்வு வழியாகப் பெறப்பட்டுப் பயன்படுத்தப்பட்டுள்ளமை குறிப்பிடத்தக்கது.

ஒரு சமூகம் வளர்ச்சியடைவதிலும் அழிவை நோக்கிச் செல்வதிலும் மூல காரணமாக அமைகின்ற பொருளாதார ஏற்றத்தாழ்வு இவர்களுடைய வாழ்விலும் பெரும் மாற்றத்தினை ஏற்படுத்தியது. இந்நிலை, காலந்தோறும் தொழிற்குடியினராக வாழ்ந்து பொருளாதார முன்னேற்றம் எதுவும் இன்றிக் கடைநிலையில் வைக்கப்பட்டிருந்த வண்ணார்களின் வாழ்விலும் வெளிப்பட்டது. பல்வேறு தொழில் களுக்கும் கலைகளுக்கும் மரபு வழியான ஆளுமையைக் கொண்டவர் களாக விளங்கிய இவர்களின் வாழ்வைக் கட்டமைத்ததில் இப்பொருளா தாரம் பெரும்பங்கு வகித்தது. இப்பொருளாதாரம் சிக்கலாகியதன் காரணமாக ஏதுமற்றவர்களாக்கப்பெற்ற இவர்களின் வாழ்வும் வரலாறும் ஆவணமாதல் என்பது இன்றியமையாததாகின்றது. எனவே வரலாற்றை உள்ளவாறு அறிய உதவும் மானுடவியல் அணுகு முறையைக் கொண்டதாக இவ்வாய்வுநூல் அமைந்துள்ளது.

மானுடவியல் அணுகுமுறையைக் கொண்டு அமையும் இவ்வாய்வின் கூடுதல் செறிவின் காரணமாகப் பொதுவுடைமையைச்

சுட்டும் மார்க்சிய அணுகுமுறையும் பொதுநிலையில் பின்பற்றப்
பட்டுள்ளது.

இவ்வாய்வு இலக்கியம் சார்ந்தும் களஆய்வு சார்ந்தும் நிகழ்த்தப்பெறுவதால் இலக்கியம் (சங்க இலக்கியம், பக்தி இலக்கியம், தற்கால இலக்கியம்), கல்வெட்டு (தென்னிந்தியக் கல்வெட்டுத் தொகுதிகள் முழுவதும்), கதைப்பாடல்கள் (நா.வா.வின் பதிப்புகள் மற்றும் பிற கதைப்பாடல்கள்) மற்றும் களப்பகுதிக்கெனத் தெரிவு செய்யப்பெற்ற விழுப்புரம் மாவட்டப் பதிவுகள் (விக்கிரவாண்டி ஒன்றியம்) ஆகியன இவ்வாய்வு எல்லைகளாக அமைந்துள்ளன. ஆய்வின் செறிவு கருதி மேற்சுட்டிய ஆய்வுக் களங்களில் ஆய்வுப் பொருண்மையுடன் நேரடியாகத் தொடர்புடைய சில இன்றியமையாத பகுதிகள் மட்டுமே இவ்வாய்வில் பயன்படுத்தப்பட்டுள்ளன.

இந்நூல் ஆய்விற்கான தரவுகள் பல்வேறு நிலைகளில் சேகரிக்கப் பட்டுள்ளன. அவற்றுள் பெருமளவிலான தரவுகள் நூல்களின் வழியாகவும் கள ஆய்வின் வழியாகவும் பெறப்பட்டுள்ளன. இம்முறை யில் அரிய பல தகவல்களைப் படியெடுத்துப் பயன்படுத்துதல் மற்றும் ஆய்வின் மேலதிக விளக்கத்திற்குப் பயன்படும் காட்சிகளைப் பட மெடுத்தல் ஆகிய முறைகள் பின்பற்றப்பட்டுள்ளன. மேலும், கள ஆய்வுப் பகுதியில் தகவலாளிகளுடன் கலந்துரையாடியும் உற்று நோக்கியும் ஒலிப்பதிவு முறையிலும் தரவுகள் சேகரிக்கப்பட்டுள்ளன.

இதன்படி, **தமிழரின் குடித்தொழில் மரபுகள்: புரத வண்ணார்** எனும் தலைப்பில் 2006-2011ஆம் ஆண்டுகளில் மேற்கொள்ளப்பட்ட இவ்வாய்வு நூலுக்கான மூலங்கள் இரு நிலைகளைக் கொண்டதாக அமைந்திருந்தன. அவற்றுள் எழுத்துப் பதிவுகள், கல்வெட்டு முதலான ஆவணங்களிலிருந்து பெறப்பட்ட தரவுகள் மற்றும் இவ்வாய்வின் ஒருபகுதியாக அமையும் களப்பகுதியிலிருந்து (விழுப்புரம் மாவட்டம் - விக்கிரவாண்டி ஒன்றியம்) சேகரிக்கப்பெற்ற தரவுகள் ஆகியன முதன்மை மூலங்களாகக் (Primary Sources) கொள்ளப் பட்டுள்ளன. இவற்றுடன் இதழ்கள், நாளேடுகள் ஆகியவற்றில் இடம் பெற்றுள்ள கட்டுரைகள் மற்றும் ஆய்வுப் பொருண்மையையொட்டி வெளிவந்த ஆய்வுகள், நூல்கள் ஆகியன இரண்டாம் நிலைத் தரவுகளாகப் (Secondary Sources) பயன்படுத்தப்பட்டுள்ளன.

'வண்ணார்' சாதியினர் குறித்து அமைந்துள்ள இவ்வாய்வு நூலுக்கான முன் முயற்சிகள் பொதுமை நிலை, சிறப்பு நிலை என இரு நிலைகளில் அமைந்துள்ளன. பொதுமை நிலையிலான ஆய்வு பண்டைய தமிழ்ச் சமூகத்தின் பல்வேறு தொழிற்குடியினர் குறித்து ஒருங்கே ஆராய்ந்து கூறுவதாகவும் சிறப்பு நிலையிலான ஆய்வு 'வண்ணார்' சாதியினரை மட்டும் குறிப்பதாகவும் அமைந்துள்ளன.

இதன்படி 'வண்ணார்' சாதியினர் குறித்த ஆய்விற்கு மூலமாக விளங்கிய பொதுமை நிலையிலான ஆய்வு நூல்கள் பின்வருமாறு சுட்டப்படுகின்றன.

எட்கர் தர்ஸ்டன்	-	தென்னிந்தியக் குலங்களும் குடிகளும் (1986)
ஏகாம்பரம் ஆ.,	-	சாதி - வறுமை - அரசு (2008)
கேசவன் கோ.,	-	சாதியம் (1995)
சசிவல்லி வி. சி.,	-	பண்டைத் தமிழர் தொழில்கள் (1989)
சிவசுப்பிரமணியம் ஆ.,	-	அடித்தள மக்கள் வரலாறு (2002)
செல்வராசு சிலம்பு நா.,	-	சங்க இலக்கிய மறுவாசிப்பு (2005)
பிலவேந்திரன் ச.,	-	சனங்களும் வரலாறும் (2004)
மனோன்மணி சண்முகதாஸ்	-	சாதியும் துடக்கும் (2007)
மாதையன் பெ.,	-	சங்க கால இனக்குழுச் சமுதாயமும் அரசு உருவாக்கமும் (2004)
வித்தியானந்தன் சு.,	-	தமிழர் சால்பு (2006)
ராஜ் கௌதமன்	-	பாட்டும் தொகையும் தொல்காப்பியமும் தமிழ்ச் சமூக உருவாக்கமும் (2006)
வேங்கடசாமி நாட்டார் ந.மு.,	-	கள்ளர் சரித்திரம் (2006)
வைத்தியலிங்கன் செ.,	-	தமிழ்ப் பண்பாட்டு வரலாறு (2008)

எனும் இந்நூல்கள் 'வண்ணார்' உள்ளிட்ட பல்வேறு தொழிற்குடியினர் குறித்த ஆய்விற்கான தொடக்கத்தினைக் கொண்டுள்ளன. இவற்றுடன் 'வண்ணார்' சாதியினர் குறித்துச் சிறப்பு நிலையில் மேற்கொள்ளப்பெற்ற ஆய்வுகளும் வெளிவந்துள்ளன. அவை,

- **அருண்மொழி நங்கை** (எம்.பில்., 2007) - சலவைத் தொழிலாளர்களின் வழக்காறுகள் (நாகர்கோவில் நகராட்சி) ஸ்காட் கிறித்தவக் கல்லூரி.
- **கிருஷ்ணவேணி அ.,** (எம்.பில்., 2004-2005) - சலவைத் தொழிலாளர்களின் வாழ்வியல் (திருநெல்வேலி, வண்ணாரப்பேட்டை) மனோன்மணீயம் சுந்தரனார் பல்கலைக்கழகம்.
- **செந்தில்குமார் க.,** (பிஎச்.டி., 2006 -2010) - சலவைத் தொழிலாளர்களின் வழக்காறுகள் (தஞ்சாவூர் வட்டம்) தமிழ்ப் பல்கலைக்கழகம்.
- **தாமோதரன் வை.,** (எம்.பில்., 1985) - வண்ணார்குலச் சடங்குகள் (அகத்தீஸ்வரம் வட்டம்)மதுரை காமராசர் பல்கலைக் கழகம்.

என மேற்கொள்ளப்பட்ட இவ்வாய்வுகள், பல்கலைக்கழகங்களின் தமிழ்த்துறை மாணவர்களால் நிகழ்த்தப் பெற்றவையாகும். இத்தகைய

ஆய்வுகள் இவ்வாய்வின் முன் முயற்சியாக அமைந்து அடுத்தகட்ட ஆய்விற்கு வழிகோலுகின்றன. இதன்படி மேற்குறிப்பிட்ட ஆய்வுகள் அனைத்தும் வண்ணார்களின் வாழ்வியல் கூறுகளில் ஒன்றை மட்டும் எடுத்துக்கொண்டு பேசுவதால், அவற்றிலிருந்து மாறுபட்டதாக இவ்வாய்வுநூல் அமைந்துள்ளது. அந்த வகையில், வண்ணார்களின் பண்டைய வரலாற்றைப் பொது நிலையிலும் புரத வண்ணார்களின் வாழ்வியல் முதன்மை நிலையிலும் இவ்வாய்வு நூலில் விரிவாக ஆராயப் பட்டுள்ளன. அதன்படி இந்நூல் பின்வரும் அமைப்பில் அமைந் துள்ளது.

தமிழ்ச் சமூகத்தில் தொழில்கள் தோற்றம் பெற்ற முறை, அவை நிலங்களின் அடிப்படையில் வழங்கப்பட்டமை மற்றும் அப்பகுதி மக்களின் வாழ்க்கை முறை ஆகியவை தொழில், குடித்தொழில் - வரையறை என்னும் முதல் அத்தியாயத்தில் விளக்கப்பட்டுள்ளன. இவற்றுடன் குடித்தொழிலானது குலத்தொழிலாக மாற்றம் பெற்றதில் ஆரியத்தின் பங்கு முதலானவையும் விரிவாக ஆய்வு செய்யப் பட்டுள்ளன.

ஆய்விற்கு உட்படுத்தப்பட்டுள்ள 'வண்ணார்' சாதியினர் கல்வெட்டுகள், கதைப்பாடல்கள், வாய்மொழிக் கதைகள் ஆகியவற்றில் பதிவு செய்யப்பட்டுள்ள முறைமை இந்நூலில் ஆராயப்பட்டுள்ளன. இவற்றுள் கல்வெட்டுகளில் இடம்பெற்றுள்ள பதிவுகளை அடிப்படை யாகக் கொண்டு வண்ணார்கள் செய்த பல்வேறு தொழில்கள், அவற்றிற்கு விதிக்கப்பட்ட தீர்வைகள் (Excises), அவர்கள் செய்த சேவைகள், கொடைகள் ஆகியன விரிவாக எடுத்துக்காட்டப் பட்டுள்ளன. மேலும், 'வண்ணார்' சாதியினர் குறித்த முழுமையான பதிவைக் கொண்டுள்ள இரண்டு கதைப்பாடல்களும்* நா.வா. அவர்களால் பதிப்பிக்கப்பெற்ற ஆறு கதைப்பாடல்களில்** இடம் பெற்றுள்ள 'வண்ணார்' பற்றிய பதிவுகளும் இந்நூலின் இரண்டாவது அத்தியாயத்தில் விரிவாகப் பேசப்பட்டுள்ளன.

மேலும், கல்வெட்டு மற்றும் கதைப்பாடல் குறிப்புகளை அடுத்து, கிராமப்புறங்களில் வாய்வழியாக வழங்கப்பட்டு வரும் கதைகள் வரலாற்றுக் கண்ணோட்டத்துடன் அணுகப்பட்டுள்ளன. இவ்வாறு,

---

* 1. தடிவீர சுவாமி கதை மற்றும் வன்னியராயன் கதை (1996)
2. சின்னணைஞ்சான் கதை (1998)

** 1. கட்டபொம்மன் கதைப்பாடல் (1961)
2. வீரபாண்டிய கட்டபொம்மு கதைப்பாடல் (1970)
3. காத்தவராயன் கதைப்பாடல் (1970)
4. கட்டபொம்மு கூத்து (1970)
5. கான்சாகிபு சண்டை (1970)
6. வீணாதி வீணன் கதை (ஐவர் ராசாக்கள் கதை) (1972)

மேற்குறிப்பிடப்பெற்ற மூன்று நிலைகளில் வண்ணார் வரலாறு இந்த அத்தியாயத்தில் ஆய்வு செய்யப்பட்டுள்ளன.

தமிழ் இலக்கியங்களில் இடம்பெற்றுள்ள வண்ணார் பற்றிய பதிவுகளை ஆராய்வதாக மூன்றாவது அத்தியாயம் அமைந்துள்ளது. சங்க இலக்கியம், அற இலக்கியம், பக்தி இலக்கியம், சிற்றிலக்கியம், தனிப்பாடல் திரட்டு, தற்கால இலக்கியமான புதினம் ஆகியவை விரிவாக இப்பகுதியில் ஆராயப்பட்டுள்ளன. மேலும் சங்க காலத்தில் 'புலைத்தி' என வழங்கப்பட்ட வண்ணார்கள் பதிவுசெய்யப்பட்டுள்ள முறை, உரையாசிரியர்களின் கூற்றுகளுடன் ஒப்பிட்டு இங்கு விளக்கப்படுகிறது. இவற்றுடன் இடைக்காலம் மற்றும் தற்கால இலக்கியங்களில் இடம்பெற்றுள்ள வண்ணார் குறித்த பதிவுகளும் விரிவாக விளக்கப்பட்டுள்ளன.

இம்முறையில் ஒவ்வொரு காலகட்டம் குறித்தும் இறுதி செய்யப்பட்ட முடிவுகள் அடுத்தடுத்த காலங்களுடன் கொண்டுள்ள தொடர்புகளும் சுட்டப்பட்டுள்ளன. இப்பின்னணியில் வண்ணார்கள், சமூகத்தின் கடைநிலை மாந்தர்களாகச் சித்திரிக்கப்பட்டுள்ள முறையும் அவர்களின் செயல்பாடும் விரிவாக ஆய்விற்கு உட்படுத்தப்பட்டுள்ளன.

பண்டைக் காலம் முதற்கொண்டு புலைத்தி, காழியர், தூசர், ஈரங்கொல்லியர், ஏகாலி, வண்ணத்தார் எனப் பல்வேறு பெயர்களில் வழங்கப்பட்ட வண்ணார்களின் இன்றைய வாழ்வியல் நிலை குறித்து நான்காவது அத்தியாயம் பேசுகின்றது. பல்வேறு பெயர்களில் பல்வேறு தொழில்களைக் காலந்தோறும் செய்து வந்த இச்சாதியினரிடையில் காணலாகும் தொழில்கள் பலவாறு வரையறை செய்யப்பட்டுள்ளன. இவ்வரையறை, வண்ணார்களில் ஒரு பிரிவினராக உள்ள 'புரத வண்ணார்'களின் வாழ்வியலுடன் ஒப்பிட்டு ஆராயப்பட்டுள்ளது. இதன்படி, புரத வண்ணார்களின் வாழ்க்கை முறை, சமூக நிலை, கல்வி, பொருளாதாரம், தொழில்முறை ஆகியவை விரிவாக இப்பகுதியில் விளக்கப்படுகிறது.

கள ஆய்வை அடிப்படையாகக் கொண்டு அமையும் இவ்வியலில் புரத வண்ணார்களின் தொழில்கள், கலைகள், சடங்குகள், மருத்துவம், வாழ்க்கை நிலை ஆகிய பிரிவுகளின் கீழ் மேற்குறிப்பிட்டவை ஆராயப்பட்டுள்ளன.

ஆய்வின் இறுதியாக அமையும் ஐந்தாவது அத்தியாயத்தில் ஐந்து அத்தியாயங்களிலும் கண்டறியப்பட்ட வண்ணார் வரலாறு குறித்த முடிவுகளும், புரத வண்ணார்கள் குறித்து மேற்கொள்ளப்பட்ட ஆய்வு முடிவுகளும் தொகுத்துச் சுட்டப்பட்டுள்ளன. இவற்றுடன் புரத வண்ணார்களின் வாழ்வியல் குறித்த மேலாய்வுக்கான களங்களும் அவர்களுக்கான மேம்பாட்டுத் திட்டங்களும் குறிப்பிடப்பட்டுள்ளன. இதன் தொடர்ச்சியாகத் துணைநூற் பட்டியல் இடம்பெற்றுள்ளது. இனி இவற்றை அடுத்தடுத்த பகுதிகளில் நாம் விரிவாகக் காணலாம்.

1

தொழில், குடித்தொழில் - வரையறை

ஒரு சமூகத்தில் நாகரிகமும் பண்பாடும் வளர்வதற்கு அதன் அடிப்படைத் தேவைகளே மூல காரணங்களாக அமைகின்றன. இலக்குகள் இன்றிக் காடுகளிலும் மலைகளிலும் நாடோடிகளாய்த் திரிந்த பண்டைய சமூகத்தினர் தங்களின் நிலையினை உணரத் தொடங்கியபோது தொழில் தோற்றம் பெற்றது. தொழிலுடன் பிணைந்த வாழ்க்கை முறைமையை மேற்கொண்ட தமிழ்ச் சமூகம் அதன் அடுத்தகட்டமாகத் தம்மை நிலைநிறுத்திக் கொள்வதற்கான முயற்சியில் ஈடுபட்டது. இவ்வளர்ச்சியே பண்பாட்டு உருவாக்கத்தின் தோற்றுவாயர்கும். இவற்றை அடிப்படையாகக் கொண்டு ஒரு வரலாறு எழுதப்படும்போது சமூகத்தில் வழங்கப்பட்டு வந்த மொழி மற்றும் பழக்க வழக்கங்களின் வரலாறு குறித்து விரிவாக ஆராயப்பட வேண்டும். அவ்வாறு ஆய்வு நிகழ்த்தப்படும்போதுதான் காலங்காலமாக மறைக்கப்பட்டு வந்த பல்வேறு வகையான வரலாற்று உண்மைகளை மீண்டும் வெளிக்கொணர முடியும்.

தொழில் வரலாறு

இயற்கையாக அமையப்பெற்ற குகைகள், பாறை இடுக்குகள், புதர்கள் ஆகியவற்றைப் புகலிடங்களாகக் கொண்ட பண்டைய மக்கள் காலப்போக்கில் செயற்கையான வாழ்விடங்களை அமைக்க முற்பட்டனர். மேலும் உணவு மற்றும் குடிநீர் ஆகியவற்றின் தேவைகள் உணரப்பட்ட அக்காலத்தில் இருப்பிடச் சூழலும் முக்கியத்துவம் பெற்றது. இதன் பொருட்டு விலங்குகளை வேட்டையாடுவதும் நதிக்கரையோர இருப்பிடங்கள் அதிகமாகத் தோன்றுவதும் தவிர்க்க இயலாதவைகளாயின. இதனை,

> நிலப்பகுதிகள் தோறும் தங்கி நிலைத்து வாழத்தலைப்பட்ட மனித சமுதாயம் ஆங்காங்கே இருந்த இயற்கைச் சூழல்களை அடிப் படையாய்க் கொண்டு தமது வாழ்வை அமைத்துக் கொண்டது.

என்னும் பெ. மாதையனின் கூற்று வழி உறுதிப்படுத்த முடிகிறது.

இவ்வாறு, பண்பாட்டுத் தெளிவினை அடைந்த தமிழ்ச் சமூகம் இயற்கைப் பேரிடர்களான பெருமழை, வெள்ளம், வெயில் ஆகிய

வற்றினால் கடுமையாகப் பாதிக்கப்பட்டது. இப்பாதிப்பிலிருந்து மீண்டு நதிக்கரையோரங்களில் உருவாக்கிய சிறு குடில்கள், பிற்காலத்தில் உணவுப்பொருள் பாதுகாப்பிற்கும் வேளாண்மைத் தோற்றத்திற்கும் மூல காரணங்களாக அமைந்தன. நதிக்கரையோரங்களில் ஏற்பட்ட இந்நாகரிக வளர்ச்சி தமிழ்க்குடிகள் நிலையானதொரு பண்பாட்டை அடைவதற்கு வித்திட்டது. இவ்வளர்ச்சியை,

> வேளாண்மை, விலங்குகளைப் பழக்கி வளர்த்தல், பாதுகாத்தல், பானை செய்தல், களிமண் சுவர்களைக் கொண்டு வீடு கட்டுதல், பளபளப்பான கற்கருவிகளைச் செய்தல் போன்ற, அரும்பெருஞ் சாதனைகளை முதன் முதலில் செய்து முடித்தான்.[2]

எனும் சா. குருமூர்த்தியின் கூற்றினால் உணரமுடிகிறது. எனவே தமிழ்ச் சமூகம் பெற்ற வளர்ச்சி உலக நாகரிகங்களுள் குறிப்பிடத்தக்க இடத்தினைப் பெறுவதற்கு வழிகோலியது. எல்லைகள் வரையறை செய்யப்படாமலும் அதிகார மையம் தோற்றம் பெறாமலும் இருந்த இத்தொடக்க கால வளர்ச்சி, பண்பாட்டுத் தெளிவினை நோக்கி நகர்ந்தது. இவ்வாறு நாகரிக வளர்ச்சியடைந்த பண்டைச் சமூகத்தினர், எதிர்பாராமல் நிகழ்ந்த பல்வேறு பேரிடர்களினால் தங்களின் பண்பாட்டு எச்சங்களாக விளங்கிய புழங்கு பொருட்களை அடையாளங் களாக விட்டுச் சென்றனர். இதனை அறியும் பொருட்டுப் பல்வேறு இடங்களில் அகழ்வாய்வு மேற்கொண்ட தொல்லியலாளர்கள் பண்டைக் காலத்தைப் பலவாறு வரையறை செய்தனர். அந்த வகையில் சா. குருமூர்த்தி,

> பழங் கற்காலம் (Old stone Age), இடைக் கற்காலம் (Middle Stone Age), கடைக் கற்காலம் (Late Stone Age), புதிய கற்காலம் (New stone Age).[3]

என வரலாற்றுக் காலத்தைப் பாகுபாடு செய்கின்றார்.

இவற்றில், புதிய கற்காலம் எனப்படும் கி. மு. 1000 முதல் கி. பி. 500 வரையிலான காலத்தில் பழந்தமிழ் மக்களிடம் வழங்கப்பட்டு வந்த பண்பாடு, 'மெகலிதிய பண்பாடு' எனத் தொல்லியலாளர்களால் சுட்டப் படுகின்றது.[4] இக்காலத்தில்தான் சங்க இலக்கியம் முதற்கொண்டு தமிழின் அனைத்து இலக்கியங்களும் தோன்றியதாகப் பி.டி. சீனிவாச ஐயங்கார் (தமிழர் வரலாறு, கி.பி. 600 வரை), வி.ஆர். இராமச்சந்திர தீட்சிதர் (தமிழரின் தோற்றமும் பரவலும்), கா. சிவத்தம்பி (பண்டைத் தமிழ்ச் சமூகம் வரலாற்றுப் புரிதலை நோக்கி) உள்ளிட்ட அறிஞர் பெருமக்கள் சுட்டுகின்றனர்.

தமிழரும் தொழிலும்

உணவு மற்றும் இருப்பிடத் தேவைகளை உணர்ந்த பண்டைய தமிழ்ச் சமூகம் அதனைப் பெறுவதற்கான வழிமுறைகளைக் கண்டறிந்தது. இதன் பயனாய் வேளாண்மை முறை உருப்பெற்றது. இவ்வேளாண்மைக்குக் கால்நடைகள் பெருமளவில் பயன்படுத்தப் பட்டன. கால்நடைகளின் துணையுடன் மேற்கொள்ளப்பெற்ற இவ் வேளாண்மைக்குப் பெண்களின் பங்கு குறிப்பிடத்தக்கதாக அமைந்தது. மேலும், உழவுக் கருவிகளின் துணையுடன் ஏற்பட்ட வேளாண்மை, பண்டைச் சமூகத்தில் உற்பத்தி முறையைத் தோற்றுவித்தது. இதன் தொடர்ச்சியாக வேளாண்மையுடன் சேர்ந்து மேலும் பல தொழில்கள் வளர்ந்தன.

குறிப்பாக, மலைப் பகுதிகளில் தோரைநெல், வெண்கடுகு, ஐவனம், இஞ்சி, மஞ்சள், மிளகு (மலைபடு. 203-210) ஆகியவையும் காடுகளில் வரகும் (அகம். 384: 5-6) சமவெளிகளில் நெல்லும் கரும்பும் (ஐங். 94: 4-5) கடற்கரைப் பகுதிகளில் மீன் பிடித்தலும் உப்பு விளைத் தலும் முதன்மைத் தொழிலாக அமைந்தன. இவ்வாறு பல்வேறு தொழில்களில் ஈடுபட்ட பண்டைய சமூகம் பின்னர்ப் பல மாற்றங் களை எதிர்கொள்ள வேண்டியிருந்தது. குறிப்பாக, குழு வாழ்க்கை முறையிலிருந்து முற்றிலும் தங்களைத் துண்டித்துக் கொண்டது. இதனை,

> வேளாண்மை உருவாகிப் பரவியது என்பதாலேயே அதற்கு முந்திய வாழ்க்கை முறைகள் அனைத்தும் கைவிடப்பட்டுவிட்டன என்று கருதக்கூடாது. வெவ்வேறு சூழ்நிலைகளில் உள்ளவர்கள் அவரவருக்குப் பழக்கமான பழைய வாழ்க்கை முறைகளையே பின்பற்றி வந்திருக்கலாம்.[5]

என்ற வி.ஆர். இராமச்சந்திர தீட்சிதரின் கூற்றினால் அறியலாம். மேலும் குழு வாழ்க்கை முறையிலிருந்து விலகி உற்பத்திச் சமூகமாகத் தோற்றம் பெற்ற இக்காலகட்டத்தில், பல்வேறு வகையான தொழில்களுக் கிடையில் வேளாண்மைத் தொழில் மட்டும் முதன்மையானதாகப் போற்றப்பட்டது.[6] இதற்குச் சான்றாக, பாலாற்றுப் படுகைகள் மற்றும் ஆதிச்சநல்லூர் முதலான இடங்களில் தொல்லியலாளர்களால் கண்டெடுக்கப்பட்ட உழவுக் கருவிகள் விளங்குகின்றன. இச்சான்றுகள் தமிழ்ச் சமூகத்தின் தொழிற் பாரம்பரியத்தை அடையாளப் படுத்துபவையாகும். இவற்றுள் உழவுக் கருவிகள், வாள், வேல், கத்தி, கோடரி, மண்பாண்டங்கள் முதலியன குறிப்பிடத்தகுந்தவைகளாகும். ஏனெனில், இவ்வடையாளங்கள் சமவெளியில் கண்டறியப்பட்ட கருவிகளுடன் தொடர்புடையதாக இருப்பதை இரா. நாகசாமி,

ஐராவதம் மகாதேவன் ஆகியோர் தக்க சான்றுகளுடன் நிறுவியுள்ளனர். மேலும், இச்சான்றுகள் அனைத்தும் தமிழ்ச் சமூகத்தின் தொடக்ககாலப் பண்பாட்டுக் காலத்திற்கு மிகவும் முற்பட்டதாகும் என்பது இங்கு நோக்குதற்குரியது.

சமூகப் பாகுபாடு

இரண்டாயிரம் ஆண்டுகால வரலாற்றினைக் கொண்ட தமிழ்ச் சமூகத்தின் பண்பாட்டுத் தெளிவிற்கு முதன்மைச் சான்றாக அமைவது சங்க இலக்கியமாகும். அக்காலத்தில் நிலத்தை அடிப்படையாகக் கொண்ட வாழ்வியல் முறையே மேலோங்கியிருந்தது. தொடக்கத்தில் வேறுபாடற்றுக் காணப்பட்ட பண்டைய தமிழ்ச் சமூகம், உணவு உற்பத்தியில் தன்னிறைவு பெற்றபோது உடைமைச் சமூகமாகத் தோற்றம் பெற்றது. இதனைக் கா. சிவத்தம்பியின்,

> சங்ககாலம் ஒரு மாறுதல் நிலையைக் குறிப்பதாகும். அது, இனக்குழு வாழ்க்கை அழிந்து நிலவுடைமையாக மாறும் கால கட்டத்தைக் குறிக்கின்றது. சங்ககாலம் வரையறைக்குட்பட்ட நிலப்பகுதிகளையும் குடியேற்றங்களையும் அதற்குரிய சொத்துரிமை, அவற்றைப் பாதுகாக்கும் வகைகளோடு உருவாயின.[7]

என்ற கருத்தின் வழி உறுதிப்படுத்த முடிகிறது. அதாவது, எத்தகைய பாகுபாட்டிற்கும் இடம் கொடுக்காமல் உற்பத்தி ஒன்றை மட்டுமே நோக்கமாகக் கொண்டு செயல்பட்ட தமிழர்கள் உடைமைச் சமூகத் தோற்றத்தின் காரணமாகப் பாகுபடுத்தப்பட்ட சமூக நிலையினை அடைந்தனர். இப்பாகுபாடு உழைக்கும் வர்க்கத்தினரை முன்னிலும் வேகமாகச் செயல்படத் தூண்டினாலும் மறைமுகமாக அவர்களைத் தாழ்நிலைக்குக் கொண்டு சென்றது. எனவே இனக்குழுச் சமூகத் தேய்வின் விளைவாகத் தொழில்களை அடிப்படையாகக் கொண்ட மக்கள் பாகுபாடு தோற்றம் பெறலாயின. இப்பாகுபாடு முதல், இடை, கடை என்ற வர்க்கப் பிரிவினைகளின் தோற்றத்திற்கு வித்திட்டது. இவற்றுள், முதல்நிலைச் சமூகத்தவர்களில் அரசர் மற்றும் அந்தணர் களையும், இடைநிலைச் சமூகத்தவர்களில் உழுவித்து உண்போரையும் (வேளாளர்) கடைநிலைச் சமூகத்தவர்களில் உழுது உண்போர் (பாணன், பறையன், துடியன், கடம்பன்) முதலானவர்களையும் பொருத்திப் பார்ப்பது சரியாக அமையும்.

முதல் நிலைச் சமூகம்

உடைமைச் சமூகத் தோற்றத்தின் விளைவாக ஏற்பட்ட பிரிவினர்களைப் பற்றிய பதிவுகளைச் (அரசர்: பதிற். 20:4, 49:17 மற்றும் அந்தணர்: பதிற். 63:1, புறம். 297-301) சங்க இலக்கியத்தில்

பரவலாகக் காண முடிகின்றன. நில உடைமையாளர்களாக விளங்கிய அரசர், அந்தணர் ஆகியோர் இடைநிலைச் சமூகம் மற்றும் கடைநிலைச் சமூகத்தவரை இயக்கும் ஆற்றல் மிக்கவர்களாக விளங்கினர். இவ்வாதிக்கம் மிக நீண்ட காலமாக நிலைபெற்றிருந்த காரணத்தினால் தமிழ்ச் சமூகத்தில் வர்க்கப் பிரிவினை என்பது தவிர்க்க முடியாததாகியது. அதன்படி முதல் மற்றும் இடைநிலைச் சமூகத்தினர் மேல் வர்க்கத்தவர்களாகவும் கடைநிலைச் சமூகத்தினர் கீழ் வர்க்கத்தவர்களாகவும் அடையாளப்படுத்தப்பட்டனர். இக்காலகட்டத்தில் 'அரசு' என்பது வலுவான அதிகார மையமாகத் தமிழ்ச் சமூகத்தில் ஆதிக்கம் செலுத்தத் தொடங்கியது. இத்தகைய ஆதிக்கப் போக்கின் காரணமாக உடைமைச் சமூகத்தினர் மேன்மேலும் பலவற்றிற்கு உடைமையாளர்களாகவும் தொழில்வழிச் சமூகத்தினர் முன்பைவிட மேலும் கீழ்நிலைக்கும் தள்ளப்பட்டனர். இந்நிலை இந்தியா முழுவதும் பரவிக் காணப்பட்டமைக்குச் சிந்து சமவெளி (ஹரப்பா, மொஹஞ்சதாரோ) மற்றும் தென்னிந்தியாவின் பல்வேறு ஆற்றுப் படுகைகளில் கண்டறியப்பட்ட அகழ்வாய்வுக் கண்டுபிடிப்புகளும் படிமங்களும் சான்று பகர்வனவாக அமைகின்றன. இவ்வாறு பல நிலைகளில் அனைத்துத் தரப்பு மக்களின் மீதும் அதிகாரம் செலுத்தத் தொடங்கிய 'அரசு' எனும் அமைப்பு பற்றி ஆய்வு செய்த கி. பெலோவ்,

> உற்பத்திச் சாதனங்களில் தனியுடைமையும் உடைமையில் ஏற்றத்தாழ்வும் ஏற்படுகின்றபொழுது வர்க்கங்கள் தோன்று கின்றன. செல்வர்களும் ஏழைகளும், முதலாளிகளும் தொழி லாளர்களும் தோன்றுகிறார்கள். அவர்களுடைய நலன்கள் ஒரே மாதிரியானவை அல்ல, அவை நேரெதிரானவை. ஆகவே பகையியல் வர்க்கங்கள் தோன்றுகின்ற பொழுது சமூக வரலாறு வர்க்கப் போராட்டங்களின் வரலாறாகிறது.⁸

எனக் குறிப்பிடுகின்றார். வானுயர்ந்த மாளிகைகள், பகைவர்க்கு அஞ்சி கட்டப்பட்ட மதில்கள், அரண்மனையின் ஒரு பகுதியாக உருவாகி யிருந்த அந்தப்புரங்கள் ஆகியவற்றில் ஆடம்பர வாழ்வுடன் காலத்தைக் கழித்துக் கொண்டிருந்த இவ்வரச வர்க்கத்தினர், தங்களுடன் அந்தணர்களையும் உடலுழைப்பு அற்ற சமூகத்தவராகக் கொண்டு வாழ்ந்தனர். இதற்கான பதிவுகளைச் சங்க இலக்கியத்தில் விரிவாகக் காணமுடிகிறது.

சங்க இலக்கியத்தில் அரச வர்க்கத்தினர் சீறூர் மன்னர் (புறம். 285-335), முதுகுடி மன்னர் (புறம். 336-355), குறுநில மன்னர் (புறம். 91:8-9, 109, 123:5-6, 128:5, 143:1-5, 148:1, 150:28, 151:2, 152:31, 154:13-14, 157:13, 158:21-25, 168:1-14), வம்ப வேந்தர் (புறம். 287, 345) என நான்கு நிலைகளில் குறிக்கப்பட்டுள்ளனர். இவர்களுள் புன்செய் நிலத்தையும் மருத நிலத்தையும் உடைமைகளாகப் பெற்றிருந்த

சீறூர் மன்னர் மற்றும் முதுகுடி மன்னர் ஆகியோரின் பெயர்கள் எங்கும் சுட்டப்பெறவில்லை. மேலும், மலை சார்ந்த பகுதிகளில் ஆட்சி செய்த குறுநில மன்னர்களின் இயற்பெயர்கள் புறநானூற்றின் பதின்மூன்று பாடல்களில் சுட்டப்பட்டிருப்பதனைச் சங்கப் பாடல்கள் வழியாக அறிய முடிகின்றது. குறிப்பாக, வேந்தர்கள் எனப்படும் சேர, சோழ, பாண்டியர்கள் தமிழகத்தின் வளம் பொருந்திய நிலப்பகுதிகளில் மிக நீண்டகாலமாக ஆட்சி செய்த அழியாத வரலாற்றினையும் சங்கப் பாக்கள் எடுத்துக்காட்டுகின்றன. எனவே மக்களுடைய உழைப்பின் வழி நிர்வாகத்தைக் கட்டமைத்த அரசர்கள், தங்களின் ஆலோசகர்களாக விளங்கிய அந்தணர்களைத் தங்களுக்கு இணையாக வைத்திருந்தனர். அதனால் அந்தணர்க்குரிய செல்வாக்கு அரசவையிலும் நிர்வாகத்திலும் கணிசமாக இருந்ததை உறுதி செய்ய முடிகின்றது. இத்தகைய சூழ் நிலையில் அந்தணர்க்கென்று தனிக் குடியிருப்புகளும் இறையிலி நிலங்களும் வழங்கப்படும் முறையும் தோற்றம் பெற்றன.

இடைநிலைச் சமூகம்

பொருளாதார அடிப்படையில் கடைநிலையினராக மாற்றப் பட்டவர்களை ஆட்சி செய்வதாக இடைநிலைச் சமூகத்தவரின் செயல் பாடுகள் இருந்தன. இக்காலத்தில் இடைநிலைச் சமூகத்தவராக விளங்கிய வணிகர் மற்றும் வேளாளர்களின் அதிகாரம், பரவலாக்கம் செய்யப் பெறாதநிலை தொடர்ந்து நிலவியதைப் பல்வேறு வரலாற்று ஆய்வுகள் நிறுவியுள்ளன. உழைப்பின் மேன்மையினை அறியாத மேற்சுட்டப் பட்ட இரு பிரிவினரும் உழைப்பாளர்களைச் சுரண்டி வாழ்ந்ததன் மூலமாகச் செல்வ வளம் முழுமையினையும் தங்களின் கட்டுப்பாட்டின் கீழ் வைத்துக் கொண்டனர். இதன் காரணமாகச் சமூகத்தில் வர்க்கப் பாகுபாடு ஆழமாக ஊடுருவியது. இதனை,

> இரண்டாயிரம் ஆண்டுகளுக்கு முன்பே தமிழகத்தில் நிலமற்ற உழவர்கள் இருந்தனர். நிலமற்ற வகுப்பினர் தாழ்த்தப்பட்ட வகுப்பினர் எனக் கருதப்பட்டனர். நிலமுள்ள உழவர்கள் வேளாளர்கள் என்றும் உயர்ந்த வகுப்பினராகக் கருதப்பட்டனர். இவ்விரு வகுப்பினரும் ஒழுக்கத் திலும் நாகரிகத்திலும் பழக்க வழக்கங்களிலும் மாறுபட்டிருந்தனர்.[9]

எனும் சாமி சிதம்பரனாரின் கூற்றினால் அறியமுடிகிறது. இத்தகைய செயல்பாடுகளின் காரணமாக வணிகரும் வேளாளரும் மேல்நிலையை அடைந்தனர். மேலும், இவர்கள் மக்களின் உழைப்பு மூலமாகப் பெறப்பட்ட விளைபொருட்களைப் பண்டமாற்று முறையில் விற்பனைச் செய்தும் பொருளீட்டலாயினர். இதன்பொருட்டு காடுகள் அழிக்கப் பட்டு விளைநிலங்கள் (புறம். *159:16-20, 231: 1-2*) உருவாயின.

இதனால் உணவுப் பயிர்கள் அதிக அளவில் விளைவிக்கப்பட்டு, அதனை அடிப்படையாகக் கொண்ட வணிகம் சமூகத்தின் நிதி ஆதாரங்களில் முதன்மை பெற்றது. இவ்வாறு நுகர்வுப் பண்பாடு தோற்றம் பெறக் காரணமாக அமைந்த வேளாண்குடிகள், விளைநிலங்களின் ஒரு பக்கத்தில் வைக்கோலால் வேயப்பட்ட குடிசையில் வாழ்ந்ததைப் பெரும்பாணாற்றுப்படை,

இரும்புவடித் தன்ன மடியா மென்றோற்
கருங்கை வினைஞர் காதலஞ் சிறாஅர்
பழஞ்சோற் றமலை முணைஇல் வரம்பிற்
புதுவை வேய்ந்த கவிகுடின் முன்றில்
அவலெறி உலக்கைப் பாடுவிறந் தயல
கொடுவாய்க் கிள்ளை படுபகை வெரூஉம்
நீங்கா யாணர் வாங்குகதிர்க் கழனி -பெரும். 222 - 228

எனச் சுட்டுவதுடன், அவர்களின் குழந்தைகள் பழைய சோற்றை வெறுத்து ஒதுக்குவதும் சுட்டப்பட்டுள்ளன. இவற்றுடன் வைக்கோலால் வேயப்பட்ட குடிசையும் அவ்விடத்தில் தொடர்ந்து கேட்கும் அவல் இடிக்கும் ஓசையும் குறிப்பிடப்பட்டுள்ளன. மாறாக, உழுவித்து உண்போரின் இல்லத்தினுடைய அமைப்பு மற்றும் சிறப்பினைப் பெரும்பாணாற்றுப்படை (245-252) சுட்டுகின்றது. இக்காலத்தில் நில உடைமையாளர்களாகவும் உழுவித்து உண்போராகவும் வாழ்ந்து வந்த வேளாளர்கள், கிழார் என வழங்கப்பட்டுள்ளனர். இதனைச் சங்க இலக்கியத்தில் இடம்பெற்றுள்ள கிழார் என முடியும் முப்பத்தைந்து புலவர்களின் பெயர்களைக் கொண்டு உறுதிசெய்ய முடிகின்றது.[10]

கடைநிலைச் சமூகம்

உடல் உழைப்பை மட்டுமே செலுத்தி அதனால் கிடைக்கக் கூடிய வருவாயைக் கொண்டு வாழ்ந்தவர்களாகக் கடைநிலைச் சமூகத்தினர் விளங்கினர். எவ்வித உடைமைகளையும் உரிமையாகக் கொண்டிராத இவர்கள், சங்ககாலம் முதற்கொண்டு வேளாண் தொழிலோடு பிற இரண்டாம் நிலைத் தொழில்களையும் மேற்கொண்டிருந்தனர். இத்தகைய பதிவுகள் சங்க இலக்கியம் முழுவதிலும் காணப்படுகின்றன. இவ்வாறு உழவுத் தொழிலில் ஈடுபட்டவர்கள் அறிஞர் (அகம். *84:12*, புறம்.*348:1*), அரிநர் (பதிற்.*19:22*, ஐங். *190:2*), அரிவணர் (நற். *400:3*), அரிவார் (குறுந். *375:4*), கடைசியர் (புறம். *61:1*), களமர் (பொரு. *194*, மது. *260*, நற். *125:9*), தொழுவர் (நெடு.*49*), புனவன் (நற். *119:1*, குறுந். *105:1*, *133:1*, அகம். *140:11*) எனப் பல்வேறு பெயர்களால் குறிக்கப் பட்டுள்ளனர். இவர்களைப் போன்று இரண்டாம் நிலைத் தொழில்களை

மேற்கொண்டிருந்த சேவைச் சமூகத்தினர் பற்றிய பதிவுகளும் சங்க இலக்கியங்களில் இடம்பெற்றுள்ளன. இதற்குச் சான்றாக, புற நானூற்றைப் பதிப்பித்த உ.வே. சாமிநாதையர், அதன் பதிப்புரையில்,

அந்தணர், அரசர், அளவர், இயவர், இடையர், உப்பு வாணிகர், உமணர், உழவர், எயிற்றியர், கடம்பர், கடைசியர், கம்மியர், களமர், கிணைஞர், கிணைமகள், குயவர், குறத்தியர், குறவர், குறும்பன், கூத்தர், கொல்லர், தச்சர், தேர்ப்பாகர், துடியர், நுளையர், பரதவர், பறையர், பாடினி, பாணர், பாணிச்சி, புலையர், பூண்செய் கொல்லர், பொதுவிலை மகளிர், பொருநர், மடையர், மழவர், யாழ் புலவர், யானைப் பாகர், யானை வேட்டுவர், வண்ணாத்தி, வணிகர், விலைஞர், விலைப்பெண்டிர், வேடர்.[11]

என நாற்பத்து நான்கு (44) பிரிவினரைச் சங்ககாலக் குடிகளாகக் குறிப்பிடுகின்றார். இந்நாற்பத்து நான்கு பிரிவினர்களில் அரசர், அந்தணர், வணிகர் தவிர்த்த ஏனைய நாற்பத்தொரு பிரிவினர்களும் தங்களின் தேவைகள் அனைத்திற்கும் மேற்கூறப்பெற்ற முதல் மற்றும் இடைநிலைச் சமூகத்தவர்களைச் சார்ந்து வாழும் நிலையானது கட்டாயமாக்கப்பட்டிருந்தது. இதனைச் சேவைப் பிரிவினர் பற்றிய பதிவைக் கொண்டுள்ள சங்கப் பாடல்கள் வழியாக அறிய முடிகின்றது. மாறாக, அரசர், அந்தணர், வணிகர் மற்றும் உ.வே.சாமிநாதையரால் முற்குறிப்பிட்ட பட்டியலில் சுட்டப்பெறாத வேளாளர் ஆகிய நான்கு பிரிவினர் மட்டும் சமூகத்தின் மேல்மட்டத்தில் வைக்கப்பட்டிருந்தனர். இதற்கேற்ப,

> வேற்றுமை தெரிந்த நாற்பா லுள்ளும்
> கீழ்ப்பா லொருவன் கற்பின்
> மேற்பா லொருவனு மவன்கட் படுமே - புறம். 183: 8-10.

என்றமையும் புறநானூற்றுப் பாடலையும் இங்குப் பொருத்திப் பார்க்க வேண்டியுள்ளது. மாறாக, இப்பாடல் எழுதப்பட்ட காலத்திலேயே உயர்வு தாழ்வும் தோன்றியிருக்க வேண்டும் எனும் ராஜ் கௌதமனின் கருத்தும் இங்கு எண்ணத்தக்கதாகும்.[12]

புறநானூற்றின் பதிப்புரையில் உ.வே.சாமிநாதையரால் சுட்டப் பெறாத மேலும் சில குடிகளும் சங்க காலத்தில் வாழ்ந்திருந்ததைப் பெ. மாதையனின் ஆய்வு வழியாக அறிய முடிகின்றது. இதனை,

நெசவாளர் (மது. 521), பருத்திப் பெண்டு (புறம். 125:1, 326:5), செம்பு வினைஞர் (நற். 153:2), கட்டில் பின்னும் இழிசினன் (இழிபிறப் பாளன்) (புறம். 82:3), நீர் இறைக்கும் தொழுவர் (மது. 89), நெல்லரியும் தொழுவர் (புறம். 24:1, 209:2, 379:3), விறகு விற்போர் (புறம். 70:17), பாசவர் என்னும் ஆட்டு வாணிகர் (பதிற். 21-9,

> 67:16), சாணை பிடிப்போர் (அகம். 1:5, 356:9), எண்ணெய் ஆட்டும் செக்கர் (நற். 328:8,9), சங்கை வளையலாக அறுப்போர், பொன்னை உரைத்துக்காணும் பொன்வாணிகர், ஆடை விற்பவர், செம்பை நிறுத்துக் கொள்வோர், கச்சு முடிவோர், பூ, சாந்து விற்போர் (மது. 511-515), முத்து சங்கு குளிப்போர் (மது. 135,136), பூ, சுண்ணம், வெற்றிலை பாக்கு போன்ற பண்டங்கள் விற்கும் பல்வேறு சிறு வணிகர்கள் (மது. 395-401) எனும் பல்வேறு தொழிற் பிரிவினரையும் சங்கப் பாடல்கள் காட்டுகின்றன.[13]

எனப் பதினெட்டுத் தொழிற்குடியினரைக் குறிப்பிடுகின்றார்.

உ.வே.சா.வின் புறநானூற்றுப் பதிப்புரையின் வழியாக அறியவரும் நாற்பத்தியொரு தொழிற்குடியினருடன் பெ. மாதையனால் சுட்டப்பெறும் பதினெட்டு வகையான தொழிற்பிரிவினரையும் சேர்த்து ஐம்பத்தொன்பது தொழிற்பிரிவினர் கடைநிலைச் சமூகத்தவர்களாகச் சங்க இலக்கியத்தில் சுட்டப்பட்டிருப்பதை உறுதி செய்ய முடிகின்றது. இவர்கள் அனைவரும் புறநானூறு சுட்டும் அரசர் முதலான நான்கு குடியினருக்குமான தேவைகளை நிறைவேற்றும் தொழிற் சமூகத்தினராக வாழ்ந்து வந்துள்ளனர். அவ்வகையில் இவர்களால் உருவாக்கப்பெற்ற புழங்கு பொருட்கள் இன்றும் தமிழகத்தின் பல்வேறு பகுதிகளில் தொல்லியல் ஆய்வில் கண்டறியப்பட்டு வருவது குறிப்பிடத்தக்கது. இதன்படி, சுயசார்பு அற்றவர்களாக உருவாக்கப்பட்ட இவர்கள் பொருளாதாரத்தில் மிகவும் பின்தங்கிய நிலையில் வைக்கப் பட்டிருந்ததை, **"கூழுடைத் தந்தை இடனுடை வரைப்பு"** (அகம். 147:7) என்ற அடியின் மூலம் அறியலாம். மேலும், ஏழைகளின் வீட்டுப் பெண்கள் தங்களின் குழந்தைகளுக்குப் பாலூட்ட முடியாத நிலையில் இருந்ததை,

> 'இல்லி தூர்ந்த பொல்லா வறுமுலை' (புறம். 164:4)

> .... வள்ளுகிர்க் குறைத்த
> குப்பை வேளை உப்பிலி வெந்ததை
> மடவோர் காட்சி நாணிக் கடையடைத்து
> இரும்பேர் ஒக்கலொ டொருக்குடன் மிசையும்
> அழிபசி வருத்தம் வீடப்............. (சிறுபா. 136-140)

எனப் பல்வேறு சான்றுகள் வறுமையின் நிலையை எடுத்துக்காட்டுவதாக அமைந்துள்ளன.

இவ்வாறு முரண்பாடுகளால் கட்டமைக்கப்பட்ட சமூகமாக விளங்கிய சங்க காலம், முதல் மற்றும் இடைநிலைச் சமூகத்தவர்க்கும் கடைநிலைச் சமூகத்தவர்க்குமான போராட்ட காலமாக விளங்கியதை மேற்குறிப்பிட்ட சான்றுகள் உறுதிப்படுத்துவதாக அமைந்துள்ளன.

நிலப் பாகுபாடும் பொருளாதாரமும்

நாடோடி வாழ்க்கையை மேற்கொண்டிருந்த பண்டைச் சமூகத்தினர் நிலப்பகுதிகள்தோறும் தங்கி, அங்கிருந்த சூழல்களுக்குத் தக வாழ முற்பட்டபோது நீடித்த பொருளாதாரம் நிலைபெறத் தொடங்கியது. இச்சூழலில், குழு வாழ்க்கை மேற்கொண்டிருந்த தமிழர்கள் காடுகள், மலைகள், சமவெளிகள் மற்றும் கடற்கரைப் பகுதிகள் ஆகியவற்றில் தனித்து வாழத் தொடங்கினர். இவ்வாழ்க்கை முறையானது மக்களால் விரும்பி ஏற்றுக்கொள்ளப்பட்டதால் அவர்கள் காலப்போக்கில் அந்நிலங்களின் பெயரிலேயே வழங்கப்படலாயினர். இதனைத் தொல் காப்பியம் முல்லை, குறிஞ்சி, மருதம், நெய்தல் (தொல். அகத். நூ.5) என நான்கு வகையான பாகுபாடாகச் சுட்டுகின்றது. இவற்றுடன் ஐந்தாவதாகச் சுட்டக்கூடிய பாலைத்திணை குறித்து இளங்கோவடிகள்,

முல்லையுங் குறிஞ்சியும் முறைமையின் திரிந்து
நல்லியல் பிழந்து நடுங்குதுய ருறுத்துப்
பாலை யென்பதோர் படிவங் கொள்ளும்

- சிலம்பு. காடு. **64-66**

எனச் சிலப்பதிகாரத்தில் குறிப்பிடுவதன் மூலமாகப் பண்டைய நிலப்பாகுபாட்டில் பாலை தோற்றம் பெற்ற முறையை அறிய முடிகின்றது. இந்நிலங்களின் அமைப்பு முறைக்கேற்ப அக்கால வாழ்க்கை முறையிலும் வெளிப்படையான வேறுபாடுகள் காணப் பட்டன. அந்த வகையில் நிலப்பாகுபாட்டினால் அடையாளப் படுத்தப்பட்ட இம்மக்கள், காலப்போக்கில் தங்களுக்கெனத் தனி நிர்வாகத்தைக் கட்டமைக்கலாயினர். இந்நிர்வாகக் கட்டமைப்பின் மூலமாகக் கிடைத்த தொடர்பின் வழியாக அனைத்து நில மக்களும் தங்களின் உற்பத்திப் பொருட்களைப் பண்டமாற்று முறையில் மாற்றிக் கொண்டனர். இப்பண்டமாற்று முறை, தமிழ்ச் சமூகத்தில் நிலைப் படுத்தப்பட்ட முதல் பொருளாதார நடவடிக்கையாகக் கருதப்படுகிறது. மேலும் இம்முறை மன்னர் மற்றும் வேந்தர் ஆகிய பெயர்களில் அதிகார மையம் தோற்றம் பெற மூலகாரணமாக அமைந்தது.

திணைப் பாகுபாடும் தொழிலும்

உலகின் முதன்மையான நாகரிகங்களுள் ஒன்றாக விளங்கக் கூடிய தமிழ்ச் சமூக வரலாறு, இரண்டாயிரம் ஆண்டுகளுக்கு முன்பிருந்து திருந்திய வடிவம் கொண்டதாக விளங்கியுள்ளது. இதன்படி, வாழ்வதற் கேற்ற இயற்கைச் சூழல்களில் நிலைத்து வாழத் தலைப்பட்டபோது இருப்பிடச் சூழல்களுக்கேற்ப நிலப்பாகுபாடு தோற்றம் பெற்றது என முன்பு கூறப்பட்டது. அந்த வகையில் நிலப்பாகுபாட்டின் வரலாற்றை யும் வழிபாட்டையும் தொல்காப்பியம்,

42 • தமிழகத்தில் புரத வண்ணார்கள்

மாயோன் மேய காடுறை யுலகமுஞ்
சேயோன் மேய மைவறை யுலகமும்
வேந்தன் மேய தீம்புன லுலகமும்
வருணன் மேய பெருமண லுலகமும்
முல்லை குறிஞ்சி மருத நெய்தலெனச்
சொல்லிய முறையாற் சொல்லவும் படுமே

- தொல். ‍பொருள். அகத். நூ. 5.

எனச் சுட்டுகின்றது. இதிலிருந்து நான்கு நிலப்பகுதிகளிலும் வழக்கிலிருந்த தெய்வ வழிபாடும் பண்டைத் தமிழர்களின் பண்பாட்டு வளர்ச்சிக்கு மற்றொரு சான்றாக அமைந்திருந்தமையை அறிய முடிகிறது. இந்நூற்பாவிற்கு உரையெழுதிய இளம்பூரணர்,

மாயவன் மேவிய காடு பொருந்திய உலகமும், முருகவேள் மேவிய மைவரை உலகமும், இந்திரன் மேவிய தீம்புனல் உலகமும், வருணன் மேவிய பெருமணல் உலகமும் - தொல். பொருள். அகத். 5, இளம்.

என விளக்கம் அளிக்கின்றார். எனவே, நிலம் சார்ந்த வழிபாட்டு முறையும் தமிழ்ச் சமூகத்தில் வழங்கப்பட்டு வந்தமை உறுதியாகின்றது. இவ்வாறு நிலம் மற்றும் சூழல் சார்ந்து கட்டமைக்கப்பட்ட திணைப் பாகுபாடு தொல்காப்பியத்திற்கு அடுத்து சங்க காலத்திலும் காணப்பட்டமைக்கு அக்கால இலக்கியங்கள் சான்று பகர்கின்றன. இத்தகைய நில அமைப்புமுறை குறித்து,

இந்த நால்வகை நிலங்களும் தனித்தனித் தீவுகளாக அமைந்து விடவில்லை. இந்த நால்வகை நிலங்களின் உணவு உற்பத்திப் பொருட்கள் நால்வேறு நிலப்பகுதிகளிலும் பரவப் பண்டமாற்று பேரளவில் உதவியுள்ளது.[14]

எனப் பாகுபடுத்தப்பட்டிருந்த மக்கள் இணைந்து செயல்பட்ட முறையினை பெ. மாதையன் பதிவு செய்கின்றார். இவற்றுடன் முன்பு சுட்டப்பெற்ற தொல்காப்பிய நூற்பாவில் விடுபட்ட பாலைத் திணையை நேரடியாகச் சுட்டாமல் மற்றொரு நூற்பாவின் வழியாகத் தொல்காப்பியர் சுட்டுகின்றார். மாறாக, அகத்திணையியலின் இரண்டாவது நூற்பாவில் வருகின்ற,

நடுவ ணைந்திணை நடுவண தொழியப்

(தொல். பொருள். அகத். நூ.2.)

என்ற அடிக்கு உரையெழுதிய இளம்பூரணர்,

எழுவகைத் திணையினும் நிலம் பெறுவன நான்கு என்றவாறா யிற்று. நடுவணது பாலை என்று எற்றாற் பெறுதும் எனின், வருகின்ற சூத்திரங்களுள்,

"முல்லை குறிஞ்சி மருதம் நெய்தல்" (அகத். 5) என நிலம் பகுத்து ஓதினமையின், நடுவணது பாலை எனக் கொள்ளப்படும். நடுவுநிலைத் திணையெனினும் பாலை யெனினும் ஒக்கும். பாலை என்னுங் குறியீடு எற்றாற் பெறுதும் எனின், "வாகை தானே பாலையது புறனே" (புறத். 15) என்பதனாற் பெறுதும். - தொல். பொருள். அகம். நூ. 2 இளம்.

என ஐந்திணையுள் பாலை இடம்பெறும் முறையினை விளக்குகின்றார். இந்நிலையில், தமிழ் வழங்கும் நிலங்களாக நான்கு திணைகளைக் குறிப்பிட்ட தொல்காப்பியர், பாலைத் திணைக்குரிய நிலப்பகுதியைத் தொல்காப்பியத்தில் வேறு எங்கும் சுட்டாமலிருப்பதை அறிய முடிகிறது. பாலை நிலத்திற்குரிய பகுதி எது எனத் தொல்காப்பியம் சுட்டவில்லையெனினும் சங்க இலக்கியம் பாலைத் திணைக்குரிய நிலமாக வறண்ட நிலப்பகுதியைச் சுட்டுகின்றது. இதனைச் சற்று விளக்கமாகச் சிலப்பதிகாரம் சுட்டுகின்றது. அதில், முல்லை மற்றும் குறிஞ்சித் திணைகள் தம்முடைய இயல்பான நிலையிலிருந்து மாறும்போது பாலைத் திணை தோற்றம் பெறுவதாகக் குறிப்பிடப் பட்டுள்ளது. இவ்வாறு பண்டைச் சமூகத்தில் நிலைபெற்றிருந்த திணைப்பாகுபாடு தொடக்க காலத்தில் நில இயல்பினை அடிப்படை யாகக் கொண்டு அமைந்திருந்தாலும் அடுத்தடுத்த காலங்களில் தொழிலை அடிப்படையாகக் கொண்டு அடையாளப் படுத்தப்பட்டன.

வணிகமும் அதிகார மையத் தோற்றமும்

முல்லை, குறிஞ்சி, பாலை, மருதம், நெய்தல் எனும் ஐந்து நிலப்பகுதிகளும் தொழில் முறையில் கண்ட வளர்ச்சியின் காரணமாகப் பிற்காலத்தில் உடைமைச் சமூகம் தோற்றம் பெறக் காரணமாக அமைந்தது. இவ்வளர்ச்சியின் காரணமாக, உற்பத்திப் பொருட்கள் வணிகர்களால் பிற நாடுகளுக்குக் கடல்கடந்து கொண்டு செல்லப்பட்டன. இதனை,

> தமிழ்நாட்டு வாணிகர் அயல்நாடுகளுக்குச் சென்று வாணிகஞ் செய்தார்கள். மேற்கே இத்தாலி, கிரேக்கதேசம்(யவன நாடு) முதல் கிழக்கே சாவக நாடு (கிழக்கிந்தியத் தீவுகள்), பர்மா, மலாயா வரையிலும் தெற்கே கன்னியாகுமரி முதல் வடக்கே கங்கைப் பிரதேசம் வரையிலும் அக்காலத்துத் தமிழர் வாணிகம் நடந்தது.[15]

எனக் குறிப்பிடும் மயிலை சீனி. வேங்கடசாமியின் கூற்றுவழி அறிய முடிகின்றது. இவ்வாறு பல நிலைகளில் மேம்பட்ட பண்பாட்டைக் கொண்டு வளர்ச்சியடைந்த தமிழ்ச் சமூகம் அவ்வப்பகுதி இனக்குழு மக்களில் ஒருவரைத் தலைமையாகக் கொண்டு செயல்பட்டது. இதன் காரணமாக மக்களைப் பாதுகாக்கும் பொறுப்பு தன்னிச்சையாக

இனக்குழுத் தலைமைக்கு ஏற்பட்டது. இச்சூழலைப் பயன்படுத்திக் குடியோம்பல் பணியினை மேற்கொண்டு உழைக்கும் மக்க ளிடமிருந்து சுரண்டிப் பொருள் சேர்க்கும் போக்கு அனைத்து இனக்குழுத் தலைமையிடமும் நிலவியது. இவ்வாறு சுரண்டலை மையமாகக் கொண்டு தோற்றம் பெற்ற அரசமைப்பு, தமிழ் நிலப்பகுதி முழுவதும் பரவியிருந்தமையைச் சங்க இலக்கியங்கள் சுட்டுகின்ற முப்பத்தொரு (ந.சஞ்சீவி, ச.இ.ஆ. அட்டவணைகள்) மன்னர்களின் பெயர்களைக் கொண்டு உறுதிசெய்ய முடியும்.[16] அவ்வகையில், இவர்கள் மட்டுமின்றி,

பருத்தி வேலிச் சீறூர் மன்னன் (புறம். *299)*
சீறூர் மன்னன் சிறியிலை எஃகம் (புறம். *308)*

எனச் சீறூர் மன்னர்களும்,

ஓரெயில் மன்னன் (புறம். *338)*
தண்பணைக் கிழவன் (புறம். *342)*
தொல்குடி மன்னன் (புறம். *353)*

என முதுகுடி மன்னர்களும் அதிகார மையங்களாகச் செயல்பட்ட மையைப் புறநானூறு சுட்டுகின்றது. இவற்றுடன் பாரி, ஓரி, காரி, அதியன், பேகன், ஆய், நள்ளி ஆகிய குறுநில மன்னர்களை யும் சங்க இலக்கியங்கள் சுட்டுகின்றன. இவ்வாறு அறியப்படும் மன்னர்கள் அனைவரும் குடிகளைப் பாதுகாத்து அவர்களிடமிருந்து பெறப்பட்ட வருவாயைக் கொண்டு ஆட்சி செலுத்தியமைக்குப் பல்வேறு சங்கப் பாடல்கள் சான்றாக அமைகின்றன.

திணைப் பாகுபாடு

முல்லை

தொல்காப்பியம், காடுகளைப் பூர்வீகமாகக் கொண்ட வர்கள் முல்லை நிலத்தவர் என்றும் அவர்கள் திருமாலைக் கடவுளாகக் கொண்டவர்கள் என்றும் சுட்டுகின்றது. காடுகளையும் அது சார்ந்த பகுதிகளையும் எல்லைகளாகக் கொண்டு வாழ்ந்த இம்மக்கள், தங்களை முதன்முதலில் அறிந்துகொண்ட இடமாக இப்பகுதி அமைந்தது. இங்கு வாழ்ந்தவர்கள் ஆயர், அண்டர், இடையர், கோவலர், பொதுவர், ஆயமகள், ஆய்மகள் எனப் பல்வேறு பெயர்களில் வழங்கப்பட்டனர். இவர்கள் புன்செய் நிலங்களில் வரகு, சாமை, முதிரை முதலானவற்றைப் பயிர் செய்தும் கால்நடை வளர்த்தலையும் மேற்கொண்டு வாழ்ந்தனர். இவ்வாறு, உற்பத்தி மேலோங்கியபோது உபரியைப் பிற நிலங்களுக்குக் கொண்டு சென்று விற்றுள்ளனர். அவ்வகையில் முல்லை நிலத்தவர் பெற்றிருந்த சிறப்பினை,

> முல்லை நிலத்து மக்கள் வாழ்க்கை, குறிஞ்சி நிலத்து மக்கள் வாழ்க்கையைவிடச் சற்று உயர்ந்திருந்தது. இவர்கள் அவர்களைவிட நன்றாகவும் நாகரிகமாகவும் வாழ்ந்தார்கள்.[17]

என மயிலை சீனி. வேங்கடசாமி குறிப்பிடுகின்றார். மேலும், முல்லை நிலமானது குறிப்பிடும்படியான அளவிற்கு நாகரிகச் செழிப்பு உடையதாக இருந்தமையை இத்திணை குறித்த பாடல்களில் மிகுதியாகக் காண முடியும்.

குறிஞ்சி

தொல்காப்பியர், மலைப்பகுதிகளில் வாழ்ந்த இவர்களைக் குறிஞ்சி நிலப்பகுதிக்கு உரியவர்களாகக் கூறி அந்நிலத்தினை இரண்டாவதாகச் சுட்டுகின்றார். மலை மற்றும் அதனோடு சேர்ந்த பகுதிகளில் வாழ்ந்த இவர்கள் குறவன், குறத்தி எனும் பொதுப்பெயரால் வழங்கப்பட்டனர். தேனெடுத்தல் (அகம். *322:12-14*), கிழங்குகளைத் தோண்டியெடுத்தல், தினைப்புனங்களைக் காவல் காத்தல் ஆகிய தொழில்களைச் செய்து வாழ்ந்து வந்த இம்மக்கள் முருகனைத் தெய்வமாக வழிபட்டனர். இவ்வாறு பல்வேறு சிறப்புகளைக் கொண்டிருந்த இத்திணை குறித்து,

> ஓரளவு வளர்ச்சி பெற்ற மனித வாழ்க்கை முதற்கண் குறிஞ்சியில் தோன்றியது. அங்குக் காதல், புணர்ச்சி, அதன் பின்னரே திருமணம் என்ற நிலை இருந்தது. தழையுடை, புலிப்பல் தாலி முதலியவையும் குறிஞ்சி மக்களுடையவை. பின்காலத்தில் இவையெல்லாம் மாறிய பின்னரும், பழமையை மறவாமல் குறிஞ்சியில் "களவுஒழுக்கம்" கூறுவது அகப்பொருள் மரபாகி விட்டது. குறிஞ்சி ஒழுக்கமே களவு என இலக்கியம் கொண்டது.[18]

எனப் பி.டி. சீனிவாச ஐயங்கார் குறிப்பிடுகின்றார். இவரின் கூற்றுப்படி, வளர்ச்சி பெற்ற பண்பாட்டின் தொடக்கக் கூறுகளைக் கொண்டிருந்த இம்மக்கள் மரம், செடி கொடிகளை வெட்டியகற்றி அவ்விடங்களை விளைநிலங்களாக்கினர். பின்பு, உணவு உற்பத்தியில் தன்னிறைவு பெற்றதுடன் அதனைப் பெரிய அளவில் நிகழ்த்திப் பொருளீட்டவும் செய்தனர். இப் பயிர்த்தொழில் முறை பிற நிலங்களைக் காட்டிலும் கடினமானதாக இருந்தது. இதனால், மலையோரப் பகுதிகளிலிருந்த, மேடுபள்ளங்களைச் சீர்படுத்தித் தொழில் செய்த இவர்கள் சிறுசிறு நீரோடைகளையும் சுனைகளையும் நீராதாரங்களாகக் கொண்டு வாழ்ந்தனர். இவ்வாறு மலைச்சரிவுகளில் வாழ்ந்த இம்மக்கள் பின்னர் அப்பகுதிகளையே பூர்வீகமாகக் கொண்டு நிலைத்த குடிகளாயினர்.

பாலை

வறண்ட பகுதிகளில் வாழ்ந்த இவர்கள் குறித்து ஆய்வாளர்கள் பல்வேறு வகையான முடிவுகளை முன்வைக்கின்றனர். தமிழ்ச் சமூகத்தின் திணை மரபு குறித்து ஆய்வு செய்த கா. சிவத்தம்பி,

> தொன்மையான மூலநூல்களின் கருத்தின்படி தமிழகம் நான்கு நிலப்பிரிவுகளாகவே பகுக்கப்பட்டிருந்தது என்பது இதில் முக்கிய மாகக் கவனிக்கப்பட வேண்டிய அம்சமாகும்.[19]

எனக் குறிப்பிடுகின்றார். இவ்வாறான முடிவின் தொடர்ச்சி யாகப் பாலை குறித்துக் குறிப்பிடும்போது,

> முல்லையும் குறிஞ்சியும் பாலை வடிவத்தை (படிவம் என்னும் சொல்லை நோக்குக) எடுத்துள்ளன என்று இது உறுதியாகக் கூறு கின்றது. மழை பெய்ததும் இப்பாலை வடிவம் முல்லை, குறிஞ்சி வடிவமாக மாறும். ஆகையால், பாலை என்பதனைப் பருவ மாற்ற மாகக் கொள்வதே ஏற்புடைத்து.[20]

என்ற முடிவினை முன்வைக்கின்றார். இம்முடிவிற்கான சான்றாக, சிலப்பதிகாரத்தின் காடுகாண் காதையில் (64-66) இடம்பெற்றுள்ள 'முல்லையும் குறிஞ்சியும் முறைமையில் திரிந்து' என்ற அடியைக் குறிப்பிடுகின்றார். மேலும், 'ஆறலைக் கள்வர்கள்' எனப்பட்ட இப்பாலை நிலத்தைச் சேர்ந்தவர்கள், வழிப்போக்கர்களிடமிருந்து கொள்ளையடிக்கப்பட்ட பொருட்களை வாழ்க்கைக்கான ஆதாரமாகக் கொண்டு வாழ்ந்துள்ளனர். குறிப்பாக, சங்க இலக்கியத்தில் காணப்படும் பாலை பற்றிய பதிவுகள் அனைத்தும் வெம்மையைக் காட்சிப்படுத்துவ தால் பாலை என்பது நிரந்தரமாக வாழத் தகுதியற்ற ஒரு நிலப்பகுதி என்பதை உணர முடிகின்றது. பாலை பற்றிய பதிவுகள் அனைத்தும் இவ்வாறு இருக்கையில், 'சாந்தி சாதனா' வெளியீடாக 1957-இல் வெளியிடப்பெற்ற 'பாட்டும் தொகையும்' என்ற நூல் பாலை என்பதற்கு 'ஒருவகை யாழ், பாலைத் தன்மை, வெப்பம், பாலை நிலத்து உரிப்பொருளாகிய பிரிவு'[21] ஆகிய பொருள்களைச் சுட்டுகின்றது. இவ்வாறு பல்வேறு பொருண்மைகளைக் கொண்ட பாலைத் திணையின் இயல்புகளைத் தொல்காப்பியம், சங்க இலக்கியம், சிலப்பதிகாரம் முதலானவை மேற்குறிப்பிட்டவாறு விரிவாகப் பதிவு செய்துள்ளன.

மருதம்

தெளிவானதொரு நிலையை அடைந்த தமிழ்ச் சமூகத்தில் (அதனைத் தக்கவைத்துக் கொண்ட இடமாகவும்) பிற நான்கு திணைகளின் தலைமையிடமாக மருத நிலப்பகுதி விளங்கியது.

அவ்வகையில் உடைமைச் சமூகம் உச்ச நிலையிலான ஆதிக்கத்தைச் செலுத்திய இடமாகவும் இந்நிலப்பகுதி விளங்கியது. வயல்வெளிகளோடு கூடிய சமவெளிப் பகுதியைக் கொண்டிருந்த இப்பகுதி முழுமையான வேளாண் தொழிலைக் கொண்ட நிலப்பகுதியாக இருந்தது. மேலும், மருத நிலப்பகுதியில் வரலாற்றுச் சிறப்புமிக்க பல்வேறு பண்பாட்டுக் கூறுகளுடன் வாழ்ந்த இம்மக்கள், இந்திரனை வழிபடுவோராக விளங்கினர். இவ்வாறு பல்வேறு நிலைகளில் சிறப்பு பெற்றிருந்த மருத நிலப்பகுதியை,

மிகவும் நுணுக்கமாக நோக்கினால், மருதமானது மிக முக்கியமான நிலைத்த குடியிருப்பாக மாறிய அடிப்படை மாற்றத்தை அறிந்து கொள்ள முடியும். அங்கு வேளாண்மை வளர்ச்சி பெற்றது.......... இவ்வேளாண்மை நிலப்பகுதியானது அதனுடைய உபரி உற்பத்தியான அரிசியினால், பிற நிலப்பகுதி களின் மீது தன்னுடைய பொருளாதார செல்வாக்கினைச் செலுத்த முடிந்தது. இவ்வாறு குறிஞ்சி, நெய்தல் போன்ற தாழ்ந்த அமைப்புக்கள் தேக்க நிலையில் இருக்கும்போது, மருதம் விரிவடைந்தது.[22]

எனக் கா. சிவத்தம்பி குறிப்பிடுவார். இவ்வாறு பல நிலைகளில் சிறப்பு பெற்றிருந்த மருத நிலப்பகுதி, உற்பத்தியுடன் நில்லாது சமூகச் செயல்பாட்டிற்கு மூலமாக விளங்கிய 'அரசு' முதலான அனைத்துத் துறைகளிலும் முன்னோடியாகச் செயல்பட்டது. மேலும், உபரி உற்பத்தி பெருகியபோது ஏற்பட்ட பண்டமாற்று முறையில் பெரும்பாலானவை மருத நிலப்பகுதியை மையமாகக் கொண்டு நிகழ்ந்தமைக்கு ஏராளமான சங்கப் பாடல்களும் சான்று பகர்கின்றன. அவற்றுள், முல்லை நிலத்திலிருந்து வந்தவர்கள் தயிரையும் மோரையும் கொடுத்து அதற்கீடாகத் தானியம் பெற்றமை (பெரும். 155-163), வேடர்கள் மான் இறைச்சியை உழவனிடம் கொடுத்து அதற்கீடாக நெல் பெற்றமை (புறம். 33:1-8), நெய்தல் நிலத்திலிருந்து பரதவ மகளிர் மீனைக் கொடுத்து நெல்லைப் பெற்றமை முதலான பல்வேறு குறிப்புகள் சங்க இலக்கியம் முழுவதிலும் காணப்படுகின்றன. இக்கூறுகளைக் கொண்டு மருத நிலப்பகுதியானது, பிற நிலப்பகுதிகளைக் காட்டிலும் மேன்மை பெற்ற சமூக அமைப்பைக் கொண்டு விளங்கியமையை உறுதி செய்ய முடிகின்றது.

நெய்தல்

கடலும் அது சார்ந்த பகுதியும் எல்லைகளாகச் சுட்டப்பெறும் இப்பகுதியை முதன்மை ஆதாரமாகக் கொண்டு வாழ்ந்தவர்கள் பரதவர், நுளையர், வலைஞர் என வழங்கப்பட்டனர். மீன் பிடித்தலையும் உப்பு

விளைத்தலையும் தொழிலாகக் கொண்டிருந்த இவர்களின் இருப்பிடங்கள் பட்டணம் (சிறுபா. 153) எனவும், பாக்கம் எனவும் (மது. 137) வழங்கப்பட்டன. தொல்காப்பியம் இம்மக்களின் தெய்வமாக வருணனைக் குறிப்பிடுகின்றது. மேலும், இந்நிலத்தினுடைய சிறப்பினை வலியுறுத்தும் விதமாக அங்கு அமைந்திருந்த நகரங்கள் குறித்து,

> கடற்கரையில் வளநகர் தோன்றி வளர்வதற்கும் கடலின்கண் கலங்களைச் செலுத்துவதற்கும் அடிப்படைக் காரணமாக இருந்தவர்கள் நெய்தல் நில மக்களே ஆவர்.[23]

என மு. தங்கராசு குறிப்பிடுகின்றார். அவ்வகையில், பல்வேறு சிறப்புகளுடன் திகழ்ந்த நெய்தல் நிலப்பகுதியானது பிற நிலங்களைச் சேர்ந்த அனைத்து வணிகர்களுக்குமான வாணிபத் தளமாகச் செயல்பட்டமைக்குச் சங்கப் பாடல்கள் சான்றாக விளங்குகின்றன. குறிப்பாக, மீன்பிடித் தொழிலில் ஈடுபட்டிருந்த பரதவர்களின் வாழ்க்கை முறையினையும் பிற நிலங்களோடு அவர்கள் கொண்டிருந்த தொடர்பு மற்றும் பண்டமாற்று முறையினையும் பல்வேறு சங்கப் பாடல்கள் வழியாக அறிய முடிகின்றது. மேலும் நெய்தல் நிலத்தைச் சார்ந்த அனைத்து உற்பத்திப் பொருட்களும் மருதம் உள்ளிட்ட பிற நிலப்பகுதிகளுக்குக் கொண்டுசென்று விற்கப்பட்டன. இந்நிகழ்வு, தமிழ்ச் சமூகம் பெற்றிருந்த வளர்ச்சியைக் காட்டுவதுடன் அவர்கள் ஒன்றிணைந்து வாழவும் செயல்படவும் வழி செய்வதாக அமைந்தது. மேலும், பரதவர்களின் மீன் பிடிப்பு குறித்துக் கூறும் மயிலை சீனி. வேங்கடசாமி[24] மற்றும் கா. சிவத்தம்பி[25] ஆகியோரின் கருத்துகள் ஒன்றோடொன்று முரண்பாடானதாக அமைந்துள்ளமையை, அவர்களின் பழந்தமிழரின் வாணிகம் மற்றும் திணைப்பகுப்பு குறித்த ஆய்வுகள் எடுத்துக்காட்டுவதாக அமைந்துள்ளன.

‘குடி’ – சொல் வரலாறு

தமிழ்ச் சமூகத்தில் நீண்ட காலமாக வழக்கிலிருந்து வரும் ஒரு சொல்லாக ‘குடி’ எனும் சொல் விளங்குகின்றது. ‘குடி’ எனும் சொல்லிற்குத் தமிழ் வரலாற்று ஆவணங்களான இலக்கியங்கள், கல்வெட்டுகள் உள்ளிட்டவற்றில் வழங்கப்பட்ட பொருண்மை குறித்து ஆராய்வதாக இப்பகுதி அமைகின்றது. இதன்படி,

‘குடி’ எனும் இச்சொல் பண்டைக் காலந்தொட்டுத் தமிழில் வழங்கப்பட்டுள்ளன. இச்சொல்லிற்குத் தமிழ்ப் பேரகராதி (Tamil Lexicon) குடியானவன், குடியிருப்போர், ஆட்சிக்குட்பட்ட பிரசைகள், குடும்பம், கோத்திரம், குலம், வீடு, சிறுகுடி, கலக்கி, ஊர், வாழ்விடம்[26]

ஆகிய பொருள்களைத் தருகின்றது. நா. கதிரைவேற்பிள்ளை அவர்களின் தமிழ்மொழி அகராதி, மேற்குறிப்பிட்டவற்றுள் சிலவற்றைத் தவிர்த்தும் சிலவற்றை இணைத்தும் கூறியுள்ளது. இவ்வகராதி 'குடி' என்பதற்கு உடம்பு, ஊர்ப்பொது, குடியானவன், குடியென்னேவல், குலம், கோத்திரம், சமுசாரம், நெற்றிப்புருவம், பட்டினம், மருத நிலத்தூர், மனைவி, வீடு ஆகியவற்றைச் சுட்டுகின்றது.[27] இவ்வாறு அகராதிகள் 'குடி' என்பதற்குப் பல்வேறு பொருள்களைச் சுட்டும்போது, தொல்காப்பியம் எட்டு இடங்களில் இச்சொல்லைக் குறிப்பிட்டுள்ளது. அவை, கிளவியாக்கத்தில் ஓர் (நூ. *541:1*) இடத்திலும், பெயரியலில் ஓர் (நூ. *652:1*) இடத்திலும், புறத்திணை இயலில் இரண்டு (நூ. *1009:1, 1029:14*) இடங்களிலும், களவியலில் ஓர் (நூ. *1065:11*) இடத்திலும், மெய்ப்பாட்டியலில் மூன்று (நூ. *1207:1, 1222, 1223:2*) இடங்களிலும் என மொத்தம் எட்டு நூற்பாக்களில் இடம்பெற்றுள்ளன.

அந்நூற்பாக்களாவன,

குடிமை யாண்மை யிளமை மூப்பே(ல்)

- தொல். சொல். நூ. *541.*

நிலப்பெயர் குடிப்பெயர் குழுவின் பெயரே

- தொல். சொல். நூ. *652.*

மறங்கடைக் கூட்டிய குடிநிலை சிறந்த

- தொல். பொருள். நூ. *1009.*

நிகர்த்துமேல் வந்த வேந்தனொடு முதுகுடி

- தொல். பொருள். நூ. *1029.*

இருபாற் குடிப்பொருளியல்பின் கண்ணும்

- தொல். பொருள். நூ. *1065.*

உறுப்பறை குடிகோ ளலைகொலை யென்ற

- தொல். பொருள். நூ. *1207.*

பிறப்பே குடிமை யாண்மை யாண்டோ(டு)

- தொல். பொருள். நூ. *1222.*

வன்சொற் பொச்சாப்பு மடிமையொடு குடிமை(ய்)

- தொல். பொருள். நூ. *1223.*

என்றமைகின்றன. இவற்றில் இடம்பெற்றுள்ள 'குடி' என்பதற்கு இளம்பூரணரும் சேனாவரையரும் பல்வேறு நிலையிலான உரை விளக்கங்களை அளித்துள்ளனர். இப்பின்னணியில் 'குடி' என்பதற்கான பொருண்மை குறித்து ஆராய்வதுதென்பது அவசியமாகின்றது.

சேனாவரையர் (தொல். சொல்.) கூறும் விளக்கமாவது,

குடிமை	- குடிமை முதலியன உயர்திணை யுணர்த்தும்வழி அஃறிணையின் முடிதல் வழுவாயினும் அமைகவெனத் திணை வழுவமைத்தவாறு.
	- தொல். சொல். நூ. 56, சேனா.
குடிப்பெயர்	- மலையமான், சேரமான் என்பன
	- தொல். சொல். நூ. 165, சேனா.

இளம்பூரணர் உரை (தொல். பொருள்.) கூறும் விளக்கமாவது,

குடிநிலை	- மரத்தொழில் முடித்தலையுடைய குடியினது நிலையை கூறல்
	- தொல். பொருள். நூ. 62, இளம்.
முதுகுடி	- ஒத்து மாறுபட்டுத் தன் மேல் வந்த வேந்தனொடு தொல்குலத்து மகட்கொடை
	- தொல். பொருள். நூ. 77, இளம்.
குடிப்பொருள்	- தலைவன் குடிமை தன் குடிமையோ டொக்குமென வாராய்தற் கண்ணும் என்றவாறு.
	- தொல். பொருள். நூ. 113, இளம்.
குடிகோள்	- கீழ்வாரை நலிதல்
	- தொல். பொருள். நூ. 254, இளம்.
குடிமை	- பிறப்பாவது, அந்தணர், அரசர், வணிகர், வேளாளர், ஆயர், வேட்டுவர், குறவர், நுளையர் என்றாற்போல வருங்குலம், குடிமையாவது அக்குலத்தினுள்ளார் எல்லாருஞ் சிறப்பாக ஒவ்வாமையின் அச்சிறப்பாகிய ஒழுக்கம் பற்றிய குடியானவக் குடிமை என்றார்.
	- தொல். பொருள். நூ.90, இளம்.
குடிமை இன்புறல்	- தன் குலத்தினானுந் தன் குடிப்பிறப்பினானுந் தம்மை மதித்து இன்புறல்[28]
	- தொல். பொருள். நூ.270, இளம்.

எனச் சேனாவரையரும் இளம்பூரணரும் விளக்கம் அளிக்கின்றனர். இவற்றுள் முதலாவதாக உள்ள 'குடிமை' என்பதற்கான விளக்கத்தைக் கிளவியாக்கத்தின் இறுதியில் வருகின்ற திணைக்குப் புறனடை கூறும் நூற்பாவில் சேனாவரையர் குறிப்பிடுகின்றார். இந்நூற்பாவில் குடிமை

முதல் விறற்சொல் முடிய பதினெட்டு சொற்களைக் கூறி, அவை உயர்திணைப் பொருளை உணர்த்தினாலும் அஃறிணைப் பொருளையும் உணர்த்தும் தன்மை உடையது எனவும், இரண்டாவதாக வரும் குடிப்பெயர் என்பதற்கு மலையமான், சேரமான் எனவும் சேனாவரையர் விளக்கம் அளிக்கின்றார். இவ்விரு சொற்களுக்குமான உரையில் தனித்த இயல்பினை உடைய ஒரு குழுவினர் 'குடி' என்ற சொல்லால் பொதுத்தன்மையுடன் சுட்டப்பட்டிருப்பதை அறிய முடிகின்றது. மேலும், இவ்வுரையில் குறிப்பிடப்பட்டுள்ள மலையமான் என்ற பெயர் சங்க இலக்கியத்தில் ஏழு (புறம். *46, 121-124, 126, 174)* இடங்களிலும், சேரமான் என்ற சொல் ஐம்பத்திரண்டு இடங்களிலும்[28] இடம்பெற்றுள்ளமை கவனத்திற்குரிய ஒன்றாக உள்ளது.

பொருளதிகாரத்திற்கு உரை எழுதிய இளம்பூரணர், குடிநிலை என்பதற்கு வீரத்தொழிலை எண்ணியவாறு முடிக்கக்கூடிய குடி என்றும், முதுகுடி என்பது வேந்தனின் தொன்மைமிக்க குலம் என்றும் குறிப்பிடுகிறார். மேலும், குடிப்பொருள், ஒத்த அன்பு கொண்ட தலைமக்கள் தங்களின் பிறப்பு குடியால் ஒத்துப்போவதை உறுதிப் படுத்துவது என்றும் குடிமை என்பதற்கு ஒழுக்கம் பற்றிய குடிச்சிறப்பைக் கூறுவது என்றும் விளக்கம் கூறியுள்ளார். இவற்றுடன் குடிகோள் என்பதற்குச் சூழ்ச்சியின் மூலமாகக் குடியைக் கெடுத்தல் எனவும் குடிமை இன்புறலுக்குத் தம் குடிச்சிறப்பால் தம்மைப் போற்றுவது எனவும் உரைக்கின்றார். இளம்பூரணர் உரையில் சுட்டப்பட்டுள்ள இவ்விளக்கங்கள் அனைத்திலும் 'குடி' என்ற சொல்லானது ஒத்த பாரம்பரியத்தினைக் கொண்ட இரத்த உறவுகளை யும் மக்களையும் சுட்டுவதற்குப் பயன்படுத்தப்பட்டுள்ளமை குறிப்பிடத்தக்கது.

'குடி' – சொல் விளக்கம்

பல்வேறு பொருண்மைகளில் வழங்கப்பட்ட இச்சொல், பண்டைக் காலத்தில் மக்கள் நிலப்பகுதிகள்தோறும் தங்கி நிலைத்து வாழ்ந்தபோது ஒத்த பழக்க வழக்கங்களைக் கொண்ட குடிகள் அனைவரையும் சுட்டுவதற்குப் பயன்படுத்தப்பட்டுள்ளது. தொல் காப்பியர் காலத்திற்குப் பின்பு இச்சொல் குடியானவன், குடும்பம், ஊர், வங்கிசம், குடிமக்கள்[29] ஆகிய பொருண்மைகளில் சங்க காலத்தில் வழங்கப்பட்டது. மேலும், தனித்த மக்கள் பிரிவினரைக் குறித்த இச்சொல் தொல்காப்பியத்திலிருந்து மாறுபட்டு, சங்க காலத்தில் வாழ்ந்த மக்களையும் அவர்களின் வாழ்விடங்களையும் ஆண் பெண் இணைந்த கூட்டு வாழ்வையும் குறித்தது. இவ்வாறு தொல்காப்பியர் காலத்திலும் சங்க காலத்திலும் பல்வேறு பொருண்மைகளில் பயன்

படுத்தப்பட்ட இச்சொல், அடுத்தடுத்த காலங்களில் நிலப்பாகுபாடு தோற்றம் பெற்ற பின்பு ஒவ்வொரு பிரிவினரும் தங்களுக்கெனத் தனித்தப் பண்பு நலன்களோடு வாழத் தொடங்கிய மையைச் சுட்டியது. இதன்படி, மக்கள் அனைவரும் 'குடி' என்ற சொல்லால் வழங்கப் படலாயினர்.

நோக்கு நூல்களில் 'குடி'

'குடி' பற்றிய பதிவுகள் இலக்கியங்களைப் போன்று நோக்கு நூல்களிலும் இடம்பெற்றுள்ளன. அவ்வகையில், ஒரு சொல்லினுடைய வரலாறு குறித்துப் பேசும்போது நோக்கு நூல்களாக விளங்கக்கூடிய நிகண்டுகள், அகராதிகள் மற்றும் கலைக்களஞ்சியங்கள் ஆகியவற்றின் துணைகொண்டு ஆராய்வதென்பது தேவையாகின்றது. அதன்படி, கி. பி. 9ஆம் நூற்றாண்டில் தோன்றிய திவாகர நிகண்டு 'குடி' என்பதற்கு ஊர் என்ற பொருளில்,

> குடி ஐஞ்ஞூறு குறைவு அற நிறைந்தது
> பெருங் கிராமம் எனப் பேசப் படுமே - திவா. 5:99

என விளக்கம் அளிக்கின்றது. இவற்றுடன், மேலும் ஏழு பொருண்மை களையும் 'குடி' என்பதற்குரியதாக இந்நிகண்டு சுட்டுகின்றது. அவை, அரசனுக்குக் கொடுக்கும் வரி (குடியிறை. 9:183), நதி (ஆறு.5:49), வான்வெளி (ஆகாயம். 1:36), இசைத்தொழில் பத்தில் ஒன்று (54:33), குரா (குடிலம். 4:14), வளைதல் (குடிலம். 8:3), வஞ்சனை (குடிலம். 8:181) என இடம்பெற்றுள்ளன. திவாகரம் 'குடி' என்பதற்குப் பல்வேறு பொருள்களைக் குறிப்பிட்டாலும் மேற்குறிப்பிட்ட ஐந்நூறு குடும்பங் கள் இணைந்து வாழக்கூடிய ஒரு கிராமம் என்ற பொருளைத் தருவதாக அமைந்துள்ள நூற்பா குறிப்பிடத்தக்கதாகும். இவ்வாறு 'குடி' என்பது இந்த ஒரு நூற்பாவில் மட்டும் மக்கட் குழுவினரைச் சுட்டும் பொருண் மையில் பயன்படுத்தப்பட்டுள்ளமையைக் காணமுடிகின்றது. மேலும், பிற சொற்கள் அனைத்தும் இந்நிகண்டின் காலத்திற்கு முன்பு வழங்கப் பட்ட பொருண்மையாக இருக்க முடியும் என்பதையும் உறுதி செய்ய முடிகின்றது.

இந்நிகண்டு சுட்டும் பொருண்மை ஒருபுறமிருக்க, சென்னைப் பல்கலைக்கழகத் தமிழ்ப் பேரகராதி 'குடி' என்பதற்கு ஒன்பது வகையான பொருள்களைத் தருகின்றது. அப்பொருட்கள் முன்பு இப்பகுதியின் தொடக்கத்தில் சுட்டப்பட்டுள்ளன. அப்பொருண்மைகளின் அடிப்படையில் இச்சொல் இன்றும் வழங்கப்பட்டு வருகின்றது.

இலக்கியங்களில் ‘குடி’

தொல்காப்பியம் முதற்கொண்டு சுட்டப்பட்டு வரும் ’குடி’ என்ற இச்சொல், பல்வேறு இலக்கியங்களில் காலந்தோறும் பதிவு செய்யப்பட்டு வந்துள்ளன. அவ்வகையில் இச்சொல் சங்க இலக்கியத்தில் பல்வேறு இடங்களில் இடம்பெற்றுள்ளன. அவை, குடிச் சீறூர் (குறுந். *41:3*), சிறுகுடி (குறுந். *145:1*), குடி (நற். *110:10*, புறம். *335:7-8*, கலி. *10:5*), குடிவயினான் (பொரு. *182*), தன்குடி (நற்.*135:4*), குடிதொறும் (புறம்.*120:13*), குடிக்காடு (பெரும். *3:69*), குடிக்கிய (குறுந். *356:3-5*), குடிமை (நற். *394:2*), குடித்தலின் (குறி.*211*), குடிநிரல் (குறி.*30*), குடி (நிறுமார்) (பதிற். *81:13*), குடிப்பாக்கம் (பொரு. *210*), குடிப்பொருள் (புறம். *45:7*), குடி புரவு (புறம். *75:4*), குடிமுறை (குறுந். *130:3-5*), குடிமைக்கண் (கலித். *135:8*), குடியினள் (நற். *271:7*), குடில் (பெரும். *225*) என இருபத்தொரு பாடல்களில் இடம் பெற்றுள்ளன. அவ்வாறான பதிவுகளுள் சான்றாகச் சில இங்குச் சுட்டப்படுகின்றன.

அத்தம் நண்ணிய அம்குடிச் சீறூர்

-குறுந். *41:3*

புல் வேய்க் குரம்பைக் குடிதொறும் பகர்ந்து

-புறம். *120:13*

துடியன் பாணன் பறையன் கடம்பனென்று
இந்நான் கல்லது குடியு மில்லை

-புறம். *335:7,8*

நாட்டின் நாட்டின் ஊரின் ஊரின்
குடிமுறை குடிமுறை தேரின் கெடுநரும்
உளரோ நம் காதலோரே -குறுந். *130:3-5*

என வருகின்ற அடிகள் குறிப்பிடத்தக்கனவாக விளங்குகின்றன. இதன்படி ‘குடி’ என்ற சொல் அனைத்து இடங்களிலும் மக்கள், அவர்கள் வாழும் இடம், குடும்ப அமைப்பு, மக்கள் பாகுபாடு, குழுத் தன்மை, பருகுதல் ஆகிய பொருண்மைகளில் பயன்படுத்தப்பட்டுள்ளன.

ஒரு சொல், அது வழங்கப்பட்ட காலத்தில் அக்காலச் சூழலுக்கேற்ப பல்வேறு பொருண்மைகளைப் பெறுவது என்பது தவிர்க்க முடியாத ஒன்றாகும். அவ்வகையில், இரண்டாயிரம் ஆண்டுகளுக்கு முற்பட்ட தமிழ்ச் சமூகத்தில் ‘குடி’ என்ற சொல் பெற்றிருந்த பொருண்மைகளை மேற்கூறப்பெற்ற சான்றுகள் எடுத்துக்காட்டுகின்றன. ‘குடி’ பற்றிய பதிவுகள் இவ்வாறு இருக்க அக்குடிகள் குறித்த ஆய்வும் தமிழ் இலக்கியப் பரப்பில் மேற்கொள்ளப் பெற்றுள்ளன. இவ்வாய்வில் ஈடுபட்டவர்களுள் ஒருவராகிய மொ. அ. துரை அரங்கசாமி, சேர, சோழ, பாண்டியர்களைத் தமிழ்ச் சமூகத்தின்

தொன்மைக் குடிகள் எனவும் அவர்களின் ஆளுமைக்குட்பட்ட பகுதிகளில் வாழ்ந்த பிற குடிகளின் பெயர்களையும் 'சங்ககாலச் சிறப்புப் பெயர்கள்' பற்றிய ஆய்வில் குறிப்பிடுகின்றார். இவற்றுடன் மூவேந்தர் ஆட்சியில் அடங்காத குடியினராக வாழ்ந்த சிலரையும் தமிழகத்தின் எல்லைகளில் வாழ்ந்த குடிகள் எனச் சிலரையும் அயல்நாட்டுக் குடிகள் என்ற பெயரில் சில குடிகளையும் அதன் உட்குடிகளையும் குறிப்பிடுகின்றார்.[30] இவ்வாறு குறிப்பிடப்படும் அனைத்துக் குடியினருடைய பெயர்களும் தனித்தனிக் குழுவினரைக் குறிப்பதாக அமைந்துள்ளமை கவனிக்கத்தக்கதாகும்.

பிற இலக்கியங்களில் 'குடி'

தொல்காப்பியம் மற்றும் சங்க இலக்கியங்களுக்குப் பின்பு தோன்றிய பதினெண் கீழ்க்கணக்கு மற்றும் பக்தி இலக்கியம் உள்ளிட்ட வற்றிலும் 'குடி' என்ற சொல்லின் பதிவுகள் இடம் பெற்றுள்ளன. அவற்றுள் திருக்குறள் முதன்மையானதாக விளங்கு கின்றது. இதில் குடிமை, குடிசெயல் வகை என இரண்டு அதிகாரங்கள் முழுவதும் 'குடி'யின் சிறப்புகளைக் கூறுவதாக உள்ளன. அவ்வகையில் இவ்விரு அதிகாரங்களிலும் 'குடி' என்பது ஆண், பெண் இருவரும் கணவன் மனைவியாய் இணைந்து வாழக்கூடிய குடும்ப அமைப்பு என்ற பொருண்மையில் இடம்பெற்றுள்ளன. இதன்படி, 'குடி' என்ற சொல் மேற்சுட்டப்பெற்ற இரு அதிகாரங்களிலும் தனித்தும் பிற சொற் களுடன் இணைந்தும் பதினோரு இடங்களில் பயன்படுத்தப் பட்டுள்ளன. அவை, குடிப்பிறந்தார் (952, 954, 957), குடிக்கு (953), பழங்குடி (955), குடி (1022, 1030), குடிசெய்வல் (1023), தம்குடி (1024), குடிசெய்து (1025), குடிசெய்வார்க்கு (1028) என இடம் பெற்றுள்ளன. இவை தவிர, மேலும் பல்வேறு குறள்களிலும் இச்சொல் பரவலாகப் பயன்படுத்தப்பட்டுள்ளன. இதுபோன்று நீதி மற்றும் பக்தி இலக்கியங்களிலும் இச்சொல் பரவலாகப் பயன் படுத்தப்பட்டுள்ளன.

குடித்தொழில்: தோற்றமும் சூழலும்

பண்டைத் தமிழ்ச் சமூகத்தில் வேளாண்மை தோன்றி நிலைபெற்ற பின்பு, தொழிற்கருவிகளின் உற்பத்திக்காகவும், அன்றாடப் பயன்பாட்டிற்கான பொருட்களின் தேவைகளுக்காகவும் குடித்தொழில் மரபினர் தோற்றுவிக்கப்பட்டனர். இம்முறையில் அரசர், அந்தணர், வணிகர், வேளாளர் தவிர்த்த அனைத்துத் தொழிற்குடிகளும் குடித் தொழில் பிரிவினராக உள்ளமை நோக்குதற்குரியது. இக்குடித்தொழில் மரபினருள் முதன்மையானவர்களாக விளங்கிய பல்வேறு பிரிவினர், அவர்கள் வாழ்ந்த பகுதிகளிலேயே நிலைத்த குடிகளாயினர். இவ்வாறு

நிலைத்து வாழத்தலைப்பட்ட காலத்தில் அவர்களால் நீண்ட காலமாக மேற்கொள்ளப்பட்டு வந்த தொழில்கள் குடித்தொழில்களாகத் தோற்றம் பெறலாயின. இதனால் குடித்தொழில் முறையானது தொடர்ந்து இக்குடியினரால் மேற்கொள்ளப்படும் நிலை ஏற்பட்டது. எனவே, தொழிற்பிரிவினரிடையே குடிகளுக்கான தொழில்கள் நிலைபெற்றதில் அக்காலச் சூழலில் அதிகார மையங்களாக விளங்கிய வேந்தர், முதுகுடி மன்னர், குறுநில மன்னர், சீறூர் மன்னர் ஆகியோரின் பங்கு குறிப்பிடத்தக்க அளவில் அமைந்திருந்தது. அவ்வகையில், தமிழ்ச் சமூகமானது நிலங்களின் அடிப்படையில் பாகுபடுத்தப்பட்ட பின்பு, மக்கள் மீதான அரசுகளின் ஆதிக்கமும் செல்வாக்கும் வேகமாக வளர்ச்சி பெறலாயின. இம்முறை தொல்காப்பியர் காலத்திற்கு முன்பிருந்து வழக்கிலிருந்தமைக்குப் பல்வேறு சான்றுகள் இலக்கியங்களில் காணப்படுகின்றன. அவற்றுள் தொல்காப்பியம்,

> அறுவகைப் பட்ட பார்ப்பனப் பக்கமும்
> ஐவகை மரபின் அரசர் பக்கமும்
> இருமூன்று மரபின் ஏனோர் பக்கமும்
>
> - தொல். பொருள். புறத். நூ.16

எனப் பார்ப்பனர் மற்றும் அரசர் ஆகிய இரு அதிகார மையங்களை மரபியலில் சுட்டுகின்றது. இந்நூற்பாவிற்கு உரையெழுதிய இளம்பூரணர் பார்ப்பனர், அரசர், வணிகர் மற்றும் வேளாளர்க்கு உரிய பல்வேறு தொழில்களைக் குறிப்பிடுகின்றார். அவற்றுள் ஓதல், வேட்டல், ஈதல் ஆகிய மூன்றும் பார்ப்பனர், அரசர், வணிகர் ஆகியோர்க்கும் ஓதுவித்தல், வேட்பித்தல், ஏற்றல் ஆகியவற்றைப் பார்ப்பனர்க்கும் படை வழங்குதல், குடியோம்புதல் ஆகிய இரண்டையும் அரசர்க்கும் உரியதாகச் சுட்டுகிறார். மேலும் உழவு, வாணிகம், நிரையோம்பல் ஆகியவற்றை வணிகர்க்கும் உழவு, உழவொழிந்த தொழில், விருந்தோம்பல், பகடு புறந்தருதல், வழிபாடு, வேதம் ஒழிந்த கல்வி ஆகியவற்றை வேளாண் மாந்தர்க்கும் உரியவை என்கிறார். இவ்வாறு கூறப்பெற்ற பதினாறு தொழில்களுள் இரண்டு மட்டும் (உழவு, உழவொழிந்த தொழில்) உடலுழைப்பைக் கொண்டவையாக உள்ளன. எஞ்சியவை அனைத்தும் உடலுழைப்பிற்கு அப்பாற்பட்டவையாக அமைந்துள்ளன.

தொல்காப்பியம் குடித்தொழில் சமூகத்தவர்களாக வாழ்ந்தவர் களை வெளிப்படையாகச் சுட்டாமல் விடுத்திருந்தாலும், சங்க இலக்கியம் அவர்களை நுட்பமாகச் சித்திரித்துள்ளது. அவ்வகையில், குடித்தொழில் பிரிவினராக அடையாளப்பட்டிருந்த மக்களைப் பின்வருமாறு பாகுபடுத்தலாம்.

ஆடை வெளுப்போர்	அகம். 34:11; 387:6; புறம். 259:5; 311:2; நற். 90:3; குறுந்.330:1; கலித்.72:14
கட்டில் பின்னும் இழிசினர்	புறம்.82:3-4
இறைச்சி விற்போர் ஊனைக்கொத்துதல்	பதிற்.67:16,17
ஆபரணங்கள் செய்வோர்	குறுந்.155:3,4
கட்டில் செய்யும் முறை மற்றும் நேர்த்தி	நெடு. 115,123, 159, 163
குயவர் வாழ்க்கை முறை	புறம். 32:8,9; நற். 293:2,3
கூத்தர் முழவு கொட்டும்முறை	நற். 100:10;அகம். 155:13-15; 301:17- 24;328:1,2
கொல்லன் ஆயுதம் செய்யும் முறை மற்றும் உலைக்கள அமைப்பு	புறம். 95:4,5; நற். 125:3,4
சாப்பறை கொட்டுதல்	புறம். 194:1-5
சித்திரம் வரைவோர்	மது. 516-518
தச்சர் தேர் செய்தல்	புறம். 206:11-12; 87:2-4
துணிப் பந்தர் அமைத்தல்	புறம். 260:27,28
பறை அறைவோர்	புறம். 289:9,10; 293:1,2; 396:3- 6; கலித். 56:32-34
யாழ் வாசிக்கும் பாணர்கள்	ஐங். 472:1; கலித். 72:22, 23; அகம். 56:11, 12; புறம். 127:1, 2; 302;5,6; 308:1-3
புலையன் சுடுகாட்டில் ஈமச்சோறு படைத்தல் மற்றும் துடியறைதல்	புறம். 360:15-21; 363:10-16; நற். 77:1,2;புறம். 170:5,6
மகளிர் தொய்யில் பொறித்தல்	மது. 416
யாழ் இசைப்போர்	பொரு.23,24; சிறுபா. 35-37; 229, 230; பெரும். 180- 182; பதிற்.57:7-9; 66:1-3; கலித். 2:26,27

முதலான பல்வேறு குடியினர் சேவைச் சமூகத்தினராகச் சங்க காலத்தில் வாழ்ந்துள்ளனர். சேவைச் சமூகத்தினர் பற்றிய பதிவுகள் இவ்வாறு இருக்கையில், இத்தொழிற்குடியினருக்கு அரசுகளால் தானமாக அளிக்கப்பெற்ற வரியற்ற நிலம், தொழிலுக்காக அவர்கள் செலுத்திய வரிகள் முதலானவை குறித்தும் பிற்காலச் சோழர் கல்வெட்டுகள் விரிவாகப் பதிவு செய்துள்ளன. சங்ககாலத்தில் ஆடை வெளுக்கும் குடியினராக வாழ்ந்த வண்ணார் சமூகத்தினர் துணிகளைத் துவைத்த கற்களுக்கும் அதனைக் காயவைத்த கற்பரப்பிற்கும் செலுத்திய வரி 'வண்ணார் கற்காசு'[31] என வழங்கப்பட்டமையைக் கல்வெட்டுகள் குறிப்பிடுகின்றன. மேலும், செல்வச் செழிப்புடையவர்களுக்குப் பொன் ஆபரணங்கள் செய்து கொடுத்தவர்களுக்குத் 'தட்டாரக்காணி'[32] என்ற பெயரில் இறையிலி நிலங்கள் வழங்கியதையும் அத் தொழிலுக்கெனத்

'தட்டாரப்பாட்டம்' என்ற வரி விதிக்கப்பட்டதையும் கல்வெட்டுகள் வழியாக அறிய முடிகின்றன. சான்றாக,

> இனவரி, தறியிறை, தட்டார்பாட்டம் எப்பேற்பட்ட வரிகளும்
>
> - தென். கல். தொ.*8*., கல். *169*.

எனும் கல்வெட்டுத் தொடரின் மூலம் மேற்கூறியவற்றை உறுதிப்படுத்த முடியும். இவ்வாறு தட்டார்கள் மட்டுமின்றி, 'குசக்கலம்' மற்றும் 'குசமண்ணாலி' என வழங்கப்பட்ட மண்பாண்டத் தொழில் செய்து அத்தொழிலுக்கெனக் குயவர்கள் 'குசக்காணம்'[33] என்ற வரி செலுத்தியமையையும் கல்வெட்டுகள் சுட்டுகின்றன. இவ்வாறு வரி விதிக்கப்பட்ட முறை கூத்துக் கலைஞர்கள் வரையில் வழக்கிலிருந் துள்ளது. அந்த வகையில் கூத்தர்களுக்குக் 'கூத்தக்காணி' மற்றும் 'கூற்றிலக்கை'[34] ஆகிய பெயர்களிலான வரிகள், பொது இடங்களிலும் விழா நாட்களிலும் கூத்து நிகழ்த்தியமைக்கு விதிக்கப்பட்டிருந்தன. இவர்களுடன் பறை கொட்டுபவர்கள், சித்திரம் வரைவோர், தச்சர்கள், யாழ்ப்பாணர்கள் ஆகியோர்க்கு அளிக்கப்பட்ட இறையிலி நிலங்கள் மற்றும் அவற்றிற்கும் அவர்களின் தொழிலுக்கும் விதிக்கப்பட்ட வரிகள் குறித்தும் பிற்காலச் சோழர் கல்வெட்டுகள் விரிவாகக் குறிப்பிடுகின்றன. அவற்றுள் பறை இசைக் கலைஞர்களுக்கு வழங்கப்பட்ட வேறு பெயர்கள் மற்றும் தானங்கள் குறித்து, தஞ்சைப் பெரிய கோயில் கல்வெட்டும், உத்தம சோழனின் ஒன்பதாம் ஆட்சியாண்டுக் கல்வெட்டும் சான்று பகர்கின்றன. அதில், பறையறைபவர் களுக்கு 'அபூர்விகள்' எனும் பெயர் வழங்கப்பட்டமையை,

> இத்திருப்பறையறைவு அபூர்விகளைப் பெறாவிடில் இரண்டும் ஒருவனே கேட்ப்பிக்கினும் பேரால் சாசு ஒன்று இடவும்[35]

எனத் தஞ்சைப் பெரிய கோயிலில் உள்ள கி.பி. 11ஆம் நூற்றாண்டுக் கல்வெட்டு ஒன்று குறிப்பிடுகிறது. அவ்வகையில், இத்தொழிலினை மேற்கொண்டவர்கள் உத்தம சோழன் காலத்தில் 'தட்டழி' எனவும் 'தட்டழிகொட்டிகள்'[36] எனவும் வழங்கப்பட்டமையை அவனுடைய ஒன்பதாம் ஆட்சியாண்டுக் கல்வெட்டும் கம்பவர்மன் காலக் கல்வெட்டும் பதிவு செய்துள்ளன. குறிப்பாக, கலைகளுடைய வளர்ச்சி யில் அதிக ஈடுபாட்டுடன் செயல்பட்ட சோழ மன்னர்கள், அக்கலை களில் ஈடுபட்டவர்களுக்குப் பல்வேறு பட்டங்களையும் பெயர்களையும் வழங்கிச் சிறப்பு செய்தமையை அவர்களின் கல்வெட்டுகள் எடுத்தியம்புவதாய் அமைந்துள்ளன. இதன்படி, 'சித்திரங்கள் வரைந்தவர்களுக்கு, முதலாம் இராசராசன் 'சித்திரயாளி' என்ற பட்டம் வழங்கிச் சிறப்பு செய்தமையை,

வண்ணக்கண் ஐய்யாறனாகிய சித்திரயாளி [37] என்ற கல்வெட்டுத் தொடர் சுட்டுகின்றது. இவர்களைப்போன்று, மற்றொரு இசைக் கலைஞராகிய யாழில் வல்ல பாணர்களுக்கு அளிக்கப்பட்ட கூலி குறித்தும், நிலம் குறித்தும் பல்வேறு கல்வெட்டுகள் சுட்டுகின்றன. அவற்றுள், பாணர் குடியில் பிறந்து இசையில் வல்லவர்களாக விளங்கியவர்களுக்குக்காசு, நெல் மற்றும் நிலங்கள் அளிக்கப்பட்டதைப் 'பாணப்பேறு' மற்றும் 'பாணன் வயல்'[38] எனக் கல்வெட்டுகள் பதிவு செய்துள்ளன. இவ்வாறு பல்வேறு நிலைகளில் குடித்தொழில் பிரிவினர் குறித்த பல்வேறு தகவல்களைக் காலந்தோறும் கல்வெட்டுகள் பதிவு செய்து வந்துள்ளன. இத்தகைய நேரடியான வரலாற்றுத் தரவுகளை அடிப்படையாகக் கொண்டு ஆராயும்போது கடந்தகால ஆய்வு முடிவுகள் மாற்றத்திற்கு உள்ளாகின்றன. அவ்வகையில் இத்தகைய மாற்றமென்பதும் தேவையாகின்றது.

வலங்கை – இடங்கை மரபுகள்

வரலாற்றின் அனைத்துக் காலகட்டங்களிலும் மனித சமூகம் ஏதாவது ஒரு காரணத்தின் அடிப்படையில் பாகுபடுத்தப்பட்டிருந்தது. இப்பாகுபாடு நிலம் மற்றும் தொழில் ஆகிய இரண்டினை மையமாகக் கொண்டிருந்தது. இது தொல்காப்பியர் காலத்திற்கு முன்பு தோற்றம் பெற்றுப் பிற்காலச் சோழர்கள் காலத்தில் உச்சகட்ட வளர்ச்சியடைந்து, பொருளாதாரத்தை அடிப்படையாகக் கொண்ட வர்க்கப் பாகுபாடு தோன்றிட வழி செய்தது. இவ்வாறு தோற்றம் பெற்ற வர்க்கப் பாகுபாடு, காலப்போக்கில் நிலைத்த சாதிப் பிரிவினையைச் சமூகத்தில் உருவாக்கியது. இத்தகைய வர்க்க முரண்பாட்டைத் தமிழில் தோன்றிய அனைத்து இலக்கியங்களும் குறிப்பிடும்படியான அளவிற்குப் பதிவு செய்துள்ளன.

தொல்காப்பியம் மற்றும் அதனை அடுத்த காலங்களில் தோன்றிய இக் குடித்தொழிற்பாகுபாடு, குலத்தொழிலின் தோற்றத்திற்கு மூல காரணமாக அமைந்தது. அவ்வகையில் வரலாற்றின் தொடக்க காலத்தில் விரும்பி மேற்கொள்ளப்பட்ட தொழில்கள், காலப்போக்கில் அத்தொழிற்குடிகளிடம் கட்டாயப்படுத்தப்பட்டுத் திணிக்கப்படும் நிலை உருவானது. இதனை,

> தொழில் குழுக்கள் சாதியாக மாறுவதாலும், இனக் குழுக்கள் சாதி அமைப்புக்குள் உள்ளிழுக்கப்பட்டதாலும் புதிய சாதிகள் உருவாகிக்கொண்டே இருந்தன. ஒன்பதாம் நூற்றாண்டிலிருந்து இதற்கான ஏராளமான சான்றுகள் உண்டு. நிர்வாகம் மற்றும் தொழில் குழுக்கள் புதிய சாதிகளாக முகிழ்கின்றன.[39]

எனும் ரொமிலா தாப்பரின் கூற்று வழியாக உறுதிப்படுத்த முடியும். மேலும், இக்கூற்றை உறுதிப்படுத்தும் வகையில் இலக்கியச் சான்று களைப் போன்று கல்வெட்டுகலும் குறிப்பிடும்படியான அளவிற்குப் பல சான்றுகள் இடம்பெற்றுள்ளன. இவற்றுள் பெரும்பாலான கல்வெட்டுகள் பிற்காலச் சோழர் காலத்தைச் சேர்ந்தவை ஆகும்.

தமிழ்ச் சமூகத்தினை மிக நீண்ட காலம் ஆட்சி செலுத்திய பெருமையைப் பெற்றுள்ள சோழராட்சி போற்றுவதற்கான கூறுகளைப் பெற்றிருந்த அளவிற்கு, சமூக முரண்பாடுகளையும் வளர்த்து விட்டிருந்தது. இதற்கு, அவர்கள் காலத்தில் தோன்றிய இலக்கியம் மற்றும் கல்வெட்டுகள் சான்றுகளாக அமைந்துள்ளன. அரசமைப்பு, நிர்வாகம், நீர் மேலாண்மை முதலானவற்றில் பிற அரசுகளுக்கு முன்னோடியாகச் செயல்பட்ட சோழர்கள், மக்களிடம் நீண்ட காலமாக நிலைபெற்றிருந்த வர்க்கப் பாகுபாட்டைக் களைவதில் எவ்வித முனைப்பும் காட்டவில்லை. சோழர்களின் இத்தகைய மனநிலைக்கு அவர்களை இயக்கிய அரசதிகாரம் மட்டுமின்றி அவர்களுடன் இணைந்து செயல்பட்ட அதிகார வர்க்கத்தினரும் மூலமாக அமைந்திருந்தனர். இத்தகைய பின்தங்குதலின் காரணமாகச் சோழராட்சி மிகப்பெரும் மக்கள் புரட்சியைச் சந்திக்க வேண்டிய சூழலுக்குத் தள்ளப்பட்டது. இதனைக் கே.கே. பிள்ளை,

> சோழர் காலத்தில் ஓங்கி வளர்ந்த குல வேறுபாடுகளில் மிகவும் தீய விளைவுகட்குக் களனாக இருந்தது வலங்கை - இடங்கை என்னும் பிளவாகும். இவ்விரு பிரிவினருக்குமிடையே பல கடும் பூசல்கள் நேரிட்டுள்ளன.[40]

எனத் தமிழக வரலாறு குறித்த ஆய்வில் பதிவு செய்கிறார். அந்த வகையில் இவ் வலங்கை - இடங்கைப் பிரிவினர் குறித்துப் பல்வேறு வரலாற்றுச் சுவடிகளும் கல்வெட்டுகளும் விரிவாகக் குறிப்பிடுகின்றன. அவற்றுள் அதிக அளவிலான குறிப்புகள் வலங்கைப் பிரிவினரை மட்டும் சுட்டுவதாக அமைந்துள்ளன. மேலும், மெக்கன்சி என்னும் ஆங்கிலேய ஆய்வாளரால் கண்டறியப்பட்ட சுவடிகளும் இதனை விரிவாக விளக்குகின்றன. இவற்றுள் ஒரு சுவடி வலங்கை - இடங்கைப் பிரிவினர் பற்றிய விரிவான தகவல்களைக் கொண்டதாக அமைந்துள்ளது. இச்சுவடியில் வலங்கைப் பிரிவினர் தொண்ணூற்றெட்டு குலத்தினர் என்றும் இடங்கைப் பிரிவினர் தொண்ணூற்றெட்டு குலத்தினர் என்றும் இடம்பெற்றுள்ளன. மேலும், இக்குறிப்புகளுடன் வலங்கை, இடங்கைப் பிரிவினரின் தோற்றச் சூழலும் விரிவாகக் கூறப்பட்டுள்ளன.

வலங்கை – இடங்கை முரண்கள்

பிற்காலச் சோழர் காலத்தில் மிகப்பெரிய கலகத்திற்கு மூல காரணமாக விளங்கிய இம்முரண்பாடு தோற்றம் பெற்ற சூழல் குறித்து ஆய்வாளர்களால் பல்வேறு மதிப்பீடுகள் முன் வைக்கப்படுகின்றன.

> மன்னனிடத்தில் இரு கட்சியினர் தமக்குள் ஏற்பட்ட பூசல்களைப் பற்றி முறையிடும்போது ஒரு கட்சி மன்னனின் வலப்புறத்திலும், மற்றொரு கட்சி அவனுடைய இடப்புறத்திலும் நிற்றல் மரபு.... மன்னனின் வலப்புறம் நின்ற கட்சியைச் சேர்ந்த வகுப்பினருக்கு வலங்கையினர் என்றும், இடக்கைப்புறம் நின்ற கட்சி வகுப்பினருக்கு இடங்கையினர் என்றும் பெயர் ஏற்பட்டிருக்கக் கூடும் என்று ஊகிக்க வேண்டியுள்ளது.[41]

எனக் கே.கே. பிள்ளையும்,

> பரந்த சோழப் பேரரசில், வலங்கை - இடங்கை எனும் பிரிவுகள் தொண்டை நாட்டிலும், கொங்கு நாட்டிலும், சோழ, சேர, பாண்டிய ஈழ நாடுகளிலும் நிலைபெற்றிருந்திருக்கலாம் என நம்பலாம். இதனால் சாதிகளினடிப்படையில் எழுந்த படைப்பிரிவுகளே வலங்கை - இடங்கைப் படைகள் என அழைக்கப் பெற்றிருக்கலாம் என எண்ணத் தோன்றுகின்றது.[42]

என ஆ.தசரதனும் குறிப்பிடுகின்றனர்.

வலங்கை - இடங்கைப் பிரிவினர் தோற்றம் பற்றிய பதிவுகள் தெளிவாகக் கிடைக்காத சூழலில் அவர்களுக்கிடையே நீண்ட காலமாக நடைபெற்று வந்த பூசல்கள் குறித்த தகவல்கள் கல்வெட்டுகள் வழியாக அறியக் கிடைக்கின்றன. அவற்றுள், முதலாம் குலோத்துங்கச் சோழனால் அவனுடைய பதினோராம் ஆட்சியாண்டில் திருவரங்கத்தில் வெட்டப்பட்ட கல்வெட்டும், சிங்கள மன்னன் விசயபாகுவின் பொலனருவைக் கல்வெட்டும், முதலாம் இராசேந்திர சோழனின் காட்டூர்க் கல்வெட்டும் குறிப்பிடத்தக்கவைகளாகும். மேலும், வலங்கை - இடங்கைப் பிரிவினரிடையிலான பூசல் அதிகமாக இருந்த காலத்தில் அரசாங்கப் பிரதிநிதிகள், வேளாளர், காணியாளர், பிராமணர் ஆகியோரை எதிர்த்து ஒரு கூட்டு ஒப்பந்தம் செய்து கொண்டதை விருத்தாசலம் மற்றும் கொறுக்கைக் கல்வெட்டுகள் குறிப்பிடுகின்றன. இவை ஒருபுறமிருக்க, ஆளுவோரால் வணிகர் மற்றும் பிராமணர்க்கு ஆதரவாக வலங்கை மற்றும் இடங்கையினர் மீது அளவிற்கு அதிகமான வரிகள் விதிக்கப்பட்டபோது அதனை எதிர்த்து மன்னனிடத்தில் முறையிட்ட செய்தியும், 'வலங்கை இடங்கை மகன்மை' என்ற பெயரில் பெறப்பட்ட வரி கோயில்களிடம் ஒப்படைக்கப்பட்ட

தையும்[43] கல்வெட்டுகள் குறிப்பிடுகின்றன. இத்தகைய வரியானது, தாங்கள் பயன்படுத்திய நிலத்தின் தன்மை, குலங்களின் தொழில்கள், குடியிருந்த வீடு முதலானவற்றின் மீதும் விதிக்கப்பட்டிருந்ததை வைகாவூர்க் கல்வெட்டு, 'இராசகரம் இறை முறைமை' என்ற பெயரில் குறிப்பிடுகின்றது.

சோழர் கால வரலாற்றில் மன்னர்களுக்குள் நடைபெற்ற போர்களைவிட மக்களுக்குள் நடைபெற்ற இவ் வலங்கை - இடங்கைப் போரின்போது ஏராளமான பொருட்சேதமும் உயிர்ச்சேதமும் ஏற்படலாயின. இக்காலங்களில் பெரும்பாலான சோழ மன்னர்களின் ஆதரவு வலங்கைப் பிரிவினர்க்கு இருந்ததைக் கே.கே. பிள்ளை,

ஏற்கனவே வலங்கையினருக்கும் பிராமணருக்கும் வேளாளருக்கும் அரசன் அளித்திருந்த சலுகைகளைக் கண்டு இடங்கையினர் பொறுமிக் கொண்டிருந்தனர். அஃதுடன் சுங்கத்தின் சுமை வேறு அவர்களை வாட்டி வந்தது.[44]

எனக் குறிப்பிடுவதன் மூலம் வலங்கை - இடங்கைப் பிரிவினரிடையில் நிலைபெற்றிருந்த பூசலுக்கான காரணத்தை அறியலாம். மேலும், இவ்விரு பிரிவினருள், அரசு மற்றும் வணிகர்களின் ஆதரவுடன் செயல் பட்ட வலங்கைப் பிரிவினரில் வலங்கைச் சான்றோர் என்ற எழு நூறு பேர் கொண்ட படைப்பிரிவும், இருநூற்றுப்பத்து பேர் கொண்ட துணைப் படைப்பிரிவும் இருந்துள்ளன. இப்படையின் துணையுடன் வணிகர்கள் கடல் கடந்து இலங்கை உள்ளிட்ட நாடுகளுக்கு விளை பொருட்களைச் சந்தைப்படுத்துவதற்காகக் கொண்டு சென்றுள்ளனர். இவ்வாறு வலங்கையினர், வணிகர்களுடன் கடல்கடந்து சென்று உதவியமை இப்பிரிவினர் மேலும் அதிகாரம் பெறக் காரணமாக அமைந்தது.

கட்டடக்கலை, சிற்பக்கலை ஆகியவற்றில் சிறப்பான வளர்ச்சியை ஏற்படுத்திக் கொடுத்த சோழ மன்னர்கள், தம் நாட்டு மக்களில் ஒரு பிரிவினரைக் கடுமையான பணி மற்றும் வரிச்சுமைக்கு ஆட்படுத்தினர். இதன் காரணமாகப் பாதிக்கப்பட்ட மக்கள் குழுக் குழுவாகப் புலம்பெயர்ந்து செல்லும் நிலையும் உருவானது. பெரும் பான்மை மக்களின் வாழ்வு இவ்வாறு இருக்க, மூளையுழைப்பைத் தவிர உடலுழைப்பை எவ்வகையிலும் செலுத்திராத பார்ப்பனர்களுக்கு (பிராமணர்கள்) வரிவிலக்குடன் கூடிய நிலங்களையும் கோயில் நிர்வாகத்தினையும் வழங்கி அவர்களைத் தன்னாட்சி பெற்றவர்களாகச் செயல்பட வைத்தனர். பார்ப்பனர்களுக்கு இவ்வாறு பல்வேறு சலுகைகளை அளித்த மன்னர்கள், தங்களின் அதிகாரத்திற்கு உட்பட்ட மக்களின்மீது எத்தகைய கருணையையும் கொண்டிருக்கவில்லை.

மாறாக, மக்கள் மீது திணிக்கப்பட்ட எல்லையற்ற வரிகள், அவர்களை வாழ்வின் விளிம்பிற்குக் கொண்டு சென்றதுடன் சோழ வர்க்கத்தின் மீது மக்கள் வெறுப்பையும் அவநம்பிக்கையையும் கொள்ளச் செய்தன. இவ்வாறு சோழ மன்னர்களின் மீது ஏற்பட்டிருந்த இத்தகைய வெறுப்புணர்வு, அவர்களால் உருவாக்கப்பட்டிருந்த பாகுபாட்டின் வழியாக வெளிப்படலாயின.

சுவடிப் பதிப்புகள்

வலங்கை இடங்கையர் வரலாறு குறித்துப் பல்வேறு வகையான முரண்பட்ட செய்திகள் ஆய்வாளர்களால் சுட்டப்பட்டுள்ளன. அவை யாவும் சென்னை அரசினர் கீழ்த்திசைச் சுவடிகள் (GOML) நூலகத்தால், இடங்கை வலங்கையர் வரலாறு எனும் பெயரில் நான்கு சுவடிகளை மூலமாகக் கொண்டு வெளியிடப்பெற்ற நூலில் விரிவாகப் பதிவு செய்யப்பட்டுள்ளன. அவ்வகையில் இந்நூல் தரவுகளின் அடிப்படையிலேயே இப்பகுதி அமைகின்றது. அதன்படி, இந்நூலில் இடங்கை வலங்கைப் புராணம் (டி.2793), இடங்கை வலங்கைச் சாதி வரலாறு (டி.2751), வலங்கைச் சரித்திரம் (டி.462), புதுவை இடங்கை வலங்கையர் சாதி வரலாறு (டி.3196) எனும் நான்கு சுவடிகள் பதிப்பிக்கப்பட்டுள்ளன (இந்நான்கு சுவடிகளில் முதலாவது சுவடி மெக்கன்சியால் கண்டறியப்பட்ட சுவடியாகும்). இந்நான்கு சுவடிகளும் சுட்டும் தகவல்களின் அடிப்படையில் நோக்கும்போது, வலங்கையர் என்பவர்கள் பிராமணர் மற்றும் அரசர்களின் ஆதரவினைப் பெற்று ஆதிக்கம் நிறைந்தவர்களாக வாழ்ந்தமையை அறிய முடிகின்றது. இதன் காரணமாக, இடங்கைச் சாதியினர் தாங்கள் தோற்றம் பெற்றது முதல் வலங்கையரின் ஆதிக்கத்திற்கு உட்பட்டவர்களாக வாழ்ந்துள்ளனர். இதனை,

> இடங்கை வகுப்பினர் பலராலும் துன்புறுத்தப்பட்டு வந்தனர். இவர்கள் அவ்வக்காலங்களில் பட்ட துன்பங்களையும் அவர்கள்மீது ஏற்றப்பட்ட வரிச் சுமைகளையும் பற்றிப் பல கல்வெட்டுச் செய்திகள் கூறுகின்றன.[45]

எனக் கே.கே. பிள்ளை குறிப்பிடுகின்றார். குறிப்பாக, இவ்விரு பிரிவினர் பற்றிய ஆவணங்களில் பெரும்பாலானவை வலங்கையர் குறித்ததாக அமைந்திருப்பதும் இங்குக் கவனத்திற்குரியதாகும். மேலும், பொருளாதாரத்தில் மேன்மை பெற்றவர்களாக விளங்கிய இவ்வலங்கைப் பிரிவினருக்கு அரசால் அளிக்கப்பட்ட உரிமைகள் இடங்கைப் பிரிவினருக்குத் தொடர்ந்து மறுக்கப்பட்டு வந்த நிகழ்வு, இவ்விரு பிரிவினரையும் எதிரெதிரானவர்களாகச் செயல்பட வைத்துள்ளது.

இதன் காரணமாக இவர்களுக்குள் ஏற்பட்ட மோதல்கள், பிரிவினையை மேலும் உருவாக்கியது. இவ்வாறு பிற்காலச் சோழர்களின் காலத்தில் தோன்றி வளர்ந்த இப்பிரிவினை, குடித்தொழில் அடிப்படையில் பாகுபடுத்தப்பட்டிருந்த சமூகத்தில் வர்க்கப் பாகுபாட்டை நிலைபெறச் செய்வதில் முக்கியப் பங்காற்றியது.

வலங்கை - இடங்கைப் பிரிவினர் குறித்துக் குறிப்பிடும், 'வலங்கை இடங்கைப் புராணம்' ஒவ்வொரு பிரிவிற்கும் தொண்ணூற்றெட்டு உட்பிரிவுகளைக் குறிப்பிடுகின்றன. இத்தொண்ணூற்றெட்டுப் பிரிவினர் குறித்துச் சுவடி ஆய்வாளர்கள் சுட்டும் உட்பிரிவுகளின் பட்டியல், பல நிலைகளில் முரண்பட்டதாக அமைந்துள்ளது. இம்முரண்பாடு அரசினர் கீழ்த்திசைச் சுவடி நூலகத்தினரால் வெளியிடப்பட்டுள்ள 'இடங்கை வலங்கையர் வரலாறு' எனும் நூலில் பதிப்பிக்கப்பெற்றுள்ள வலங்கை - இடங்கையரின் உட்பிரிவுகளை (98-98) மூலமாகக் கொண்டுள்ளது. இந்நூலில் இடம்பெற்றுள்ள 'இடங்கை வலங்கைச் சாதி வரலாறு' எனும் ஓலைச் சுவடியில் வலங்கைக்குரிய 98 பிரிவுகளும், இடங்கைக்குரிய 98 பிரிவுகளும் அவை தோன்றிய முறையும் பெயர்களும் விரிவாகப் பதிவு செய்யப்பட்டுள்ளன. மாறாக, தமிழ் ஓலைச் சுவடிகள் பாதுகாப்பு மையத்தினரால் வெளியிடப்பட்டுள்ள 'வலங்கைச் சான்றோரும் சோழரும்' என்ற நூலும் வலங்கை-இடங்கைக்குரிய மற்றொரு பட்டியலைக் குறிப்பிடுகின்றது.

இப்பட்டியல், அரசினர் கீழ்த்திசைச் சுவடிகள் நூலகத்திலுள்ள ஒரு ஓலைச்சுவடியிலிருந்து (ஆர். எண். 1572) எடுக்கப்பட்ட பட்டியல் எனக் கூறப்பட்டுள்ளது. இம்முரண்பாடுகள், அரசு கீழ்த்திசைச் சுவடிகள் நூலகத்திலுள்ள டி.2751 மற்றும் ஆர். எண். 1572 ஆகிய இரு சுவடிகளிலிருந்தும் வெளிப்படுவதைப் பின்வரும் பட்டியலின் வழியாக அறிய முடிகின்றது. அவை, வலங்கைப் பிரிவில்,

டி. 2751	ஆர். எண். 1572
சோகு வளஞ்சியர்	கொழு வளஞ்சியர்
சங்கறு கவறைகள்	சங்கர கவறைகள்
தெலிங்கு செட்டிகள்	தெலிரங்க செட்டிகள்
துளுவர்	துருவர்

என மொத்தம் பதினான்கு சாதிகளின் பெயர்கள் மாறுபட்டுக் காணப்படுகின்றன. இவ்வேறுபாடானது இடங்கைப் பிரிவில் அதிகமான அளவில் உள்ளது. அவை,

டி.2751	ஆர். எண். 1572
அஸ்த்திரி தாரிகள்	அஸ்த்திதாரிகள்
வேலாடியர்	வேலாடினர்
தூத பிராமணர்	தூதஸ்ராஹமணர்
பறாதர்	பளுதர்
மருந்த பிராமணர்	மருந்த.. ராகூணர்

என ஐம்பத்தேழு சாதிகளின் பெயர்கள் இடங்கைப் பிரிவில் மாறுபட்டுள்ளன. இத்தகைய முரண்பாடுகள் ஒருபுறமிருக்க 'இடங்கை வலங்கையர் வரலாறு' நூலில் இடம்பெறாத சில சாதிகளும் 'வலங்கைச் சான்றோரும் சோழரும்' நூலில் இடம்பெற்றுள்ளன. குறிப்பாக, 'இடங்கை வலங்கையர் வரலாறு' நூலில் மூன்றாவது சுவடியாகப் பதிப்பிக்கப்பெற்றுள்ள 'இடங்கை வலங்கைச் சாதி வரலாறு' எனும் சுவடியில், 'பறையர்' எனும் பெயர் வலங்கை மற்றும் இடங்கைக்குரிய சாதிகளில் எங்கும் இடம்பெறாமல் உள்ளது. மாறாக, 'வலங்கைச் சான்றோரும் சோழரும்' (ஆ.தசரதன்) என்ற நூலில் 'பறையர்' என்பவர்கள் வலங்கைப் பிரிவிலும் 'சக்கிலிப் பறையர்' என்பவர்கள் இடங்கைப் பிரிவிலும் கூறப்பட்டுள்ளனர். இவற்றுடன், இந்நூலில் குறிப்பிடப்படும் வலங்கை இடங்கைச் சாதிப் பட்டியலையும் அரசினர் கீழ்த்திசைச் சுவடி நூலகத்தில் உள்ள ஒரு சுவடியிலிருந்து (ஆர்.1572) எடுக்கப்பெற்றதாகக் கூறி அதன் ஆசிரியர் ஆ.தசரதன் குறிப்பிட்டுப் பதிப்பித்துள்ளார். இவ்வாறு, அரசினர் கீழ்த்திசைச் சுவடிகள் நூலகத்திலுள்ள இருவேறு சுவடிகள் வலங்கை இடங்கையரின் சாதிகள் குறித்த முரண்பட்ட செய்திகளைப் பதிவு செய்துள்ளன.

நாட்குறிப்புகள்

பிற்காலச் சோழர் காலத்தில் தொடங்கிப் பத்தொன்பதாம் நூற்றாண்டு வரையில் வழக்கத்திலிருந்த இம்முறை பிரெஞ்சு நிர்வாகத்தின் கீழ்ச் செயல்பட்ட புதுச்சேரி பகுதியிலும் வழக்கிலிருந்துள்ளது. இதனை, அங்கு பிரெஞ்சு நிர்வாகத்தின்கீழ்ப் பணிபுரிந்த ஆனந்தரங்கம் பிள்ளை தம்முடைய நாட்குறிப்பில் விரிவாகப் பதிவு செய்துள்ளார். இவை ஆனந்தரங்கரின் சமகாலத்தில் வழக்கிலிருந்த நிகழ்வுகளையும் வலங்கை இடங்கைப் பிரிவினர் ஒருவரையொருவர் புறக்கணித்த முறையினையும் சுட்டுவதாக அமைந்துள்ளன. இவற்றில் பத்திற்கும் மேற்பட்ட இடங்களில் இப்பிரிவினர் பற்றிய விவரம் காணப்படுகின்றன.

தொழில் காரணமாகத் தமிழகத்திலிருந்து புதுவைக்குச் சென்ற இவர்களுக்கு (வலங்கை - இடங்கையர்) விதிக்கப்பட்ட தண்டனைகள், திருமணத்திற்குச் சென்ற இடத்தில் வலங்கையர்க்கு இடங்கையர் எழுந்து நின்று மரியாதை செய்யாமைக்கு விதிக்கப்பட்ட தண்டனை மற்றும் அதற்குப் பிறகான ஒப்பந்தங்கள் ஆகியவை விரிவாக இந்நாட்குறிப்பில் இடம் பெற்றுள்ளன. இவற்றுடன், பறையர்கள் பல்லக்கில் ஏறி வந்தமை, சூத்திரர்களுக்கு விலங்கிட்டு மண் சுமக்கச் செய்தது, இடங்கையர் வலங்கையருடன் இணைந்து கிடங்கு (எந்தக் கிடங்கு எனச் சுட்டப்படவில்லை) வரை செல்லுதல் எனப் பல்வேறு நிலைகளில் இவ்விரு பிரிவினருக்குமான மோதல் தமிழகத்தைப் போன்று நிகழ்ந்துள்ளன. மேலும், தம் காலத்தில் இடங்கை - வலங்கையர்க்கு இடையிலான வழக்குகள் நடைபெற்ற முறையை ஆனந்தரங்கர் மிகத்தெளிவாகப் பதிவு செய்துள்ளார்.

சகலசாதியும் வலங்கை - இடங்கையார் தெத்துவாசல் நுழைஞ்ச உடனே அவரவர் தெருவுக்குப் போகிறதற்கு வலது பக்கத்து மதி லோரத்துத் தெருவீதியாவது இடது பக்கத்து மதிலோரத்துத் தெருவீதியாவது போய் அவரவர்கள் தெருவுக்குப் போகிறது. இந்த உத்தாரத்தை யாதொரு சின்ன மனுஷராகிலும் பெரிய மனுஷராகிலும் விவாதம் பண்ணினால், கலாபம் பண்ணுகிறவன் எந்த ஆக்கினைப் படுவானோ அந்த ஆக்கினைக்குப் பாத்திரவானாவான்.[46]

என இடம்பெற்றுள்ள குறிப்பு புதுச்சேரியில் கடுமையாகப் பின்பற்றப் பட்டிருந்த வலங்கை இடங்கைப் பாகுபாட்டிற்குச் சான்றாக அமை கின்றது. அவ்வகையில், ஆனந்தரங்கர் நாட்குறிப்பில் இடம் பெற்றுள்ள இவ்விரு பிரிவினர் குறித்த பதிவுகள், தமிழகத்தைப் போன்று புதுச்சேரி யிலும் வலங்கைப் பிரிவினர் செல்வாக்குடன் வாழ்ந்த மையைச் சுட்டுவ தாக உள்ளன. மேலும், சோழர் காலத்தைப் போன்று அதிகாரம் மிக்கவர் களாக வலங்கையினர் திகழ்ந்தமைக்கும் இவை சான்றாக அமைகின்றன.

இப்பிரிவு தமிழகத்தில் முன்பு வழக்கிலிருந்த குலத்தொழில் முறையுடன் இணைந்து நிரந்தரமான வர்க்கப் பாகுபாட்டைத் தோற்றுவித்ததுடன் சாதியமைப்பு நிலைபெறவும் ஒரு காரணமாக விளங்கியது. பிற்காலச் சோழர்கள் காலம் முதற்கொண்டு பத்தொன்ப தாம் நூற்றாண்டு வரையில் நீடித்திருந்த இவ்வலங்கை இடங்கைப் பிரிவு மற்றும் அவர்களுக்கிடையிலான பூசல்கள் குறித்துத் தெளிவான வரலாறு வரையறை செய்யப்படாமல் உள்ளது.

ஆரியம் வகுத்த தொழிற்கொள்கை

இந்தியா முழுமையிலும் வருணப் பாகுபாட்டைச் செயல்படுத்திச் சாதியை நிலைபெறச் செய்தவர்களாக ஆரியர்கள் அறியப்படுகின்றனர். தொழில் நிமித்தமாகக் கைபர் போலன் கணவாய் வழியாக இந்தியாவினுள் நுழைந்த இவர்கள்[47] தங்களின் நுட்பமான அறிவைக்கொண்டு இந்தியத் துணைக்கண்டம் முழுவதும் ஊடுருவினர். பின்பு தொழில், நிர்வாகம், பண்பாடு என அனைத்திலும் முன்னோடியாகத் திகழ்ந்த பண்டைச் சமூகத்தினரின் வாழ்வியலில் இரண்டறக் கலந்து அவர்களின் சமூக அமைப்பு முழுமையினையும் தங்களின் கட்டுப்பாட்டின்கீழ்க் கொண்டு வந்தனர். இம்மாற்றத்தினை அடுத்துத் தங்களை அதிகார மையமாக்கும் நடவடிக்கையில் ஈடுபட்டு அதில் வெற்றியும் பெறலாயினர். இம்மாற்றம் முதலில் வட இந்தியப் பகுதி முழுவதிலும், பின்பு தென்னிந்தியாவிலும் அடுத்தடுத்து நிகழ்த்தப் பட்டன. அந்த வகையில், மிக நீண்ட காலத்திற்கு முன்பிருந்து தெளிந்த பண்பாட்டுடன் அண்டை நாடுகளோடு நட்புடன் விளங்கிய தமிழ்ச் சமூகம், இவர்களின் வருகையால் மெல்லமெல்ல மாற்றம் பெறத் தொடங்கியது. இத்தகைய சமூக மாற்றத்தை ஆரியர்கள் மிகக் குறுகிய காலத்தில் நிகழ்த்தாவிடினும் நுட்பமான ஆளுமையின் காரணமாக இதனைச் சீரான இடைவெளியில் நிகழ்த்திக் காட்டினர். இவ்வாறு ஆரியர்கள் இந்தியச் சமூகத்தை வெற்றி கொள்வதற்கு, இச்சமூகத்தில் நீண்ட காலமாக வழக்கிலிருந்த பல்வேறு காரணிகள் மூலமாக அமைந்தன. அவற்றுள், இம்மண்ணில் மிக நீண்ட காலமாக வழங்கப் பட்டு வந்த தொழில்வழிப் பாகுபாடு முதன்மையானதாக விளங்கியது.

இயற்கை வளங்களோடு கூடிய பண்பாட்டுச் செறிவு பெற்ற மக்களை இந்தியாவில் கண்ட ஆரியர்கள், இந்தியக் குடிகளுக்குள் இயல்பாகக் காணப்பட்ட தொழில்வழிப் பிரிவினையைத் தங்களின் ஆதிக்க மனநிலைக்கு ஏற்பப் பயன்படுத்திக் கொண்டனர். இத்தகைய செயல்பாடுகள் யாவும் அதிகார மையங்களாக விளங்கிய அரச வர்க்கத் தினரைத் தங்களின் கட்டுப்பாட்டின்கீழ்க் கொண்டு வருவதன் வழியாகத் தொடங்கியது. இவ்வாறு, மன்னர்களை முதன்மையாகக் கொண்டு தங்களின் அதிகாரப் பரவலை மேற்கொண்ட ஆரியர்கள், நாளடைவில் அரச வர்க்கத்தினரினும் மேம்பட்ட அதிகார மையங்களாகத் தங்களை உருவாக்கிக் கொண்டனர். தொடர்ச்சியான போர், நீண்ட காலப் பஞ்சம் (வறுமை) மற்றும் அளவிற்கதிகமான வெள்ளப்பெருக்கு முதலான இயற்கைச் சூழல்கள் யாவற்றையும் தங்களின் அதிகார மையப் பரவலாக்கத்திற்கு ஏற்ப, அவைகள் யாவும் கடவுளர்களால் ஏற்படுத்தப் படுவது என்ற மாயையை உருவாக்கினர். இதன் காரணமாக அதிகார மையங்களாக விளங்கிய அரசர்களின் அரண்மனைகளுக்கு இணையாகக்

கோவில்களும் மடங்களும் அரசுகளின் ஆதரவுடன் தோற்றம் பெறலாயின. அவ்வாறு தோற்றம் பெற்ற இவை, ஆரியர்கள் தங்களின் நிறுவன மேலாண்மையை நிலைநிறுத்த வழிகோலுவதாய் அமைந்தன. இவ்வாறு பண்டைச் சமூகத்தை மடைமாற்றம் செய்வதில் கடவுள் கோட்பாடானது ஆரியர்களால் முதன்மையானதாகப் பயன்படுத்தப் பட்டது. இக்காலத்தில், தமிழரின் வழிபாட்டு முறை பெரும் மாற்றத்திற்கு உள்ளாக நேர்ந்தது. இதன் வழியாக ஆரியர்கள் வருணப் பாகுபாட்டைத் தமிழ்ச் சூழலுக்கேற்ப உருவாக்கலாயினர்.

வரலாற்றுச் சிறப்புமிக்கப் பண்பாட்டு அடையாளங் களைச் சிதைக்கவும் தங்களின் ஆதிக்க மனநிலைக்கேற்பவும் வருணப்பாகுபாட்டை நிலைநிறுத்த ஆரியர்களால் உருவாக்கப்பட்ட கொள்கைகள், முதலில் வேதங்களாகவும் பின்னர் மனுதர்ம சாஸ்திரமாகவும் வழங்கப்படலாயின. இவற்றை அடிப்படையாகக் கொண்டு கட்டமைக்கப்பட்ட பண்டைச் சமூகம் 'வருணம்' என்ற ஒற்றைச் சொல்லால் அடையாளப்படுத்தப்பட்டது. இவ்வாறு வருணங் களாகப் பாகுபடுத்தப்பட்ட சமூக அமைப்பு உடலுழைப்பை முதன்மை யாகக் கொண்டவர்கள் மற்றும் உடலுழைப்பிலிருந்து முற்றிலும் மாறுபட்டவர்கள் என இருபிரிவினரைக் கட்டமைத்தது. இது, இந்தியத் துணைக்கண்டத்தின் வட பகுதியைப் போன்று, தென்பகுதியிலும் (கால தாமதத்துடன்) மிக ஆழமாக ஊடுருவிச் செயல்பட்டது. இக்கால கட்டத்தில் சிந்து, கங்கைச் சமவெளிப் பிரதேசங்களின் நாகரிகங்களுக்கு இணையாகக் காவிரிக்கரை நாகரிகமும் குறிப்பிடத்தக்க அளவு மேம் பட்டுக் காணப்பட்டது. இத்தகைய தெளிந்த நாகரிகத்தினைக் கொண்டிருந்த ஒரு நிலப்பரப்பில் அதிகார மையங்களைக் கைப்பற்றுதல், அதனைத் தக்கவைத்தல் முதலானவற்றில் மிகத் தெளிவாகச் செயல்பட்ட ஆரியர்கள் அதனைச் சமூக நீதியாகவும் வலியுறுத்தினர். இந்நடவடிக்கையின்போது இந்தியாவின் தென் பகுதியில் நிலைத்த மற்றும் பண்பாட்டுத் தெளிவு மிக்க குடிகளாயிருந்த தமிழர்களையும் அவர்களின் நாகரிக வளர்ச்சி மற்றும் நிர்வாக முறைமையினையும் கண்டு தங்களின் மேலாதிக்கத்தை அவர்களின் மீதும் நிலைநாட்ட ஆரியர்கள் முயன்றனர். இம்முயற்சியில் வழக்கமான முறை பயனளிக்காமையால் தமிழர்களின் வாழ்வியலோடு ஊடுருவித் தங்களின் இலக்கை அடைந்தனர்.

வருணக் கட்டமைப்பு

உலகில் இல்லாத ஒரு புதுமுறையான சாதியமைப்பை இந்தியாவில் ஆரியர்கள் மிக இறுக்கமானதாகக் கட்டமைத்தனர். இதற்கான செயல்திட்டங்களை உருவாக்கியபோது, மக்களனைவரும்

கடவுளின் உடல் பாகங்களிலிருந்து தோற்றம் பெற்றவர்கள் என்ற கருத்தை வலியுறுத்தினர். இதற்கேற்ப வேதங்களையும், மனுதர்ம சாஸ்திரத்தினையும் உருவாக்கி அதனை மக்களனைவருக்கும் பொதுவான நீதியாக வலியுறுத்தினர். மேலும், இத்தகைய நடவடிக்கைகளுக்கு எவ்வித இடையூறும் ஏற்பட்டுவிடாமலிருக்க அரச வர்க்கத்தினர்க்கு, தெய்வங்களுக்கு இணையான முதல் மரியாதையினையும் பூசைகளையும் செய்து அவர்களை மகிழ்வுறச் செய்தனர். இவ்வாறு மன்னர்களையும் அவர்களது செயல்பாடுகளையும் போற்றிப் புகழ்ந்து அவர்களை ஆதரிக்கும் விதமான செயல்பாடுகளில் ஆரியர்கள் தீவிரமாகச் செயல்பட்டமையை 'ரிக்' வேதத்தின் பன்னிரெண்டாவது பிரிவில் உள்ள,

> நான் உன்னை (அரசனாக) அபிஷேகம் செய்கிறேன். எமது மத்தியில் வருக. தைரியமாகவும் சஞ்சலமற்ற மனத்தோடும் அமர்க. உன் குடிமக்கள் அனைவரும் உன்னிடம் அன்பு செலுத்தட்டும். உன் நாடு உன் கையை விட்டு ஒருபோதும் போகாது இருப்பதாக.[48]

எனும் சூத்திரத்தின் வழியாக உறுதிசெய்யலாம். இவ்வாறு பல்வேறு செயல்பாடுகளின் வழியாக அரச வர்க்கத்தினருடன் எவ்வித கருத்து மாறுபாடும் கொண்டிராமல் தங்களின் அடுத்தடுத்த திட்டங்களைச் செயல்படுத்தி வந்தனர். இச் செயல்பாடுகளின்போது தங்களை எதிர்த்த பூர்வகுடிகளைக் கொன்று குவிக்கவும்[49] தயங்காதவர்களாகச் செயல்பட்டனர். ஆரியர்களின் இத்தகைய நடவடிக்கைகள், மக்களை 'வருணங்கள்' என்ற கட்டமைப்பிற்குள் கொண்டு வந்ததன் வழியாகக் கட்டுக்குள் வைக்கப்பட்டது. இம்முறையில் சமூகத்தின் கடைநிலைப் பிரிவினராயிருந்த மக்களனைவரும் தொடர்ந்து கடைநிலையில் வைக்கப்பட்டனர். தங்களை முதலாவதாகவும் க்ஷத்திரிய, வைசிய, சூத்திரரை அடுத்தடுத்த நிலையிலும் வைத்து உருவாக்கப்பட்ட இவ்வருண அமைப்புமுறையானது இந்தியாவில் சாதி மிக வலுவான கட்டமைப்பைக் கொண்டிட மூல காரணமாக அமைந்தது. இத்தகைய வருண அமைப்பை, தொல்காப்பியம் அரசர், அந்தணர், வணிகர், வேளாளர் எனப் பதிவுசெய்துள்ளமையும் குறிப்பிடத்தக்கது.[50]

அவ்வகையில் இந்நடவடிக்கையின் முதல் பகுதியாக வேதங்கள், மனுதர்ம சாஸ்திரம், உபநிடதங்கள் எனப் பல்வேறு வருணாசிரம தர்ம நூல்கள் ஆரியர்களால் உருவாக்கப்பட்டன. அவ்வாறு உருவாக்கப்பட்ட இந்நூல்களின் வழியாக வருணக் கட்டமைப்பு என்பது இறைவனால் உருவாக்கப்பட்டது எனவும் அவர்களுக்கான தொழில்கள் மற்றும் அவர்களுக்கிடையிலான உறவுமுறை குறித்தும் மிகத் தெளிவாக எடுத்துக் கூறப்பட்டது. மேலும், இந்நூல்களின் வழியாக வலியுறுத்தப்

பெற்ற நீதிமுறைகளும் திட்டமிட்டு நான்காம் வருணத்தவர்களை அனைத்து நிலையிலும் புறக்கணிப்பதாக இருந்தன. அவ்வகையில், வருண அமைப்பில் இறுதியாகச் சுட்டப்படும் சூத்திரர்கள் மேல் வருணத்தவர்களாகிய பிராமண, க்ஷத்திரிய, வைசியர்களுக்கான சேவைப் பிரிவினராகப் படைக்கப்பட்டனர் என்பதை வேதங்கள் முதற்கொண்டு அனைத்து சாத்திரங்களும் வலியுறுத்தின. இதற்கான தொடக்க நிகழ்வை,

> பிராமணர்கள் அவருடைய வாயிலிருந்தும், சத்திரியர்கள் அவருடைய தோள்களிலிருந்தும், வைசியர்கள் அவருடைய தொடைகளிலிருந்தும் சூத்திரர்கள் அவருடைய பாதங்களிலிருந்தும் பிறந்தவர்கள்.[51]

என வேதம் குறிப்பிடுகின்றது. இதனை வேதங்களுக்குப் பின்பு தோன்றிய மனுதர்ம சாஸ்திரமும் விரிவாகச் சுட்டியது.[52] மேலும், வருணக் கட்டமைப்பின் வழியாக மனித குலம் முழுமையினையும் தங்களின் மேலாதிக்கத்தின் கீழ்க் கொண்டுவரும் முடிவோடு செயல் பட்ட ஆரியர்கள், அதன் வழியாகத் தீண்டாமையை நிலைபெறச் செய்வதில் மிகத் தீவிரமாகச் செயல்பட்டனர். இச்செயல்பாட்டினால் காண்பது, கற்பது, பேசுவது, தொடுவது, செய்வது என அன்றாடச் செயல்பாடுகள் அனைத்திலும் வருணப் பாகுபாட்டின்படி தீண்டாமை வெளிப்படுத்தப்பட்டது. இதன் ஒரு பகுதியாக, ஒரு வருணத்தவர் பிற வருணத்தவர்களோடு கொள்ளும் தொடர்பின் அடிப்படையில் தீண்டாமையின் வடிவத்தினைத் தொடர்ந்து நீடிக்கச் செய்தனர். இது கொள்வினை கொடுப்பினைகளில் தொடங்கி அனைத்து நிலைகளிலும் வருணங்களுக்கேற்ப நிர்ணயிக்கப்பட்டது. இதனடிப்படையில் தீண்டாமை என்பது ஆரியர் தவிர்த்த அனைவருக்குமான பிறப்புரிமையாக்கப்பட்டது.

பிராமணர்

நால்வருணக் கட்டமைப்பின்படி முதலாவது வருணத்தவர்களாக வேதங்களும் மநுவும் பிரமாணங்களும் சுட்டும் பிராமணர்கள், ஒட்டுமொத்த மனித குலத்தினுடைய அதிகார மையமாகத் தங்களை இதன் வழியாக உருவாக்கிக் கொண்டனர். வருண அமைப்பில் முதலாவதாக மட்டுமின்றிப் பூநூல் அணிவதிலும் தமக்குக் கீழுள்ள க்ஷத்திரிய, வைசியர்க்கு உபநயனச் சடங்குகளைச் செய்விப்பதிலும் முதன்மையானவர்களாக விளங்கிய இவர்கள் இருபிறப்பாளர் கள் எனச் சுட்டப்படுகின்றனர். அவ்வகையில் முதல் மூன்று வருணத்தவர்களும் பூநூல் அணிவதனால் இருபிறப்பாளர்கள் எனச் சுட்டப்பட்டனர். இதில் முதல் பிறப்பு இயல்பாக நிகழ்வதாகவும் இரண்டாவது பிறப்பு பூநூல் அணிவதன் மூலமாகவும் நிகழ்வதாக

வேதங்களும் சாத்திரங்களும் குறிப்பிட்டன. இவற்றை அடுத்து, பிராமண சமூகத்தைச் சேர்ந்த ஒருவர் தமக்கு அடுத்தடுத்து உள்ள வருணத்தவர்களுடன் மண உறவு கொள்ளும்போது பிறக்கும் குழந்தை யின் தகுதி முதலான அனைத்தும் இவற்றில் விரிவாகச் சுட்டப் பட்டுள்ளன. குறிப்பாக, நான்காம் வருணத்தவர்களாகிய சூத்திரர் களுடன் இவர்கள் கொண்டிருந்த தொடர்பு, அவர்களை அனைத்து நிலையிலும் தீண்டாமை அடிப்படையில் முன்னிலைப்படுத்துவதாக அமைந்திருந்தது. இவ்வாறு பல நிலைகளில், தங்களின் பிறப்பாலும் உபநயனம் செய்து வைத்தல் முதலான புரோகிதத் தொழில்களாலும் பிற வருணத்தவர்களினும் மேம்பட்டவர்களாகத் தங்களை உருவாக்கிக் கொண்ட பிராமணர்கள் குறித்து வரலாற்றறிஞராகிய ரொமிலா தாப்பர்,

> குப்தருக்குப் பிந்தைய காலத்தில் பௌத்த மதம் வீழ்ந்து, பிராமணர்களின் சமய அதிகாரம் பொருளாதாரப் பின்புலம் பெற்று அரசியல் அதிகாரத்தை நியாயப்படுத்த இன்றியமையாத தாக ஆன பின்னர் பிராமணர்கள் முழு வீச்சுப் பெற்றனர். இந்தக் காலகட்டத்தில் நில மானியங்களும் நில வருவாயும் குறிப்பிடத்தக்க அளவு பெருகியது..... கல்விப் பெருமைக்காகவோ, சமயப் பணிக்காகவோ அல்லது மன்னருக்கு ஏற்பான வம்சாவளியைத் தயாரித்ததற்காகவோ வழங்கப்பட்ட இந்த மானியங்கள் அவற்றின் வழிப் பெறப்பட்ட எண்ணற்ற சலுகைகளோடு, வருவாயையும் அந்தஸ்தையும் தந்தன.[53]

எனத் தம்முடைய முடிவினைப் பதிவு செய்கிறார். குறிப்பாக, தங்களின் வருகைக்குப் பின்பு இந்தியாவில் நம்பிக்கை சார்ந்த சமய வழிபாட்டை நிறுவனமயப்படுத்தி வரலாற்றைக் கட்டமைத்ததில் ஆரியர்கள் இன்றியமையாத காரணிகளாக விளங்கினர். மேலும், இத்தகைய கட்டமைப்பை உருவாக்கிட வருணக் கட்டமைப்பு ஆரியர்களுக்குப் பேருதவியாக அமைந்தது. இவ்வாறு நான்கு குழுக்களை மட்டும் மையமாகக் கொண்டு உருவாக்கப்பட்ட இத்தகைய அமைப்புமுறை, உலகில் வேறெந்தப் பகுதிகளிலும் இல்லாத அளவிற்கு ஆயிரக்கணக் கான துணைச் சாதிகளின் தோற்றத்திற்கு மூலமாக விளங்கியது. இதன் காரணமாக, மக்களின் மனங்களில் ஏற்பட்ட இத்தகைய மேல் கீழ் என்ற (வேற்றுமையுணர்வு) பாகுபாட்டுணர்வு தகர்க்க முடியாத சாதிப்பாகுபாடு தோன்றிட வழிகோலியது.

ஆரியர்களால் தங்களின் இருப்பைத் தக்கவைத்துக்கொள்ள உருவாக்கப்பட்ட இம்முறையில் க்ஷத்திரிய, வைசியர்களுக்கான கட்டுப்பாடுகளைக் காட்டிலும் சூத்திரர்கள் மீது பலமடங்கு கட்டுப்பாடுகள் விதிக்கப்பட்டன. இக்கட்டுப்பாடுகள் அனைத்தும்

தீண்டல், தொடூல் எனப்படும் தீண்டாமைக் கொடுமைகள் தோற்றம் பெறக் காரணமாக அமைந்தன. இவற்றுள் அடிமைகள், தீண்டத் தகாதவர்கள் முதலான பொருள்களில் வழங்கப்பட்ட சூத்திரர்கள் எதிர்கொண்ட கொடுமைகளை ஆபஸ்தம்பர், போதாயனர், மனு முதலியோரால் வகுக்கப்பெற்ற தண்டனை விதிகள் எடுத்துக் காட்டுகின்றன. இதற்குச் சான்றாக, ஆபஸ்தம்ப தர்ம சூத்திரம், வாசிட்ட தர்ம சூத்திரம், கௌதம தர்ம சூத்திரம், விஷ்ணு ஸ்மிருதி, பிருஹஸ்தி ஸ்மிருதி, நாரத ஸ்மிருதி, மனுதர்ம சாஸ்திரம் முதலான பல்வேறு பகுதிகள் அமைந்துள்ளன.

தென்னிந்தியாவில் பிராமணர்

வட இந்தியாவில் அதிகார மையமாகச் செயல்பட்டு வந்த ஆரியர்கள், தென் இந்தியப் பகுதிகளில் அவ்வாறு அதிகாரத்தினைக் கைப்பற்ற இயலவில்லை. இந்நிகழ்வின்போது, ஆரியர்கள் தமிழகப் பகுதிகளில் கண்ட தொழிற்பாகுபாடு மற்றும் நேர்த்தியான அரசு நிர்வாகம் முதலானவை அவர்களின் செயல்பாடுகளை முடங்கச் செய்தன. இது குறித்துக் கா. சிவத்தம்பி,

> ரிக் வேத காலத்திற்கு முற்பட்ட ஆரியர்கள் தென்னாட்டிற்குள் வந்தார்கள் என்று சொல்ல இயலாது. வெற்றி ஒன்றுடன் ஒன்று ஒத்ததாயிருந்த போதிலும், வேதகால ஆரியர்கள் வட இந்தியாவில் ஏற்படுத்திய புரட்சியைக் காட்டிலும் குறைந்தளவு புரட்சியையே தென்னிந்தியாவில் ஏற்படுத்தினார்கள் எனலாம்.[54]

எனக் குறிப்பிடுகின்றார். இம்முடிபு பிராமணர்களின் தாக்கம் குறித்த பி.டி.சீனிவாச ஐயங்காரின்[55] கருத்துடன் ஓரளவு ஒத்துப்போவதைப் பார்க்கலாம். ஆரியர்களின் இந்நிலைக்கு வேந்தர், முதுகுடி மன்னர், குறுநில மன்னர், சீறூர் மன்னர் எனப் பலவாறு இம்மண்ணில் செயல்பட்டு வந்த அதிகார மையங்கள் முதன்மைக் காரணிகளாக விளங்கின. இவர்களோடு எதிர்த்துச் சண்டையிட்டு அதிகாரத்தைக் கைப்பற்றுவது என்பது இயலாத ஒன்று என்பதை உணர்ந்த ஆரியர்கள், இங்கு நீண்ட காலமாக வழக்கிலிருந்து வந்த வீர வழிபாட்டையும், தாய்த்தெய்வ வழிபாட்டையும், நாட்டார் வழிபாட்டையும் ஆரிய மயப்படுத்தி அதன் வழியாகத் தங்களின் இலக்கை அடையலாயினர். இவ்வெற்றியானது தமிழர் வழிபாட்டை நிறுவனமயப்படுத்தியதன் வழியாக ஈடேறியது.[56] இது குறித்து டி.டி.கோசாம்பி தம்முடைய ஆய்வில், தென் இந்தியப் பகுதிகளில் பிராமணர்கள் முன்னேறியமுறை குறித்து விரிவாகப் பதிவு செய்துள்ளார்.[57] இம்முடிவில் தங்களின் எண்ணங்கள் யாவற்றையும் இங்குள்ள நிலங்களைக் கோயில்களின்

பெயரில் கைப்பற்றுவதன் வழியாக நிறைவேற்றினர் என்கிறார் கோசாம்பி. அந்த வகையில், தமிழ்ச் சமூகத்தில் தொல்காப்பியர் காலத்தில் வழக்கிலிருந்த அரசர், அந்தணர், வணிகர், வேள்ாளர் மற்றும் துடியன், பாணன், பறையன், கடம்பன் என்ற சங்க காலச் சமூகப் பாகுபாட்டையும் பயன்படுத்தி வருணப் பாகுபாட்டைத் தமிழ்ச்சூழலில் நிலைபெறச் செய்தனர்.

சத்திரியர்

ஆரியர்கள் தங்களின் மேலாதிக்கத்தை நிறுவிடுவதற்காக அனைத்துவித நடவடிக்கைகளிலும் சத்திரியர்களைப் பயன்படுத்திக் கொண்டு செயல்படலாயினர். இனக்குழுச் சமூகம் தெளிவுபெற்ற காலத்தில் தோற்றம் பெற்ற இம்மன்னர்கள் தங்களின் அதிகாரங்களை ஆரியர்களின் வருகைக்குப் பின்பு மெல்ல இழக்கலாயினர். இதன் காரணமாக அரசு, நிர்வாகம் என்றிருந்த (அரசர்கள்) இவர்கள் ஆரியர்களால் அறிமுகப்படுத்தப்பட்ட வேள்விகளையும் யாகங்களையும் பெரும் பொருட்செலவில் நிகழ்த்தி நேரத்தைச் செலவிட்டனர். இவ்வாறு அரசதிகாரத்தைக் கைப்பற்றும் நடவடிக்கையின் ஒரு பகுதியாக 'அரசர்' என்பவர் மக்களால் வணங்கப்பட வேண்டியவர்கள் என்ற கோட்பாட்டை ஆரியர்கள் கட்டமைத்தனர். இவற்றுடன் வருணக் கட்டமைப்பில் தங்களுக்கு அடுத்த நிலையில் இவர்களை (க்ஷத்திரியர்களை) வைத்தல், சமய நிறுவனங்களை வளர்த்தல், அரசுக்கு ஆலோசனைகளை வழங்குதல், அதன் காரணமாக இறையிலி நிலங்களையும் தனிக்குடியிருப்புகளையும் பெறுதல் முதலான பல்வேறு சலுகைகளைப் பெறும் நோக்கில் இவர்கள் உருவாக்கப்பட்டனர். இத்தகைய உரிமைகள் மறுக்கப்பட்ட அல்லது கிடைக்காத இடங்களிலும் பிராமணர்கள் செல்வாக்குடன் வாழ்ந்தனர். இதனைக் கா. சிவத்தம்பி,

> பிராமணர்கள் நிலச்சொத்து இல்லாதவர்களாக இருந்த பகுதி களிலும், சமூகத்தில் அவர்களுக்கிருந்த தனிச்சிறப்பிடம் கேள்விக்குட் படுத்தப்படவேயில்லை. ஏனெனில், சமூகத்தின் உயர்குடி வட்டாரங் களில் அவர்களுக்கிருந்துவந்த செல்வாக்கே இதற்குக் காரணம் எனலாம்.[58]

எனக் குறிப்பிடுகின்றார். இவ்வாறு பல்வேறு தரப்பினரின் செல்வாக்குடன் சத்திரியர்களின் செல்வாக்கும் பெருமளவில் கிடைத்தமையால் அரச நிர்வாகத்தில் பிராமணர்கள் இன்றியமையாத இடத்தினைப் பெற்றிருந்தனர். ஆனால், தென் இந்தியாவில் ஆரியர் களின் செயல்பாடு வட பகுதியைக் காட்டிலும் தொய்வுடன் காணப்

பட்டது. அவ்வகையில், வட பகுதியைக் காட்டிலும் மிகத் தாமதமாக வருணப் பாகுபாட்டைக் கட்டமைத்த ஆரியர்கள், தமிழ் மண்ணில் நீண்ட காலமாக அதிகார மையங்களாகச் செயல்பட்டு வந்த வேந்தர் களையும் மன்னர்களையும் சத்திரிய வருணத்தவர்களாக மாற்றிய மைத்தனர். அவ்வாறு மாற்றப்பட்ட காலத்தின் ஒரு பகுதியாகிய சங்க காலத்தில் சேர மன்னர்கள் 25, சோழ மன்னர்கள் 21, பாண்டிய மன்னர்கள் 25, குறுநில மன்னர்கள் 51, வள்ளல்கள் 9, குடிகள் 7 என மொத்தம் 138 அரசர்கள்[59] தமிழகத்தினை ஆண்டு வந்துள்ளனர்.

தமிழ்ச் சமூகத்தின் அதிகார மையங்களாகச் செயல்பட்ட இம்மன்னர் மரபு ஆங்கிலேயரின் வருகை வரை தொடர்ந்தது. அதுவரையில் வருணக் கோட்பாட்டு மாயையில் சிக்கிய இவர்கள் வணிகர், வேளாளர், சேவைக் குடியினர் ஆகியோர்க்கு அளவற்ற வரிகளை விதித்தனர். அவ்வாறு விதிக்கப்பட்ட வரிகளைச் செலுத்த இயலாதவர்களின் நிலங்களைக் கையகப்படுத்துல், ஊரை விட்டு ஒதுக்கிவைத்தல் (நாடு கடத்துதல்) முதலான பல்வேறு தண்டனை களுக்கு உள்ளாக்கப்பட்டு துன்புறுத்தப்பட்டனர். குடிமக்கள் மீது மேற்கொள்ளப்பெற்ற இத்தகைய நடவடிக்கைகள், அரச நிர்வாகத்தின் ஒரு பகுதி என்பது போன்ற தோற்றம் அனைத்து மன்னர்களாலும் பிராமணர்களின் துணையுடன் உருவாக்கப்பட்டிருந்தது. மாறாக, தங்களின் சமய மற்றும் வருணக் கோட்பாடுகளை மேன்மேலும் பரப்பிடவும் அதிகார மையத்தைத் தக்கவைத்துக் கொள்ளவும் வானுயர்ந்த கோபுரங்கள் பிராமணர்களின் நெறிப்படி எழுப்பப்பெற்றன. அவ்வாறு எழுப்பப்பெற்ற கோவில்கள் அனைத்திலும் அரசன் என்பவன் வணங்குதற்குரியவன் என்பதை வலியுறுத்தும் விதமாகக் கோயில்களின் ஒரு பகுதியில் அதனை எடுப்பித்த மன்னர்களின் சிலைகளும் நிறுவப்பட்டன. இப்பின்னணி யில் பிற்கால மன்னர்களின் காலத்தில் அவர்களுடைய ஆட்சி, நிர்வாகம். போர்த்திறம் முதலானவற்றைப் போற்றும் வகையில் ‘உலா’ முதலான இலக்கியங்களும் பாடப்படலா யின. அவ்வகையில் இவ்வாறு பல நிலைகளில் ஆதிக்கம் செலுத்தி வந்த மன்னர்கள், தங்களை நெறிப்படுத்திய பிராமணர்களுக்குத் தனிக் குடியிருப்புகள் உருவாக்கிக் கொடுத்தமையை,

> நித்தவிநோத வளநாட்டு வீரசோழ வளநாட்டு திரிபுவனமாதேவிச் சதுர்வேதி மங்கலமென்னும் பெயரால், யாண்டு எட்டாவது முதல் பிர்மதேசமாக இறையிலி செய்து.[60]

எனச் சுட்டும் கரந்தைச் செப்பேடுகள் வழியாக அறிய முடியும். குறிப்பாக, தென்னிந்தியாவில் சோழர்களின் காலத்தில் இத்தகைய நிலக்கொடைகளும் தானங்களும் அதிகமாகக் காணப்பட்டன.

இவ்வாறு பல நிலைகளில் பெரும்பான்மைக் குடிகளைத் தொடர்ந்து புறக்கணித்து வந்த பேரரசுகளும் சிற்றரசுகளும் குறுநில மன்னர்களின் தோற்றத்தினாலும் ஆங்கிலேயரின் வருகையினாலும் மக்களின் ஆதரவினை இழந்து அழிந்துபோயின.

வைசியர்

வருணக் கட்டமைப்பில் மூன்றாவதாகவும் 'துவிஜர்' எனப்படும் இருபிறப்பாளர்களில் இறுதியாகவும் வைசியர்கள் சுட்டப்படுகின்றனர். வேளாண்மைத் தொழிலை முதன்மையாகக் கொண்டு வாழ்ந்த இவர்கள் பிராமண மற்றும் சத்திரியர்களின் தேவைகளைத் தீட்டிற்கிடமின்றி நிறைவேற்றிக்கொள்ளப் பயன்படுத்திக்கொள்ளப்பட்டனர். இவ்வாறு தங்களின் மேல் வருணத்தவர்களிடம் மாறுபட்ட தொழில்களைச் செய்து காடுகளிலும் சமவெளிகளிலும் கடல்சார்ந்த பகுதிகளிலும் உற்பத்திச் சமூகமாக வாழ்ந்த இவர்கள் 'வைசியர்' எனும் பொதுச் சொல்லால் வழங்கப்பட்டனர். வருண அமைப்பின் தொடக்க காலகட்டத்தில் இவர்களிலிருந்து பல்வேறு கிளைச்சாதிகள் தோற்றம் பெறலாயின. அவ்வகையில் இவர்கள் மீது திணிக்கப்பட்டிருந்த தொழில்களை மனுதர்ம சாஸ்திரம்,

வாணிபர்க்கு ஆநிரைகளைக் காத்தல், தானம் கொடுத்தல், கடலாரம், மலையாரம், கனிப் பொருள், விளை பொருள், தானியங்கள் இவற்றை வியாபாரம் செய்தல், வட்டிக்கு விடுதல், பயிர்த் தொழில் செய்தல் ஆகியவற்றை விதித்தார்.[61]

எனக் குறிப்பிடுகின்றது. இதன்படி, பல நிலைகளில் உழைப்பை மூலதனமாகக் கொண்ட இவர்கள், ஆரியர்கள் தென்னிந்தியப் பகுதி நோக்கி நகர்ந்தபோது இக்கோட்பாடு அங்கும் திணிக்கப்பட்டது. இக்காலகட்டத்தில் தமிழ்ச் சமூகத்தினர் ஆரியர்க்கு முன்பிருந்து பல்வேறு பண்புகளைக் கொண்ட மக்களுடன் தொகுப்பினருடன் அவ்வக்காலங்களில் தொடர்பு கொண்டு வாழ்ந்திருந்தனர்.[62] இதற்குத் தொல்காப்பியமும் சங்க இலக்கியமும் பல்வேறு சான்றுகளைக் குறிப்பிடு கின்றன. வட இந்தியாவில் வைசியர்கள் எனப்பட்ட இவர்கள், தொல் காப்பியத்தில் வைசிகன் எனவும் சங்க இலக்கியத்தில் தொழிற் குடியினரில் ஒருசிலராகவும் பதிவு செய்யப்பட்டுள்ளனர். இவற்றுள், சங்க இலக்கியத்தில் பதிவு செய்யப்பட்டுள்ள பல்வேறு வணிகக் குழுவினர் குறித்து மயிலை சீனி. வேங்கடசாமி முதற்கொண்டு பல்வேறு அறிஞர் பெருமக்கள் ஆய்வு செய்துள்ளனர். இவையனைத்திலும் தமிழ்ச் சமூகம் கொண்டிருந்த ஐவகை நிலப்பாகுபாடும் அவற்றிற்கிடையிலான வணிகத் தொடர்பும் மிக விரிவாக விளக்கப்பட்டுள்ளன. மேலும், இக்காலத்தில் அனைத்து வகையான உற்பத்தியிலும் முதன்மை பெற்றிருந்த இவர்கள் சமய நிறுவனங்களைக் கட்டமைப்பதிலும் உறு துணையாகச் செயல்பட்டமையை,

> செல்வம் மிக்க நிலக்கிழார்களும் வணிகர்களும்கூடச் சமயப் புரவலர்களாக விளங்கினர். பௌத்தமும் சமணமும் வணிகரோடு நெருங்கிய தொடர்பு கொண்டிருந்தன. அவற்றின் இலக்கியங் களில் 'செட்டி - கஹபதிகள்' மற்றும் வணிகர்கள் பற்றிய சாதகமான குறிப்புகள் உள்ளன. பல ஸ்தூபிகளையும் மடங்களை யும் கட்டுவதற்கு வணிகக் குழுக்கள் நிதி வழங்கியுள்ளமை அவற்றின் கல்வெட்டுகளிலிருந்து தெரிய வருகிறது. இது போலவே பிந்தைய நூற்றாண்டுகளில் இந்துக் கோயில்களை வணிகக் குழுக்கள் புரந்தனர்.[63]

எனக் குறிப்பிடும் ரொமிலா தாப்பர் அவர்களின் கூற்று வழியாக உறுதிப்படுத்த முடியும். ரொமிலா தாப்பரின் இக்கூற்று ஒருங்கிணைந்த இந்தியப் பகுதி முழுமைக்கும் பொருந்தும் வகையில் அமைந்திருப்பது இங்கு நோக்குதற்குரியது. அவ்வகையில் ஒருங்கிணைந்த இந்தியப் பகுதி முழுவதும் வணிக மற்றும் வேளாண்மைக் குடியினராக அறியப்பட்ட இவர்கள், நாளடைவில் நிலக்கிழார்களாகவும் உடைமைச் சமூகத்தின ராகவும் மாற்றம் பெறலாயினர். வைசியர்களின் இந்நிலைக்கு பிராமண மற்றும் சத்திரிய வருணத்தவர்களின் நிபந்தனையற்ற ஆதரவு மூல காரணங்களாக அமைந்தன. இச்சூழலை நன்கு பயன்படுத்திக் கொண்ட வைசியர்கள் வருணக் கட்டமைப்பிற்கு ஏற்பத் தங்களின் வாழ்வியலை அமைத்துக் கொண்டு செயல்படலாயினர். அவ்வாறு செயல்பட்ட காலத்தில் பிராமணர்களைப் போன்று இவர்களும் சூத்திரர்கள் மீது ஆதிக்கம் செலுத்தத் தொடங்கினர்.

சூத்திரர்

ஆரியர்களால் உருவாக்கப்பட்ட வருணக் கட்டமைப்பில் இறுதியாகவும் தீண்டாமைக்கு உட்படுத்தப்பட்டு உரிமைகள் மறுக்கப்பட்டவர்களாகவும் சூத்திரர்கள் உள்ளனர். இதன் முதல் நிலையாக, மேல் வருணத்தவர்களாகிய பிராமண, சத்திரிய, வைசிய சமூகத்தினர்க்குச் சேவை புரிதல் என்பது மட்டும் சூத்திரர்க்கு உரிய கடமையாக மனுவின் வழியாக வலியுறுத்தப்பட்டது.[64] அவ்வகையில் சூத்திரர்கள், அனைத்து வருணத்தவர்களாலும் தங்களின் தேவைகளை நிறைவேற்றிட பயன்படுத்திக் கொள்ளப்பட்டனர். இந்நிலை, தொழில்களின் தேவை மேலும் அதிகரித்தபோது பல்வேறு கிளைச்சாதிகளின் தோற்றத்திற்கு வழிவகுத்ததோடு அடிமைச் சமூகம் தோற்றம் பெறவும் மூல காரணமாக அமைந்தது.

மனுவினுடைய பாதங்களிலிருந்து தோன்றியதாகச் சுட்டப்படும் இச்சூத்திரர்கள் தங்களின் உரிமைகளைப் பெறக்கூடிய நிலை மறுக்கப்பட்டவர்களாக வைக்கப்பட்டிருந்தனர். இந்நிலையானது மநுவாலும், பிரம்மாவாலும் அவரவர் தகுதிக்கேற்ப வேதங்கள், மனு, சம்ஹிதை ஆகியவற்றின் வழியாக நிர்ணயிக்கப்பட்டது. இதன்

காரணமாக இந்தியச் சமூகத்தின் வளர்ச்சியை முடக்கிப் போடக்கூடிய அளவு வலிமை பெற்றதாகச் 'சாதி' எனும் மாயை சமூக அமைப்பாகக் கட்டமைக்கப்பட்டது. இது குறித்து,

> இனக்குழுக்களும் தொழில் குழுக்களும் சாதிகளாக உருமாறியபோது வருண அமைப்புக்குள் ஓர் இடமும், சாதிப் படிநிலையில் ஓர் இடமும், தேவைப்பட்டால் ஒரு கோத்திரமும் அவற்றுக்கு வழங்கப்பட்டன. பலவற்றுக்கு சூத்திர நிலையே வழங்கப்பட்டது. இடைக்கால இந்தியாவின் தொடக்கத்தில் ஏராளமான சூத்திர சாதிகள் தோன்றுவதற்கு இதுவே காரணம்.[65]

என ரொமிலா தாப்பர், 'வரலாறு' குறித்த ஆய்வில் பதிவு செய்கிறார். இவ்வாறு சதுர்வர்ணம் கட்டமைக்கப்பட்ட தொடக்க காலத்தில் சூத்திரர்கள் மீது விதிக்கப்பட்ட கட்டுப்பாடுகள், பல்வேறு நிலைகளில் அவர்களை வாழ்வின் விளிம்பிற்கு இட்டுச்சென்றன. இதனால் வேதங்களை உச்சரிக்கத் தடை, யாகங்கள் நடத்தத் தடை, உபநயனம் செய்துகொள்ளத் தடை, மணம் புரியத் தடை, பூநூல் அணியத் தடை, பொன் ஆபரணங்கள் அணியத் தடை, தூய ஆடைகள் உடுத்தத் தடை, இரவில் உலவுவதற்குத் தடை, கல்வி கற்கத் தடை எனப் பல்வேறு நிலைகளில் சூத்திரர்கள் புறக்கணிப்பிற்கு உள்ளாக்கப் பட்டனர். மேலும், சூத்திரர்களின் இந்நிலை குறித்து ஆய்வு செய்த டாக்டர் அம்பேத்கர், சூத்திரர்கள் என்பவர்கள் அரச வர்க்கத்தினராக இருந்து பின்னர் ஆரியர்களால் நான்காம் வருணத்தவர்களாக்கப் பட்டனர் என்பதை உரிய சான்றுகளுடன் நிறுவிக்காட்டினார்.[66] அம்முடிவுகளின் அடிப்படையில்,

> சூத்திரர்கள் அடிமைகளாக்கப்பட்டதாகக் கூறப்படும் பிரச்சினையைப் பார்க்கும்போது அது அர்த்தமற்றது என்பதுடன் வடிகட்டிய பொய்யுமாகும்.[67]

எனக் குறிப்பிடுவதோடு, சூத்திரர்கள் எனப்பட்டவர்கள் வருணாசிரம காலத்தில் இந்தோ ஆரிய சூத்திரர்கள், இந்து சமுதாயச் சூத்திரர்கள் என இரண்டு வகையினராக இருந்தனர் எனவும் குறிப்பிடுகின்றார்.[68]

இவற்றுள் இந்தோ -ஆரிய சூத்திரர்கள் எனப்பட்டவர்கள் பிராமணர்களுடன் ஏற்பட்ட முரண்பாட்டின் காரணமாக எத்தகைய தொடர்புமின்றித் துண்டிக்கப்பட்ட அரச வர்க்கத்தினராவர். மற்றொரு வகையினர், நாகரிகமற்ற கீழான பண்பு நலன்களைக்கொண்ட இந்து சமூகத்தின் கடைநிலை மக்கள் எனத் தக்கசான்றுகளுடன் டாக்டர் அம்பேத்கர் அவர்கள் நிறுவியுள்ளமை குறிப்பிடத்தக்கது. இவ்விரு நிலைப்பட்ட சூத்திரர்களும் வருணக் கட்டமைப்பின் இறுக்கம் சற்று குறையத் தொடங்கியபோது இரண்டறக் கலந்து ஒருங்கிணைந்த சூத்திரர்களாக வழங்கப்படலாயினர். எனவே, பல நிலைகளில் உரிமைகளின்றி உணர்வற்றவர்களாகக் கட்டமைக்கப்பட்ட சூத்திரர்களை

வருணக் கட்டமைப்பில் இறுதியாக வைத்து அம்முறையை இந்தியா முழுவதும் பரவலாக்கம் செய்தபோது சாதியின் வக்கிரம் அனைத்து நிலைகளிலும் வெளிப்படத் தொடங்கியது.

வேதங்கள், மனுதர்ம சாஸ்திரம், உபநிடதங்கள், சம்ஹிதைகள் ஆகியவற்றின் வழியாக வலியுறுத்தப்பெற்ற வருண தர்மங்களில் சூத்திரர்க்கும் அவர்களோடு தொடர்பு கொண்டோர்க்கும் கடுமையான தண்டனைகள் விதிக்கப்பெற்றிருந்தன. மேலும், சூத்திர தர்மத்தின்படி ஒழுகாதவர்கள், சமூக அமைப்பிலிருந்து ஒதுக்கி வைத்தல் முதலான கழுவாய்களுக்கு உள்ளாக்கப்பட்டுத் தண்டிக்கப்பட்டனர். மேலாக, ஆரியர்களின் சமகாலத்தில் மன்னர்களாகவும் அமைச்சர்களாகவும் வாழ்ந்த இச்சூத்திரர்கள் தங்கள் நாட்டில் வாழ்ந்த பிராமணர்களுடன் ஏற்பட்ட பகையின் காரணமாகச் செல்வாக்கினை இழக்கத் தொடங்கினர். இந்நிலை, சூத்திரர்களை வெகு விரைவில் தகுதியிழக்கச் செய்ததுடன் சதுர்வருண அமைப்பில் கடைநிலைக்குக் கொண்டு செல்லவும் காரணமாக அமைந்தது.

சூத்திரர்களின் வரலாறு இவ்வாறு இருக்கையில், சதுர்வருண அமைப்பு பற்றிப் பேசும்போது ரிக் வேதத்தில் இடம்பெற்றுள்ள வருணங்கள் பற்றிய பதிவையும் இன்றியமையாததாகக் கருதவேண்டி யுள்ளது. இதில் சூத்திரன் என்ற சொல் ஓர் இடத்தில் மட்டும் சுட்டப்பட்டுள்ளது. மாறாக, 'தாசர்' என்ற சொல் 54 முறையும் 'தஸ்யு' என்ற சொல் 78 முறையும் பயன்படுத்தப்பட்டுள்ளன.[69] இக்குறிப்புகளை அடிப்படையாகக் கொண்டு தாசர் மற்றும் தஸ்யுக்கள் என்பவர்கள் சூத்திர சாதியினராவர் என்ற கருத்தினை ரிக் வேதத்திற்குப் பின்பு தோன்றிய யஜுர் வேதமும், சாம வேதமும் சுட்டுகின்றன. மேலும், மனுதர்ம சாஸ்திரம் நான்கு வருணத்தவர்க்கான பெயரடைகளைக் குறிப்பிடும்போது சூத்திரர்க்கு 'தாசர்' என்ற சொல்லை அடையாகச் சுட்டுகின்றது. மாறாக, 'ரிக்' வேதம் பிராமண, சத்திரிய, வைசியர்களை மட்டும் மூன்று வருணத்தவர்களெனத் தனியாகச் சுட்டுகின்றது. இவ்வாறு 'ரிக்' வேதமானது வருணப் பாகுபாட்டில் உள்ள முதல் மூவருணத்தவர்கள் குறித்துப் பெருமளவு தரவுகளைக் கொண்டதாக அமைந்துள்ளது. எனவே, 'ரிக்' வேத காலத்தில் சூத்திரர்களைத் தனி வருணமாகக் கொள்ள வேண்டிய அவசியமின்மையால் முதல் மூன்று பிரிவினர் மட்டும் மூவருணக் கட்டமைப்பில் இடம் பெற்றிருந்தனர். பின்பு பிராமணர்களுடனான மோதல் அதிகமான போது வருணம் நான்கு என்றாகி, அந்நான்கும் கடந்த காலங்களில் ஆயிரக்கணக்கான சாதிகளாகத் தோற்றம் பெறலாயின.

குலத்தொழில் கட்டமைப்பு

இந்தியச் சூழலியலுக்கேற்ப தங்களின் இருப்பிடங்களை அமைத்துக் கொண்டு வாழத் தலைப்பட்ட பண்டைச் சமூகத்தினர்,

தாங்கள் அறிந்திருந்த தொழில் முறைகளை மேற்கொண்டு வாழ்ந்தனர். இக்காலகட்டத்தில் தங்களின் தேவைகளை மட்டும் அடிப்படையாகக் கொண்டு வாழ்ந்த இவர்கள் உற்பத்திச் சமூகமாகத் தோற்றம் பெற்ற போது, வழக்கிலிருந்த தொழில்கள் அனைத்தும் அவரவர்க்கானதாக இறுதிவடிவம் பெற்றன. பின்பு இந்தியச் சமூகம் முழுவதிலும் தோற்றம் பெற்ற இனக்குழுத் தலைவன் மரபு வெகுவிரைவில் அரச வர்க்கமாகப் பரிணாமம் கொண்டது. இப்பரிணாம வளர்ச்சி பிற்காலத்தில் ஒட்டுமொத்த சமூகத்திற்குமான தலைமையை ஏற்படுத்தியது. இம்முறை இனக்குழுத் தலைமை அழிய வழிசெய்ததுடன் உடலுழைப்பற்ற, தன்னிச்சையாகச் செயல்படும் அதிகாரக் குவிமையம் ஏற்படவும் மூல காரணமாக அமைந்தது. இந்தியா முழுமையிலும் நிலவிய இப்போக்கு குடித்தொழில் பிரிவினரை உள்ளடக்கிய அனைத்து மக்கள் மீதும் முறையற்ற அதிகாரம் செலுத்துவதற்குக் காரணமாக அமைந்தது. அந்த வகையில், நாகரிக வளர்ச்சியானது மேன்மையை அடைந்த வேளையில் இவ்வதிகார வர்க்கத்தினர் தங்களைத் தனி வர்க்கத்தினராகக் காட்டி, தாங்கள் பிறரினும் மேன்மையானவர்கள் என நிறுவ முயன்றனர். இப்போக்கு ஆரியர்களின் வருகைக்குப் பின்பு மிகப்பெரிய அளவிலான பாகுபாடு மக்களிடம் தோன்றிட வழிவகுத்தது.

வட இந்தியப் பகுதிகளில் தங்களின் மேலாதிக்கத்தை வருணக் கட்டமைப்பின் வழியாக ஏற்படுத்திய ஆரியர்கள், தென் இந்தியாவில் அதிகார வர்க்கமாகத் திகழ்ந்த அரசர்களின் உதவியுடன் அதனை நிறுவினர். இது நிலைத்த தொழிற்குடியினராக இருந்த மக்களைப் பாகுபடுத்துவதன் மூலமாகச் சாத்தியமாகியது. ஆரியர்களின் நெறிப்படி இதனைச் சாத்தியமாக்கிய அரச வர்க்கத்தினர், தங்களை மக்களுக்கான பிரதிநிதிகளாகக் காட்டிக்கொள்ள முனைந்தனர். இதனை முழுவதுமாக ஏற்க மறுத்த மக்களைத் தன்வயப்படுத்தும் விதமாக, தரிசாகக் கிடந்த நிலங்கள் அம்மக்களுக்குக் குத்தகை முறையில் அளிக்கப்பட்டன. அவ்வாறு அளிக்கப்பட்ட நிலங்களை மையமாகக் கொண்டு கடுமை யான வரிவிதிப்புகளை அரசு மேற்கொண்டது. இத்தகைய நடவடிக்கை யின் காரணமாக வரிச்சுமைகளைத் தாங்க முடியாத பெரும்பாலான மக்கள் புலம்பெயர்ந்து செல்வது பரவலாக நிகழ்ந்தது.

தொகுப்புரை

நாகரிக வளர்ச்சியில் மேன்மை பெற்றிருந்த தமிழ்ச் சமூகம், தொழில்களையும் இருப்பிடங்களையும் கட்டமைத்ததில் உலக நாகரிகங்களுக்கு முன்னோடியாகத் திகழ்ந்தது. இதனால், நிலங்களின் (திணை) அடிப்படையில் தங்களின் இருப்பிடச் சூழலை அமைத்துக் கொண்டு, உணவு உற்பத்தியில் தன்னிறைவு பெற்றவர்களாக விளங்கினர். இக்காலகட்டத்தில் இனக்குழுத் தலைமையை மையமாகக் கொண்ட 'அரசு' என்ற அமைப்பின் வழியாக நிலைபெற்ற அதிகார மையத்தினர் முதல், இடை, கடை என்ற மூன்று நிலைகளிலான மக்கட்

பாகுபாடு தோற்றம் பெறக் காரணமாக அமைந்தனர். இப்பின்னணியில், ஒவ்வொரு திணையிலும் அரசர்களின் பெயரில் அதிகார மையத் தோற்றம் தவிர்க்க இயலாதவைகளாயின.

இவ்வாறு திணைகள் தோறும் அதிகார மையம் தோற்றம் பெற்ற பின்பு, தொழிற்பிரிவினராக அறியப்பட்ட குடித்தொழில் பிரிவினர் அவரவர் நிலையிலேயே தொடரச் செய்தனர். இக்காலத்தில் 'குடி' என்பது தொல்காப்பியத்திலும் பிற இலக்கியங்களிலும் பல்வேறு பொருண்மை களில் பதிவு செய்யப்பட்டது. தமிழ்ச் சமூகத்தில் ஒத்த பண்பு நலன்களைக் கொண்ட மக்கள் குழுவினரைக் குறித்த 'குடி' என்ற சொல், பிற்காலச் சோழர் காலத்தில் சாதிகளாக மாற்றம் பெறலாயின. இம்மாற்றத்தின் காரணமாகத் தமிழர்களிடையே வலங்கை - இடங்கை எனும் பிரிவுகள் உருவாயின. அவை ஒவ்வொன்றிலும் தொண்ணூற்று எட்டுப் பிரிவினர் இடம் பெற்றிருந்தமையைக் கல்வெட்டுகளும் சுவடிகளும் பதிவு செய்திருந்தன. மேலும், இக்காலத்தில் தென்னிந்தியா வில் வேகமாக ஊடுருவிய வருணப் பாகுபாடு, இக்கட்டமைப்பை நான்கு வருணங்களின் கீழ்ப் பல்வேறு சாதிகளாக நிலைபெறச் செய்தது. பின்பு, இவ்வமைப்பு குடித்தொழில் பிரிவினரைச் சாதிகளை அடிப்படையாகக் கொண்ட குலத்தொழில் பிரிவினராக மாற்றம் பெறச் செய்தது.

சான்றாதாரங்கள்

1. பெ. மாதையன், சங்ககால இனக்குழுச் சமூதாயமும் அரசு உருவாக்கமும், ப. 10.
2. சா. குருமூர்த்தி, தொல்பொருளாய்வும் தமிழர் பண்பாடும், ப. 18.
3. மேலது, ப. 15.
4. புதிய கற்காலத்திற்குப் பிறகு கி. மு. 1000 முதல் கி.பி. 500 வரை தமிழகத்தில் வாழ்ந்த மக்களுடைய பண்பாடு 'மெகலிதிய' பண்பாடு எனப்படும்.

   மேலது, ப. 43.
5. வி. ஆர். இராமச்சந்திர தீட்சிதர், தமிழரின் தோற்றமும் பரவலும், ப. 50.
6. வேளாண்மைத் தொழில் இம்மக்களின் இன்றியமையாத தொழிலாகும். இதற்கேற்பத் திருக்காம்புலியூர் நிலப்படிவங்களில் கருகிய நெல், உமி போன்றவை தென்பட்டன. மேலும், அகழ்ந்து எடுக்கப்பட்ட இரும்பு அரிவாள், ஏர்க்கொழு போன்றவை

வேளாண்மைத் தொழிலில் மக்கள் பெரிதும் ஈடுபட்டிருந்தனர் என்பதைக் காட்டுகின்றன.

- சா. குருமூர்த்தி, தொல் பொருளாய்வும் தமிழர் பண்பாடும், ப. 44.

7. பெ. மாதையன், சங்க கால இனக்குழுச் சமுதாயமும் அரசு உருவாக்கமும், ப. 38.

8. பெ. மாதையன், சங்க இலக்கியத்தில் வேளாண் சமுதாயம், ப. 41.

9. மேலது, ப. 38.

10. ந. சஞ்சீவி, சங்க இலக்கிய ஆராய்ச்சி அட்டவணைகள், ப. 35.

11. நா. வானமாமலை, தமிழகத்தில் சாதி சமத்துவ போராட்டக் கருத்துகள், ப. 50.

12. நால்வருணப் பாகுபாடு சங்க காலச் சமூகத்தில் காணப்படா விடினும், 'வேற்றுமை தெரிந்த நாற்பாலுள்ளும் கீழ்ப்பால் ஒருவன் கற்பின், மேற்பால் ஒருவனும் அவன்கட் படுமே' (புற. 183) என்ற அடிகளில் உயர்வு தாழ்வு வரிசையில் அமைந்த நான்கு வருணங்களைப் பற்றிய பேச்சு வந்துவிட்டது. ஆயின் இதற்குள் வருகின்ற பிரிவினர்களைப் பற்றிய பேச்சில்லை. அந்தப் பேச்சு பின்னர் தோன்றிய தொல்காப்பியத்தில்தான் இடம் பெற்றுள்ளது.

- ராஜ் கௌதமன், பாட்டும் தொகையும் தொல்காப்பியமும் தமிழ்ச் சமூக உருவாக்கமும், ப. 165.

13. பெ. மாதையன், சங்க கால இனக்குழுச் சமுதாயமும் அரசு உருவாக்கமும், ப. 148.

14. பெ. மாதையன், சங்க இலக்கியத்தில் வேளாண் சமுதாயம், ப. 15.

15. மயிலை சீனி. வேங்கடசாமி, பழங்காலத் தமிழர் வாணிகம், ப. 31.

16. ந. சஞ்சீவி, சங்க இலக்கிய ஆராய்ச்சி அட்டவணைகள், ப. 33.

17. மயிலை சீனி. வேங்கடசாமி, பழங்காலத் தமிழர் வாணிகம், ப. 9.

18. பி. டி. சீனிவாச ஐயங்கார், தமிழர் வரலாறு (கி. பி. 600 வரை), பக். 114, 115.

19. கா. சிவத்தம்பி, பண்டைத் தமிழ்ச் சமூகம் வரலாற்றுப் புரிதலை நோக்கி, ப. 34.

20. மேலது, ப. 35.

21. சாந்தி சாதனா, பாட்டும் தொகையும், ப. 118.
22. கா. சிவத்தம்பி, பண்டைத் தமிழ்ச் சமூகம் வரலாற்றுப் புரிதலை நோக்கி, பக். 43, 44.
23. மு. தங்கராசு, சங்க இலக்கியத்தில் நிலவியல், ப. 191.
24. மணல் நிலம் ஆகையினால் இங்கே நெல், கேழ்வரகு முதலான தானியங்கள் விளையவில்லை. ஆகவே நெய்தல் நிலத்து மக்கள் கட்டுமரங்களிலும் படகுகளிலும் கடலில் வெகுதூரம் போய் வலைவீசி மீன்பிடித்து வந்து விற்று வாழ்ந்தார்கள்.

    -மயிலை சீனி. வேங்கடசாமி, பழங்காலத் தமிழர் வாணிகம், ப. 10.

25. சங்க இலக்கியங்கள் ஆழ்கடல் மீன்பிடிப்பு குறித்து எதுவும் கூற வில்லை என்பதை நாம் அறிவோம். அறிவதெல்லாம் கடற் கரையோரம் மீன் பிடித்தலையும் உள்நாட்டில் மீன் பிடித் தலையும் உப்பு விளைவித்தலையும் தாம். இதில் உப்பு விளை வித்தல் ஒரு பருவகாலத் தொழிலாகும். - கா. சிவத்தம்பி, பண்டைத் தமிழ்ச் சமூகம் வரலாற்றுப் புரிதலை நோக்கி, ப. 38.
26. Tamil Lexicon, Vol. II. p. 968.
27. நா. கதிரைவேற்பிள்ளை, தமிழ்மொழி அகராதி, ப. 478.
28. புறம். 2, 4, 5, 8, 11, 13-15, 18, 20, 22, 36, 38, 48-50, 53-55, 62, 63, 65, 74, 110, 125, 127, 149, 153, 203, 209, 210, 211, 245, 258, 347, 367-369, 387, 398.

    அகம். 36, 55, 127, 149, 209, 347,; பதிற். 11, 15, 18, 38, 63; பரி. 4.

29. சாந்தி சாதனா, பாட்டும் தொகையும், ப. 71.
30. அ. சேர நாட்டில் வாழ்ந்த குடிகள்: குடவர், குட்டுவர், அதியர், உதியர், மலையர், மழவர், மறவர், இளையர், பூழியர், வில்லோர், கொங்கர், குறவர், (பக். 238, 240, 248, 251, 256, 258, 262, 267)

    ஆ. சோழ பாண்டிய நாட்டில் வாழ்ந்த பிற குடிகள்: பரதவர், கோசர் (பக். 268, 273)

    இ. மூவேந்தர் ஆட்சியில் அடங்காத குடிகள்: ஆவியர், ஓவியர், வேளிர், அருவர், அண்டர், இடையர் (பக்.281, 289, 295, 326, 337, 340)

    ஈ. தமிழக எல்லைகளில் வாழ்ந்த குடிகள்: தொண்டையர், திரையர், களவர், வடுகர், (பக். 342, 351, 356)

உ. அயல் நாட்டுக் குடிகள்: ஆரியர், மௌரியர், யவனர் (பக்.363,381,387)

-மொ.அ.துரை அரங்கசாமி, சங்க காலச் சிறப்புப்பெயர்கள், பக். ix.x.

31. சி. கோவிந்தராசன், கல்வெட்டுக் கலைச்சொல் அகரமுதலி, ப. 435.

32. மேலது, ப. 218.

33. மேலது, ப. 137.

34. மேலது, ப. 152.

35. மேலது, ப. 20.

36. மேலது, ப. 217.

37. மேலது, ப. 191.

38. மேலது, ப. 353.

39. ரொமிலா தாப்பர், வரலாறும் கருத்தியலும், பக். 39, 40.

40. கே. கே. பிள்ளை, தமிழக வரலாறும் மக்களும் பண்பாடும், ப. 321.

41. மேலது, ப. 323.

42. ஆ. தசரதன், வலங்கைச் சான்றோரும் சோழரும், ப. 60.

43. கே. கே. பிள்ளை, தமிழக வரலாறும் மக்களும் பண்பாடும், ப. 329.

44. மேலது, ப. 329.

45. மேலது, ப. 326.

46. இரா. வாசுகி, வலங்கை இடங்கை சாதீ, பக். 75, 76.

47. கஸ்பியன் கடலுக்கும் கருங்கடலுக்கும் இடையில் வெண்ணிறமுடைய ஒரு சாதியார் வாழ்ந்து கொண்டிருந்தார்கள். இவர்கள் ஆடு மாடுகளை ஓம்பி அவை கொடுக்கும் பயன்களைக் கொண்டு வாழ்பவர்களாகவிருந்தார்கள். கி.மு. 2500 வரையில் இயற்கை மாறுபாட்டால் பெருவறட்சி உண்டாயிற்று. புல்வெளிகள் கரிந்து போயின. ஆகவே அவர்கள் பல கூட்டங்களாகப் பிரிந்து ஐரோப்பிய நாடுகளுக்கும் பாரசீகத்துக்கும் சென்றார்கள். பாரசீகத்துக்குச் சென்றவர்கள் அங்கு சில நூற்றாண்டுகள் தங்கி வாழ்ந்தார்கள். அவர்களிற் சிலர் கூட்டங்களாகப் பிரிந்து கைபர்க் கணவாய் வழியாக இந்தியாவின் வடமேற்குப் பகுதியை அடைந்தார்கள். இவர்கள் ஆரியர் எனப்பட்டார்கள்.

- ந.சி.கந்தையா பிள்ளை, இந்து சமய வரலாறு. ப. 1.

48. நிர்மால்யா, கேரளத்தின் முதல் தலித் போராளி அய்யன் காளி, ப. 12.

49. ஆரியர்கள் கிழக்குத் திசையில் கங்கைக் கரையை நோக்கி இடம்பெயர்ந்தபோது தங்களைப் போலவே பண்பாட்டுச் செழிப்புமிக்க மக்களைச் சந்தித்தனர். அவர்களுடன் கூடிக்கலந்து வாழ ஆரம்பித்தனர். அந்தக் காலத்து ஆரியர்கள் பொதுவாகவே வீரர்களாக இருந்தனர். வளமும் இயற்கை அழகும் மிக்கப் பிரதேசங்களால் ஈர்க்கப்பட்ட அவர்கள் ஓயாது முன்னேறிச் சென்றனர். அவர்களுடைய ஆக்கிரமிப்பை எதிர்த்த பழங்குடிகளை அவர்கள் ஈவிரக்கமின்றித் தோல்வியுறச் செய்து விரட்டவும் கொன்றொழிக்கவும் செய்தனர்.

- தவத்திரு தருமதீர்த்த அடிகளார், இந்துமதக் கொடுங்கோன்மையின் வரலாறு, ப. 37.

50. தொல்காப்பியம் நால்வருணப் பாகுபாடு பற்றிய செய்திகளைப் பதிவு செய்துள்ளது. புருஷ சுக்தா கூறும் பிராமணர், சத்திரியர், வைசியர், சூத்திரர் ஆகிய பிரிவுகளை அந்தணர், அரசர், வணிகர், வேளாளர் எனத் தொல்காப்பியம் குறிப்பிடும் (பொருள். 615-629) இப்பெயரீடுகளே அன்றி மேலோர் (பொருள் 31), மூவர் (பொருள் 142), கீழோர் (பொருள் 142), உயர்ந்தோர் (பொருள் 28,33), ஏனோர் (பொருள் 74) முதலியவற்றையும் நால் வருணத்தைக் குறிக்கத் தொல்காப்பியம் பயன்படுத்தியுள்ளது.

- சிலம்பு நா. செல்வராசு, சங்க இலக்கிய மறுவாசிப்பு, ப. 194.

51. டாக்டர். அம்பேத்கர், நூல் தொகுப்பு தொகுதி, 13, ப. 25.

52. மனித ராசி பல்கும் பொருட்டாகவே பிரம்ம, க்ஷத்திரிய, வைசிய, சூத்ர என்ற நால் வருணத்தையும் வேதஞானம், புவிபுரத்தல், செல்வ மீட்டல், ஏவல் புரிதல் என்ற கட்டுப்பாடுகளின் வழியே வகுத்து வைத்தார். இவர்கள் இறைவனுடைய முகம், தோள், தொடை, பாதம் ஆகிய பகுதிகளினின்றும் தோற்றமுற்றனர்.

- திருலோக சீதாராம் (தமிழாக்கம்), மனுதர்ம சாஸ்திரம், ப. 4.

53. ரொமிலா தாப்பர், வரலாறும் கருத்தியலும், பக். 33, 34.

54. கா. சிவத்தம்பி, பண்டைத் தமிழ்ச் சமூகம் வரலாற்றுப் புரிதலை நோக்கி, ப. 112.

55. கி. பி. 1-500 கால அளவில் பிராமணர் தமிழகத்தில் இருந்தனர். அதற்கு முன்னரே அகத்தியரும் தொல்காப்பியரும் ஆரியக் கூறுகளைத் தமிழகத்தில் திணிக்க முயன்று இருந்தனர். எனினும் தமிழக மக்கள் பெரும்பாலோர் வாழ்வியல் அதற்கு முன்னர் இருந்தது போலத்தான் தொடர்ந்தது.

-பி. டி. சீனிவாச ஐயங்கார், தமிழர் வரலாறு (கி.பி. 600 வரை), ப. 179.

56. பிராமணர்களின் அதிகாரத்திற்குக் கோயில் மேலுமொரு ஆதாரமானது. தொடக்க கால இந்துக் கோயில்கள் கடவுள் சிலையைத் தன்னகத்தே கொண்ட சிறு கட்டமைப்பாகவே இருந்தன. ஆனால் சில நூற்றாண்டுகளிலேயே (கி. பி. 500 க்குப் பிறகு) விரிந்த திட்டத்துடன் காணிக்கைப் பொருள்களோடு பெரும் நில வருவாயையும் அறக்கொடைகளாகப் பெற்ற மாபெரும் நிறுவனங்களாக அவை வளர்ந்தன..... கோயில்களும் மடங்களும் சிந்தனைகளை ஒழுங்குபடுத்திய வடிவத்தில் பரப்ப உதவின. குப்தருக்கு முந்திய காலச் சமூகத்தில் பௌத்த மடங்களின் செயல்பாட்டோடு ஒப்பிடத் தகுந்தது இது. - ரொமிலா தாப்பர், வரலாறும் கருத்தியலும், ப. 36.

57. தீபகற்ப இந்தியா நோக்கிய சரியான அடுத்த உந்திகை வளர்ச்சி அடைந்த வட இந்தியச் சமூகத்தின் தொழில்நுட்ப ஆதரவோடு நடைபெற்றது. குறிப்பாகச் சமீப காலத்தில் உலோகங்கள் பற்றி அறிந்திருந்த அறிவாற்றலோடு அது ஏற்பட்டது. இப்புதிய பகுதி மிகமிக வேறுபட்டதாய் இருந்ததால் வடக்கே ஏற்படுத்தியது போன்றதொரு தாக்கத்தை இங்கு ஏற்படுத்த இயலவில்லை, ஆகவே, சாதியமைப்பு மேலும் வளர்ச்சியுற்றுப் புதிய பயன்பாடுகளுக்கு இணங்கி நிற்க வேண்டியதாயிற்று. இங்கோ பிராமணர்கள் பூர்வீகக் குடிகளுக்கு மதிப்பளிக்கும் வகையில் புராணங்களை எழுதியதோடு, அநாகரிகமான இனக்குழுத் தலைவன் அரசனாக மாறி அக்குழுக்களை ஆளுகின்ற உயர்புகழ் பெற்றவனாக விளங்க வகை செய்ய வேண்டியிருந்தது. - கா. சிவத்தம்பி, பண்டைத் தமிழ்ச் சமூகம் வரலாற்றுப் புரிதலை நோக்கி, பக். 112, 113.

58. மேலது, ப. 118.

59. ந. சஞ்சீவி, சங்க இலக்கிய ஆராய்ச்சி அட்டவணைகள், ப. 398.

60. சி. கோவிந்தராசன், கல்வெட்டுக் கலைச்சொல் அகரமுதலி, ப. 175.

61. திருலோக சீதாராம்(தமிழாக்கம்), மனுதர்ம சாஸ்திரம், ப. 9.

62. கற்காலம் முதல் வரலாற்றுக் காலம் எனப்படும் சங்க காலம் வரையில் தமிழகம் பல்வேறு பண்பாடுகளுக்குரிய மக்கள் கூட்டங்களுடன் நெருங்கிய தொடர்பு கொண்டு உறவாடி யிருக்கிறது. இதனை அகழ்வாராய்ச்சிகள் உறுதிப்படுத்துகின்றன.

- சா. குருமூர்த்தி, தொல் பொருளாய்வும் தமிழர் பண்பாடும், ப. 54.

63. ரொமிலா தாப்பர், வரலாறும் கருத்தியலும், ப. 44.

64. ஏராளமான மக்கள் மேலே சொன்ன மூவர்க்கும் பொறாமை யின்றிப் பணிபுரிதல் ஒன்றையே முதன்மையாகக் கொள்ளக் கடவரென்றும், ஈதல் முதலிய சத்கருமங்களும் அவர்களுக்கு உண்டென்றும் பணித்தார்.

- திருலோக சீதாராம் (தமிழாக்கம்), மனுதர்ம சாஸ்திரம், ப. 9.

65. ரொமிலா தாப்பர், வரலாறும் கருத்தியலும், ப. 41.

66. மன்னரின் முடிசூட்டு விழாவிற்கு பிராமணர்களுடன் சேர்ந்து சூத்திரர்களும் அழைக்கப்பட்டனர் என்பதைப் பாண்டவர்களின் மூத்த சகோதரரான யதிஷ்டிரரின் முடுசூட்டுவிழா வருணனை யிலிருந்து தெரிந்து கொள்ளலாம். அது மகாபாரதத்தில்*[1] வருகிறது.

பண்டைக் காலங்களில், ஜனபதம், பவுரா என்றழைக்கப்பட்ட இரு அரசியல் சபைகளில் சூத்திரர்கள் உறுப்பினர்களாக இருந்தனர். இந்த சபைகளின் உறுப்பினர்கள் என்ற முறையில் ஒரு சூத்திரன் பிராமணர்களிடமிருந்தும்*[2] கூட சிறப்பான மரியாதைக்குரியவனாக இருந்தான்.

மனுஸ்மிருதியின் (vi.61) கூற்றுப்படியும் விஷ்ணு ஸ்மிருதியின் (xxi.64) கூற்றுப்படியும் மேற்கண்ட நிலைமைதான் இருந்தது. இல்லாவிடில் ஒரு சூத்திரன் அரசனாக இருக்கக் கூடிய ஒரு நாட்டில் ஒரு பிராம்மணன் வசிக்கக் கூடாது என்று மனு கூறுவது அர்த்தமற்றதாகிவிடும். ஆகவே சூத்திரர்கள் மன்னர்களாக இருந்திருக்கின்றனர் என்றே இதற்கு அர்த்தம்.

*1. மகாபாரதம், சபாபர்வம், இயல். xxxiii, செய்யுள் வரிகள். 41, 42

*2. ஜயஸ்வால் - இந்து அரசியல், ப. 248.

-டாக்டர். அம்பேத்கர் நூல் தொகுப்பு, தொகுதி. 13, ப. 179.

67. மேலது, ப. 178.

68. இந்தோ - ஆரிய சமுதாயத்தைச் சேர்ந்த சூத்திரர்கள் இந்து சமுதாயத்தைச் சேர்ந்த சூத்திரர்களிடமிருந்து முற்றிலும் வேறுபட்டதொரு இனத்தவர்களாவர். இந்து சமுதாயத்தைச் சேர்ந்த சூத்திரர்கள் இந்தோ - ஆரிய சமுதாயத்தைச் சேர்ந்த சூத்திரர்களின் இனரீதியான வழித்தோன்றல்கள் அல்லர்.

- மேலது, ப. 334.

69. மேலது, ப. 162.

2

வண்ணார் வரலாறு

ஒரு சமூகத்தினுடைய வரலாற்றை அதன் தொடக்க காலத்திலிருந்து அறிந்துகொள்ள முதன்மைத் தரவுகளாக விளங்குபவை இலக்கியம், கல்வெட்டு, சுவடிகள் மற்றும் தொல்லியல் சான்றுகள் ஆகும். இவ்வாறு பல்வேறு வடிவங்களாக உள்ள வரலாற்றுப் பதிவுகளில் குறிப்பிட்ட ஒரு சமூகம் பற்றிய பதிவுகள் நிறைவாக இடம்பெறாத போது, மாற்றுத் தரவுகளை அணுகி ஆராய்ந்து சமூக வரலாற்றை இறுதி செய்வதென்பது ஆய்வு அணுகுமுறைகளில் ஒன்றாக உள்ளது. அவ்வாறு ஆய்வாளர்களால் அணுகப்படும் மாற்றுத் தரவுகளில் முதன்மை யானதாக, நாட்டுப்புறங்களில் மிக நீண்ட காலமாக வழங்கப்பட்டு வரும் வாய்மொழி வழக்காறுகள் கொள்ளப்படுகின்றன. சமூக வரலாற்றை இறுதி செய்யப் பயன்படும் இவ்வழக்காறுகளுக்கு இணை யான வரலாற்றுத் தரவுகளைக் கொண்டவையாகக் கல்வெட்டுகளும் செப்பேடுகளும் அமைகின்றன. அவ்வகையில் சங்க காலத்தில் ‘புலைத்தி’ என வழங்கப்பட்டு, இன்று ‘வண்ணார்’ என வழங்கப்படும் தொழிற் பிரிவினர் குறித்து வாய்மொழி வழக்காறுகள் மற்றும் கல்வெட்டுத் தரவுகளைக் கொண்டு ஆராய்வதென்பது இன்றியமையாத ஒன்றாகும்.

நாட்டார் வழக்காறுகளை அடிப்படையாகக் கொண்டு ஒரு சமூகம் அல்லது இனக் குழுவினுடைய வரலாறு இறுதி செய்யப் படும்போது, அம்முடிவுகள் தமிழியல் ஆய்வாளர்களால் காலந்தோறும் கேள்விக்குட்படுத்தப்பட்டு வந்துள்ளன. அவ்வாறு கேள்விக்குட் படுத்தப்படும்போது, வெறும் வாய்மொழி வழக்காறுகளை மட்டும் சான்றாகக் கொண்டு சமூக வரலாறு எழுதப்படுவது என்பது சரியா என்ற வினா முன் வைக்கப்படுகிறது. இவ்வினா நாட்டார் வழக்காற்றியல் துறை வலுப்பெறத் தொடங்கிய காலம் முதற்கொண்டு ஆய்வாளர்க ளால் எழுப்பப்பட்டு வருகின்றது. நாட்டார் வழக்காறுகள் குறித்து இத்தகைய வினாக்கள் எழுப்பப்பட்டு வரும் சூழலில் நாட்டார் இலக்கியத்திற்கும் செவ்வியல் இலக்கியத்திற்கும் இடையில் காணப்படும் இடைவெளிகள் மற்றும் அதனுடைய நம்பகத்தன்மை

பற்றி உற்றுநோக்குதல் என்பது இன்றியமையாததாகிறது. அவ்வகையில் பண்டைச் சமூகம் நாகரிக வளர்ச்சியை அடைந்த பின்பு நிகழ்ந்த வரலாற்றைப் பதிவு செய்யும் முறையானது, அவ்வக்கால வாழ்வியலை மையமாகக் கொண்டு அமைந்திருந்தது. அவ்வாறு அமைந்தவற்றுள் பெரும்பகுதியானது புனைவுகளையும் அழகியலையும் கொண்டிருந்தன. இப்புனைவுகளின் இடையிடையில் கண்டறியப்படும் வரலாறுகளில் பெரும்பகுதி அவ்வக் காலத்தில் வாழ்வாங்கு வாழ்ந்த அரசர் முதலான அதிகார வர்க்கத்தினரைப் பெருமளவிலும் அவர்களுக்குச் சேவைச் சமூகத்தினராக விளங்கிய விளிம்பு நிலை மக்கள் பற்றி மிகச்சிறிய அளவிலும் பதிவு செய்திருந்தன. இவற்றில் நாடு, நகரம், போர், நிர்வாகம், காதல், களவு, பொருள் வளம் முதலானவை பற்றி இடம் பெற்றிருந்த அளவிற்குக், குறிப்பிட்ட ஒரு சமூகம் குறித்த வரலாறு என்பது முழுவதுமாகப் புறக்கணிக்கப்பட்டிருந்தது. மாறாக, அரண்மனைகளின் எழிலும், அதனை மையமாகக் கொண்டு அதிகாரம் செயல்பட்ட முறையும் விரிவாகப் பதிவு செய்யப்பட்டிருந்தன. இத்தகைய நிலையிலிருந்து முற்றிலும் மாறுபட்டு, காலந்தோறும் தொழிற்பிரிவினராக் வைக்கப்பட்டிருந்த சமூகக் குழுக்களின் வரலாற்றையும் வழக்காற்றையும் உள்ளவாறு பதிவு செய்த இலக்கியமாக நாட்டார் வழக்காறுகள் விளங்குகின்றன.

இந்நாட்டார் வழக்காறுகளானது உழவுப் பாடல்கள், ஒப்பாரிப் பாடல்கள், தாலாட்டுப் பாடல்கள், விடுகதைகள், பழமொழிகள், கதைப்பாடல்கள், வாய்மொழிக் கதைகள் எனப் பல்வேறு வடிவங்களில் வழங்கப்பட்டு வருகின்றன. அவ்வாறு வழங்கப்பட்டு வருவனவற்றுள் கதைப்பாடல்களும் வாய்மொழிக் கதைகளும் வரலாற்றுக் குறிப்பு களைக் கொண்டவையாகத் திகழ்கின்றன. இவற்றில் வெளிப்படும் சமூகப் பதிவுகள் என்பது அக்காலச் சூழலையும் சமூகச் சிக்கலையும் புனைவுகளுடன் வெளிப்படுத்தும் தன்மையைக் கொண்டுள்ளன. அவ்வகையில் வண்ணார்களின் வரலாறு குறித்து ஆராயும் இப்பகுதி,

- அ. கதைப்பாடல்களில் வண்ணார்
- ஆ. கல்வெட்டுகளில் வண்ணார்
- இ. வாய்மொழிக் கதைகளில் வண்ணார்

என மூன்று நிலைகளில் அமைகின்றன. இவை பின்வரும் பகுதிகளில் அடுத்தடுத்து ஆய்விற்கு உட்படுத்தப்படுகின்றன.

கதைப்பாடல்களின் பாடுபொருண்மை

கதைப்பாடல்களானது புராண இதிகாசக் கதைப்பாடல்கள், சமூகக் கதைப்பாடல்கள் என இரண்டு வகையான பொருண்மைகளைப் பாடுபொருள்களாகக் கொண்டுள்ளன. இவற்றுள் புராணக்

கதைப்பாடல்கள் என்பவை நீதியையும் அறத்தையும் வலியுறுத்தின. இப்பொருண்மையிலான கதைப்பாடல்கள் சமயம் மற்றும் சாதிப் பாதுகாப்பை முதன்மையானதாகக் கொண்டிருந்தன. இதிலிருந்து முற்றிலும் மாறுபட்டு, சாதிப் பாகுபாட்டையும் சமூகக் கட்டுப்பாட்டு மீறல்களையும் மையமாகக் கொண்டு உண்மைச் சம்பவங்களின் அடிப்படையில் சமூகக் கதைப்பாடல்கள் வழங்கப்பட்டன. இச்சமூகக் கதைப்பாடல்களானவை நீண்ட காலமாகப் பாதுகாக்கப்பட்ட சாதிக் கட்டுப்பாட்டு மீறல்களையும் அதன் காரணமாக நிகழ்ந்த படுகொலை களையும் ஆங்கில ஆதிக்கத்தை எதிர்த்துப் போராடி வீரமரணம் அடைந்த குறுநில மன்னர்களின் வாழ்வையும் வரலாறாகப் பதிவு செய்தன. இவ்வாறு பல நிலைகளில் சமூக விழுமியங்களைப் பதிவு செய்த கதைப்பாடல்களை நா. வானமாமலை இதிகாசத் துணுக்குகள், சமூகக் கதைப்பாடல்கள், வரலாற்றுக் கதைப்பாடல்கள், கிராம தேவதைகளின் கதைப்பாடல்கள் என நான்கு வகையாகப் பாகுபடுத்தி யுள்ளார்.[1] இந்நான்கு வகைமைகளுள் சமூக மற்றும் வரலாற்றுக் கதைப்பாடல்கள் என்பவை கி.பி. 15ஆம் நூற்றாண்டிற்குப் பிந்தைய சமூக வரலாற்றைப் பதிவு செய்த ஆவணங்களாக விளங்குகின்றன.

கதைப்பாடல்களின் நிலை இவ்வாறு இருக்க, இத்துறையில் ஆழமான ஆய்வை நிகழ்த்திய நா. வானமாமலை,

> கதைப்பாடல்கள் வரலாறுகள் அல்ல. அவை வீர காவியங்கள். இடையே மனிதப் பண்பின் உயர்ந்த அம்சங்களைப் போற்று பவை. சமூகச் சீர்கேடுகளைக் கேலி செய்பவை. இவற்றைக் கற்பனையால் உருவான நாட்டார் படைப்பு என்றே கொள்ள வேண்டும். ஆனால் அக்கற்பனை கட்டவிழ்ந்த ஆகாசக் கோட்டைகளல்ல. சரித்திர நிகழ்ச்சிகளையும், சரித்திரச் சூழ்ச்சிகளையும் அடிப்படையாகக் கொண்டு மனிதப் பண்புகளில் உயர்ந்தனவற்றைப் போற்றி கதாபாத்திரங்களையும், கதை நிகழ்ச்சிகளையும் கற்பனையால் படைத்திருக்கிறார்கள் நாட்டுப்பாடல் கலைஞர்கள்.[2]

எனக் கதைப்பாடல்கள் குறித்த தம்முடைய கருத்தினைப் பதிவு செய்கின்றார். கதைப் பாடல்களானவை ஒரு நிகழ்வு என்றமையாமல் பல்வேறு வகையான நிகழ்வுகளின் தொகுப்பாக விளங்குகின்றது. அவ்வகையில் நா. வானமாமலை தொகுத்துப் பதிப்பித்த கதைப் பாடல்களில் 'வண்ணார்' சமூகம் குறித்துப் பதிவு செய்யப்பட்டுள்ள முறைமை குறித்து ஆராய்வதாக இப்பகுதி அமைகின்றது.

கதைப்பாடல்களில் வண்ணார்

நா. வானமாமலையும் கதைப்பாடல்களும்

நாட்டார் வழக்காற்றியல் ஆய்வின் முன்னோடியாகக் கருதப்படும் நா.வானமாமலை தம்முடைய ஆய்வின் ஒரு பகுதியாகக் கதைப்

பாடல்களைக் கண்டறிந்து பதிப்பிக்கும் பணியிலும் ஈடுபட்டார். இவ்வாய்வில் தாம் கண்டறிந்த கதைப்பாடல் பிரதிகளை மூலப் பிரதிகளுடன் ஒப்பிட்டு விரிவான ஆராய்ச்சியுரையுடன் பதிப்பித்து வெளியிட்டுள்ளார். இப்பணியில் உ.வே.சாமிநாதய்யருக்கு இணையாக நா. வானமாமலை போற்றப்பட்டார். இதன்படி, தம்முடைய முதல் பதிப்பாகக் கட்டபொம்மன் கதைப்பாடலை 1961ஆம் (1.6.1961) ஆண்டு நியூ செஞ்சுரி புத்தக நிறுவனத்தின் மூலமாக வெளியிட்ட நா. வானமா மலை, தொடர்ந்து தெ.பொ.மீனாட்சி சுந்தரம் உதவியுடன் பல்வேறு கதைப்பாடல்களை மதுரை காமராசர் பல்கலைக்கழகம் வழியாக வெளியிட்டார். அவ்வாறு வெளியிட்டவற்றுள் முத்துப் பட்டன் கதை, காத்தவராயன் கதைப்பாடல், வீரபாண்டியக் கட்ட பொம்மு கதைப் பாடல், கட்டபொம்மு கூத்து, கான்சாகிபு சண்டை ஆகியவை 1970 ஆம் ஆண்டும் வீணாதி வீணன் கதையுடன் இணைந்த ஐவர் ராசாக்கள் கதை 1972ஆம் ஆண்டும் பதிப்பிக்கப்பட்டு வெளிவந்தன. இக்கதைப் பாடல்களில் விளிம்பு நிலை மக்களாகிய,

உடுக்கையடிப்போர்	-	ஐவர் ராசாக்கள் கதை, அடி. 3257.
பூமுடிவோர்	-	கட்டபொம்மன் கதைப்பாடல், அடி. 256.
புலைச்சி	-	கான்சாகிபு சண்டை, ப. 46.
பறையர்	-	வீரபாண்டிய கட்டபொம்மு கதைப் பாடல், அடி. 6477.
சக்கிலியர்	-	முத்துப்பட்டன் கதைப்பாடல், ப. 41.
வண்ணார்	-	காத்தவராயன் கதை, கட்டபொம்மன் கூத்து, வீணாதி விணன் கதை, வீர பாண்டிய கட்டபொம்மு கதைப்பாடல், கட்ட பொம்மு கதைப்பாடல், கான்சாகிப் சண்டை.

எனப் பல்வேறு பிரிவினர் கதையோட்டத்தின் போக்கில் குறிப்பிடப் பட்டுள்ளனர். இவ்வாறு 'வண்ணார்' சாதியினர் பற்றிய இப்பதிவுகள், பிற பிரிவினரைக் காட்டிலும் அதிகமான பதிவுகளைக் கொண்டதாக அமைந்துள்ளன. மேலும், நா. வானமாமலை பதிப்பித்த கதைப் பாடல்கள் மட்டுமின்றி வேறு சில கதைப்பாடல்களிலும் வண்ணார் பற்றிய பதிவுகள் பெருமளவில் காணப்படுகின்றன. அவற்றுள் தடிவீர சுவாமி கதைப்பாடல் (1996), சின்னணைஞ்சான் கதைப்பாடல் (1998), மெச்சும் பெருமாள் பாண்டியன் கதைப்பாடல் (1976) ஆகியவை குறிப்பிடத்தக்கன. இக்கதைப்பாடல்களின் முழுப் பொருண்மையும் வண்ணார் சார்ந்ததாக அமைந்துள்ளன.

அவ்வகையில் கதைப்பாடல்களை அடிப்படையாகக் கொண்டு வண்ணார் பற்றி ஆராயும் இப்பகுதியில் கட்டபொம்மன் கதைப்பாடல் (1961), வீரபாண்டிய கட்டபொம்மு கதைப்பாடல் (1970), காத்தவராயன் கதைப்பாடல் (1970), கட்டபொம்மு கூத்து (1970), வீணாதி வீணன் கதை, கான்சாகிபு சண்டை (1970) ஆகியவை முதன்மை ஆதாரங்களாகவும், தடிவீர சுவாமி கதைப்பாடல் மற்றும் சின்னணைஞ் சான் கதைப்பாடல் ஆகியவை இணைத்தரவுகளாகவும் அமைகின்றன. இணைத்தரவுகளாக அமையும் இரு கதைப்பாடல்களும் சூ. நிர்மலா தேவியால் பதிப்பிக்கப்பட்டவையாகும். இவற்றுடன் மெச்சும் பெருமாள் பாண்டியன் கதைப்பாடலும் குலசவர் சுவாமி கதைப் பாடலும் மற்றுமொரு இணைத்தரவுகளாகக் கொள்ளப்படுகின்றன.

கட்டபொம்மன் காலச் சமூகம்

தமிழகத்தின் தென்பகுதியிலிருந்து கொண்டு ஆங்கிலேயர்களை முழுமையாக எதிர்த்துப் போர் புரிந்த பாளையக்காரர்களில் மிகவும் வீரம் செறிந்தவனாகக் கட்டபொம்மன் அறியப்படுகிறான். இதற்குக் கட்டபொம்மன் தொடர்பான கதைப்பாடல்களும், பிற வரலாற்றுக் குறிப்புகளும் சான்றாக அமைகின்றன. இவை ஆங்கிலேய எதிர்ப்பு, நிர்வாகம் முதலியனவற்றில் நிகரற்றவனாக விளங்கிய கட்ட பொம்மனுடைய காலச் சூழலையும், அவனால் நிகழ்த்தப்பெற்ற போர் களையும் பிற பாளையக்காரர்களுடன் கட்டபொம்மன் கொண்டிருந்த தொடர்புகளையும், விரிவாகப் பதிவு செய்துள்ளன. இப்பதிவுகளின் இடையிடையில் குடித்தொழில் பிரிவினராகிய வண்ணார் பற்றிய கருத்துகள் விரிவாக இடம்பெற்றுள்ளன. அவை கட்டபொம்மன் கதைப்பாடல், வீரபாண்டிய கட்டபொம்மு கதைப்பாடல், கட்ட பொம்மு கூத்து ஆகியவற்றில் மிகுதியாக இடம் பெற்றுள்ளமையால் இப்பகுதியில் அவை ஆய்விற்கு உட்படுத்தப்படுகின்றன.

இவற்றில் முதலாவதாகப் பதிப்பிக்கப்பெற்ற கட்டபொம்மன் கதைப்பாடலில் ஆங்கிலேய அரசு அதிகாரியான ஜென்னல் சாகுசனைக் கட்டபொம்மன் சந்திக்கச் செல்லும் நிகழ்வு சுட்டப்படுகின்றது. இதற்கெனக் கட்டபொம்மன் தன்னுடைய தானாபதியாகிய சுப்பிர மணிய பிள்ளையிடம் கூறி, தம்முடைய ஆதரவாளர்களாகிய இருபத்தி யொரு கம்பளத்தாருக்கும் கடிதம் எழுதி அவர்களையும் அவர்களுடைய சேனைகளையும் தம் கோட்டைக்கு வரச்செய்கிறான். அவ்வாறு வரவழைத்த கம்பளத்தார்களின் சேனையாகிய ஆயிரத்து ஐந்நூறு கம்பளத்தாருக்கும் வெளுத்த வெள்ளை ஆடைகளைக் கொடுத்து உடுக்கச் செய்வதற்காக, தானாபதிப் பிள்ளையிடம் கூறி வண்ணானை அழைத்து வருமாறு கூறுகிறான். இந்நிகழ்வு,

ஆயிரத்தைஞ்நூறு கம்பளத்தாருக்கும் ஒன்றுபோலே வெளுக்க வேணும்
நீ ஒன்று போலே வெளுக்கா விட்டால் உன்உசிர் நிலைக்காது
ஆண்டிமூப்பா வண்டிப் பாரம் துணியை யெல்லாம் அவன் சீக்கிரமாக
வெளுத்து வந்தான்

- க. க. பா., ப. 46.

எனச் சுட்டப்படுகின்றது. வண்ணார் சார்ந்த பதிவைக் கட்டபொம்மன் கதைப்பாடல் இவ்வாறு குறிப்பிடும்போது, இதனை அடுத்து வெளி வந்த வீரபாண்டியக் கட்டபொம்மு கதைப்பாடல், வேறொரு பதிவை முன்வைக்கின்றது. அதில் வெள்ளையருக்கும் கட்டபொம் மனுக்கும் இடையில் போர் நடைபெற்றபோது வண்ணார்களின் உடைமைகள் கம்பளத்தார்களால் கொள்ளையடிக்கப்பட்ட நிகழ்வு இடம் பெற்றுள் ளது. இராமநாதபுரத்தில் போரின்போது நடைபெற்ற இந்நிகழ்வை,

வண்ணான் துறைதனில் வந்தார்கள் அந்த
வண்ணானைப் பூசை கொடுத்தார்கள்
எண்ணாமல் வண்ணானை வைத்து தனக்
கேத்த புடவையுங் கொள்ளையிட்டார்.

- வீ. க. க. பா., ப. 68

என இக்கதைப்பாடல் விளக்குகிறது. வண்ணார் மீது நிகழ்த்தப்பட்ட இத்தகைய தாக்குதலுக்கு மாறாக, கட்டபொம்மு கூத்து கதைப்பாடல் அமைகின்றது. இதில் ஊமைத்துரைக்கு எதிராகப் போர் செய்திட வெள்ளையர்களின் படை குவிவதை, வண்ணான் துறையில் ஆடை களை வெளுத்தவாறு கண்ட ஒரு வண்ணார் தம்பதியர், அதனை ஊமைத்துரையிடம் வந்து கூறுகின்றனர். வண்ணானும் வண்ணாத்தியும் உரையாடுவது போன்று இடம்பெற்றுள்ள இதன் முதல் பகுதியில் கோவில்பட்டி மற்றும் இராமநாதபுரம் வட்டாரங்களில் வழங்கப்படும் நாட்டுப்பாடலும் அடுத்த பகுதியில் புலவர் எழுதியதாகச் சில அடிகளும் இடம் பெற்றுள்ளதாக நா. வானமாமலை தம்முடைய ஆய்வுரையில் குறிப்பிடுகின்றார்.[3] அவர் குறிப்பிடும் பகுதியைத் தவிர்த்து அந்தப் பகுதியில் வண்ணார், அழுக்கெடுக்கச் செல்லும் நிகழ்வும் பிறவும் நான்கு அடிகளில் இடம்பெற்றுள்ளன.

கழுதை பத்தவும் நேரமாச்சு கஞ்சி ஊத்துங்கோ அம்மா மாரே
அழுக் கெடுக்கவும் நேரமாச்சு அன்னம் போடுங்கோ அம்மா மாரே
துறைக்குப் போகவும் நேரமாச்சு சோறு போடுங்கோ அம்மா மாரே
சோறு போடுங்கோ அம்மா மாரே நேரமாகுது போக வேணும்

- க.பொ.கூ., ப. 67

இவ்வாறு கட்டபொம்மனுடைய வரலாற்றைக் கூறும் முதலிரண்டு கதைப்பாடல்களில் வண்ணார் பற்றிய சான்று ஒரு வகையாகவும் கட்ட.பொம்மு கூத்தில் வேறு வகையாகவும் அமைந்துள்ளமை பல்வேறு வினாக்களை எழுப்புகின்றன. அவற்றுள் முதலிரண்டு பதிவுகளில்

வண்ணார் மீது தொழிலை அடிப்படையாகக் கொண்டு திணிக்கப்பட்ட அதிகாரம், நிகழ்த்தப்பட்ட தாக்குதல் முதலானவை அவர்களின் சமூக நிலைக்குச் சான்று பகர்வனவாக அமைந்துள்ளன.

இச்சூழலானது கட்டபொம்மனுடைய காலத்திற்குப் பின்பு குறிப்பிடும்படியான அளவில் மாற்றம் பெறத் தொடங்கியுள்ளது. இதனைக் கட்டபொம்மு கூத்தில் உள்ள குறிப்புகளைக் கொண்டு உறுதி செய்ய முடியும். அவ்வகையில் முதலிரண்டு கதைப்பாடல்களில் அதிகார வர்க்கத்தினருடன் எவ்விதத் தொடர்புமற்றவர்களாகச் சித்திரிக்கப்பட்ட வண்ணார்கள், இக்கதைப் பாடலில் ஊமைத்துரை யுடன் நேரடியாகத் தொடர்பு கொண்டவர்களாகக் குறிப்பிடப் பட்டுள்ளனர்.

இவை ஊமைத்துரை மீது படையெடுத்து வரும் ஆங்கிலேயர் களின் வருகையைக் கூறுவதாக அமைந்துள்ளது. மேலும் கட்ட பொம்மன் மற்றும் ஊமைத்துரை ஆகிய இருவரது காலத்திலும் இருந்த வண்ணார்களின் சமூக நிலையை ஒப்பிட்டுப் பார்த்தல் என்பது இன்றியமையாததாகின்றது. இதன்படி ஊமைத்துரையைக் காட்டிலும் கட்டபொம்மன் மக்கள் ஆதரவினை இழந்திருந்ததுடன் அவர்கள் மீது தாக்குதலைக் கட்டவிழ்த்துவிட்டவனாக இருந்தமையையும் அறிய முடிகின்றது. இவை மட்டுமின்றி, பாளையக்காரர்களிடம் தனக்கிருந்த செல்வாக்கின் காரணமாக, வெள்ளையரை எதிர்த்த காலத்தில் மக்கள் ஆதரவின்றி கட்டபொம்மன் செயல்பட்டுள்ளான். மாறாக, ஊமைத் துரை மக்களோடு இரண்டறக் கலந்திருந்த காரணத்தினால் மக்கள் செல்வாக்குடன் வாழ்ந்தமையை மேற்குறித்த சான்றுகள் உறுதி செய்கின்றன. இவ்வாறு கட்டபொம்மன், மக்கள் ஆதரவின்றிப் போராடியமைக்குக் காரணமாக,

> கட்டபொம்மு தனது போராட்டத்தில் சிறிதளவு மக்களைத் திரட்டிக் கொண்டான். ஆனால் அவன் முன்னோர்களும் அவனும் சில பகுதி மக்களைத் துன்பத்துக்குள்ளாக்கிய காரணத்தால் அவர்களை அவன் காலத்தில் திரட்ட முடியாமல் போயிற்று. இன்னும் சில பகுதிகளில் அவனது கொடுமையைப் பற்றிய சில நாடோடிக் கதைகள் வழங்கி வருகின்றன.[4]

என நா. வானமாமலை, கட்டபொம்மன் கதைப்பாடலின் முன்னுரையில் பதிவு செய்கின்றார். இம்முன்னுரையின் அடுத்த சில பக்கங்களில் கட்டபொம்மன் வெள்ளையரால் கைது செய்யப்பட்டுத் தூக்கிலிடப்பட்டதும் ஊமைத்துரையின் போராட்டமும் அப்போராட் டத்திற்கு மக்களிடம் கிடைத்த பெரிய அளவிலான ஆதரவையும் குறிப்பிடு கின்றார்.

> கட்டபொம்மனது வீரப்போராட்டம் முடிவுற்று, அவன் தூக்கிலிடப்பட்ட நிகழ்ச்சி மக்களிடையே ஒரு மாறுதலை ஏற்படுத் திற்று. அவர்கள் சிறிதளவு அவனது கொடுமைகளை மறந்தார்கள். ஊமைத்துறை சிறையிலிருந்து வெளியேறியதும் அவன் வெள்ளையரை எதிர்த்து முடிசூடிக் கொண்டதும் மக்களால் வரவேற்கப்பட்டது.[5]

இது ஊமைத்துரைக்கு மக்களிடம் இருந்த செல்வாக்கை விளக்குவதாக உள்ளது. இப்பதிவில் மக்களுடைய செல்வாக்கினை இழந்து வெள்ளை யரை எதிர்கொண்ட கட்டபொம்மனுக்கும் மக்கள் செல்வாக்குடன் வெள்ளையரை எதிர்த்த ஊமைத்துரைக்குமான வேறுபாட்டை நா. வானமாமலை மிக நுட்பமாகக் குறிப்பிடுகின்றார். இவ்வாறு கட்டபொம்மன் காலம் பற்றிச் சுட்டப்படும் முடிவுகளுக்கு, அவன் வரலாற்றைக் கூறும் கதைப்பாடல்களில் பதிவு செய்யப்பட்டுள்ள தொழிற்குடிகளின் சமூக நிலை பற்றிய விளக்கங்கள் முதன்மைத் தரவுக ளாக விளங்குகின்றன.

கட்டபொம்மனுடைய வரலாற்றைச் சுட்டக்கூடிய கதைப் பாடல் கருத்தாக்கங்கள் ஒருபுறமிருக்க, காத்தவராயன் கதைப்பாடல், கான்சாகிபு சண்டை, வீணாதி வீணன் கதை ஆகியவையும் வண்ணார் பற்றிய கருத்துகளை முன்வைக்கின்றன. இவற்றுள் காத்தவராயன் கதைப்பாடல் மற்றும் கான்சாகிபு சண்டை ஆகிய இரு கதைப் பாடல்களும் வண்ணார் பற்றி மிகச் சிறிய அளவில் பதிவு செய்துள்ளன. நா. வானமாமலையால் விஜயநகர மன்னர் காலத்திற்கு முன்பு நடை பெற்றதாகச் சுட்டப்படும் காத்தவராயன் கதைப்பாடலின் கதையானது சோழ நாட்டில் நிகழ்வதாகக் குறிப்பிடப்பட்டுள்ளது.

இக்கதையின் தலைவனான காத்தவராயன், பிராமணப் பெண்ணாகிய ஆரியமாலையை மணந்தமைக்காகக் கழுவிலேற்றிக் கொல்லப்படுகிறான். இதுவரையில் கதை நிகழ்வு இயல்பாகச் செல்கிறது. பின்பு, கைலாயத்தில் காத்தவராயன் ஏழு தேவ மாதர்களைக் காதல் கொண்டதாகவும் இதனால் கோபமுற்ற கைலைவாசன் காத்தவராயனைப் பூலோகத்தில் பிறக்க வைத்து வெவ்வேறு குலத்தைச் சேர்ந்த, அந்த ஏழு பெண்களை மணந்து சாக வேண்டும் எனச் சபித்ததாகக் கூறப்படுகிறது. இச்சாபத்தின்படி காத்தவராயன், ஆரியமாலா (அந்தணப்பெண்), ஒந்தாயி (செட்டிப் பெண்), சலுப்பச்சி சவுதாயி, கருப்பாயி, வண்ணார நல்லி, பூவாயி (மதுவெடுக்கும் குலம்), நல்லதங்காள் (இடைக்குலம்) ஆகியோரை மணந்து உயிர்விடுகிறான். இவ்வாறு சுட்டப்படும் பதிவில், ஏழு பெண்களுள் வண்ணார் பெண் ஐந்தாவதாகச் சுட்டப்படுகிறாள்.

> நிரையுடன் புத்தூரில் வாழ்கின்ற வண்ணார
> நல்லியன்றே பிறந்தாள்

நின்றவள் மனைசென்று பால்வாங்கி மாலைக்கு
நெறியுடன் கொடுத்து வந்தேன்

- *கா. க. பா., ப. 47.*

மேற்சுட்டிய இப்பாடலில் வண்ணார் குலப் பெண் ஒருவளைக் காத்தவராயனுக்குரிய மனைவியாகக் குறிப்பிடுவதைப் போன்று செட்டி குலப்பெண், இடையர் குலப்பெண் உட்பட ஐந்து சமூகத்தவர்களும் மனைவியராகக் குறிப்பிட்டுள்ளதைக் காணலாம். கைலாயத்தில் ஏழு தேவ கன்னியர்களை விரும்பியதற்காகப் பூலோகத்தில் பிறந்து ஏழு பெண்களை மணந்து பின்பு கழுவேறிச் சாக வேண்டும் என்ற (சூழலில்) சாபத்தின் காரணமாக, தான் பூமியில் பிறந்ததையும் ஆரியமாலை உள்பட ஏழு கன்னியரைச் சந்தித்ததையும் காத்தவராயன் குறிப்பிடு கின்றான். இவ்வாறு சுட்டப்படும் அனைத்தையும் நா. வானமாமலை, வரலாற்று இருட்டடிப்பு நிகழ்வுகள் எனக் குறிப்பிடுகின்றார். இது குறித்து, சிதம்பரத்தில் நந்தன் எரிந்த நிகழ்வும் காத்தவராயனைக் கழுவேற்றிய நிகழ்வும் திட்டமிட்டு மேற்கொள்ளப்பட்டவை என்பதையும் இதன் பதிப்புரையில் கூறுகின்றார்.[6] அவ்வகையில் இக்கதைப்பாடலில் இடம்பெற்றுள்ள 'வண்ணார்' பற்றிய விளக்கம் காத்தவராயன் கதைப்பாடல் தோன்றி நீண்ட காலத்திற்குப் பிறகு இணைக்கப்பட்ட பகுதி என்பதை உறுதிசெய்ய முடிகின்றது. மேலும்,

காத்தவராயனுக்குச் சாப்மிட்டு அவனைத் தண்டிக்கும் விதமாக வண்ணாத்தி உட்பட ஏழ பெண்களை மணக்க வேண்டும் எனக் கூறியிருப்பதால் இங்கு வண்ணார் பெண் இழிநிலையினளாகப் படைக்கப்பட்டிருப்பதைக் காண முடிகின்றது. இதைப்போலவே நா. வானமாமலை பதிப்பித்த மற்றொரு கதைப் பாடலாகிய கான்சாகிபு சண்டை கதைப்பாடலிலும் வண்ணார்கள் இழிநிலையினராகச் சித்திரிக்கப்பட்டுள்ளனர். இக்கதைப்பாடலில் நவாபு படையினராலும் பிரிட்டிஷ் படையினராலும் கைது செய்யப்பட்ட கான்சாகிபுவை நவாபிடம் ஒப்படைக்கும்போது கான்சாகிபு, நவாபிற்கு வணக்கம் தெரிவிக்க மறுத்து அவனை இகழ்ந்து பேசுகிறான்.

அப்போது கான்சாயபு துரையும் - பாதர்
ஆண்பிள்ளை நவாபு முகமேறிட்டுப்பார்த்து
கச்சக்கருவாடுவிற்கும் லப்பை - துலுக்கப்
பயலே நீ போடா வண்ணாத்தி மகனே

- *கா. சா. ச., ப. 119.*

மேற்சுட்டிய இப்பாடலில் 'வண்ணாத்தி' என்ற சொல் ஆற்காடு நவாபை இகழ்வதற்காகப் பயன்படுத்தப்பட்டுள்ளது. இதன்படி, காத்தவராயன் கதை மற்றும் கான்சாகிபு சண்டை ஆகிய இரண்டிலும் 'வண்ணார்' சாதியினர் மிகவும் இழிவான நிலையினராகச் சித்திரிக்கப்

பட்டுள்ளமை அவர்களின் சமூக நிலைக்குச் சான்றாக அமைகின்றன. இவ்வாறு ஒரு குறிப்பிட்ட தொழிற்குடியினரின் பெயரை மட்டும் கூறி இகழும் போக்கு இன்றும் கிராமப்புறங்களில் வழக்கிலிருந்து வருவது குறிப்பிடத்தக்கது (விளக்கம், இயல்: 4).

வீணாதி வீணனும் வண்ணாரும்

ஐவர் ராசாக்கள் கதையின் கிளைக்கதையாகச் சுட்டப்படும் வீணாதி வீணன் கதைப்பாடலானது, வண்ணார்கள் செய்து வந்த தொழில் மற்றும் தொழிலுக்கென அவர்களுக்கு இடப்பட்டிருந்த குறியீடு என இரண்டு வகையான செய்திகளைச் சுட்டுவதாக அமைந்துள்ளது. இக்கதை குறித்து,

> வீணாதி வீணன் கதை இன்னும் வள்ளியூர்ப் பகுதியில் பரவியுள்ளது. அது உண்மை நிகழ்ச்சியென்பதைப் புலப்படுத்தும் சில சான்றுகளும் அகப்பட்டுள்ளன.[7]

எனக் குறிப்பிடும் நா. வானமாமலை, பல்வேறு சுவடிப் பிரதிகளை ஒப்பு நோக்கி இதனைப் பதிப்பித்துள்ளார். இக்கதையின் நாஞ்சில் நாட்டு மேலவெம்பனூரில் பிறந்த வீணாதி வீணன், தன்னுடைய பெற்றோரை இழந்த பின்பு பிழைப்பிற்காக வள்ளியூருக்கு வருகிறான். அப்போது முதலில் ஒரு வண்ணானிடம் சென்று தனக்கு வேலை கேட்கிறான். இந்நிகழ்வு,

> தம்பிரானே யொன்று மில்லை தட்டழிந்து போனேன்
> சாதிக் கிழிவாக என்னைச் சோதிச்சுதே தெய்வம்
> பந்தி நீக்கு வார்களென்று கந்தை தூக்க வந்தேன்
> பத்திரமாய்க் காதிலொரு முத்திரை போடு
>
> - வீ. வீ. க., ப. 44.

எனச் சுட்டப்படுகிறது. இதில் தன்னுடைய சுற்றத்தினர் தம்மை ஏளனமாகக் கருதுவார்கள் என்பதால், உங்களுடன் வெளுப்பாடை (அழுக்குத் துணி மூட்டை) சுமந்து வாழ விரும்புவதாகக் கூறி ஆடை வெளுப்போர்க்கு அடையாளக் குறியாகக் காதில் இடக்கூடிய முத்திரையைத் தனக்கும் இடுமாறு வண்ணானிடம் வேண்டுகிறான். இதனைச் சற்றும் எதிர்பாராத வண்ணான் வீணாதி வீணனிடம்,

> புத்திகெட்டேன் என்று சொல்லி மெத்தச் சடையாதே!
> பித்தரோட வேடத்துக்கு முத்திவீடு தூரம்
> பிச்சை வாங்கச் சொல்ல வில்லை கச்சை தொட்ட தெய்வம்
> உண்ணக் கிடையாத தொழில் பண்ணிக் கொள்ள
> வேண்டாம் - வீ. வீ. க., ப. 44.

என உயர்ந்த சாதியில் பிறந்த நீங்கள் உணவுக்குத் கூட வழியில்லாத இத்தொழில் செய்து வாழ்வது பொருந்தாத ஒன்று என்று கூறித் திருப்பி

அனுப்பிவிடுகிறான். வீணாதி வீணனுக்கும் வண்ணானுக்கும் இடையில் நிகழும் இவ்வுரையாடல் கி. பி. 18ஆம் நூற்றாண்டின் முற்பகுதி காலச் சூழலுக்குச் சான்றாக அமைகின்றது. இதில் அக்காலத்தில் வண்ணார்களை அடையாளப்படுத்தும் வகையில், அவர்களுக்குக் காதில் முத்திரை இடப்பட்ட செய்தி இடம் பெற்றுள்ளமை குறிப்பிடத்தக்கது. மேலும், இவ்வழக்கம் குறித்த முதற்பதிவாகவும் இதனைக் கொள்ள முடிகின்றது. அவ்வகையில் வண்ணார்க்கு வழங்கப்பட்ட வேறு பெயர்கள், தொழில்முறை, வரிகள் முதலானவற்றைச் சுட்டும் பிற தரவுகளுடன் இவையும் வண்ணாரின் வாழ்வியலை அறிவதற்கான மற்றுமொரு ஆவணமாக விளங்குவதை உறுதி செய்ய முடிகின்றது.

தமிழ்ச் சமூக வரலாற்றைச் சுட்டுவதில் இலக்கியங்களுக்கு அடுத்ததாகக் குறிப்பிடத்தக்க ஆவணமாக இக்கதைப்பாடல்கள் விளங்குகின்றன. இதனால் அறியப்படும் விளக்கங்கள் அனைத்தும் வண்ணார்கள் மிகவும் ஒடுக்கப்பட்டோராக வைக்கப்பட்டிருந்தமைக்குச் சான்றாக அமைகின்றன. மாறாக, இவர்கள் ஒடுக்கப்பட்டோராக இருந்தாலும் ஒழுக்கத்தை தலைசிறந்த பண்பாகக் கொண்டு வாழ்ந்துள்ளனர். அவ்வகையில் தங்களுள் ஒருவர் ஒழுக்கம் தவறி நடக்கும்போது, அவர் தங்கள் சமூகத்தவர்களாலும் பிற சமூகத்தவர்களாலும் நடத்தப்படும் முறை குறித்தும் கதைப்பாடல்கள் சுட்டுகின்றன.

வண்ணார்களின் கட்டுப்பாடு

கோபால சமுத்திரத்தில் நடந்த நிகழ்ச்சியை அடிப்படையாகக் கொண்டு மெச்சும் பெருமாள் பாண்டியன் கதைப்பாடல் அமைந்துள்ளது. இவ்வூரின் தலையாரியாகிய பொன் பெருமாள் தேவர் வறுமையின் காரணமாக வரி கட்ட முடியாமல் இரவோடு இரவாக ஊரைவிட்டுச் செல்லும்போது, தன்னுடைய கடைசி குழந்தையாகிய மெச்சும் பெருமாள் பாண்டியனை வீட்டிலேயே விட்டுவிட்டுச் சென்றுவிடுகிறார். மறுநாள் அழுக்குத் துணிகளை எடுத்துச்செல்ல வரும் வண்ணாத்தி, அக்குழந்தையைக் கண்டெடுத்து அரசனிடம் கொண்டு செல்கிறாள். பின்பு, அரசன் அவளிடம் அக்குழந்தையைப் பன்னிரண்டு வயதுவரை வளர்த்து அரண்மனைக்குக் கொண்டு வர வேண்டும் என உத்தரவிடுகிறான். அதன்படி தன்னுடைய வீட்டில் மெச்சும் பெருமாள் பாண்டியனைப் பன்னிரு வயதுவரை வளர்த்து, அவனை மன்னனிடம் ஒப்படைக்கிறாள். இதற்காக வண்ணாத்திக்கு 'வண்ணாத்திப் போக்கு' என்ற பெயரில் வாகைக்குளத்தில் ஐந்து ஏக்கர் நிலம் மானியமாக வழங்கப்பட்டுள்ளது.[8] இப்பகுதி வாகைக்குளத்தில் இன்றும் 'வண்ணாத்திப் போக்கு' என்ற பெயரில் அழைக்கப்படுவது குறிப்பிடத்தக்கது. வண்ணாத்தியின் வீட்டில் மெச்சும் பெருமாள்

பாண்டியன் வளர்கிற காலத்தில் வண்ணாத்தியின் மகனுக்குத் திருமணம் நிச்சயமாகிறது. அப்போது வண்ணாத்தியின் மருமகளாக வரப் போகின்றவளைக் காணும் மெச்சும் பெருமாள் பாண்டியன் அவள்மீது ஆசை கொள்கிறான். இதனை அறிந்த வண்ணாத்தி தன்னுடைய மருமகளிடம் மெச்சும் பெருமாள் பாண்டியனின் விருப்பத்தைக் கூறுகிறாள். இதனைக் கேட்ட மருமகள், தம் சாதியில் அவ்வாறு செய்தால் ஏற்படும் பின்விளைவுகளை,

நம்முடைய சாதியிலே
நாம் தவறி நடந்தோமானால்
சாதி விலக்கி வைப்பர்
தரக்குறைவாய்ப் பேசிடுவர்
நன்மை தீமைக்குச் சேரமாட்டார்
நம்மிடத்தில் சம்மந்தம் செய்யமாட்டார்[9]

எனத் தம்முடைய சமூகத்தில் நிலவக்கூடிய கட்டுப்பாடுகளைக் கூறுகிறாள். இத்தகைய கட்டுப்பாடுகள், பிற சமூகத்தவர்களைப் போன்று வண்ணார்களிடையேயும் இருந்தமையைத் தெளிவுபடுத்து கின்றன. இக்கருத்தையே குசலவர் சுவாமி கதைப்பாடலும் சுட்டு கின்றது. இக்கதையில் கணவனை நீங்கி அடுத்தவனோடு சென்று, பின்பு மீண்டும் கணவனிடமே வரும் மனைவியை ஏற்க மறுக்கும் வண்ணான்,

ஏது சொல்வான் அந்த மாட வண்ணான்
இராமனும் அங்கே ஒழுங்கோ பெண்ணே
ஆயிழையே பெண்ணே வண்ணாத்தி
இராவணன் கொண்டு போன இலட்சுமியை
இராமனும் கூட்டி வந்திருக் கிறானே[10]

என இராமனை இகழ்ந்து கூறி, இராமனைப் போன்று தன்னால் செய்ய முடியாது என்கிறான். அவ்வகையில் குசலவர் சுவாமி கதைப்பாடல் வண்ணார்களிடையே நிலவிய ஒழுக்கக் கூறுகளுக்கு மற்றுமொரு சான்றாக விளங்குகின்றது.

முரண்கள்

வண்ணார் சாதிப் பெண்கள் ஒழுக்க நெறியில் சிறந்தவர்கள் என்ற கருத்தாக்கங்களைத் மெச்சும் பெருமாள் பாண்டியன் கதைப்பாடல், குசலவர் சுவாமி கதைப்பாடல் ஆகியவற்றிலிருந்து முற்றிலும் முரண்பட்டதாக சின்னணைஞ்சான் கதைப்பாடல் அமைந்துள்ளது. இக்கதைப்பாடலில் வண்ணார் குலப் பெண்ணான சின்னணைஞ்சியை மன்னனாகிய சிவனணைஞ்ச பெருமாள் கவர்ந்து சென்ற பின்பு, அவளின் கணவனான மாட வண்ணான் சின்னணைஞ்சியை மீட்க முயலுவதாகக் கூறப்பட்டுள்ளது. இக்கதைப்பாடலில் சின்னணைஞ்சி இரண்டு நிலைகளில் ஒழுக்கத்தைக் கடைபிடிப்பவளாகக் காட்டப்

பட்டுள்ளாள். ஒன்று, தொடக்கத்தில் தன்னைப் பலவாறு பேசி ஆசைக்கு இணங்குமாறு வற்புறுத்தும் சிவனணைஞ்ச பெருமாளை முற்றிலும் வெறுத்து ஒதுக்குபவள். மற்றொன்று, வசிய மருந்தால் தன்னை சிவனணைஞ்ச பெருமாள் கவர்ந்து சென்ற பின்பு, மனதால் ஒன்றிவிட்ட சிவனணைஞ்ச பெருமாளுடன் வாழ்ந்து போரில் மரணமடைவது. இவ்விரு சூழலும் பின்வரும் பகுதியில் தனித்தனியாக விளக்கப்படு கின்றன.

சிவனணைஞ்ச பெருமாளும் வண்ணாரும்

சென்னை ஆசியவியல் நிறுவனத்திலுள்ள சிவனணைஞ்ச பெருமாள் கதைச் (சு.எண். 46, 47) சுவடியையும், உலகத் தமிழாராய்ச்சி நிறுவன தமிழ் ஓலைச் சுவடிகள் பாதுகாப்பு மையத்தில் உள்ள சிவனணைஞ்ச பெருமாள் கதைச் (சு.எண். 376) சுவடியையும் ஒப்பிட்டு சூ. நிர்மலாதேவியால் இக்கதைப்பாடல் 1998இல் பதிப்பிக்கப்பட்டது. இக்கதைப்பாடல், செங்கோட்டைப் பகுதியை ஆண்ட செம்பவளரா சனின் மகனான சிவனணைஞ்ச பெருமாள் எனும் சின்னணைஞ்சானுக்கும், அப்பகுதியில் வெளுக்கும் தொழில் செய்து வந்த வண்ணார்களுக்கும் இடையேயான போராட்டத்தை மையமாகக் கொண்டுள்ளது. இப்பொருண்மையை மையமாகக் கொண்டுள்ள மேற்குறிப்பிட்ட இரண்டு சுவடிகளில் முதல் சுவடி (46, 47) இயல்பான உண்மை களையும் அடுத்த சுவடி (376) அதிக அளவிலான புனைவுகளையும் கொண்டுள்ளன. இவற்றில் முதல் சுவடியானது, அரச வர்க்கத்தின் இயல்புகளையும் கட்டுப்பாடுகளையும் உறவினர்களையும் மீறி வண்ணார் குலப் பெண்ணோடு வாழும் சிவனணைஞ்சானையும் அவனுடைய மன உறுதியையும் சுட்டுகின்றது. மேலும் இக்கதைப் பாடலில் மிக உன்னதமானதாகப் போற்றப்பட்ட வண்ணார்குலப் பெண்களின் ஒழுக்கமானது பிற சாதிப் பெண்களோடு ஒப்புமைப் படுத்திச் சுட்டப்பட்டுள்ளது. இதனை,

> ஒப்புரவா யழுக்கெடுத்து ஊருசுத்தி வருநேரம்
> ஊரிலுள்ளோர் தங்கள்முன்னே வொழுங்குதப்பி நடக்கறியாள்
> பேருசொல்லி விளித்தாலும் பெருவழியில் நிக்கறியாள்
> மூக்கறையர் போல்திரியும் முகடர்கண்ணில் முழிக்கறியாள்
> வாக்கறியா வார்த்தைசொல்லும், வண்டரைக்கண் டுறவாடாள்
>
> - சின்ன. கதை. 1668-1672

என வரும் அடிகளின் மூலம் அறிய முடியும். தனிமனிதப் பண்பிலும் பொதுப்பண்பிலும் சின்னணைஞ்சியை இவ்வாறு மேன்மைப்படுத்திக் காட்டும் இக்கதைப் பாடல், இல்லற வாழ்விலும் அவளைச் சிறப்புமிக்கவளாகக் காட்டுகின்றது. அவ்வகையில், அவள் தன் கணவனுடன் இரண்டறக் கலந்து வாழ்வதை,

மிடுத்தனமாய்த் தன்கணவன் வெளுத்தெடுப்பான்
றன்னைவிட்டு
விட்டுப் பிரிந்தறியாள் வேத்தூரில் தங்கறியாள்
கட்டுந் தறியைவிட்டுக் கடராத ஆவினம்போல்
மட்டுவிட்டுக் கடரறியாள் வரம்புதப்பி நடக்கறியாள்

- சின்ன. கதை, *1657 - 1660*

எனக் கதைப்பாடல் எடுத்துரைக்கின்றது. இவ்வாறு பல்வேறு சூழல்களில் வண்ணார் சாதியினரிடையே காணப்பட்ட ஒழுக்கம், இக்கதைப்பாடல் முழுவதும் பரவலாகக் காணப்படுகின்றது. இந்நிகழ்வு, ஒழுக்கச் சீலர்களாக வாழ்ந்து வந்த வண்ணார்களின் வாழ்வில் காலந்தோறும் நீடித்திருந்தது என்பதற்கு மற்றுமொரு சான்றாக அமைகின்றது. இதனை, காத்தவராயன் கதை முதலான பல்வேறு கதைப்பாடல்களின் வழியாக உறுதிப்படுத்த முடியும்.

சின்னணைஞ்சியும் சிவனணைஞ்ச பெருமாளும்

சமூகக் கட்டுப்பாடுகளும் சாதி ஏற்றத்தாழ்வுகளும் கடுமையாகப் பின்பற்றப்பட்டு நிலவுடைமைச் சமூகம் வலுப்பெற்ற (கி.பி. 15-16 முடிய) காலத்தில் இக்கதைப்பாடல் தோன்றியது. இது, மனுதர்ம விதிமுறைகளின்படிச் செயல்பட்ட அதிகார வர்க்கத்தை எதிர்த்த வரலாற்றைச் சுட்டுவதாக அமைந்துள்ளது. வருண அமைப்பின்படி மேல் நிலையில் உள்ளவர்கள் தங்களுக்குக் கீழுள்ள குடிகளிடமிருந்து பெண்களைக் கவர்ந்து கொள்வது சரியான ஒன்றுதான் என்ற நிலை உருவாக்கப்பட்டிருந்ததை இக்கதைப்பாடல் மட்டுமின்றி, வேறுசில கதைப்பாடல்களும் சுட்டுகின்றன. அவ்வகையில், கதைப்பாடல்களில் காணப்படும் சமூகச் சிக்கல்கள் குறித்து ஆராய்ந்த நா. இராமச்சந்திரன்,

> சின்னணைஞ்சியை எவ்வாறேனும் அடைந்துவிட வேண்டும் என்று சிவனணைஞ்ச பெருமாள் எண்ணுகிறான். அரச குலத்தில் தோன்றிய ஒருவன் தான் விரும்பும் பெண்ணை அவளுடைய விருப்பமில்லா மலேயே வலிந்து கைப்பற்றிக் கொண்டுபோவது ஆதிக்கம் செலுத்தும் வகுப்பாரின் செயலாக இருந்தது.[11]

எனச் சின்னணைஞ்சி கதைப்பாடல் குறித்த தம்முடைய கருத்தை முன் வைக்கிறார். குறிப்பாக, கட்டுப்பாடு என்பதனைக் கீழ் வர்க்கத்தவர்கள் மீது மட்டும் கட்டாயமாகத் திணித்த அதிகார வர்க்கம் தங்களின் தேவைகளை நிறைவேற்றிக் கொள்ளும் பொருட்டு அக்கட்டுப்பாடு களிலிருந்து தங்களை மட்டும் எளிதில் விடுவித்துக் கொண்டது. அவ்வகையில் சின்னணைஞ்சியை முதன்முதலில் காணும் சிவன ணைஞ்ச பெருமாள்,

தாராள மாகிய சின்ன ணைஞ்சிதான்
தாழ்ந்த குலத்தில் பிறக்க விதியோ
விதித்த பிரமனுக் கேது செய்தாளோ
வெளுத்தெடுப்பான் குலத்தில் படைத்தாரே
- சின்ன. கதை, *1821-1824*

எனத் தன்னுடைய குலத்தையும் சின்னணைஞ்சி குலத்தையும் ஒப்பிட்டுச் சாதிப் பெருமை பேசுவதாக அமைந்துள்ளது. இதில் சாதிப் பாகுபாடு மட்டுமின்றி குறிப்பிட்ட ஒரு குலத்தில் பிறந்தவரே அழகானவர், மற்ற குலத்தில் பிறந்தோர் அனைவரும் இழிவானவர்கள் என்பன போன்ற பல்வேறு கருத்துகளும் இடம்பெற்றுள்ளன. மாறாக, சின்னணைஞ்சியின் சாதி இழிவைச் சுட்டி, பின்பு தன்னைத் தேற்றிக் கொண்டு அவளைத் தன்வயப்படுத்தும் முயற்சியில் ஈடுபடும் சிவனணைஞ்ச பெருமாள் அவளுடன் கடுமையான தருக்கத்தில் ஈடுபடுகிறான். இத்தகைய சூழலில் சின்னணைஞ்சி,

ஊருசுத்தி மாத்தெடுத்து வீடுகள்தோறுந் திரிந்து
ஆருமத்தார் போல்திரிந்து அலையவுமென் விதிதானோ
அலையாமல் கொலுவதிலே அரசமன்னா நீரிருப்பீர்
துலையாத கல்போட்டுத் துகிலடிக்கும் சாதியல்லோ
- சின்ன. கதை, *1998 - 2001*

என இருவரும் தங்களின் நிலையை விரிவாக எடுத்துரைக்கின்றனர். இவ்வாறு சின்னணைஞ்சியுடன் நீளும் தருக்கம் எவ்விதப் பயனையும் அளிக்காமையால் மறத்தலைவனை அனுப்பி சின்னணைஞ்சியுடன் பேசச் செய்கிறார். மறத்தலைவன் சென்று பேசிய பின்பும் தன்னுடைய நிலையில் தெளிவாக இருக்கும் சின்னணைஞ்சி, சிவனணைஞ்ச பெருமாளின் விருப்பத்திற்கு உடன்பட மறுக்கிறாள். பின்பு இறுதியாக, சிறுக்கன் என்பவன் வழியாக வசிய மருந்தைக் கொடுத்து சின்னணைஞ்சியைக் கவர்ந்து சென்று தன்னுடைய மண்டபத்தில் வைத்து அவளுடன் கூடுகிறான். இவ்வாறு கூடிய பின்பு, முதலில் தன் வீடு செல்ல விரும்பும் சின்னணைஞ்சி, மயக்கம் தெளிந்ததுடன் தன்னிலை உணர்ந்து கணவனிடம் செல்ல மறுத்து சிவனணைஞ்ச பெருமாளுடனேயே தங்கிவிடுகிறாள்.

சின்னணைஞ்சி கதை : முரண்கள்

சின்னணைஞ்ச பெருமாளுடைய கதையைக் கூறுகின்ற சின்னணைஞ்சான் கதை என்ற சிவனணைஞ்ச பெருமாள் கதையும் சிவனணைஞ்ச பெருமாள் கதையும் வெவ்வேறு வகையான கதைப் போக்குகளைக் கொண்டுள்ளன. இதனை, சூ. நிர்மலாதேவி விரிவாக ஆய்வு செய்துள்ளமை குறிப்பிடத்தக்கது. இதன்படி மேற்குறிப்பிட்ட இரு கதைப்பாடல்களில் முதல் கதைப்பாடல் (சு.எண். *46, 47*),

சீவலமாறனின் ஆணைப்படி சிவனணைஞ்ச பெருமாளை வெட்டு வதற்குத் தலையாரி மழுவெடுப்பதுடன் முடிவுறுகின்றது. மாறாக, இரண்டாவது சுவடியாகிய (சு.எண். 376) சிவனணைஞ்ச பெருமாள் கதை, சிவனின் ஆணைப்படியே பொன்னுருவிக்கு வேர்வைப் புத்திரன் மகனாகப் பிறந்ததாகவும் அதன் காரணமாக சிவனணைஞ்ச பெருமாள் எனும் பெயர் பெற்றதாகவும் குறிப்பிடுகிறது. மேலும், வேர்வைப் புத்திரனின் வேண்டுதல் படியே தேவலோக இரம்பை ஒருவள் மாடன் - பரமாயி எனும் வண்ணாரத் தம்பதிக்கு மகனாகப் பிறந்ததாகவும் கூறுகின்றது. இதன் பிற்பகுதி முதல் சுவடியைப் போன்ற கதைய மைப்பைக் கொண்டுள்ளது. இதில் முதல் கதைப்பாடலைப் போன்று பாதியில் நிற்காமல் முழுக் கதையுடன் முடிவு கூறுவதாக அமைந் துள்ளது. இம்முடிவில், தன் மாமன் சீவலமாறனுடனான போரில் தன் மந்திரிகள் (வன்னியராசன், இருளப்பனாசான்) மடிந்த பின்பு, சிவன ணைஞ்ச பெருமாளும் சின்னணைஞ்சியும் ஒருவரை ஒருவர் மாற்றி மாற்றிக் கத்தியால் குத்திக்கொண்டு மரணமடைகின்றனர். அவ்வாறு மரணமடைந்த இருவரும் சிவலோகம் சென்ற பின் சிவனின் ஆணைப் படி அவுணரை வெல்கின்றனர். இவ்வெற்றிக்குப் பின் சிவன் அளித்த வரத்தின்படி, இவர்கள் பூமியில் வந்து தெய்வங்களாக வீற்றிருப்பதாகக் கதை முடிகின்றது.

மேற்குறிப்பிட்ட இரு கதை முடிவுகளிலிருந்தும் மாறுபட்ட முடிவினை பி.எஸ்.கே. பக்தவத்சலன் குறிப்பிடுகிறார். இவரின் கூற்றுப்படி கதையின் இறுதியில்,

> பெரும்போர் மூள்கிறது. தாக்குப்பிடிக்க முடியாத சிவனணைஞ்ச பெருமாள் பின்புறமாக ஒளிந்தோடியபோது அங்கே நின்ற வண்ணார்கள் அவனை வெட்டிக் கொல்லுகிறார்கள். இனி நாம் இருப்பது சரி இல்லை என்று எண்ணிச் சின்னணைஞ்சியும் தீக்குளித்து உயிர் நீத்தாள்.[12]

எனத் தம்முடைய கன்னியாகுமரி மாவட்டக் கதைப்பாடல்கள் பற்றிய ஆய்வில் குறிப்பிடுகிறார். பி.எஸ்.கே. பக்தவத்சலத்தின் கருத்திலிருந்து நா. இராமச்சந்திரன் வேறுபடுவதை,

> சேகரிக்கப்பட்ட கதைப்பாடலில் சிவனணைஞ்ச பெருமாளுக்கு இறப்பே இல்லை. அவன் போரில் தன் மாமனாரின் தலையை வெட்டிக் கடலில் எறிந்துவிட்டு நேரடியாகச் சிவபெருமானைப் பார்க்கச் செல்லுகிறான்.[13]

எனக் குறிப்பிடுவதன் மூலம் உணரலாம். இவ்வாறு ஒரு குறிப்பிட்ட கதைப்பாடல் குறித்துக் கிடைக்கின்ற தரவுகளை அடிப்படையாகக் கொண்டு அக்கதைப்பாடல் குறித்த வரலாற்று நம்பகத்தன்மையை

இறுதி செய்வதென்பது தேவையாகின்றது. அவ்வகையில் சின்ன ணைஞ்சி வரலாறு குறித்த கதைப்பாடல் முடிவுகளை,

அ. காலத்தால் முதலில் தோன்றியதாக ஆசியவியல் நிறுவனச் சுவடியாகிய சின்னணைஞ்சான் கதை என்ற சிவனணைஞ்ச பெருமாள் கதை (சு.எண். 46, 47)யைக் குறிப்பிடலாம். இச்சுவடியே இயல்பான கதைப்போக்கைக் கொண்டுள்ளது.

ஆ. சமய மற்றும் புராண, இதிகாசக் கூறுகளின் தாக்கம் அதிகமானபோது சாதியமைப்பைக் காக்கும் பொருட்டுப் புனையப்பட்டதாக உலகத் தமிழாராய்ச்சி நிறுவனச் சுவடியைக் (சுவடி எண். 376) கருத முடிகின்றது.

இ. சுவடி எண் 46, 47 மற்றும் சுவடி எண் 376 ஆகிய இரண்டு சுவடிகளின் முடிவைக் காட்டிலும் வெவ்வேறான முடிவுகள் பி.எஸ்.கே. பக்தவத்சலன் மற்றும் நா. இராமச்சந்திரன் ஆகியோரின் முடிவுகள் அமைந்துள்ளன.

சின்னணைஞ்சான் கதையாக, சூ. நிர்மலாதேவியால் பதிப்பிக்கப் பெற்ற இரண்டு கதைகளில் ஒன்று (சு.எண். 46, 47) எவ்வித புராணக் கூறுகள் இன்றியும் மற்றொன்று (சு.எண். 376) அளவிற்கதிகமான புராணக் கூறுகளுடனும் அமைந்துள்ளன. இவ்வரிசையில் பி.எஸ்.கே. பக்தவத்சலன் குறிப்பிடும் கதையானது முன்னிரண்டைக் காட்டிலும் மற்றொரு வகையிலான முடிவைச் சுட்டுவதாக அமைந்துள்ளது. அவ்வகையில் இம்மூன்று கதைப்பாடல்களிலும் சின்னணைஞ்சி பேரழகியாகப் பிறந்த ஒரு காரணத்திற்காக அவளைப் பல்வேறு வழிகளில் அடைய மேற்கொள்ளும் முயற்சி தோல்வியுறுகிறது. இதனால் குறுக்கு வழியில் அதனை நிறைவேற்றி இன்பம் துய்த்த அதிகார வர்க்கத்தின் போக்கு சுட்டப்படுகின்றது. மேலும், இக்கதைக்குப் புனிதத் தன்மையினை உருவாக்க முயன்ற பிரதி படியெடுப்பு ஆசிரியர்கள், சாதியமைப்பின் மேன்மை கருதிக் கதையின் தொடக்கத்தைத் தேவலோகத்திற்குக் கொண்டு சென்றுள்ளனர். இதன்பின் கதை முடிவு வரை சுட்டப்படும் அனைத்து நிகழ்வுகளும் தேவலோகத்தில் உள்ள சிவனின் ஆணைப்படி நிகழ்வதாகக் கதையமைப்பு முழுவதையும் மாற்றியுள்ளனர். இவ்வாறு கதை நிகழ்வு கள் சுட்டப்பட்டதன் காரணமாகக் காலங்காலமாக ஒடுக்கப்பட்ட மக்கள் மீது அதிகார வர்க்கத்தினரால் நிகழ்த்தப்பெற்று வந்த பாலியல் வன்முறைக்குத் தெய்வீகத் தன்மை கற்பிக்கப்பட்டதை அறியமுடி கின்றது. இத்தெய்வீகத்தன்மையின் காரணமாக, சின்னணைஞ்சியும் சிவனணைஞ்ச பெருமாளும் வழிபடு தெய்வப் பொருளாக்கப்பட்டனர். இவ்வாறு வழிபாட்டிற்கு உரியவர்களாக்கப்பட்ட இவர்கள் தென்காசி பகுதி நாட்டுப்புற மக்களால் இன்றும் வழிபடப்பட்டு வருகின்றனர்.

இவ்வரலாற்றைக் கூறுகின்ற கதைப்பாடல்கள், சாதியக் கட்டுமானத்தை உடைத்தல் மற்றும் அதிகார வர்க்கத்தின் பாலியல் வன்முறை முதலானவற்றைக் கடந்து இரக்க மனநிலையை உருவாக்கும் வண்ணம் வழங்கப்பட்டு வருகின்றன.

மந்திரமூர்த்தியும் சோணமுத்துவும்

தமிழ்ச் சமூகத்தின் சாதியக் கட்டுமானம் மேல், கீழ் என்ற கட்டமைப்பில் மட்டுமல்லாது மேல் சாதிகளுக்குள் பல உட்பிரிவுகளையும், கீழ்ச் சாதிகளுக்குள் பல உட்பிரிவுகளையும் கொண்டதாக அமைந்துள்ளன. இதன் காரணமாக ஏற்பட்ட தீண்டாமை மேல் மற்றும் கீழ்ச் சாதிகளுக்கு இடையிலானதைப் போன்று அவ்வப் பிரிவிலும் நிகழலாயின. அவ்வகையில் தற்போது பள்ளர் என வழங்கப்படும் தேவேந்திர குல வேளாளர்களுக்கும் புதிரை வண்ணார் என வழங்கப்படும் புரத வண்ணார்களுக்கும் இடையிலான தீண்டாமை மற்றும் ஒடுக்குமுறையைப் பதிவு செய்வதாக 'தடிவீர சுவாமி கதை' அமைந்துள்ளது. அதிகாரப் பரவலை மேலிருந்து கீழாக வெளிப்படுத்துவதை வழக்கமாகவும் அதுவே முறையானதெனவும் வலியுறுத்தி வந்த வர்க்கச் செயல்பாட்டை எதிர்த்துக் கீழிருந்து மேல் என்ற அதிகாரப் பரவலை இக்கதைப்பாடல் வலியுறுத்தியது.

கதையின் காலம்

சோழர் காலத்திற்குப் பின்பு தமிழகத்தைக் கைப்பற்றி ஆட்சி செலுத்திய நாயக்க மன்னர்களது காலத்தில் தென் தமிழகத்திலுள்ள திருச்செந்தூரில் நிகழ்ந்த உண்மை வரலாற்றைக் கூறுவதாக இக்கதைப் பாடல் அமைந்துள்ளது.[14] கேரளப் பல்கலைக்கழகக் கீழ்த்திசைச் சுவடி நூலகத்திலிருந்து கண்டறியப்பட்டு, சூ. நிர்மலாதேவியால் 1996இல் இச்சுவடி (சு.எண். 8440) பதிப்பிக்கப்பெற்றது. சுவடியில் கூறப் பெற்றுள்ள கதை குறித்து,

> இச்சமூகக் கதைப்பாடல் எழுதப்பட்ட காலம் 117 ஆண்டுகளுக்கு முன் என்றாலும், கதை நடந்த காலம் 16ஆம் நூற்றாண்டு என்பதற்கான சான்றுகள் கிடைத்துள்ளன. 16ஆம் நூற்றாண்டில் நடந்த நிகழ்ச்சி காலம் காலமாகப் படி எடுக்கப்பட்டு வந்து, குறிப்பிட்ட சுவடிப் பிரதியாக இந்நூலகத்தில் பாதுகாத்து வைக்கப்பட்டுள்ளது.[15]

எனச் சூ. நிர்மலாதேவி குறிப்பிடுகின்றார். கதைப்பாடலின் காலம் குறித்த இம்முடிவிற்குச் சான்றாகச் சுவடியில் குறிப்பிடப்பட்டுள்ள கொல்லம் ஆண்டு 1054 (கி.பி. 1879)[16] என்பதைப் பதிப்பாசிரியர் கொள்கின்றார். கதைப்பாடலின் காலம் குறித்து பதிப்பாசிரியரின் முடிவு இவ்வாறு அமைகையில், இக்கதைப்பாடல் குறித்து ஆய்வு செய்த கோ. கேசவன்,

இக்கதை வடமலையப்ப பிள்ளையின் ஆட்சிக் காலத்தில் (இறுதி ஆண்டு கி.பி.1706) நடைபெறுவதாகக் காணப்படுவதால், இதன் காலம் ஏறத்தாழ கி.பி. 17ஆம் நூற்றாண்டின் இறுதிக் காலம் எனக் கருதலாம்.[17]

என இதன் காலத்தினைச் சுட்டுகின்றார். இவ்வாறு காலத்தை வரையறை செய்கின்ற ஆய்வாளர்களுடைய முடிவுகளிலிருந்து, கதை நிகழ்ந்த காலமாகக் கி.பி. 16ஆம் நூற்றாண்டின் இறுதியிலிருந்து 17ஆம் நூற்றாண்டின் முன்பகுதியைச் சுட்ட முடியும். காரணம், கதை நடந்த களமாகிய 'செந்திநகர்' எனப்படும் திருச்செந்தூர்ப் பட்டணத்தில் நாயக்க அரசின் மேற்பார்வையாளராகப் பணியாற்றிய வடமலையப்ப பிள்ளையின் காலத்தினை இவர்கள் முதன்மைச் சான்றாகக் கொண்டுள்ளமையே ஆகும்.

கதையின் வரலாறு

இக்கதைப்படி முருகன் குறிச்சி, முளிக்குளம், வெள்ளக்கோயில், தெப்பக்குளம், பாளையங்கோட்டை, திருநெல்வேலி, வண்ணார்ப் பேட்டை ஆகிய ஊர்களின் அரண்மனை நிலங்களைப் பள்ளர்கள் உழுது பயிரிட்டு வாழ்ந்து வந்துள்ளனர்.[18] இந்த ஏழூர்ப் பள்ளர்களுக்கு வெளுத்துக் கொடுக்கும் தொழிலைப் புரத வண்ணார் சமூகத்தைச் சேர்ந்த நீலவண்ணான், புரதமங்கை தம்பதியர் செய்து வந்தனர். இவ்வாறு ஆடை வெளுக்கும் தொழிலைச் செய்து வந்த நீலவண்ணான், புரதமங்கையின் மகனும் மந்திரப் பயிற்சிகளில் சிறந்தவனுமாகிய வாசமுத்து எனும் மந்திரமூர்த்தி தாமிரபரணிக் கரையில் குடிசை அமைத்து வெளுக்கும் தொழில் செய்து வருகிறான். இவ்வாறான சூழலில் மாற்றுச்சேலை (மாத்துடுப்பு)[19] வாங்குவதற்காக வரும் சோணமுத்துவும் வாசமுத்துவும் காதல் கொண்டு இருவரும் உள்ளத்தால் இணைந்து தினமும் குடிசையில் சந்தித்து வாழ்ந்து வருகின்றனர். இதனை, முன்பு வாசமுத்துவின் கோபத்திற்கு ஆளான புதியவன் எனும் நாடான் மூலம் சோணமுத்துவின் அண்ணன்கள் அறிகின்றனர். பின்பு சோணமுத்துவின் அண்ணன்கள் பல்வேறு போராட்டங்களுக்குப் பின்பு மந்திரமூர்த்தியைக் கொல்கின்றனர். இதனைக் கேள்வியுற்ற வாசமுத்து வின் முதல் மனைவியான சாத்திப்பிள்ளையும், சோணமுத்துவும் வாசமுத்து வெட்டுண்ட இடத்தைக் கண்டு அவ்விடத்திலேயே துடிதுடித்து இறக்கின்றனர்.

எதிர்வினையும் தெய்வமாதலும்

வாசமுத்து, சோணமுத்து, சாத்திப்பிள்ளை ஆகிய மூவரும் இறந்த பின்பு வாசமுத்து மட்டும், இறந்த எட்டாம் நாளில் தன்னைக் கொன்றவர்களைப் பழிவாங்கத் தடியுடன் புறப்படுகிறான். முதலில்

தன்னைக் காட்டிக் கொடுத்த புதியவனைக் கொன்று பழிவாங்குகிறான். இதன் தொடர்ச்சியாகத் தான் வெளுத்து வந்த ஏழு ஊர்களுக்கும் கொள்ளை நோய்களை வரவழைத்துத் தன்னுடைய வருகையை உணர்த்துகிறான். இதனை உணர்ந்த ஊர் மக்கள் ஒன்றுகூடி ஏழு ஊர்களுக்கும் பொதுவான இடத்தில் தடிவீர சுவாமிக்குக் கோயி லெழுப்பிப் படையலிட்டு வழிபடலாயினர். இவ்வழிபாட்டிற்குப் பின்பு இவ்வூர்களில் அமைதியும் வளமையும் நிலைபெறத் தொடங்கி யுள்ளன.

வாசமுத்து (மந்திரமூர்த்தி) கொல்லப்பட்ட பின்பு உடனடியான எதிர்வினையாக நிகழும் இந்நிகழ்வானது கதையின் இறுதிப் பகுதியாக அமைகின்றது. இவ் இறுதிப்பகுதியில் தமிழின் பிற கதைப்பாடல்களைப் போன்று இதிலும் கதையின் நாயகன் தெய்வமாகக் காட்டப்படு கின்றான். அவ்வாறு காட்டும்போது ஊர் மக்களுக்குக் கொள்ளை நோய்களை வரவழைத்த காரணத்தினாலும் அவற்றிலிருந்து மக்கள் தங்களை விடுவித்துக்கொள்ளும் பொருட்டும் மட்டுமே தடிவீர சுவாமி என்ற பெயரில் வாசமுத்து தெய்வமாக வணங்கப்படுகிறான். மாறாக, அதிகார வர்க்கத்தினராகிய நாடார், பள்ளர், பிள்ளை ஆகியோரின் சூழ்ச்சியால் பழிவாங்கப்பட்ட ஒரு கீழ்ச் சாதியைச் சேர்ந்தவனுக்கு இழைக்கப்பட்ட அநீதியை எண்ணி வருந்துவதாகக் கதைப்பாடலின் மேற்கூறிய (தெய்வமாக்கல்) முடிவு அமையவில்லை. சாதி என்ற புறக் கட்டுமானத்தின் காரணமாகப் பலிகடாவாக்கப்பட்ட வாசமுத்து, மந்திர தந்திரங்களில் வல்லவனாக இருந்தபோதிலும் அவனாகவே விரும்பி மரண தண்டனையை ஏற்றுக் கொள்வதாக முடிவு அமைகின்றது.

இவ்வாறு கதையின் பிற்பகுதி, சாதிவெறியால் திட்டமிட்டுக் கொல்லப்பட்ட வாசமுத்துவின் மரணம் அவனாலேயே விரும்பி ஏற்றுக்கொள்ளப்பட்ட ஒன்று என்பதை நிறுவும் வண்ணம் அமைந்துள்ளது. இதன்படி, காணும்போது கடந்த காலங்களில் சாதி மீறி நேசித்தவர்கள் எத்தகைய கொடூரமான மரணத்திற்கு உள்ளாக்கப் பட்டனர் என்பதை உறுதிசெய்ய முடியும். மேலும் இக்கதையின் தொடக்கம் முதல் வாசமுத்துவுடன் மனமொன்றி இணைந்து வாழும் சோணமுத்து, அவன் இறந்தவுடன் தன் நிலையை எண்ணி,

வலிய குலம் பிறந்தே - யிப்போ
 எளிய குல மானேன்
மஞ்சள் புடவை தன்னை
 மடித்துடுத்த நாள் போகி
கஞ்சிப் புடவை தன்னை
 கழுத்திலிட நாளாச்சே!

- தடி. கதை, 426-428

என வாசமுத்துவினுடைய சடலத்தைக் கண்டு ஒப்பாரி வைக்கிறாள். இவ்வடிகளில் தான் மிகவும் நேசித்த காதலன் இறந்துவிட்டான் என்பதைவிட, கீழ்ச்சாதிக்காரனுடன் தொடர்பு கொண்டதால் ஏற்பட்ட இழிநிலையை எண்ணி வருந்துவதே முதன்மையானதாக இடம் பெற்றுள்ளது. இவ்வாறு சோணமுத்து தன் நிலையை எண்ணி வருந்துவது ஒருபுறமிருக்க, வாசமுத்து தன்னுடைய காதலில் கொண்டிருந்த உறுதியைச் சோணமுத்துவுக்கு உணர்த்தும்போது,

உருவை வலதழிப்பேன்
உன்னானை சோணமுத்தே!
உள்ளி முடிந்தாலும்
உயிரிழந்து போனாலும்
ஒன்னைநான் மறப்பதில்லை
உன்மேலே யாணையுண்டு

- தடி. கதை, *229-231*

எனக் குறிப்பிடுகிறான். அவ்வகையில் உள்ளத்தால் இருவரும் இணைந்து வாழ்வதில் சோணமுத்துவைக் காட்டிலும் அதிக உறுதியுடையவனாக வாசமுத்து விளங்குகிறான். மேலும், தன்னுடைய மந்திர சக்தியால் சோணமுத்துவை அடைந்த பின்பு, அவளை விரட்டிவிடாமல் மனதால் அவளோடு இணைந்து வாழ, தான் விரும்பியதை மேற்சுட்டிய அடிகள் வாயிலாக உணரமுடியும். இதில், தன்னை மட்டும் காத்துக் கொள்பவனாக வாசமுத்து இருந்திருந்தால் பள்ளர்களால் தன்னுடைய உயிர் போவதைத் தவிர்த்திருக்க முடியும். ஆனால், வாசமுத்து தன்னுடைய காதலிலும் கொள்கையிலும் கொண்ட உறுதியின் காரணமாகத் தன்னுடைய உயிரையே விடத் துணிகின்றான். இதனைக் 'குடும்பர்கள்' எனப்பட்ட பள்ளர்களின் சூழ்ச்சி இதனை நிகழ்த்திக் காட்டியதை அறியமுடிகின்றது.

சாதியும் தொழிலும்

தடிவீர சுவாமி கதைப்பாடலில் கதையின் நாயகனாகிய வாசமுத்துவின் சாதியும் அவனுடைய தொழிலும் சமூக நிலையும் மிக விரிவாகச் சுட்டப்பட்டுள்ளன. அவ்வாறு சுட்டப்படும்போது வாசமுத்துவினுடைய சமூக நிலையை, 'சாதியிலே ஈனனவன் தனித்ததொரு நீலவண்ணான்' (தடி. கதை. அடி. *8*) எனக் குறிப்பிடப்படுகிறான். மேலும், இழிந்த சாதியினராகக் கருதப்பட்ட குடும்பர் எனப்பட்ட பள்ளர்களுக்கு வெளுக்கும் தொழில் செய்து வாழ்ந்து வந்தவர்கள் 'புரத வண்ணார்' எனப் பத்து இடங்களில் நேரடியாகப் பதிவு செய்யப்பட்டுள்ளனர்.[20] தென் தமிழகப் பகுதிகளில் பள்ளர்களுக்கு வெளுக்கும் தொழில் செய்த இப் 'புரத வண்ணார்' தமிழகத்தின் வட பகுதிகளில் பெரும்பான்மை ஒடுக்கப்பட்ட

மக்களாகிய பறையர்களுக்கு வெளுக்கும் தொழில் செய்து வாழ்ந் துள்ளனர். இருபதாம் நூற்றாண்டின் இறுதிக்காலம் வரையில் பரவலாகக் காணப்பட்ட இம்முறையானது இன்று பெருமளவு வழக்கிழந்து காணப்படுகின்றது.

மேலும், வெளுக்கும் தொழிலுக்குப் பயன்படுத்திய மூலப்பொருட்கள் பற்றிய விளக்கங்களும் இக்கதைப்பாடலின் பல்வேறு இடங்களில் காணப்படுகின்றன. இதற்கு,

சவுக்காரம் (அடி. 172) - அழுக்கினை நீக்குவதற்குப் பயன்படும் சோப்பு முதலான கூட்டுப் பொருட்கள்.

உவர்மண் (அடி. 194) - பளபளக்கும் தன்மையுடைய ஒரு வகையான உப்புமண். வெளுப்பதற்கு முன்பு இம்மண் கரைசலில் ஆடைகளை நனைத்தெடுத்து வெள்ளாவியில் வேக வைப்பர்.

எனும் இச்சொற்கள் சான்றாக அமைகின்றன. அவ்வகையில் வெளுக்கும் தொழிலை மட்டும் செய்து கொண்டிருந்த இப்புரத வண்ணார் சமூகத்தினர் வேறு பல தொழில்களையும் செய்து வாழ்ந்துள்ளனர். இதற்குச் சான்றாகக் கதையின் நாயகனாகிய மந்திரமூர்த்தி, நாடார் சமூகத்தைச் சேர்ந்த புதியவன் என்பவனுக்கு மந்திரம் முதலான மாய வித்தைகளைக் கற்றுக் கொடுத்த செய்தியினையும் இக்கதைப்பாடல் குறிப்பிடுகின்றது. இதனை,

காடேரி மந்திரமும்
  காளியுட அச்சரமும்
யோக சின்ன மாரணமும்
  தம்பலஉச் சாடனமும்
கூடுவிட்டுக் கூடுபாயும்
  சூரைத் தொழிலுங் கத்தறிந்தான்

தடி. கதை. 122 - 124

என்ற அடிகள் வலியுறுத்துவனவாக அமைகின்றன. மேலும், வெளுத்தல் தொழிலோடு மேற்சுட்டிய மந்திரம் பயிற்றுவித்தலையும் தொழிலாகக் கொண்டு வாழ்ந்த இவர்களுக்கு வழங்கப்பட்ட கூலி குறித்த பதிவுகள் எங்கும் இடம்பெறவில்லை. இச்சூழல் கதைப்பாடலில் முற்றாகப் பதிவு செய்யப்படாமல் விடப்பட்டுள்ளமை இவர்களின் சமூக நிலைக்குச் சான்றாக அமைகின்றன.

தாழ்ந்த சாதியில் பிறந்து உயர்ந்த சாதிப் பெண்ணை (முத்துப் பட்டன் கதை) மணந்ததன் காரணமாகத் திட்டமிட்டுப் படுகொலை செய்யப்பட்டு, பின்பு அவர்களைத் தெய்வமாக்கிவிடும் நிகழ்வு என்பது

வரலாற்றின் அனைத்துக் காலங்களிலும் நிகழ்ந்து வந்துள்ளன. அவ்வகையில் சாதியக் கட்டுமானத்தை மீறிய குற்றத்திற்காகப் படுகொலை செய்யப்பட்டு, தெய்வமாக்கப்பட்ட மதுரைவீரன், முத்துப்பட்டன், மெச்சும் பெருமாள் பாண்டியன், சின்னணைஞ்சான் ஆகியோரைப் போன்று வாசமுத்து (தடிவீரன்) வினுடைய வரலாறும் அமைகின்றது. மேலும் இவ்வரலாறு, தமிழ்ச் சமூகத்தில் நிலைப் படுத்தப்பட்டிருந்த ஒருவகையான அதிகாரத் திணிப்பையும் அகமண உறவைப் பேணுதலையும் வெளிப்படையாகச் சுட்டுவதாக உள்ளன. இதன்படி, மேற்சாதியிலுள்ள ஆண் மற்றும் பெண் ஆகிய இருவரில் எவராயினும் அவர்கள் கீழ்ச் சாதியினருடன் உறவு கொள்ளும்போது கடுமையாகத் தண்டிக்கப்பட்டுள்ளனர். இத்தகைய தண்டனைகளின் காரணமாக மரணத்தைத் தழுவிய சமூகத்தைச் சேர்ந்தவர்களின் கோபத்தையும் எதிர்வினையையும் தவிர்ப்பதற்காகப் படுகொலையான வர்கள், அதனை நிகழ்த்தியவர்களால் தெய்வம் என்ற மாயைக்குள் கொண்டுவரப்பட்டனர். இதன்மூலம் பாதிக்கப்பட்டவர்களின் எழுச்சி கட்டுப்படுத்தப்பட்டது. இம்முறை பண்டைத் தமிழரின் வீர வழிபாட்டுடன் முற்றிலும் மாறுபட்டதாக இருக்கிறது.

கல்வெட்டுகளில் வண்ணார்

புனைவுகளற்ற வரலாற்றைச் சுட்டுகின்ற முதன்மையான ஆவணங்களுள் ஒன்றாகக் கல்வெட்டுகள் விளங்குகின்றன. இவை தொடக்க காலங்களில் அதிகாரம் மிக்கவர்களால் கோயில்களிலும் மடங்களிலும் வெட்டப்பட்டன. இவ்வாறு, ஊர்ப் பொதுமக்கள் ஒன்று கூடித் தங்களுக்கான பொது நிகழ்வுகளை இறுதி செய்து அவற்றைப் பொது இடங்களில் வெட்டி வைத்தனர். கல்வெட்டுகள் உருவான இவ்விருமுறைகளில் முதலாவதாகக் கூறப்பட்ட அதிகார வர்க்கம், கோயில் மற்றும் அவை சார்ந்த மடங்களில் செதுக்கப்பட்ட கல்வெட்டு கள், பெரும்பாலும் குடிமக்கள் பற்றிய விவரங்களைத் தருபவைகளாக இருந்தன. அவற்றுள் குடிமக்களின் வாழ்விடம், அதற்கான வரி, தொழில் மற்றும் தொழிலுக்கான வரி, அவர்களுக்கு அளிக்கப்பட்ட நில தானங்கள், அவற்றின் மீதான வரி, ஊர் எல்லைகள், தண்டனைகள், கட்டுப்பாடுகள், தொழில் பங்கீடு முதலானவை முக்கிய இடம் வகித்தன. குறிப்பாக, அக்கால வரலாற்றைக் குறிப்பிடுகின்ற இக் கல்வெட்டுகளில் காணப்படும் மேற் சுட்டிய இக்கூறுகளை அடிப் படையாகக் கொண்டு சமூக வரலாற்றை வரையறை செய்ய முயலுவதாக இப்பகுதி அமைகின்றது.

கல்வெட்டுகளில் வண்ணார் இடம்பெற்றுள்ள முறைமை குறித்து அறிவதாக அமைகின்ற இப்பகுதிக்கு முதன்மை ஆதாரமாகத்

தென்னிந்தியக் கல்வெட்டுகளின் (South Indian Inscriptions) தொகுதிகள் அமைகின்றன. இவற்றுடன் பிற நூல்களிலிருந்து எடுக்கப் பட்ட கல்வெட்டுக் குறிப்புகளும் இணை ஆதாரங்களாகக் கொள்ளப் படுகின்றன. அந்த வகையில் இக்கல்வெட்டுச் சான்றுகளை அடிப்படை யாகக் கொண்டு வண்ணார் சமூகம் பற்றிய விளக்கங்கள் பின்வருமாறு வகைப்படுத்தப்படுகின்றன. அவை,

- அ. வாழ்விடம்
- ஆ. தொழில்முறை மற்றும் கூலி
- இ. வரிவிதிப்பு
- ஈ. எல்லைகள்
- உ. பணி ஆணையும் போர்க் கைதியும்
- ஊ. கொடைகள் மற்றும் அறச்செயல்கள்

என அமைகின்றன.

வாழ்விடம்

தொழில்களின் அடிப்படையில் பாகுபடுத்தப்பட்டிருந்த தமிழ்ச் சமூகத்தின் மீது நிர்வாக அளவில் மிகப்பெரும் தாக்கத்தை ஏற்படுத்திய காலகட்டமாகப் பிற்காலச் சோழர்களின் காலம் அமைந்தது. நாகரிகத்தில் உச்சகட்ட வளர்ச்சியைப் பெற்று வந்த இக்காலகட்டத்தில் குடிமக்களிடமிருந்து அவர்களின் தொழில் மற்றும் பிற செயல் பாடுகளுக்காகக் குறிப்பிட்ட ஒரு தொகையை வரியாகப் பெற்றுள்ளனர். இத்தகைய வரியைச் செலுத்துவதற்குக் காலதாமதம் ஏற்பட்டபோது வரிக்கு ஈடாகப் பொருட்களும் உடலுழைப்பும் பெறப்பட்டது.

இப்பின்னணியில் பிற்காலச் சோழர் ஆட்சியின் அடிமை முறை குறித்து ஆய்வு செய்த ஆ. சிவசுப்பிரமணியன்,

கி.பி. பத்தாம் நூற்றாண்டு முதல் பதின்மூன்றாம் நூற்றாண்டு வரை உள்ள காலம் பிற்காலச் சோழர்கள் ஆதிக்கம் செலுத்திய காலமாகும். இதற்கு முந்திய காலங்களைவிட இக்காலத்தில் நிலவுடைமை முறை இறுக்கமடைந்தது. ஆட்சிப்பகுதி விரிவுபடுத்தப்பட்டது. முதன் முறையாக அடிமைகளைக் குறித்த ஏராளமான கல்வெட்டுச் சான்றுகளை இக்காலத்தில்தான் பார்க்கிறோம்.[21]

எனக் குறிப்பிடுகிறார். மேலும், இக்காலகட்டத்தில் அடிமைகள் பற்றிய செய்திகள் மட்டுமின்றித் தொழிற்குடிகள் தொடர்பான செய்திகளும் விரிவாக இடம் பெற்றுள்ளன. அப்பகுதிகள் கம்மாளர், பறையர், ஈழவர், வண்ணார் முதலான பல்வேறு தொழிற்குடிகளின் வாழ்வியலைப் பல நிலைகளில் குறிப்பிடுகின்றன.

சங்ககாலம் முதற்கொண்டு அனைத்துக் குடிகளுக்குமான தொழிற்குடியினராக வாழ்ந்து வந்த ‘வண்ணார்’ பிரிவினர் பற்றிக் கல்வெட்டுகளில் விரிவான விளக்கங்கள் இடம்பெற்றுள்ளன. அவற்றுள், இவர்கள் பிற குடிகளுடன் ஒட்டாமல் தனித்து விடப்பட்டிருந்த மையைத் தஞ்சைப் பெரிய கோவிலின் தெற்கு திசைச் சுவரில் அமைந் துள்ள இராஜராஜசோழனின் இருபத்தொன்பதாவது ஆட்சியாண்டுக் கல்வெட்டு (எண். 4),

> .... இந்நாட்டுக் கீழ்வடுகக்குடி அளந்தபடி நிலம் -இருபத்தெ
>
> ழரையெ ஒருமாவரை அரைக்காணிக்கீழ் நான்கு மா - அரைக்காணி முந்திரிகைக்கீழ்
>
> நான்கு மாவிலும் ஊரிருக்கையும் குளமும் ஸ்ரீகொயில்களும் - - சுடுகாடும் ஈழச்செறியுங்
>
> கம்மாணசெரியும் பறைச்செரியும் வண்ணாரச்செரியும் - பறைக்குளக்குழியும் [22]

எனவும், தென்னிந்தியக் கல்வெட்டுத் தொகுதியில் உள்ள 535வது எண்ணுடைய கல்வெட்டு,

> .... நிலம் வண்ணாரச்செரி நாங்கள் மயக்கிக் குடுத்த (நி)லத்து (கி)ழ்பாற் கெல்.......................................
>
> .... மதளின் கிழ்வாய்க்காலுக்கும் வண்ணான் ஓ(ண)ன் - விட்டுக்குப் .... [23]

எனவும் அமையும் கல்வெட்டுகள் வண்ணார்களுடைய இருப்பிடத்தைச் ‘சேரி’ எனக் குறிப்பிட்டன. இவற்றுள் முதலாவதாகக் குறிப்பிடப்பட்ட கல்வெட்டு, வண்ணார்களுடன் பறையர் முதலான பிற சாதியினரின் குடியிருப்புகளையும் அடுத்த கல்வெட்டு ஒருசில சொற்கள் தவிர பெருமளவு சிதைந்த நிலையிலும் காணப்படுகின்றன. அவ்வாறு சிதைந்த இக்கல்வெட்டில் உள்ள சொற்களைக் கொண்டு காணும்போது, இக்கல்வெட்டினை வண்ணார்கள் வாழ்வதற்காகவோ அல்லது பயிரிடுவதற்காகவோ நிலம் ஒதுக்கிக் கொடுத்த பதிவாகக் கருத முடியும். அவ்வகையில் இவ்விரு கல்வெட்டுகளும் வண்ணார்களின் இருப்பிடத்தைச் சுட்டுவதுடன் அவர்களின் வாழிடம் அமையப்பெற்ற சூழலையும் சுட்டுகின்றன. இதன்படி முதல் கல்வெட்டில், ஊரின் பொது இடங்களான குளம், கோயில், ஈழவர், கம்மாளர், பறையர் ஆகியோரின் இருப்பிடங்களை அடுத்து வண்ணார்களின் இருப்பிடம் அமையப்பெற்றிருந்தது என்பது சுட்டப்படுகின்றது. மற்றொரு கல்வெட்டில்,

> நிலம் வண்ணாரச்செரி நாங்கள் மயக்கிக் குடுத்த (நி)லத்து
> - (கி)ழ்பாற்கெல் ....

எனக் குறிப்பிடுவதால் வண்ணார்கள் வாழ்வதற்கான இடம் ஊர்ப் பொதுச் சபையினராலும், மக்களாலும் இறுதி செய்யப்பட்டு ஒருமித்த மனதுடன் வழங்கப்பட்டு இருக்கலாம் என்பதும், அவ்வாறு வழங்கப்பட்ட இடம் துணிகளை வெளுப்பதற்கு வசதியாக நீர்நிலைக்கு அருகில் வழங்கப்பட்டதையும் இக்கல்வெட்டு சுட்டுகிறது. இதனை, இரண்டாவது கல்வெட்டின் மற்றொரு பகுதி,

> மதளின் கீழ்வாய்க்காலுக்கும் வண்ணான் ஓ(ண)ன் வீட்டுக்குப்..

எனக் குறிப்பிடுவதிலிருந்து அவ்விருப்பிடம், ஏரியிலிருந்து நீர் வெளியேறுகின்ற வாய்க்காலை அடுத்து அமையப்பெற்றிருந்தது என்பதை உறுதிசெய்ய முடிகின்றது. இவ்வாறு இரு கல்வெட்டுகளும் வண்ணார்களுடைய இருப்பிடத்தைப் பதிவு செய்துள்ளன. இவற்றிலிருந்து மேற்குறிப்பிட்ட சூழலானது அரசர்களாலும் பிற ஆதிக்கக் குடியினராலும் திட்டமிட்டு உருவாக்கப்பட்டது என்பதை அறிய முடிகின்றது.

தொழில்முறை மற்றும் கூலி

ஆடை வெளுத்தலை முதன்மையாகக் கொண்டிருந்த இவர்களுடைய தொழில் மற்றும் அத்தொழிலுக்கான கூலி பற்றிய விவரங்களும் கல்வெட்டுகளில் இடம் பெற்றுள்ளன. இதனைத் தஞ்சைப் பெரிய கோயிலின் வடபகுதி மண்டபத்தில் உள்ள ஒரு கல்வெட்டு (எண். *869*),

> .... (தி)ருத்துப்பூட்டையில் குழி
> -ஆயிரமும்....
> ாண்டை பூட்டையில் வட்டமும் வண்ணான் கழுவலும் -
> -உட்பட தடி அஞ்சிநால் குழி
> எண்ணூற்று எழுபதும் ஆக குழி ஆயிரத்து எண்ணூற்று
> - எழுபது இக்கொயில்
> தெவடியாரில் வெங்காட்டுப் பிள்ளையான...[24]

என வண்ணார் தொழில் செய்த இடமானது இக்கல்வெட்டில் 'வண்ணான் கழுவல்' எனச் சுட்டப்பட்டுள்ளது. இதில் வருகின்ற 'கழுவல்' என்பதற்குத் 'தழுவுதல்' எனவும் 'கழுவுதல்' என்பதற்குச் 'சுத்தி பண்ணல்' என்ற பொருளையும் தமிழ்மொழி அகராதி குறிப்பிடுகின்றது.[25] அவ்வகையில் 'வண்ணான் கழுவல்' என்பதற்கு 'ஆடைகளைச் சுத்தம் செய்யக்கூடிய நீர்நிலை' என்று பொருள்கொள்ள முடிகின்றது. மேலும், இக்கல்வெட்டுத் தொடரில் இடம்பெற்றுள்ள 'திருத்து' என்பதற்குப் பயிர் செய்த நிலம் எனவும், 'பூட்டை' என்பதற்கு ஏற்ற மரம் எனவும், 'வட்டம்' என்பதற்குக் குளம் எனவும் தமிழ்மொழி அகராதி விளக்கம்

அளிக்கின்றது.[26] இப்பின்னணியில் நோக்கும்போது பயிர் செய்த நிலத்தையும் ஏற்ற மரத்தையும் குலத்தையும் சுட்டும் இக்கல்வெட்டு அடுத்ததாக வண்ணார் சலவைத் தொழில் செய்யும் இடத்தினையும் சுட்டுகின்றது. இக்கல்வெட்டினை அடிப்படையாகக் கொண்டு நோக்கும்போது வண்ணார் வெளுக்கும் தொழில் செய்த இடமானது ஊரின் பொது இடத்தில் இறுதியாக அமைந்திருந்தமையை அறிய முடிகின்றது. மேலும், இக்கல்வெட்டினைப் போன்று மற்றொரு கல்வெட்டும் சலவைத் தொழிலுக்கான இடத்தினைக் குறிப்பிடு கின்றது. செங்கல்பட்டு அருகில் உள்ள திருக்கச்சூரில் ஒரு கோயிலின் வடக்கு திசைச் சுற்றுச்சுவரில் காணப்படும் இக்கல்வெட்டு, சிறிதளவு சிதைந்த நிலையில் காணப்படுகின்றது. ஒட்டன் காடு, சோரன் திரட்டு, ஆச்சாரியன் திரட்டு, பெரும்பேடு, மாகனூர் நாடு, செங்காட்டுக் கோட்டம் எனப் பல்வேறு ஊர்ப் பெயர்களைக் கூறித் தொடங்கும் இக்கல்வெட்டின் எட்டாவது வரியில்,

> .... மெற்கும் வண்ணான் குழி தென்கரைக்கும் இதுக்கு
> மெற்கு சடைதாங்கல் நிர்கொளுக்கும் இதுக்கு மெற்குஉ....[27]

எனக் குறிப்பிடப்பட்டுள்ளது. இக்குறிப்பில் இடம்பெற்றுள்ள 'வண்ணான் குழி' என்ற தொடருக்கு முன்னும் பின்னும் உள்ள தொடர்களைக் கொண்டு பார்க்கும்போது இக்கல்வெட்டு, எல்லையை வரையறை செய்யும் நோக்கில் வெட்டப்பட்டுள்ளதை அறிய முடிகின்றது. இவற்றில் 'வண்ணான் குழி' என்பது வண்ணார்கள் 'ஆடைகளை வெளுக்கப் பயன்படுத்தும் குளம்' என்னும் பொருளில் இடம்பெற்றுள்ளமை குறிப்பிடத்தக்கதாகும். இதனை, 'வண்ணான் குழி' என்பதில் உள்ள 'குழி' என்பதற்குக் 'குளம்' என்றொரு பொருள் வழங்கப்படுவதைக் கொண்டு உறுதி செய்ய முடிகின்றது. அடுத்து உள்ள 'தென்கரை' என்ற சொல்லும் நீர்நிலையைக் குறிப்பது என்பதற்குச் சான்றாக அமைகின்றது.

ஈரங்கொள்ளச் செய்தல்

இவர்கள் சலவைத் தொழிலுடன் மேலும் பல தொழில்களையும் செய்தமை கல்வெட்டுகளில் இடம்பெற்றுள்ளன. அவ்வகையில் இவர்கள் செய்த இதர தொழில்களின் அடிப்படையில் இவர்கள் 'ஈரங்கொள்ளிகள்' எனவும் 'வண்ணக்கர்' எனவும் வழங்கப்பட்டதைக் கல்வெட்டுகள் குறிப்பிடுகின்றன. இவற்றுள் முதலாவதாகக் கூறப்பட்ட ஈரங்கொள்ளி என்பதற்கு சி. கோவிந்தராசன் தம்முடைய கல்வெட்டுக் கலைச்சொல் அகரமுதலியில் விளக்கம் கூறும்போது,

த. தனஞ்செயன் • 113

> (ஈரங்கொள்ளி): (ஈரங்கொல்லி) வண்ணான் - தெருவிலோ, கோயிலிலோ நடைபாதைகட்கு தண்ணீர்விட்டு ஈரங்கொள்ளச் செய்யும் தொழிலுடையவன். ஈரங்கொல்லி என்று திருத்தம் பெறின், வண்ணான் என்பது பொருளாகும்.[28]

எனக் குறிப்பிடுகின்றார். இப்பொருண்மையிலான தஞ்சைப் பெரியகோயில் கல்வெட்டு,

> வண்ணத்தார்கள் இ(ரு)வர்க்குப் பெராற்பங்கு ஒன்றாக
> (இ)த்தெருவில் ஈர(ங்) கொள்ளிகளுக்குப் (ப)ங்கு இரண்(டு)ம்[29]

என அமைந்துள்ளது. மேலும் திவாகரரால் கி.பி. 9ஆம் நூற்றாண்டில் இயற்றப்பட்ட திவாகர நிகண்டானது 'வண்ணார் பெயர்' என்ற தலைப்பிலான நூற்பாவிற்குப் பாட வேறுபாடுடைய மற்றொரு நூற்பாவைச் சுட்டுகிறது. அதில்,

> காழிய ரீரங் கொல்லியர் வண்ணார்
> ஏகாலியர் தூச ரென்னவு மாகும்[30]

எனக் குறிப்பிடுகின்றது. இதனடிப்படையில் நோக்கும்போது, ஈரங்கொள்ளியர் எனக் கல்வெட்டில் சுட்டப்பட்டவர்கள், நிகண்டுகளில் ஈரங்கொல்லிகள் எனப் பதிவு செய்யப்பட்டுள்ளமை குறிப்பிடத்தக்கது. இப்பதிவு, வண்ணார்களுக்குரிய பெயர்களைச் சுட்டும் நூற்பாவில் இடம்பெற்றுள்ளது. இப்பின்னணியில், வீரமாமுனிவருடைய சதுரகராதியும் 'ஈரங்கொல்லியர்' எனப்பட்டவர்கள் வண்ணார்களே எனக் குறிப்பிடுவதும் இங்கு நோக்கற்குரியதாக உள்ளது.[31] (மேலும் வண்ணார்களுக்கான வேறு பெயர்கள் மற்றும் அதன் வரலாறுகள் குறித்து இறுதி இயலில் விரிவாகக் குறிப்பிடப்பட்டுள் ளன.)

வண்ணம் பூசுதல்

பாதையை ஈரங்கொள்ளச் செய்த வண்ணார் குறித்துச் சுட்டிய கல்வெட்டுகள் அவர்களின் மற்றொரு தொழிலையும் குறிப்பிடுகின்றன. புதுக்கோட்டையில் கண்டறியப்பட்ட ஒரு கல் வெட்டில்,

> திருப்பரி சட்டம் வாட்டும் வண்ணத்தானுக்கு நெல் குறுணி[32]

என இடம்பெற்றுள்ள இத்தொடருக்குச் சி. கோவிந்தராசன்,

> இறைவன் திருமேனிக்கு அணிவிக்கும் ஆடையினைத் தூய்மை செய்து உலர்த்தும் வண்ணான். இவர்கள் 'திருப்பரி சட்டங் கழுவுவார்' என்றும் கூறப்பெறுவர்.[33]

என விளக்கம் அளிக்கின்றார். இதன்படி, வண்ணார் சமூகத்தினர் இறைவனுடைய ஆடைகளைத் தூய்மை செய்து வாழ்ந்து வந்துள்ளனர்.

இவற்றுடன் சித்திரங்கள் வரையக்கூடிய தொழிலையும் இவர்கள் செய்துள்ளனர். கி.பி. 1007இல் முதலாம் இராசராசனால் வெட்டப் பட்ட திருநெய்த்தானக் கல்வெட்டு இதனைத் தெளிவாகப் பதிவு செய் துள்ளது. இச்செய்தியை அக்கல்வெட்டு,

> சனநாதத் தெரிந்த வலங்கை வேளைக் காறரில் வண்ணக்கன்
> ஐயாறனாகிய சித்திரயாளி [34]

எனக் குறிப்பிடுகின்றது. வண்ணார்களை வண்ணம் தீட்டும் கலைஞர்களாகக் காட்டக்கூடிய இக்கல்வெட்டு, பிற்காலச் சோழர் காலத்தில் தோற்றம் பெற்றிருந்த வலங்கை இடங்கைப் பிரிவுகள் பற்றிக் குறிப்பிடுவதாக அமைந்துள்ளது. இதன்படி, வண்ணார் சமூகத்தவர் வலங்கைப் பிரிவினரில் இடம் பெற்றிருந்தனர் என்பதை உறுதி செய்ய முடிகின்றது.

கூலி

ஆடைகளை வெளுக்கும் தொழிலை மேற்கொண்டிருந்த இவ்வண்ணார் சமுகத்தினருக்கான கூலியானது எவ்வாறு வழங்கப் பட்டது என்பதையும் ஒரு கல்வெட்டு வெளிப்படையாகக் குறிப்பிடு கின்றது. ஒருசில இடங்களில் சிதைந்து காணப்படுகின்ற இக்கல்வெட்டு,

> கடமை குடிமை(ம) வுள் (வரிப்பாட்ட)ம் அந்தராயம் பாட்டம் உ(றை)நாழிகொ
> முற்ற......... வெட்டி பரிவாரம் ஊர்க்கணக்கர் ஜிவிதம் பணி(க்)ெ)காத்துதறு
> தம்பு வண்ணார்நெல்லு கத்தி..
> .... ருப்பு உள்ளி(ட்ட வற்கமும்) மாவடை புன்பயிர் உள்ளிட்ட
> அனைத்து வற்க(ங்களும்) உபாதி வினியொகம் உட்பட....... [35]

எனப் (எண். 987) பதிவு செய்கிறது. இக்கல்வெட்டில் இடம்பெற்றுள்ள முழுத் தொடர்களையும் கூர்ந்து நோக்கும்போது, ஊர்ச் சபையினர் படையுடன் ஒன்றாகக் கூடிப் பல்வேறு நிலையிலான வரிகளை விதித்திருப்பதை அறிய முடிகின்றது. அவ்வாறு வரி விதிக்கும்போது வண்ணார்களுக்குக் கூலியாக அளிக்கப்பெற்ற நெல்லிற்கும் வரி விதித்துள்ளனர். இக்கல்வெட்டுத் தொடர் இரண்டு வகையான நிகழ்வு களைப் பதிவு செய்துள்ளன. ஒன்று, வண்ணார்க்குரிய கூலி நெல்லாக அளிக்கப்பட்டமை. மற்றொன்று, மன்னர்களால் நடைமுறைப்படுத்தப் பட்ட வரிவிதிப்பு முறை பின்பு, ஊர்ச் சபையினராலும் பின்பற்றப் பட்டமையாகும்.

இத்தகைய வண்ணக் கலைஞர்களுக்கு அளிக்கப்படும் கூலியானது 'வண்ணக்கக்கூலி' என்ற பெயரில் வழங்கப்பட்டதாகச் சிவகங்கை அருகிலுள்ள 'சோழபுரம்' கல்வெட்டு, (S.I.I., XXVI, No. 523) விரிவாகப் பதிவு செய்துள்ளமை குறிப்பிடத்தக்கது. மேலும், இதனோடு தொடர்புடைய 'வண்ணம்'[36], 'வண்ணஞ் செய்வார்' முதலான சொற்களும் கல்வெட்டுகளில் பரவலாகப் பயின்று வந்துள்ளமை ஆய்விற்குரியனவாக உள்ளன.[37]

இவை மட்டுமின்றி மேற்கூறப்பெற்ற தொழில்களைச் செய்த மைக்காக இவர்களுக்குத் தூற்றாத நெல் கூலியாக அளிக்கப்பட்டதைத் திருப்பத்தூரில் உள்ள திருத்தலீஸ்வரர் கோயில் கல்வெட்டு பதிவு செய்துள்ளது. இந்நிகழ்வு,

> .... திருப்புத்தூர்
> வண்ணார்சத பொலியூட்டாக சூடுத்த க(ழ*)ஞ்சு ஒன்று (1*)
> இவ்விளசூ...............ட்ட கடவ ஸஹெயா-[38]

எனக் குறிப்பிடப்பட்டுள்ளது. இதில் இடம்பெற்றுள்ள 'பொலி' என்பதற்குத் தூற்றாத நெல் எனத் 'தமிழ் மொழி அகராதி' விளக்கம் அளிக்கின்றது. அவ்விளக்கத்தின்படி 'வண்ணார்க்கு பொலியூட்டாக' என்ற தொடர், தூற்றித் தரம் பிரிக்காத பதர் மற்றும் கரிக்காளுடன் கூடிய நெல் எனும் பொருள்படுவதால் வண்ணாருக்குக் கூலியாக அளிக்கப்பட்ட கூலி எத்தகையது என்பதை அறிய முடிகின்றது. இவ்வழக்கம் இன்றும் தமிழகத்தின் பெரும்பாலான ஊர்களில் நடை முறையில் உள்ளமையே வண்ணார்களின் வாழ்விற்குச் சிறந்த சான்றாகும். மேலும் இதுகுறித்து இறுதி இயலில் விரிவாகக் கூறப்பட்டுள்ளது.

இவ்வாறு, வண்ணார் பிரிவினர்களிடையே காணப்பட்ட பல்வேறு தொழில்களையும் அதற்கென அவர்கள் பெற்ற ஊதியத் தையும் குறிப்பிடும் இக்கல்வெட்டுகள், குறிப்பிட்ட ஒரு சமூக வரலாறு பற்றிய ஆய்விற்கு முதன்மை ஆவணங்களாக அமைத்துள்ளமை குறிப் பிடத்தக்கது.

வரிவிதிப்பு

தமிழ்ச் சமூகத்தில் அரச நிர்வாகம் செம்மையுடன் செயல்பட மூல காரணியாக அமைந்தவை வரிவிதிப்பு முறைகளாகும். இதன்படி நாட்டின் தொழிற்குடியினராக விளங்கிய குடிகள் மீது கட்டாய வரி விதிப்பு திணிக்கப்பட்டது. இவ்வரியானது அவரவர் தொழில்முறைக்கு ஏற்ப வசூலிக்கப்பட்டது. பண்டைக்காலம் முதற்கொண்டு வெளுக்கும்

தொழில் செய்து வரும் 'புலைத்தி' எனப்பட்ட வண்ணார் சமூகத்தினரும் இதன்படி வரி செலுத்தி வந்துள்ளனர். அவ்வாறு வரி செலுத்திய நிகழ்வுகளைக் கல்வெட்டுகள் பதிவு செய்துள்ளன.

வண்ணார்கள் மீது விதிக்கப்பட்ட வரி 'வண்ணார் வரி', 'சலவைப் பற்று', 'வண்ணாரப் பாறை', 'வண்ணார் கற்காசு', 'பாறைக்காணம்', 'ஒளி வண்ணார்ப் பாறை' எனப் பலவாறு வழங்கப்பட்டமையை இக்கல்வெட்டுகள் சுட்டுகின்றன. இவையனைத்தும் வண்ணார் சமூகத்தினர், ஆடைகளை வெளுப்பதற்குப் பயன்படுத்திய பாறை களையும், வெளுத்த ஆடைகளைக் காய வைப்பதற்குப் பயன்படுத்திய பாறைத்திட்டுகளையும் முதன்மையாகக் கொண்டு விதிக்கப்பட்டுள்ளன. இதனை, மதுராந்தக உத்தம சோழனின் கோனேரிராஜபுரக் கல்வெட்டு,

> நாடாட்சியும் ஊராட்சியும் வட்டிநாழியும் பிதாநாழியும்
> கண்ணாலக்காணமும் வண்ணாரப்பாறையும் குசக்(க)ாணமும்
> தரகும் தட்(டா)
> ரப்பாட்டமும் இலைக்கூலமும் தறிப்புட(வை)யும் மன்றுபாடும்
> மாவிறையும்......................[39]

எனக் குறிப்பிடுகின்றது. இதனைப் போன்று மற்றொரு கருத்தை முதலாம் இராசேந்திர சோழனுடைய ஆறாம் ஆட்சியாண்டில் வெளியிடப்பெற்ற திருவாலங்காட்டுச் செப்பேடுகளும் கொண்டுள்ளன. இதில் உள்ள பதினெட்டாவது செப்பேடு,

> ஊராட்சியும் வட்டிநாழியும் புதர்நாழியும்
> வண்ணாரப்பாறையுங் கண்
> ணாலக்காணமுங் குசக்காணமும் இடைப்பாட்டமுந் தறியிறை
> தெரகுந் தட்டா
> ரப்பாட்டமு மன்றுபாடும் மாவிறையுந்
> தீயெரியும் விற்பிடியும் வால்மஞ் -
> சாடியுந் நல்லாவுந் நல்லெருதுந் நாடுகாவலும் ஊடுபொ-.[40]

எனப் பதிவு செய்துள்ளது. இவ்வாறு மேற்குறிப்பிடப்பெற்ற கல்வெட்டு மற்றும் செப்பேடு ஆகிய இரண்டும் ஒரே மாதிரியான பதிவைக் கொண்டுள்ளமை, அக்காலத்தில் வழக்கிலிருந்த வரிவிதிப்பு முறைக்குச் சான்றாக அமைந்துள்ளன. இதனைப் போன்று, 'வண்ணாரப் பாறை' என்ற பெயரில் வசூலிக்கப்பட்ட வரியைத் திருச்சிராப்பள்ளி அருகில் உள்ள திருவெரும்பூர் பிப்பிலிகேஸ்வரர் கோயில் கல்வெட்டும்[41] 'பாறைக்காணம்' என்ற பெயரில் வசூலிக்கப்பட்ட வரியை வீரபாண்டிய தேவனின் எட்டாம் ஆட்சியாண்டில் செதுக்கப்பெற்ற அவினாசிக் கல்வெட்டும்[42] குறிப்பிடுகின்றன. மேலும், இவ்வரியானது 'வண்ணார்கற்காசு' என்ற பெயரிலும் பெறப்பட்டதை,

> வால்மஞ்சாடி கண்மாலை நாவிசர் வண்ணார் கற்
> காசுள்ளிட்ட கடமைகளும்........................[43]

என்ற கல்வெட்டுத் தொடர் சுட்டுகின்றது. மாறாக, மதுரை சுந்தரேஸ்வரர் கோயில் கல்வெட்டில் 'வண்ணார் கற்காசு' என்ற வரியினை நீக்கி உத்தரவிட்ட செய்தியை,

.... ஏர்வரி இனவரி இடைவரி (வு)ரல்வரி வா -
சல்வரி சாரடை குளவடை ஒழுக்குமின்பாட்டம்
பாசிப்பாட்டம் மொனம்பாட்டம்
வண்ணார்க்கற்காசு....... ஆயமுட்பட்ட அனைத்து (வு)பா
திகளு முட்படப் பத்தாவது அற்பசிமாதம் முதல் முதலடங்க
இறையிலியாகக்
கழித்து உடையார் திருவாலவாயுடையனாயநாற்குத் திரு-[44]

எனக் குறிப்பிட்டுள்ளது. மேலும் இத்தகைய வரியானது 'வண்ணார் வரி' என்ற பெயரில் வசூலிக்கப்பட்டதை வேலூர் அருகில் உள்ள வேப்பம்பட்டு வீருபாக்ஷேஸ்வர் கோயில் கல்வெட்டும்[45], 'சலவைப் பற்று' என்ற பெயரில் வசூலிக்கப்பட்டதை விஜயநகர மன்னர்களால் வெட்டப்பட்ட அம்மையப்பேஸ்வரர் கோயில் கல்வெட்டும்[46], 'வண்ணார் காணம்' என்ற பெயரில் வசூலிக்கப்பட்டமையைத் தமிழ்க் கல்வெட்டுச் சொல்லகராதியும்[47] குறிப்பிடுகின்றன. அவ்வகையில் தொழிற்குடியினராகிய வண்ணார்கள் சோழர்கள், விஜய்நகர மன்னர்கள் முதலான அனைத்து மன்னர்களு டைய நிர்வாகத்தின் கீழும் வரி செலுத்தியே தங்களின் தொழிலை மேற்கொண்டுள்ளனர். இவ்வாறு தங்களின் தொழிலுக்கு மூலமாக விளங்கிய கல்லுக்கு வண்ணார்கள் வரி செலுத்தியமையை உறுதி செய்ய முடிகின்றது. இப்பின்னணியில், அனைத்துத் தொழிற்குடிகளிடமும் ஏதேனும் ஒரு வகையிலாவது வரி பெறப்பட வேண்டும் என்ற நோக்கில் அதிகார வர்க்கம் செயல் பட்டுள்ளமையை மேற்சுட்டிய சான்றுகளின் வழியாக அறிய முடிகின்றது.

எல்லைகள்

வண்ணார் பிரிவினர்க்கு விதிக்கப்பட்டிருந்த வரிகள் பற்றிக் குறிப்பிடும் கல்வெட்டுகளில் அவர்களுக்கு அளிக்கப்பட்ட நிலங்கள் குறித்தும் அவை பேசுகின்றன. 'வண்ணான் செய்' என்ற பெயரில் வழங்கப்பட்ட இந்நில தானமானது பல்வேறு எல்லைகள், வரையறையுடன் அளிக்கப்பட்டதைக் கங்கை கொண்ட சோழபுரக் கல்வெட்டு விரிவாகக் குறிப்பிட்டுள்ளது. இதனை,

.... நடு
★ வுள்ப்பட்ட நன்செய் தடி பலவினால் வரம்பறைபாழ்
ஆட்டைப்பாழ்
உட்ப ....ப்பத்து ஏழுமாவும் இங்கு விட்டு தெக்கு
ஆரியபடை (வி)ட்டு வண்ணான் செய்யென்று (பெர்கூ)

★ றப்பட்ட நன்செய் நிலத்துக்கு எல்லையாவது
வடபாற்கெல்லை
புன்செ(ய் நிலத்துக்கு) தெற்கும் கிழ்பாற்கெல்லை ஊருக்கு
- மெற்கும்
தென்(பாற்)கெ(ல்)லை சந்தனவாய்க்காலு(க்கு வட) -
★ க்கும் மெல்பாற்கெல்லை புன்செய்நிலத்துக்கும் கிழக்கும் -
-இன்னான்கெ(கல்லைக்)கு
உள்பட்ட நன்செய் தடி பலவினால் நிலம் மூன்றுமா [48]

எனக் கூறுவதுடன் இக்கல்வெட்டு நிறைவுறாமல் உள்ளது. கங்கை கொண்ட சோழபுரத்தில் இக்கல்வெட்டு கண்டறியப்பட்டமையால் இந்நில தானமானது பிற்காலச் சோழர்கள் காலத்தில் வழங்கப்பட்டதாக இருக்க முடியும் எனக் கருத முடிகின்றது. மேலும், இதே பொருண்மையிலான மற்றுமொரு கல்வெட்டு, திருச்சி அருகிலுள்ள பாலூர் சுந்தரேஸ்வரர் கோயிலில் கண்டறியப்பட்டுள்ளது. இக்கோயிலின் வடக்குப் பகுதி சுவரில் அமைந்துள்ள இக்கல்வெட்டு 'வண்ணாரச் செய்' என்ற பெயரிலான நில தானத்தைச் சுட்டுவதாக உள்ளது.[49] இவ்வாறு வண்ணாருக்கு அளிக்கப்பட்ட நிலதானத்தினைக் கூறும் 'வண்ணாரச் செய்' என்பதில் உள்ள 'செய்' என்பது, திருத்தம் செய்யப்பட்ட நன்செய் நிலம் எனக் கல்வெட்டு குறிப்பிடுகின்றது. இதனை, சைதாப்பேட்டை அருகிலுள்ள மணிமங்கலம் கல்வெட்டில் உள்ள,

நடுவு திருத்தம் செய் அரை நிலமும்[50]

என்ற தொடரின் வழியாக அறிய முடியும். இதன்படி வண்ணார்களின் உழைப்பிற்கு ஏற்ப அவர்களுக்கு நன்செய் நிலம் வழங்கப்பட்டமையைச் சுட்டும் இக்கல்வெட்டு அக்காலத்தில் தொழிற் பிரிவினர் பெற்றிருந்த சமூக நிலையைக் காட்டுவதாக அமைந்துள்ளது. மேலும், இந்நில தானங்களைக் குறிப்பிடும் கங்கை கொண்ட சோழபுரம், பாலூர் ஆகிய இரண்டு ஊர்களின் கல்வெட்டுகளும் சோழர்களின் காலத்தவையாக இருப்பதால், வண்ணார்க்கு நிலம் வழங்கும் முறையை முதன் முதலில் சோழர்கள் கொண்டு வந்திருக்கலாம் எனக் கருத முடிகின்றது.

பணி ஆணையும் போர்க்கைதியும்

வண்ணார் பிரிவினர், ஆடை வெளுக்கும் தொழிலோடு மேலும் பல தொழில்களையும் செய்யுமாறு பணிக்கப்பட்டமையைக் கல்வெட்டுகள் குறிப்பிடுகின்றன. அவற்றுள் ஒன்றாக, இலால்குடி அருகில் உள்ள திருநெடுங்கலம் கோயில் கல்வெட்டு அமைகின்றது. இராஜகேசரிவர்மனுடைய ஒன்பதாம் ஆட்சியாண்டில் (கி.பி. 993)

வெட்டப்பட்ட இக்கல்வெட்டு வண்ணாருக்குப் பணிக்கப்பட்டிருந்த விளக்கெரிக்கும் தொழிலை விளக்குகின்றது.

★ .... இவனெ இத்திருவிளக்கெரிக்க இட்ட தராநிலை விளக்கு ஒன்று -

★ ம் இவ்வூர் வண்ணார் சந்திராதித்தவற் உத்த -

★ ராயன சங்கிராந்திதொறும் இடக்கடவியது(ா)த்தூணி இருகல- [51]

★ த்துக்கு பொலியூட்டாக கொண்ட நெல்லு கலம் இவரெ

இக்கல்வெட்டின்படி, இவ்வூர் வண்ணார் சந்திர சூரியர் உள்ள காலம் வரையில் ஒவ்வொரு ஆண்டும் உத்தராயனம் எனப்படுகின்ற ஆறு மாத (தை, மாசி, பங்குனி, சித்திரை, வைகாசி, ஆனி) காலத்திற்கு 'சங்கிராந்தி'யாகிய மாதப்பிறப்பு நாள்களில் நிலை விளக்கு ஒன்றினை எரிய வைப்பதற்காக நான்கு மரக்கால் அளவுடைய நெல் வட்டியுடன் கொடுக்கக் கடமைப்பட்டவர் ஆவார் என்ற பொருண்மையில் இக்கல்வெட்டானது அமைந்துள்ளது. மேலும், இக்கல்வெட்டில் திருவிளக்கு எரிப்பதற்காகவும் கோயில் இறைப் பணி சார்ந்த பிறவற்றுக்காகவும் அளிக்கப்பட்ட 129 பசுக்கள் குறித்தும் 45 ஆடுகள் குறித்தும் தனியொரு நபரால் ஆண்டுதோறும் அளிக்கப்பட்ட (நான்கு மரக்கால் அளவு) நெல் குறித்தும் விரிவாகக் குறிப்பிடப்பட்டுள்ளன. இவற்றுடன் நறும்புகை வீசச் செய்வதற்காகத் தேவரடியாள் பெண்ணுக்கு அளிக்கப்பட்ட நிலம் பற்றியும் அதனை நிறைவேற்ற வேண்டியவர்கள் பற்றியும் இக்கல்வெட்டில் சுட்டப்பட்டுள்ளது.

மேற்சுட்டப்பட்ட முறையில் பல்வேறு பிரிவினர்க்கு உரிய கடமைகள் தனித்தனியாக இடம் பெற்றுள்ளன. இதன்படி வண்ணாருக்குரியதாகக் குறிப்பிடப்பட்ட நெல் அளிக்கின்ற முறை மட்டும் எவ்வித கால வரையறையும் செய்யப்படாமல் சந்திர சூரியர் உள்ள காலம் வரையில் (சந்திராதித்தவற்) எனக் குறிக்கப்பட்டுள்ளது. இத்தகைய கால அளவு இக்கல்வெட்டில் பிற பணிகளுக்காகக் குறிப்பிடப்பட்டுள்ள வேறு எவருக்கும் வரையறை செய்யப்படாமல் உள்ளமை, அக்காலச் சமூகத்தில் வண்ணார் நடத்தப்பெற்ற முறைக்குச் சான்றாக அமைகின்றது. குறிப்பாக, வண்ணார் குறித்துச் சுட்டுகின்ற பகுதியின் தொடக்கத்தில் இடம்பெற்றுள்ள 'இட்டதரா' என்ற சொல் உணர்த்தும் பொருளும் இவர்கள் மீது செலுத்தப்பட்டிருந்த சமூக இழிநிலைக்கு மற்றொரு சான்றாக உள்ளது. இச்சொல்லில் வரும் 'இட்ட' என்பதை 'இட்டம்' எனக் கொள்ளின், நா. கதிரைவேற் பிள்ளையின் தமிழ்மொழி அகராதி 'அடிமை' என்ற பொருளை அளிப்பது கவனத்திற்குரியதாக உள்ளது.[52]

பல்லவர் காலச் சமூக நிலையைச் சுட்டிய திருநெடுங்கலம் கல்வெட்டைப் போன்று செங்கல்பட்டு அருகில் உள்ள திருக்கச்சூர் கோயில் கல்வெட்டு ஒன்றும் இவர்களைக் குறிப்பிடுகின்றது.

சுந்தரபாண்டியனின் பதின்மூன்றாம் ஆட்சியாண்டுக் கல்வெட்டாகிய இதில், மூன்றாம் இராசராசனுடன் போரிட்டு அம்மன்னனையும் அவனோடு சேர்த்துப் பிறரையும் சிறைபிடித்த செய்தி கூறப்பட்டுள்ளது. இந்நிகழ்வின்போது, வண்ணார்களையும் கைது செய்து சிறைப்படுத்திய நிகழ்வு பதிவு செய்யப்பட்டுள்ளது. இதனை,

6. .... கன்றுகால்களை அழித்து விற்றும் செய்து பொன்தபடிகளாலேமுன்பு னாடு செய்த விக்கிரமசொழ தேவராந இரு -
7. ங்கொளாசநியன் வாணராயர் திருமலைதந்தார் ஆன முனையதரைய உள்ளிட்ட முதலிகள் பலரும் இவர்களைப் பிணைத்தும் அடித்தும் தெண்டங்கொண்டும் வீடுகள் இடித்தும் வண்ணார்ப சிறைஇட்டும்
8. செய்த இடத்தும் இவர்களை அறச்செய்து படிதாபடியாலும் பின்பும் இவர்கள் சரண கநங்கள்......................... [53]

என அக்கல்வெட்டு குறிப்பிடுகின்றது. இதில் இடம்பெற்றுள்ளவற்றை நோக்கும்போது, வெற்றி பெற்ற மன்னன் தோற்ற நாட்டைச் சேர்ந்த மன்னனையும் பிறரையும் போர்க் கைதிகளாகப் பிடித்துச் செல்லும் போது, அந்நாட்டில் வாழும் பிற தொழிற்குடியினரைத் தவிர்த்துவிட்டு வண்ணார்களை மட்டும் சிறைப்படுத்திக் கொண்டு சென்றுள்ளனர். அவ்வாறு கொண்டு சென்றமைக்குத் திருநெடுங்கலம் கல்வெட்டு குறிப்பிடுவதைப் போன்று அவர்களின் சமூக நிலை காரணமாக அமைந்திருக்கக் கூடும். மேலும் இச்செயலின்போது பிற போர்க் கைதிகளுடன் வண்ணார்களைப் பல்வேறு கொடுமைகளுக்கு உள்ளாக்கி அவர்களுடைய வீடுகளை இடித்து நாசம் செய்த நிகழ்வையும் இக்கல்வெட்டு சுட்டியுள்ளது. அவ்வகையில் 13ஆம் நூற்றாண்டின் இறுதியில் சுந்தர பாண்டியனால் பிற கைதிகளுடன் வண்ணாரும் சிறைப்படுத்தப்பட்ட நிகழ்வை அறிய முடிகின்றது.

கொடைகள் மற்றும் அறச்செயல்கள்

சலவைத் தொழிலை முதன்மை வாழ்வாதாரமாகக் கொண்டு வாழ்ந்த வண்ணார் தங்களால் இயன்ற அளவிற்குப் பல்வேறு அறச் செயல்களிலும் ஈடுபட்டமையைக் கல்வெட்டுகள் குறிப்பிடுகின்றன. இத்தகைய அறச் செயல்கள்,

அ. கோயிலுக்குச் சுவர் அமைத்துக் கொடுத்தல்
ஆ. கண்மாய் அமைத்துக் கொடுத்தல்
இ. கோயிலை நிர்வாகம் செய்தல்

என மூன்று நிலைகளில் அமைந்துள்ளன.

த. தனஞ்செயன்

கோயிலுக்குச் சுவர் அமைத்துக் கொடுத்தல்

கன்னியாகுமரி மாவட்டம் தோவாளை அருகில் உள்ள ஆரல்வாய்மொழி எனும் ஊரில் உள்ள ஆலம்பாட்டு முத்தாரம்மன் கோயில் கல்வெட்டானது, வண்ணார்கள் சுவர் அமைத்துக் கொடுத்ததைக் குறிப்பிடுகின்றது. தமிழ்நாடு தொல்பொருள் ஆய்வுத் துறையினரால் கண்டறியப்பட்ட இக்கல்வெட்டு (தொடர் எண். 1969/28) கி.பி. 1821ஆம் ஆண்டைச் சேர்ந்ததாகும். இக்கோயிலின் முகமண்டபத் தரையில் அமைந்துள்ள இக்கல்வெட்டு,

1. ஸ்ரீ மாசி ம் உ
2. தெக்கு பிறம் எக பதிதியும் மணி
3. மண்டகத்தில் தளவிசை
4. யும் வேலி பீடக் கல்லும்
5. ஆக யிவளவு பணியும் வண்
6. ணான் நல்லமிடன் ஒளி முத்து உபயம் [54]

என இக்கல்வெட்டு, வண்ணார் பிரிவைச் சேர்ந்த நல்லமிடன் ஒளிமுத்து என்பவரால் செய்யப்பட்ட அறச்செயலைக் குறிப்பிடுகின்றது. இந்தக் கல்வெட்டு, வண்ணார் பிரிவைச் சேர்ந்த ஒருவரால் ஆலம்பாட்டு முத்தாரம்மன் கோயிலின் தெற்கு திசைச் சுவரில் எழுபத்தொரு வரிசையும் மணிமண்டபத்தின் தளவரிசையும் பீடக்கல்லும் அமைக்கப்பட்டதைச் சுட்டுகின்றது. இத்தகைய அறச்செயலானது வண்ணார்களுடைய இறைப்பற்றைச் சுட்டினாலும் அவர்களுடைய சமூக நிலையையும் வெளிப்படையாகக் குறிப்பிடுவதைக் காண முடிகின்றது. இதன்படி கோயிலுக்குச் சுவர் எடுப்பித்தல் முதலான பல்வேறு அறச்செயல்கள் கோயிலை மையமாகக் கொண்டு செய்யப்பட்டிருப்பதால் இவர்கள் குறிப்பிடும்படியான செல்வாக்குடன் வாழ்ந்தமைக்கும் இக்கல்வெட்டு சான்றாக அமைகின்றது.

கண்மாய் அமைத்தல்

ஊர்ப் பொதுமக்களின் நலனையும் நீர் மேலாண்மையையும் வேளாண்மையின் சிறப்பையும் உணர்ந்து வண்ணார்கள் செயல்பட்டுள்ளனர். இதன்பொருட்டு, மழைக் காலங்களில் நீர் வீணாவதைத் தடுத்து அதனைச் சேகரிக்கும் வண்ணம் ஏரியில் இரு கண்மாய்களை அமைத்துக் கொடுத்துள்ளனர். இதனை, வாழப்பாடி அருகில் உள்ள பேரூர் ஏரியில் அமைந்துள்ள கல்வெட்டு வழி அறியலாம்.

ஸ்வஸ்தி ஸ்ரீ
கொலோத்துங்க சோழ தேவற்கு

> யாண்ட 41 வது
> மிலாடாகிய ஐந்தாத வளநாட்டுத்
> துறவி நாட்டு வெளியூரான் ஏரியில்
> எறிவிரப்பட்டணத்து
> வண்ணாந் பிச்சான் சொக்கன்
> இடுவித்த தூம்பு

எனக் கல்வெட்டின் ஒரு பக்கத்திலும், அதன் மறுபக்கத்தில்,

> ஸ்வஸ்தி ஸ்ரீ
> மிலாடாந ஜனனாத வளநாட்டுத்
> துரவி நாட்டு வெளியூர்
> வண்ணாத்தி தாழிவடுகி
> இட்ட தூம்பு⁵⁵

எனவும் குறிப்பிடப்பட்டுள்ளன. புது.பொ. வெங்கடராமனால் கண்டுபிடிக்கப்பட்ட இக்கல்வெட்டு, 15.3.1974 நாளிட்ட கொங்கு இதழில் முதன் முதலாக வெளியிடப்பட்டது. மேலும், இதனைக் கி.பி. 1111ஆம் ஆண்டைச் சேர்ந்த கல்வெட்டு எனவும் இவர் கூறுவது இங்குக் குறிப்பிடத்தக்கதாகும். இதன்படி, வண்ணார்கள் மதகுகளை அமைத்தமைக்கு இரு காரணங்கள் முதன்மையானதாக அமைந்திருக்க வேண்டும். ஒன்று, நீரைச் சேமிப்பதன் வழியாக மண் வளம் மற்றும் நீர் வளத்தினைக் காத்தல். மற்றொன்று, நீண்ட நாட்களுக்கு நீரைச் சேமிப்பதன் வழியாகச் சலவைத் தொழிலினைத் தொய்வின்றிச் செய்ய முடியும் என்பதாகும். அவ்வகையில் இவர்கள் பொதுமக்களுக்கான சமூக சேவையில் ஈடுபடத்தக்க அங்கீகாரம் பெற்றிருந்தமையையும் இக்கல்வெட்டு உணர்த்தி நிற்கின்றது.

சமூகத்தில் கடைநிலைப் பிரிவினருள் ஒரு பிரிவினராக வாழ்ந்த இச்சலவைத் தொழிலாளர்கள் தங்களின் தொழில் வழியான சமூக சேவையினைக் கடந்தும் பிற வழிகளிலும் சேவை செய்துள்ளனர். இதன்படி, நீர்நிலைகளைப் பாதுகாத்து நீரைச் சேமிப்பதன் மூலமாக வேளாண்மை மற்றும் நீர் சேகரிப்பின் மேன்மையை இவர்கள் அறிந்திருந்தமை இக்கல்வெட்டு மூலம் வெளிப்படுகின்றது. மேலும், வறுமை நிலையிலிருந்து மாறி, இவர்கள் சமூகத்திற்குப் பயனளிக்கக் கூடிய நற்காரியங்களில் ஈடுபடும் அளவிற்குப் பொருளாதாரத்திலும் மேம்பட்டிருந்தமைக்கு இக்கல்வெட்டு சான்றாக அமைகின்றது.

கோயில் நிர்வாகம் செய்தல்

சலவைத் தொழில் முதலான பிற தொழில்களுடன் சமூக சேவையிலும் இவர்கள் ஈடுபட்டதைச் சுட்டும் முந்தைய கல்வெட்டினைப் (பேரூர் கல்வெட்டு) போன்று வண்ணார்கள் கோயில் நிர்வாகத்தில் ஈடுபட்டிருந்தமையைக் கல்வெட்டுகள் சுட்டுகின்றன.

த. தனஞ்செயன்

இரண்டாம் நந்திவர்மனுடைய காலத்தில் (கி. பி. 710-775) தர்ம மகாதேவி என்ற பல்லவ அரசியால் கட்டப்பெற்ற முத்தீஸ்வரர் கோயில் கல்வெட்டு (S.I.I., Vol. 4, No.827) இதனைப் பதிவு செய்துள்ளது. இக்கல்வெட்டு பற்றி ஆய்வு செய்த மா. இராசமாணிக்கனார்,

> காஞ்சியிலுள்ள முத்தீஸ்வரர் கோவில் இவன் காலத்தில் மிக்க சிறப்படைந்தது. அக்கோவில் திருக்குறிப்புத் தொண்ட நாயனார் வழிபட்ட கோவிலாகும் என்பது கூறப்படுகின்றது. அதற்கேற்ப அவரது உருவச்சிலை அக்கோவிலில் இருத்தலையும் இன்றும் காணலாம். மேலும், அக்கோவில் ஏகாலியர் மேற்பார்வையிற் றான் இன்றுவரையில் இருந்து வருகின்றது. அதனைக் கற்றளி யாகக் கட்டியவள் தர்ம மகாதேவி என்ற பல்லவ அரசி. அக்காலத் தில் அக்கோவில் 49 தேவரடியார்கள் இசை, நடனக் கலைகளை வளர்த்து வந்தனர் என்று அக்கோவிற் கல்வெட்டு கூறுகின்றது[56]

எனக் குறிப்பிடுகின்றார். இக்கல்வெட்டின் மூலம் இரு வகையான உண்மைகளை அறிய முடிகின்றன. ஒன்று, சேவைப் பிரிவினராகிய ஆடை வெளுப்போர் இறைப் பணிகளிலும் சுதந்திரமாகச் செயல்பட்டுள்ளனர். மற்றொன்று, இறைத்தொண்டு புரிந்தவர்கள் எந்தச் சாதியினராக இருந்தாலும் அவர்களுக்குக் கோயிலில் சிலை வைக்கும் முறை வழக்கிலிருந்துள்ளது என்பதாகும். இவ்விரு உண்மையோடு அல்லாமல், இக்கோயிலைக் கட்டிய தர்ம மகாதேவி (பல்லவ அரசி)யானவள் இறைப் பணியோடு, இசை மற்றும் நடனக் கலைகளை வளர்க்கும் பணியினையும் செய்துள்ளமை, அவளின் இறை மற்றும் கலை மீதான ஈடுபாட்டிற்குச் சான்று பகர்வனவாக உள்ளது.

வாய்மொழிக் கதைகளில் வண்ணார்

ஒரு சமூகம் தோற்றம் பெற்ற வரலாற்றையும் அச்சமூகத்தின் பழக்க வழக்கங்களையும் உள்ளவாறு எடுத்துரைக்கும் தன்மை கொண்டவைகளாக வாய்மொழிக் கதைகள் விளங்குகின்றன. இக்கதைகளானது இலக்கியங்களிலும் கல்வெட்டுகளிலும் ஏனைய ஆவணங்களிலும் பதிவு செய்யப்படாத வரலாற்றைக் கொண்டுள்ளன. அத்தகைய கதைகளைத் திரட்டி அவற்றில் காணப்படும் கூறுகளினடிப்படையில் சாதி வரலாற்றைப் பதிவு செய்வதென்பது தேவையாகின்றது. அவ்வகையில் வண்ணார்களின் தோற்றம் மற்றும் வாழ்க்கை முறை பற்றி வாய்மொழிக் கதைகளை அடிப்படையாகக் கொண்டு ஆராய்வதாக இப்பகுதி அமைகின்றது.

இத்தகைய நாட்டார் வழக்காறுகள் குறித்தும் அவற்றின் உண்மைத்தன்மை குறித்தும் ஆய்வுசெய்த தே. லூர்து,

நாட்டார் வழக்காறுகள், குறிப்பாக நாட்டார் கதையாடல்கள் உலகில் காணப்படும் நல்லவற்றை, அழகானவற்றை, பெருந் தன்மை மிக்கவற்றை, சான்றாண்மை வாய்ந்தவற்றை மட்டும் பிரதிநிதித்துவம் செய்வதில்லை. தம்மைப் படைத்துப் பரப்பும் சமூகங்கள், தனிமனிதர்கள் ஆகியோரைக் கதையாடல்கள் பிரதிபலிக்கின்றன. இதன் விளைவாக அவை மானுடக் கருத்துகள், உணர்ச்சிகள் பலவற்றைப் பிரதிபலிக்கின்றன.[57]

எனத் தம்முடைய கருத்தினைச் சுட்டுகின்றார். இக்கூற்றின்படி வரலாறு மற்றும் பண்பாட்டுக் கூறுகளை மிகுதியாகக் கொண்டுள்ள மூன்று கதைகளில் வண்ணார் குறித்த விளக்கங்கள் இடம்பெற்றுள்ள முறைமை ஆய்விற்கு உட்படுத்தப்படுகின்றன. இக்கதைகள்,

அ. ஏகாலி : வரலாற்றுக் கதை
ஆ. ஈரங்கோலி : வரலாற்றுக் கதை
இ. பறையர் - வண்ணார் உறவு
ஈ. மாரியம்மனும் வண்ணாரும்
உ. கதைகளும் முரண்களும்

ஆகிய பொருண்மைகளில் பின்வரும் பகுதிகளில் ஆராயப்படுகின்றன.

ஏகாலி : வரலாற்றுக் கதை

சாதிகள் வலுப்பெற்றிருந்த தொடக்க காலத்தில் மேல் மற்றும் கீழ்ச் சாதியினருக்கு இடையில் (முன்னொரு காலத்தில்) கடுமையான மோதல் ஏற்பட்டுள்ளது. இம்மோதலில் மேல்சாதியினர், கீழ்ச்சாதியினராகிய பறையர்களின் தெருக்களில் சென்று அவர்களைக் கொன்றவாறு சென்றுள்ளனர். அப்போது, மேல்சாதியினரின் தாக்குதலிலிருந்து தப்பித்துக்கொள்ள, பறையர் சாதியைச் சேர்ந்த ஒரு நிறைமாத கர்ப்பிணிப்பெண் அப்பகுதியில் வாழும் வண்ணானிடம் சென்று தன் உயிரைக் காப்பாற்றுமாறு வேண்டுகிறாள். கர்ப்பிணியின் வேண்டுகோளை ஏற்ற வண்ணான், வெளுப்பதற்காக ஆற்றிற்குக் கொண்டு செல்லும் அழுக்கு மூட்டையில் அப்பெண்ணை வைத்துக் கட்டி, தடியை ஊன்றியபடி அம்மூட்டையைத் தலையில் சுமந்து செல்கிறான். அவ்வாறு கொண்டு சென்ற வண்ணான், ஆற்றின் கரையை அடைந்ததும் மூட்டையை இறக்கி வைத்து அப்பெண்ணை அழுக்கு மூட்டையிலிருந்து விடுவித்து மறுகரைக்கு அழைத்துச் சென்று அவளுடைய தாய் வீட்டிற்குச் சென்றுவிடுமாறு கூறி அனுப்பி விடுகிறான்.

வண்ணானின் சொற்படி பறையர் குலப்பெண் தன்னுடைய தாய்வீட்டிற்குச் சென்றுவிடுகிறாள். அங்குச் சென்றவுடன் தம்முடைய

ஊரில் தமக்கு நேர்ந்த கொடுமையையும் தன்னை ஒரு வண்ணான் காப்பாற்றிக் கொண்டு வந்து ஊர் எல்லையில் விட்டதையும் அப்பெண், தன் உடன் பிறந்தவர்களிடம் கூறுகிறாள். மேலும் அப்பெண், தன்னுடைய உயிரையும் தன் குழந்தையினுடைய உயிரையும் காப்பாற்றிய அவ் வண்ணான்தான், தான் பெற்றெடுக்கப் போகும் குழந்தைக்குப் பாட்டன் எனவும் அவனுக்கே தம் குடும்ப சுப நிகழ்வுகள் அனைத்திலும் முதல் மரியாதை அளிக்க வேண்டும் எனவும் கூறுகிறாள். இதனையடுத்து சில நாட்களில் குழந்தையைப் பெற்றெடுக்கும் அப்பெண், பின்பு உடல்நிலை மோசமடைந்து இறந்துவிடுகிறாள். அவளின் இறப்பிற்குப் பின்பு அவளுடைய பெற்றோரும் உடன்பிறந்த அண்ணன் தம்பிகளும் அவளின் வேண்டுகோளின்படி தங்கள் குடும்ப நிகழ்வுகள் அனைத்திலும் வண்ணாருக்கு முதல் மரியாதை அளிக்கத் தொடங்கியுள்ளனர். இவற்றுடன் வண்ணார்களைப் பாட்டன் என்ற உறவு முறையைக் கூறியும் அழைக்கத் தொடங்கினர். இவை ஒருபுறமிருக்க, பறையர் குலப்பெண்ணை ஆற்றின் மறுகரையில் விட்டுவிட்டு தம்முடைய ஆடைகளை வெளுத்துக் காயவைத்து மூட்டையாகக் கட்டியெடுத்துக் கொண்டு வீட்டிற்கு வருகிறான் வண்ணான். அப்போது, வண்ணானின் வீட்டினருகில் உள்ள பாழடைந்த வீட்டுத் திண்ணையில் ஒரு முதியவர் படுத்துக்கொண்டு, பறையர் குலப்பெண் வண்ணான் வீட்டிற்கு வந்தது முதல் அனைத்தையும் கவனித்துக் கொண்டிருக்கிறார். பின்பு, அம் முதியவர், 'என்ன ஏகாலி? போன வேல முடிஞ்சதா? என வண்ணானைப் பார்த்துக் கேட்கிறார். இக்கேள்வியின் புதிர் புரியாத வண்ணான், அம்முதியவரிடம் தன்னை 'ஏகாலி' என அழைத்தமைக்கான பொருள் என்ன? எனக் கேட்கிறார். இதற்கு அம்முதியவர், வண்ணானிடம் ஆற்றிற்கு நீ அழுக்கு வெளுக்கப் போகும்போது ஏழு கால்களுடன் சென்றதைத்தான் இவ்வாறு (ஏகாலி) கூறினேன் என்கிறார். அவ்வாறு கூறிவிட்டு 'ஏகாலி' என்பதற்கு உரிய விளக்கத்தையும் கூறுகிறார். அவ்விளக்கத்தில்,

வண்ணானுக்கு	2 கால்
அழுக்கு மூட்டையினுள் உள்ள பறைச்சிக்கு	2 கால்
பறைச்சியின் கருவிலிருக்கும் குழந்தைக்கு	2 கால்
வண்ணான் ஊன்றிச் செல்லும் தடி	1 கால்
	7 கால்

எனக் கூறுகின்றார். இதன்படி, வண்ணான் பறைச்சியை அழுக்கு மூட்டையினுள் வைத்துக்கொண்டு செல்லும்போது ஏழு கால்களுடன் சென்றமையின் சுருக்கமாக, (ஏழ் + காலி = ஏகாலி) 'ஏகாலி' என வழங்கப்பட்டமையை அறிய முடிகின்றது.

கதையும் காலமும்

கி.பி. 9ஆம் நூற்றாண்டில் தோன்றிய திவாகர நிகண்டு இவர்களை ஈரங்கோலியர் (2:45) எனவும் கி.பி. 10ஆம் நூற்றாண்டில் தோன்றிய பிங்கல நிகண்டு ஈரங்கொல்லியர் (5:76) எனவும் குறிப்பிடுகின்றது. பிற்காலச் சோழர் கல்வெட்டு ஒன்று இவர்களை ஈரங்கொள்ளி எனச் சுட்டுகிறது.

'ஏகாலி' என்ற சொல் குறித்த வரலாற்றைக் குறிப்பிடும் மேற்குறித்த கதையானது தமிழ்ச் சமூகத்தில் மிக நீண்டகாலமாக வழக்கிலிருந்து வருவதைத் தமிழின் பழமையான நிகண்டான திவாகர நிகண்டின் மூலம் உறுதி செய்ய முடிகிறது. இதன்படி,

ஏகாலியர் தூசர் ஈரங்கோலியர் - திவா. 206

என ஈரங்கோலியரைக் குறிக்கும் பெயர்களுள் ஒன்றாக 'ஏகாலி'யர் என்ற பெயர் குறிப்பிடப்படுகின்றது. இந்நூற்பாவின்படி வண்ணார்க்கு கி.பி. 9ஆம் நூற்றாண்டு (திவாகர நிகண்டின் காலம்) முதற்கொண்டு 'ஏகாலி' என்ற பெயர் வழங்கப்பட்டு வந்தமையை உறுதி செய்ய முடிகின்றது. மாறாக, செந்தமிழ்ச் சொற்பிறப்பியல் அகரமுதலியானது 'ஏகாலி' என்பதற்குச் சலவைத் தொழிலாளி என விளக்கமளித்தாலும் அச் சொல்லுக்கான மூல வேர்ச்சொல்லாக ஈரங்கொல்லி என்ற சொல் அமைந்திருப்பதை,

ஈரங்கொல்லி - ஈங்காலி - ஏகாலி [58]

எனச் சுட்டுகின்றது. இவ்வாறு குறிப்பிடப்படும் 'ஈரங்கொல்லி' என்ற சொல்லும் 'ஏகாலி' என்ற சொல்லைப் போன்று தனித்த வரலாற்றைக் கொண்டதாக உள்ளதை மற்றொரு வாய்மொழிக் கதை உறுதிப் படுத்துகின்றது.

ஈரங்கோலி: வரலாற்றுக் கதை

முன்னொரு காலத்தில் மேலோகத்திலிருந்து சிவனும் பார்வதியும் பூமிக்கு வந்து உழைக்கும் மக்களைச் சந்தித்து அவர்களின் குறைகளைக் களைய முடிவு செய்தனர். அதன்படி, சிவனும் பார்வதியும் பூமிக்கு வந்து, மண்பாண்டங்கள் செய்வோர், தச்சுத் தொழில் செய்வோர் எனப் பல்வேறு தொழிற்பிரிவினரைச் சந்தித்து அவர்களின் குறைகளை நிவர்த்தி செய்தவாறு வந்துள்ளனர். அவ்வாறு வரும்போது வண்ணாரின் வீட்டை அடைந்ததும் அவ்வீட்டில் கவலையுடன் இருந்த வண்ணார் களின் நிலையை அறிய அவர்களிடம் பேச்சு கொடுக்கின்றனர். அவ்வாறு பேசும்போது நீண்ட நாட்களாகக் குழந்தை இல்லாததே அவர்களின் கவலைக்குக் காரணம் என்பதை அறிந்து கொள்கின்றனர்.

பின்பு, அவர்களின் குறையைத் தீர்ப்பதற்காக ஒரு குழந்தையை வரமாக அளிப்பதாகக் கூறுகின்றனர். அந்த வரத்தின்படி, வெள்ளாவி அடுப்பிலிருந்து வெளியே எடுத்து அரைகுறையாகத் தண்ணீர் தெளித்து வைக்கப்பட்டிருந்த ஈரமான ஒரு கொள்ளிக்கட்டை ஆண்பிள்ளையாக மாறுகிறது. இவ்வாறு ஈரங்கொள்ளியிலிருந்து கிடைத்த ஆண் பிள்ளையின் துணையுடன் வண்ணானும் வண்ணாத்தியும் தொழில் செய்து வாழ்ந்து வருகின்றனர். பின்பு சில நாட்கள் கடந்த பின்னர் வண்ணாத்தி முதல் முறையாகக் கருவுற்று ஒரு ஆண் பிள்ளையைப் பெற்றெடுக்கிறாள். நாளடைவில் தாங்கள் பெற்ற பிள்ளையையும் ஈரங்கொள்ளியிலிருந்து பெற்ற பிள்ளையையும் தங்களுடன் அன்றாடம் சலவைத் துறைக்கு அழைத்துச் சென்று தொழிலைக் கற்றுக் கொடுக்கின்றனர்.

இவ்வாறு வண்ணானும் வண்ணாத்தியும் தங்கள் மகனையும் வரத்தினால் பெற்ற மகனையும் வளர்த்து வரும்போது, ஒருநாள் இவ்விருவரிடமும் வெளுத்துக் கொண்டு வந்த ஆடைகளை உரியவர்களிடம் கொடுத்துவிட்டு வர அனுப்பி வைக்க முடிவு செய்கின்றனர். இதன்படி, கோயில் ஆடைகள் (இறைவன் மீது உடுத்துபவை) மற்றும் கோயிலை நிர்வாகம் செய்யக் கூடிய மேற்சாதியினரின் ஆடைகள் என இரு பங்காகப் பிரித்து இருவரிடமும் கொடுத்தனுப்புகின்றனர். அவ்வாறு அனுப்பும்போது தாங்கள் பெற்ற பிள்ளையை ஊர் மெச்சும்படி அனுப்ப (ஊர்வலமாக) வேண்டும் என்பதற்காக அவனுக்குரிய பங்கு துணியுடன் யானை மீது அமரவைத்து அனுப்புகின்றனர். அதே சமயம், ஈரங்கொள்ளியிலிருந்து கிடைத்த பிள்ளையை மரியாதை இல்லாதவாறு அவனுக்குரிய பங்குடன் குதிரை மீது அமரவைத்து அனுப்புகின்றனர். இதன்படி வீட்டிலிருந்து ஒன்றாகப் புறப்படும் இருவரில் ஈரங்கொள்ளியிலிருந்து உருவான சிறுவன் மட்டும் குதிரையில் சென்றதால் வேகமாகச் சென்று, வெளுத்த ஆடைகளை உரியவர்களிடம் ஒப்படைக்கிறான். பின்பு, வண்ணானின் மகன், யானையில் வந்ததால் தாமதமாகச் சென்று உரியவர்களிடம் ஆடைகளைக் கொடுக்கிறான்.

இவ்விருவருடைய தொழில் நேர்மை மற்றும் காலம் தவறாமையைக் கவனித்த கோயில் நிர்வாகத்தினரும், மேற்சாதியினரும் ஈரங்கொள்ளியிலிருந்து உருவானவனே தங்களின் ஆடைகளை இனிவரும் காலங்களில் வெளுக்க வேண்டும் என முடிவெடுக்கின்றனர். மேலும், வண்ணானுக்குப் பிறந்தவன் தாழ்ந்த சாதிக்கு வெளுக்க வேண்டும் எனவும் கட்டளையிடுகின்றனர்.

கதையும் முரணும்

கதையின் பொருண்மையானது வண்ணார் சாதியினருள் காணப்படும் உட்சாதிகளின் தோற்றம் குறித்ததாக அமைந்துள்ளது. மேலும், கதையில் சுட்டப்படும் ஈரங்கொள்ளி என்பவர்கள், நீண்ட காலத்திற்கு முன்பிருந்தே வாழ்ந்தவர்கள் என்பதையும் அப்போதே அவர்களுக்குள் பிரிவினை தோன்றிவிட்டதையும் உறுதிப்படுத்து கின்றது.

ஈரங்கொள்ளிகள் என்பவர்கள் கதையில் கூறப்படுவதுபோன்று மேன்மையான வாழ்வைக் கொண்டிருந்தமையை இராஜராஜனின் தஞ்சைப் பெரிய கோயில் கல்வெட்டு மூலம் அறிய முடிகின்றது. இக்கல்வெட்டில் ஈரங்கொள்ளிகள் செய்த பணிக்காகப் பெற்ற கூலியின் விவரம் முழுமையாகச் சுட்டப்பட்டுள்ளது (ஈரங்கொள்ளிகள் குறித்த கூடுதல் விளக்கமானது இவ்வியலின் இரண்டாவது பகுதியில் விரிவாக இடம்பெற்றுள்ளது). மேலும் தற்போது பேச்சு வழக்கில் ஈர்ங்குலி வண்ணார் எனச் சுட்டப்படும் இவர்கள் மிகக் குறைவான எண்ணிக்கை யைக் கொண்டவர்களாக உள்ளனர். மாறாக, திருநெல்வேலியின் தாமிரபரணி ஆற்றங்கரையோரம் உள்ள வண்ணாரப்பேட்டை பகுதியில் மட்டும் இவர்கள் மிகுதியான அளவில் காணப்படுகின்றனர். குறிப்பாக, வண்ணார்களுக்குள் காணப்படும் சாதியப் படிநிலையில் ஈர்ங்குலி வண்ணார் முதல் நிலையிலும், பாண்டிய வண்ணார் இடை நிலையிலும், புதிரை வண்ணார் கடை நிலையிலும் வைக்கப்பட்டிருப் பதை அப்பகுதியில் மேற்கொண்ட கள ஆய்வின் வழியாக உறுதிப்படுத்த முடிகின்றது. இதனைக் கீழ்க்கண்ட பட்டியலின் வழி அறிய முடிகின்றது.

ஈர்ங்குலி (ஈர்ங்கொல்லி) வண்ணார்	-	ஆசாரி, பிராமணர், செட்டியார், கோனார், இசுலாமியர்
பாண்டிய வண்ணார்	-	நாடார், மூப்பனார், தேவர்
புதிரை (புரத) வண்ணார்	-	பள்ளர், பறையர், சக்கிலியர்

எனும் இப்படிநிலையானது, வண்ணார்கள் தங்களுக்குரிய தொழிலைக் குறிப்பிட்ட சாதியினருக்குரியதாகப் பிரித்துக் கொண்டதைக் காட்டுகிறது. இந்தப் பிரிவிலுள்ள ஈர்ங்குலி வண்ணார்களுக்குப் பணிக்கர் எனும் மற்றொரு பெயரும் வழங்கப்படுவது குறிப்பிடத்தக்கது. மேலும் ஈர்ங்குலி வண்ணார்களைத் தவிர பாண்டிய வண்ணார் மற்றும் புதிரை (புரத) வண்ணார் ஆகிய இரு பிரிவினரே தமிழகத்தில்

அதிகமான மக்கள் தொகையைக் கொண்டவர்களாக உள்ளமையும் இங்குக் கவனிக்கத் தக்கது. மாறாக, இவ்விரு பிரிவினரைக் காட்டிலும் தமிழகத்தின் ஒட்டுமொத்த அளவில் மிகக் குறைவான எண்ணிக் கையைக் கொண்டவர்களாக உள்ள ஈர்ங்குலி வண்ணார்கள், தங்களிட மிருந்தே சலவைத் தொழில் விரிவு பெற்றது எனக் கூறும் வழக்கத்தைக் கொண்டுள்ளமையையும் திருநெல்வேலி பகுதியில் காண முடிகின்றது. இவ்வாறு வண்ணார்களில் பிற பிரிவினரைக் காட்டிலும் மேலானவர் களாக உள்ள ஈரங்கொல்லி வண்ணார்களுடைய வரலாற்றுக் குறிப்பு களானது கி.பி. 9ஆம் நூற்றாண்டு முதல் கிடைக்கின்றன.

முற்சுட்டப்பெற்ற எழுத்து வழியான சான்றுகளையும் கதையின் கூறுகளையும் அடிப்படையாகக் கொண்டு ஆராயும்போது ஈரங்கோலியர் குறித்துப் பல்வேறு முரண்களை அறிய முடிகின்றது. அவை,

- ஈரமான கொள்ளிக்கட்டையில் இருந்து தோன்றியதால் இவர்கள் ஈரங்கொள்ளி எனப்பட்டனர் எனும் உண்மைத் தன்மையற்ற வரலாறு.
- நிகண்டுகளும் அகராதிகளும் 'ஈரங்கொல்லி' என்ற சொல்லிற்கு வண்ணார் எனக் குறிப்பிட்டாலும் அச்சொல்லிற்கான மூலத்தைக் குறிப்பிடாமல் உள்ளன.
- தமிழக அரசு வெளியிட்ட செந்தமிழ்ச் சொற்பிறப்பியல் அகர முதலியின் முதன் மடலத்தின் மூன்றாவது பகுதியில் ஏகாலி என்பதற்கான மூலச் சொல்லாக ஈரங்கொல்லி எனக் குறிப் பிடப்பட்டுள்ளது.
- ஈரங்கொள்ளி குறித்த கதையானது பிற்காலச் சோழர் காலத்தில் பெருவழக்காக இருந்த காரணத்தினால் அக்காலக் கல்வெட்டு களில் வண்ணார், ஈரங்கொள்ளி என வழங்கப்பட்டனரா என்பது (தெ.கல். தொகு.2, கல். எண்.66) ஆய்விற்குரியதாக உள்ளது.

எனப் பல்வேறு நிலைகளிலான முரண்களைக் கொண்டுள்ளன. மாறாக, திவாகரம் மற்றும் பிங்கல நிகண்டுகளுக்குப் பின்பு தோன்றிய நூல்கள், ஈரங்கொள்ளி என்பது வண்ணார்களைக் குறிக்கும் சொல் என்பதைத் தெளிவாகச் சுட்டுகின்றன. எனவே, மேற்சுட்டப்பெற்றவைகளை அடிப்படையாகக் கொண்டு நோக்கும்போது, ஈரங்கொல்லி என்ற பெயரால் வண்ணார்கள் அழைக்கப்பட்டதை உறுதி செய்ய முடிகின்றது. இவ்வழக்கத்திற்குப் புராணம் மற்றும் தெய்வீகத் தன்மை கற்பிக்க வேண்டியதன் காரணமாக ஈரங்கொள்ளி எனவும் அதற்கான கதையும் உருவாக்கப்பட்டிருக்கலாம் என ஊகிக்க வேண்டியுள்ளது. மாறாக,

நடைபாதைகளை ஈரங்கொள்ளச் செய்யும் (புழுதி பறக்காமல் இருக்க நீர் தெளிப்பது) தொழில் செய்தமையே இவர்கள் ஈரங்கொள்ளிகள் என வழங்கப்பட்டமைக்கு உண்மையான காரணமாக இருக்கலாம். மேலும், தங்களுடைய வண்ணாரக்கு மேன்மைத் தன்மையை உருவாக்கும் பொருட்டு மேல்வர்க்கத்தவர்கள் சிலராலும் இக்கதை புனையப்பட்டிருக்க வேண்டும் எனவும் எண்ண முடிகின்றது.

பறையர் – வண்ணார் உறவு

நாட்டுப்புற மக்களிடையே பறையர் சாதியினருக்கும் அவர் களுக்கு வெளுக்கும் தொழில் செய்து வாழ்ந்து வரும் வண்ணார் களுக்கும் உள்ள தொடர்பு குறித்துக் கிராமப்புறங்களில் பல்வேறு வாய்மொழிக் கதைகள் வழங்கப்பட்டு வருகின்றன. அக்கதைகள் இவ்விரு பிரிவினருக்கிடையில் காணப்படும். உறவு முறை முதலான பல்வேறு தொடர்புகளை விளக்குவதாக அமைந்துள்ளன. எனவே ஆய்வின் விரிவு கருதி இரண்டு கதைகள் மட்டும் இங்கு ஆய்விற்கு எடுத்துக்கொள்ளப்படுகின்றன.

முன்னொரு காலத்தில் மன்னன் ஒருவனுடைய வீட்டில் பறையர் சாதியைச் சேர்ந்த பெண்ணொருத்தி வேலை செய்து வந்தாள். அவ்வாறு வேலை செய்து வரும்போது. மன்னனானவன் பறையர் சாதிப் பெண்ணைத் தம்முடைய விருப்பத்திற்கு இணங்கச் செய்து அவளைக் கருவுறச் செய்கிறான். இதனால் கருவுற்ற பறையர் சாதிப் பெண் மன்னனின் வாரிசைச் சுமப்பதை இளவரசியானவள் அறிந்து கொள்கிறாள். இதனால் கோபமுற்ற இளவரசி, அப்பெண்ணுக்குச் சீமந்தம் செய்து வைப்பதாகக் கூறி அவளுடைய வழித்தோன்றல்கள் அனைவரையும் அரண்மனைக்கு வரச்செய்து ஒரே நேரத்தில் அவர்கள் அனைவரையும் கொல்ல முடிவு செய்கிறாள்.

இளவரசி தன்னுடைய திட்டத்தினை மிகச் சரியாகச் செய்து முடிக்கத் தகுதியான ஒரு ஆசாரியைக் (தச்சர்) கண்டுபிடித்து அவனைக் கொண்டு மிகப்பெரிய ஒரு பந்தலைக் கட்டுகிறாள். இப்பந்தலானது, ஒரு பலகையை உருவினால் ஒட்டுமொத்த பந்தலும் சரிந்த விழுந்துவிடும்படி அமைக்கப்பட்டது. இவ்வாறு பந்தல் உருவான பின்பு, சீமந்தத்திற்கான நாளும் வந்தது. இந்நிகழ்வு சாதி கடந்து கொண்ட உறவால் நிகழ்வது என்பதால் பறையர் சாதிப் பெண்ணின் பெற்றோர், உறவினர் மற்றும் பறையர் சாதியினர் அனைவரும் சீமந்தம் நடக்க உள்ள பந்தலின் கீழ்க் கூடினர். சீமந்தப் பெண் உட்பட பறையர் சாதியைச் சேர்ந்த அனைவரும் பந்தலின் கீழ்க் கூடியிருந்தமையை உறுதிசெய்த இளவரசி தன்னுடைய திட்டத்தினை நிறைவேற்ற இதுவே

தக்க தருணம் என முடிவு செய்தாள். இதன்படி யாரும் பார்க்காத நேரம் பார்த்து இளவரசியானவள், பந்தலைத் தாங்கியிருந்த பலகைகளுள் ஒன்றை உருவியெறிந்தாள்.

பலகையை உருவிய அடுத்த நிமிடமே ஒட்டுமொத்தப் பந்தலும் அடியோடு சரிந்து வீழ்ந்தது. அவ்வாறு பந்தல் சரிந்தபோது, பந்தலிலிருந்த பெரிய பலகையொன்று சீமந்தம் செய்யவிருந்த பறையர் சாதிப் பெண்ணின் வயிற்றின் மீது விழுந்தது. அப்பலகை விழுந்த அடுத்த நிமிடமே அவளுடைய வயிற்றைக் கிழித்துக்கொண்டு வெளியே வீசியெறியப்பட்ட குழந்தை அச்சீமந்த நிகழ்வில் சோறு எடுப்பதற்காக வந்த வண்ணார் குலப் பெண்ணுடைய சோற்றுப் பாத்திரத்தில் சென்று விழுந்தது.

தன்னுடைய சோற்றுப் பாத்திரத்தில் விழுந்த பச்சிளம் (ஆண் குழந்தை) குழந்தையை யாருக்கும் தெரியாமல் எடுத்துச் சென்ற வண்ணாத்தி, அக்குழந்தையைத் தன்னுடைய வீட்டில் வைத்து நன்றாக வளர்க்கிறாள். இக்குழந்தை வளர்ந்து பெரியவனானதும் வண்ணாத்தியானவள் அக் குழந்தையின் சந்ததி அழிந்த வரலாற்றைக் கூறுகிறாள். இவ்வாறு தன்னுடைய வரலாற்றை வண்ணாத்தியின் வழியாக அறிந்த பறைச்சியின் மகன், மன்னனையும் இளவரசியையும் கொன்று பழிதீர்க்கிறான். மேலும், இளவரசியின் சதித்திட்டத்தை நிறைவேற்றத் துணைபுரிந்த ஆசாரியையும் (தச்சர்) கண்டறிந்து கொல்கிறான்.

இவ்வாறு பறையர் சாதியைச் சேர்ந்த ஒரு பெண்ணுக்கு மன்னன் மற்றும் இளவரசி செய்த கொடுமையைப் பற்றியும் அக்கொடுமைக்குத் துணைபுரிந்த ஆசாரியைப் பற்றியும் தன் சந்ததியிடமும் பறையர் குலப் பெண்ணின் சந்ததியிடமும் வண்ணாத்தி கூறுகிறாள். இதனைக் கேட்ட பறையர் சாதியினர் தங்களின் குலம் வண்ணாத்தியால் காக்கப்பட்டதை அறிந்து, வண்ணார்களைத் தங்களின் பாட்டன் என்ற உறவு முறையில் அழைத்து அவர்களுடன் உரிமையுடன் பழகத் தொடங்கினர். இவ்வழக்கமானது இன்று வரையில் பெரும்பாலான ஊர்களில் பின்பற்றப்பட்டு வருகின்றது.

கதையும் முரணும்

பறையர் மற்றும் வண்ணார் சாதியினருக்கிடையில் உள்ள உறவு முறையானது தமிழகத்தில் பெரும்பாலான கிராமங்களில் இன்றும் பின்பற்றப்படுகின்றது. இத்தகைய உறவு முறை மற்றும் முதல் மரியாதை குறித்து இயல் நான்கில் விரிவாகக் கூறப்பட்டுள்ளது. அவை, சுபகாரியங்கள் முதற்கொண்டு துக்க நிகழ்வுகள் முடிய அனைத்து நிலைகளிலும் வெளிப்படுத்தப்படுகின்றன. மேலும், பறையர்,

வண்ணார் தொடர்பு குறித்துக் கூறும் கதையானது மன்னர் காலத்து நிகழ்வாகச் சுட்டப்பட்டாலும் அக்கதையின் தொடர்ச்சி மற்றும் அதற்கான கூறுகள் இன்றும் தமிழகத்தில் காணப்படுவதைக்கொண்டு கதையின் உண்மைத் தன்மையை உறுதி செய்ய முடிகின்றது.

வாய்மொழியாக, காலங்காலமாக மக்களிடம் வழங்கப்பட்டு வரும் இத்தகைய கதைகள் புனைவுகளைப் பெரிதளவில் கொண்டிருப் பினும் அக்கதைகளில் காணப்படுகின்ற சிறிய கூறுகளைக் கொண்டு, அதனை இன்றைய சூழலுடன் ஒப்பிட்டு ஆராய்வதென்பது இன்றியமை யாததாகின்றது. அந்த வகையில், அதிக அளவிலான புனைவுகளைக் கொண்டதாக வழங்கப்படுகின்ற வாய்மொழிக் கதைகளைக் காட்டிலும் இக்கதை ஏற்றுக்கொள்ளும்படியான கதையோட்டத்தினைக் கொண்டுள்ளதை அறிய முடிகின்றது. எனவே, வண்ணார் - பறையர் உறவு குறித்து வழங்கப்படும் இக்கதையைப் பழந்தமிழரின் வரலாற்றைச் சுட்டும் முதன்மை ஆவணங்களுள் ஒன்றாகக் கொள்ள முடிகின்றது.

மாரியம்மனும் வண்ணாரும்

தமிழகத்தில் நடைபெறும் மாரியம்மன் திருவிழாக்கள் பெரும்பாலானவற்றில் வண்ணார்கள் முன்னின்று செயல்படுபவர்களாக உள்ளனர். இத்தகைய பிணைப்பிற்குக் காரணமாகப் பல்வேறு வாய்மொழிக் கதைகள் நாட்டுப்புறங்களில் இன்றும் வழங்கப்பட்டு வருகின்றன. அவ்வாறு வழங்கப்படும் கதைகள், புராண, இதிகாசத் தன்மைகளுடன் தெய்வீகத்தன்மை கற்பிப்பவைகளாக அமைந்துள்ளன. மேலும் இக்கதைகளில் பெரும்பாலானவை வண்ணார்களை முதல்நிலை மாந்தர்களாகவும் மாரியம்மனாக உருப்பெறும் பெண், மக்களைக் காப்பாற்றி வாழ்வளிப்பவளாகவும் சுட்டுகின்றன. இத்தகைய கதைகளுள் பெரும்பாலானவை பறையர் சாதியினரிடம் மட்டும் முதன்மையாகக் கொண்டு வழங்கப்படுவது குறிப்பிடத்தக்கதாகும்.

மழையினைப் பொழிவித்து நாட்டைக் காப்பவளாகவும் அம்மை, காமாலை முதலான உயிர்க்கொல்லி நோய்களிலிருந்து மக்களைக் காப்பவளாகவும் அறியப்படும் மாரியம்மனை பறையர் சாதியினர் பெரிதும் போற்றுகின்றனர். இப்போற்றுதலானது அவரவர் தகுதிக்கேற்ப, கூழ் வார்த்தல் திருவிழாவாக ஆனி, ஆடி, ஆவணி, புரட்டாசி மாதங்களில் பெரிய அளவில் கொண்டாடப்பட்டு வருகின்றது. இவ்வாறு அமையும் பறையர், வண்ணார் சாதியினருக் கிடையிலான உறவிற்குக் காரணமாக ஒரு கதை இப்பிரிவினரிடையே நீண்டகாலமாக வழங்கப்பட்டு வருகின்றது. அக்கதை பின்வருமாறு அமைகின்றது.

சமதக்கினி என்ற முனிவர், தம்முடைய மனைவியாகிய ரேணுகா தேவியை வழக்கம்போல் நீர் எடுத்து வருவதற்காக ஆற்றிற்கு அனுப்புகிறார். இதன்படி, ஆற்றிற்கு நீர் எடுப்பதற்காகச் செல்லும் ரேணுகாதேவி, ஆற்று மணலைக் குடமாகச் செய்து அதில் நீர் எடுக்கக் குனிகிறாள். அப்போது, நீரை முகர்ந்து கொண்டு நிமிரும்போது, ஆகாயத்தில் தேவசாதியினருள் ஒரு பிரிவினராகிய கந்தர்வர்கள் (இசையில் வல்லவர்கள்) இசைத்துக் கொண்டு செல்வதைக் குடத்து நீரில் காண்கிறாள். அழகு நிறைந்த கந்தவர்களைக் குடத்து நீரில் கண்டதும் அவர்களுடைய அழகை எண்ணி வியந்த அந்த ஒரு நொடியில் குடமும் உடைந்து விடுகின்றது. பின்பு, பலமுறை முயன்றும் ரேணுகா தேவியால் மீண்டும் குடத்தை உருவாக்க முடியவில்லை. இதனால் மனம் வருந்திய ரேணுகாதேவி தம் கணவராகிய சமதக்கினி முனிவரிடம் நடந்ததைக் கூறுகிறாள். ரேணுகாதேவி கூறியதைக் கேட்ட முனிவர், மனைவி கற்புநெறி தவறிவிட்டதாக எண்ணி அவளின் தலையை வெட்டிக் கொல்லுமாறு தம் மகனாகிய பரசுராமனிடம் கூறுகிறார்.

தந்தையின் ஆணைப்படி தாயைக் கொல்வதற்காகப் பரசுராமன், தாயைத் துரத்திச் செல்கிறார். அப்போது தம் உயிரைக் காப்பாற்றிக் கொள்ள வழியிலிருந்த வண்ணாத்தி வீட்டிலும், மீனவர் வீட்டிலும் அடுத்தடுத்து ஒளிந்து கொள்கிறாள். பின்பு, அவர்களிடமிருந்து தாயைக் கண்டறிந்து அவளின் தலையை வெட்டும்போது அங்கிருந்த வண்ணாத்தியினுடைய தலையையும் சேர்த்து வெட்டிவிடுகிறார். இவ்வாறு தாயை வெட்டி வீழ்த்திய பின்பு நேராக, தந்தையாகிய சமதக்கினி முனிவரிடம் சென்று தாங்கள் இட்ட கட்டளையை நிறைவேற்றிவிட்டதாகக் கூறுகிறார். இதனைக் கேட்ட முனிவர், பரசுராமனிடம் (மகன்) உனக்கு என்ன வரம் வேண்டுமானாலும் கேள் எனக் கூறுகிறார். இதனைக் கேட்ட பரசுராமன், எனக்கு என்னுடைய தாய் வேண்டும் எனக் கேட்கிறார். உடனே முனிவரும் அப்படியே ஆகட்டும் எனக் கூறி, தாயை வெட்டிய இடத்திற்குச் சென்று தாயின் தலையை எடுத்து அவளின் உடலுடன் பொருத்தி, தான் கூறும் மந்திரத்தைச் சொல்லுமாறு கூறி ஒரு மந்திரத்தையும் சொல்லி அனுப்புகிறார். தந்தை கூறியபடி செய்வதற்கு, தாயை (ரேணுகாதேவி) வெட்டிய இடத்திற்குச் சென்று சேர்வதற்குள் இருட்டிவிடுகின்றது. பின்பு ஒருவழியாக வெட்டுப்பட்ட தலையைக் கண்டறிந்து எடுத்து தாயின் உடலுடன் பொருத்தி தந்தை கூறிய மந்திரத்தைக் கூறுகிறான். இவ்வாறு செய்தவுடன் தாயின் உடல் உயிர் பெறுகின்றது. அவ்வாறு உயிர் பெற்ற பின்பு முகத்தைப் பார்க்கும் பரசுராமன், உயிர்பெற்ற தாயின் உடலில் பொருந்தியிருப்பது ஒரு வண்ணாத்தியின் தலை என்பதை

அறிந்து திடுக்கிடுகிறார். பின்பு மீண்டும் தன் தாயின் தலையைக் கண்டுபிடித்து வெட்டுண்டு கிடந்த வண்ணாத்தியின் உடலில் பொருத்தி, முன்பு கூறிய மந்திரத்தை மீண்டும் கூற, வண்ணாத்தியின் உடலும் உயிர் பெறுகின்றது.

இவ்வாறு தலை மாறியதால் வண்ணார் குலப்பெண்ணின் தலையைக் கொண்டுள்ள ரேணுகாதேவி பின்னாளில் 'மாறியம்மன்' என்ற பெயரால் வழங்கப்பட்டாள். தலைமாறிய வண்ணார் குலப்பெண், (முனிவரின் மனைவி) ரேணுகாதேவியின் தலையைப் பெற்றதால் அனைவராலும் வணங்கப்பட்டாள். பின்பு, நாளடைவில் இப்பெண் மழையை வரவழைத்து மக்களைக் காத்ததால் 'மாரியம்மன்' என வழங்கப்பட்டாள். இங்கு 'மாறி' என்பது 'மாரி' என்றாகி மழையைக் குறிப்பதாக அமைந்துள்ளது.

கதையும் முரணும்

மாரியம்மனை (மாறியம்மன்) வண்ணார்களோடு தொடர்பு படுத்திக் கூறும் இக்கதை, அது வழங்கும் சூழலுக்கேற்பப் பல்வேறு மாற்றங்களைக் கொண்டதாக வழங்கப்படுகின்றது. அவ்வாறு வழங்கப்படுவனவற்றுள்,

- ஆற்றிற்கு நீர் எடுக்கச் சென்ற மனைவி (ரேணுகாதேவி), நீண்ட நேரமாகியும் வீட்டிற்கு வராததால் தன்னுடைய 'ஞான திருஷ்டியால்' ஆற்றங்கரையில் உள்ள மனைவியின் நிலையை அறிந்த முனிவர் (சமதக்கினி) மனைவி கற்புநெறி தவறிவிட்ட தாக முடிவு செய்கிறார். அவ்வாறு முடிவு செய்த பின், தன் மகனை (பரசுராமன்) அழைத்துத் தாயின் தலையை வெட்டிக் கொல்லுமாறு கட்டளையிடுகிறார்.
- தந்தையின் கட்டளைப்படி ஆற்றிற்குச் சென்று தாயைக் கொல் வதற்குப் பரசுராமன் துரத்தும்போது, ஆற்றங்கரையில் துணி துவைத்துக் கொண்டிருந்த வண்ணாத்தியின் பின்னால் சென்று ஒளிந்து கொண்டு, தன்னைக் காப்பாற்றுமாறு வண்ணாத்தியிடம் (ரேணுகாதேவி) கூறுகிறாள். இதனைச் சற்றும் பொருட்படுத்தாத பரசுராமன் தாயுடன் சேர்த்து வண்ணாத்தியையும் வெட்டி விடுகின்றார்.
- மற்றொரு கதையில், தந்தையின் கட்டளைப்படி ஆற்றிற்குச் செல்லும் பரசுராமன், தாயுடன் சேர்த்து மீன் பிடித்துக் கொண்டிருந்த மீனவப் பெண்ணையும் வெட்டிவிடுவதாகக் கூறப்படுகின்றது.

- மேலே குறிப்பிடப்பெற்ற கதையில் வண்ணார் மற்றும் மீனவ குலப் பெண்கள் மாரியம்மனுடன் தொடர்புபடுத்தப்படுவதைப் போன்று, சக்கிலியர் (அருந்ததியர்) மற்றும் பறையர் சாதிப் பெண்களுடனும் (மாரியம்மன் கதை) தொடர்புபடுத்தப் படுகின்றது.

- மாரியம்மனை சக்கிலியர்களோடு தொடர்புபடுத்தும் கதையில் சமதக்கினி என்ற முனிவருக்கு பரசுராமன் ஐந்தாவது மகனாகக் குறிப்பிடப்படுகின்றார். மேலும், இத்தொன்மக் கதையின் மற்றொரு வடிவத்தில், சமதக்கினி முனிவருக்குப் பதிலாக, துருவாச முனிவரும் ரேணுகாதேவிக்குப் பதிலாக அருந்ததியும் குறிப்பிடப்படுகின்றனர் என ஆ. பக்தவத்சல பாரதி பதிவு செய்கின்றார்.[59]

- அருந்ததியப் பெண்ணுடன் மாரியம்மனைத் தொடர்புபடுத்திக் கூறப்படும் மற்றொரு கதையில், தலை மாறி உயிர் பெற்ற இருவரும் மாரியம்மனுடன் இணைந்து தெய்வமாக மாறி யுள்ளனர்.[60]

- மாரியம்மனைப் பறையர் சாதிப் பெண்ணுடன் இணைத்துக் கூறும் கதையில் ரேணுகா தேவியின் தலையைக் கொண்ட உடல் முத்துமாரியாகவும், பறைச் சாதிப் பெண்ணின் தலையைக் கொண்ட உடல் கருமாரியாகவும் தோற்றம் கொண்டதாகக் கூறப்படுகின்றது.[61]

- பறையர் மற்றும் வண்ணார் சாதிப் பெண்களோடு மாரியம்மனை இணைத்துக் கூறும் ஒரு கதையை அ.கா. பெருமாள் சுட்டுகின்றார். இக்கதையில் ரேணுகாதேவி, கார்த்தவீரியன் என்ற மன்னனால் தம் கணவர் (சமதக்கினி முனிவர்) கொல்லப்பட்ட பிறகு தானும் இறப்பதற்காகக் கணவன் எரியும் சிதையில் வீழ்கிறாள். பின் (அவள்) மழைக்கடவுளால் காப்பாற்றப் படுகிறாள். இவ்வாறு உயிர் பிழைத்த பின்பு, பறைப்பெண் மற்றும் வண்ணாத்தியால் உணவு, உடை பெறுவதும் முத்து மாரியம்மனாக மாறுவ்தும் கூறப்படுகின்றன.[62]

மேலே சுட்டப்பட்ட பகுதிகள் பலவும் குறிப்பிடத்தக்க முரண்களாக அமைகின்றன. இங்ஙனம் மாரியம்மனை (ரேணுகா தேவி) பறையர், வண்ணார், அருந்ததியர் (சக்கிலியர்) மீனவர் என நான்கு பிரிவினரோடும் தொடர்புபடுத்தும் இக்கதைகள் அனைத்திலும் இயற்கையிறந்த கூறுகள் மிகுதியாக அமைந்துள்ளன. ஆனால், இத்தகைய தொன்மக் கதைகள் இயற்கைக்கு முரணானதாக

அமைந்திருப்பினும் இவற்றின் பாதிப்பு மட்டும் இன்றளவும் நாட்டுப்புறங்களில் வழக்கிலுள்ளன. அவ்வாறு வழக்கிலுள்ள ரேணுகாதேவி குறித்த கதைகளை ஆய்வு செய்த ச. பிலவேந்திரன்,

> இக்கதைக்கூறு சில திரிபு வடிவங்களுடன் புதுவைப் பகுதியில் சொல்லப்படுகிறது. பெரும்பாலும் ரேணுகாதேவியுடன் வெட்டப்பட்டது பறையர் இனப்பெண் எனக் குறிப்பிடப் பட்டாலும் சக்கிலியர் இனப்பெண் என்றும் வண்ணார் இனப்பெண் என்றும் சில திரிபு வடிவங்கள் கிடைக்கின்றன. அந்தந்த இனத்தைச் சார்ந்தவர்களே இத்திரிபு வடிவக் கூறுகளைக் கூறுகின்றனர். மேலும் தொன்மக் கதையில் உடல் முழுவதும் தீக் கொப்புளங்களுடன் ஆடையின்றிருந்த ரேணுகாவிற்கு உடைகொடுத்து உபசரித்ததாக புலைச்சேரியரும் வண்ணார்களும் குறிப்பிடப்படுகின்றனர்.[63]

என இத்தகைய தெய்வங்களின் திரிபு வடிவங்கள் குறித்த ஆய்வில் பதிவு செய்கின்றார். மேலும், இத்தொன்மக் கதைகளில் தெய்வப் பாத்திரங்களோடு தொடர்புபடுத்தப்படும் சாதியினரின் வாழ்வானது அனைத்து ஆற்றல்களையும் கடந்து தெய்வீகத் தன்மையை உருவாக்குபவைகளாக அமைந்துள்ளமை இங்குக் குறிப்பிடத்தக்கதாகும். அவ்வகையில் இத்தகைய மாரியம்மன் வழிபாடானது பிற சாதியினரைக் காட்டிலும் வண்ணார் சாதியினரிடம் அதிக அளவில் வழக்கிலுள்ளன.

வண்ணார் சாதியினரை மாரியம்மனுடன் தொடர்புபடுத்திக் கூறும் இக்கதைகளானது பறையர் சாதியினரிடத்தும் பரவலாக வழங்கப்பட்டு வருகின்றன. அவ்வாறு வழங்கப்படும் இக்கதைகளின் மையக் கருத்தாக, சமூகத்தின் கடைநிலையில் வைக்கப்பட்டிருந்தவர் களுக்கு மேன்மை அளித்தல் என்பது அமைந்திருந்தது. இதற்குத் தொன்மக் கதைகள் சமூகத்தில் ஏற்படுத்தும் தாக்கமும் மற்றொரு காரணமாக உள்ளன.

தொகுப்புரை

சங்க காலம் முதற்கொண்டு ஆடைகளைச் சலவை செய்யும் தொழிலை மேற்கொண்டு வாழ்பவர்களாக வண்ணார்கள் அறியப் படுகின்றனர். அவர்களுடைய வரலாற்றைக் கதைப்பாடல்கள், கல்வெட்டுகள், வாய்மொழிக் கதைகள் ஆகியவை விரிவாகப் பதிவு செய்துள்ளன. இதன்படி, வண்ணார்களைச் சுட்டும் கதைப்பாடல்கள் அவர்கள் மீது நிகழ்த்தப்பட்ட தாக்குதல்களையும், உழைப்புச் சுரண்டல்களையும், அழுக்கு ஆடைகளைச் சேகரித்து வெளுப்பதற்குக் கொண்டு சென்றமையையும் குறிப்பிட்டுள்ளன. மேலும், வண்ணார்கள் இழிவு மிக்கவர்களாகக் கருதப்பட்டதையும், இவர்களின் தொழிலை

அடையாளப்படுத்தும் வகையில் காதில் அடையாளக் குறி இடப் பட்டதையும், இவர்களின் கட்டுப்பாட்டு உணர்வையும் தெளி வாக எடுத்துக்காட்டின. இவை, மட்டுமின்றிப் பள்ளர் சாதியினரால் படு கொலை செய்யப்பட்ட வண்ணாருடைய வரலாற்றையும் அரசர்களுக் கும் வண்ணார்களுக்கும் நிகழ்ந்த சண்டையைப் பற்றியும் இக்கதைப் பாடல்கள் குறிப்பிட்டன.

கல்வெட்டுகளில் இடம்பெற்றுள்ள வண்ணார் பற்றிய பதிவுகள் அவர்களின் வாழ்விடத்தையும் தொழில்முறையையும் அத்தொழிலுக் கென விதிக்கப்பட்ட வரியையும் கூலியையும் சுட்டுவதாக அமைந் துள்ளன. இவற்றுடன் வண்ணார்களுக்கு அளிக்கப்பட்ட நிலத்தினு டைய எல்லையினையும் பணி புரிவதற்கான ஆணையையும் போர்க் காலத்தில் இவர்கள் கைதிகளாகப் பிடித்துச் செல்லப்பட்டதையும் இக்கல்வெட்டுகள் வழியாக அறிய முடிகின்றது. மேலும், இவர்கள் செய்த அறச்செயல்களையும் கல்வெட்டுகள் எடுத்துக்காட்டுவதாக உள்ளன. அவற்றுள் கோயிலுக்குச் சுவர் எடுப்பித்ததையும் ஏரிக்குக் கண்மாய் அமைத்துக் கொடுத்ததையும் கோயிலை நிர்வாகம் செய்ததை யும் இக்கல்வெட்டு வழியாக எடுத்துக்காட்டப்பட்டுள்ளன.

வண்ணார்கள் பற்றிய கதைப்பாடல்கள் மற்றும் கல்வெட்டு களைப் போன்று வாய்மொழிக் கதைகள் வழியாகவும் அவர்களின் வரலாற்றை அறிய முடிகின்றது. இக்கதைகள் வண்ணார் சாதி உருவான வரலாற்றையும் அவர்களின் பல்வேறு பெயர்களுக்கான காரணங்களும் சுட்டப்பட்டுள்ளன. மேலும், இக்கதைகளின் வழியாக வண்ணார் களுடன் பறையர்களும் மீனவர்களும் கொண்டுள்ள தொடர்பும், மாரியம்மனுடன் வண்ணார் தொடர்புபடுத்தப்படும் முறையும் விரிவாகச் சுட்டப்பட்டுள்ளதை அறியமுடிகின்றது.

சான்றாதாரங்கள்

1. சா. சவரிமுத்து, கருத்துப் புலப்பாட்டில் கதைப்பாடல்கள், ப. 99.
2. நா. வானமாமலை, ஐவர் ராசாக்கள் கதை, ப. 24.
3. நா. வானமாமலை, கட்டபொம்மு கூத்து, ப. 78.
4. நா. வானமாமலை, கட்டபொம்மன் கதைப்பாடல், ப. 11.
5. மேலது, ப. 12.
6. உண்மைச் செய்திகளின் ஆற்றலைக் குறைக்க இத்தகைய முயற்சிகளை உயர்சாதியினர் பலமுறை செய்திருக்கிறார்கள். நந்தன் கதையில் அவனே சோதியில் கலந்துவிட்டான் என்று

கூறப்படுகிறது. ஆனால் அவன் பிராம்மணரால் கோயில் முன் எரிக்கப்பட்டான் என்று உறுதியாக நிரூபிக்கலாம். இதுபோலவே காத்தவராயனைக் கழுவேற்றிவிட்டு அவனே வேண்டிக் கொண்டதாகக் கதையை மாற்றிவிட்டிருக்க வேண்டும்.

- நா. வானமாமலை, காத்தவராயன் கதைப்பாடல், ப. 9.

7. நா. வானமாமலை, ஐவர் ராசாக்கள் கதை, ப. 33.
8. சூ. நிர்மலாதேவி, கதைப்பாடல்களில் கட்டுப்பாட்டு மீறல்கள், ப. 278.
9. அ.நா. பெருமாள், தமிழில் கதைப்பாடல், ப. 187.
10. மேலது, பக். 187, 188.
11. நா. இராமச்சந்திரன், துடியான சுவாமிகள்: வில்லுப்பாட்டும் சமூகச் சிக்கல்களும், ப. 227.
12. மேலது, ப. 231.
13. மேலது, ப. 231.
14. வடமலையப்ப பிள்ளையின் ஆட்சிக்காலத்தில் இக்கதை நிகழ்ச்சி நடைபெற்றது என்பதற்கான அகச்சான்று கதைப்பாடலிலேயே உள்ளது (வரிகள்: 333, 347, 389, 390) .... இந்த வடமலையப்ப பிள்ளை நாயக்கவரசின் பிரதிநிதிகளாகத் திருநெல்வேலிச் சீமையை ஆண்டிருக்கிறார். இவரது இறுதி ஆட்சியாண்டு கி.பி. 1706 எனத் தமிழகராதி குறிக்கின்றது.

    - சூ. நிர்மலாதேவி (ப.ஆ.), தடிவீர சுவாமி கதை, வன்னியராயன் கதை, பக். 124, 125.
15. மேலது, ப. 119.
16. சூ. நிர்மலாதேவி (ப.ஆ.), தடி வீர சுவாமி கதை, வன்னியராயன் கதை, ப. 119.
17. கோ. கேசவன், தடிவீர சுவாமி கதை - சாதிய சங்கத்தின் சலனங்கள் குறித்த சில கருத்துகள், புலமை, தொகுதி 24, (சென்னை, திசம்பர் 1998), ப. 85.
18. சூ. நிர்மலாதேவி (ப.ஆ.), தடிவீர சுவாமி கதை, வன்னியராயன் கதை, ப. 124.
19. மாற்றுச்சேலை என்பது பூப்பு அடைந்த பெண்களுக்கு முதல் மூன்று, ஐந்து அல்லது ஏழு நாட்கள் வரை வண்ணார்கள் கொடுக்கும் உடையையேக் குறிக்கும். இம்மாற்றுடுப்பை வண்ணார் சாதிப் பெண்கள் ஒவ்வொரு நாளும் காலையும் மாலையும் பூப்பு அடைந்த பெண்ணின் வீட்டிற்குச் சென்று கொடுப்பர். அவ்வாறு கொடுக்கும்போது முந்தைய நாள் உடுத்திய பழைய சேலையை வெளுப்பதற்கு (கரையுடன் கூடியது) அவர்களிடமிருந்து மீண்டும் வாங்கி வருவது வழக்கம்.

இந்நிகழ்வு செல்வாக்கு மிக்கவர்களுடைய வீடுகளில் பதினைந்து நாட்கள் வரையில் நீளும்.

20. 'மங்கையவள் புரத மங்கை' - (தடிவீர சுவாமி கதை, அடி. *18*, ப. *169*)
'வந்தாளே புரத மங்கை' - (மேலது, அடி. *30*, ப. *169*)
'ஆனதொரு புரத மங்கை' - (மேலது, அடி. *36*, ப. *170*)
'மாவிளக்குப் பார்த்தாளே புரத மங்கை' - (மேலது, அடி. *40*, ப. *170*)
'ஆரோ ஒரு புரத மங்கை' - (மேலது, அடி. *45*, ப. *170*)
'புரத மங்கை தந்தனக்கு' - (மேலது, அடி. *48*, ப. *171*)
'புரத மங்கையுட பட்டையத்தை' - (மேலது, அடி. *51*, ப. *171*)
'புரத மங்கை தந்தனக்கு' - (மேலது, அடி. *53*, ப. *171*)
'புரத மங்கையுட வயறதிலே' - (மேலது, அடி. *59*, ப. *171*)
'வந்தாளே புரத மங்கை' - (மேலது, அடி. *72*, ப. *172*)

21. ஆ. சிவசுப்பிரமணியன், தமிழகத்தில் அடிமை முறை, ப. *34*.

22. South Indian Inscriptions, Vol. II, Part - I, p. 44.

23. Ibid, Vol. V, p. 217.

24. Ibid, ப. *356*.

25. நா. கதிரைவேற்பிள்ளை, தமிழ்மொழி அகராதி, ப. *418*.

26. மேலது, பக். *801, 1076, 1245*.

27. South Indian Inscriptions, Vol. XXVI, p. 210.

28. சி. கோவிந்தராசன், கல்வெட்டுக் கலைச்சொல் அகரமுதலி, ப. *62*.

29. South Indian Inscriptions, Vol. II, Part IV, p. 277.

30. திவாகர நிகண்டு, முதல் தொகுதி, ப. *78*.

31. வீரமாமுனிவர், சதுரகராதி, ப. *24*.

32. சி. கோவிந்தராசன், கல்வெட்டுக் கலைச்சொல் அகரமுதலி, ப. *251*.

33. மேலது, ப. *251*.

34. மேலது, ப. *435*.

35. South Indian Inscriptions, Vol.V, p. 374.

36. சி. கோவிந்தராசன், கல்வெட்டுக் கலைச்சொல் அகரமுதலி, ப. *435*.

37. South Indian Inscriptions, Vol. XXVI, p. 521.

38. Ibid, Vol.XIV, p. 3.

39. Ibid, Vol. III, Part III, p. 305.

40. Ibid, ப. *411.*

41. Ibid, Vol. XII, p. 56.

42. Ibid, Vol. XXVI, p. 129.

43. தமிழ்ச்சொல் கல்வெட்டுச் சொல்லகராதி, இரண்டாம் தொகுதி, ப. *534.*

44. South Indian Inscriptions, Vol. IV, p. 106.

45. Ibid, Vol. II, p. 81.

46. மேலது, ப. *110.*

47. தமிழ்ச்சொல் கல்வெட்டுச் சொல்லகராதி, இரண்டாம் தொகுதி, ப. *534.*

48. South Indian Inscriptions, Vol. IV, p. 155.

49. Ibid, Vol. XII, p. 59.

50. சி. கோவிந்தராசன், கல்வெட்டுக் கலைச்சொல் அகரமுதலி, ப. *205.*

51. South Indian Inscriptions, Vol. XXVI, p. 529.

52. நா. கதிரைவேற்பிள்ளை, தமிழ்மொழி அகராதி, ப. *216.*

53. South Indian Inscriptions, Vol.XXVI, p. 214.

54. தமிழக அரசு தொல்பொருள் ஆய்வுத்துறை வெளியீடு (பிற விவரம் தெரியவில்லை, சிதைந்த பழைய நூல்)

55. ஆ. தசரதன் (ப.ஆ.), தமிழில் ஆவணங்கள், பக். *36, 37.*

56. மா. இராசமாணிக்கனார், கல்வெட்டுகளும் தமிழ்ச் சமூக வரலாறும், ப. *47.*

57. தே. லூர்து, நாட்டார் வழக்காற்றியல்: சில அடிப்படைகள், ப. *229.*

58. செந்தமிழ்ச் சொற்பிறப்பியல் பேரகர முதலி, முதன் மடலம் - மூன்றாம் பாகம் (உ-ஔ), ப. *282.*

59. ச. பிலவேந்திரன் (ப.ஆ.), சனங்களும் வரலாறும், ப. *175.*

60. அ.கா. பெருமாள், கர்ப்பமாய்ப் பெற்ற கன்னிகள், பக். *138, 139.*

61. மேலது, ப. *138.*

62. மேலது, ப. *137.*

63. டி. தருமராஜன் (தொ.ஆ.), சனங்களின் சாமிகள், ப. *95.*

3
இலக்கியங்களில் வண்ணார்

சங்க காலத்தில் 'புலைத்தி' என வழங்கப்பட்டு, தற்போது வண்ணார் என வழங்கப்படும் ஆடை வெளுக்கும் பிரிவினர் பற்றி ஆராய்வதாக இப்பகுதி அமைகின்றது. இதன்படி, சங்க காலத்தில் ஆடை வெளுப்போராகவும் அதனை அடுத்தடுத்த காலங்களில் மேலும் பல தொழில்களைச் செய்தோராகவும் இம்மக்கட் குழுவினர் அறியப்படுகின்றனர். இவர்கள் பற்றிய பதிவுகளை, சங்க இலக்கியம் முதற்கொண்டு அதனை அடுத்த காலங்களில் தோன்றிய அற இலக்கியம், பக்தி இலக்கியம், சிற்றிலக்கியம், தனிப்பாடல் திரட்டு மற்றும் தற்கால இலக்கியங்கள் என அனைத்து இலக்கியங்களும் கொண்டுள்ளன.

தமிழ்ச் சமூகத்தின் வரலாற்று ஆய்விற்கான அடிப்படைத் தரவுகளை இவை கொண்டிருப்பதால் இலக்கிய வரலாற்று ஆய்வாளர்களால் அவை பெரிதும் உற்றுநோக்கப்படுகின்றன. இவ்வாறு இலக்கியக் குறிப்புகளில் வரலாற்று மூலங்களைக் கண்டறிவதன் தொடக்கப்புள்ளியாகச் செயல்பட்ட உ.வே.சாமிநாதையர், தாம் பதிப்பித்த நூல்களில் அவற்றிற்கான விரிவான ஆராய்ச்சியுரைகளை எழுதினார். இத்தகைய ஆராய்ச்சியுரைகள், ஒரே நூல் அடுத்தடுத்த பதிப்புகளைக் கண்டபோது வெவ்வேறானதாக அமைந்திருந்தன. மேலும் அவர், இலக்கியப் பதிவுகளில் காணப்படும் வரலாற்றுக் குறிப்புகளை, தம் பதிப்புரையில் சிறுசிறு பகுதிகளாக வெளிப்படுத்தினார்.

இதன் விளைவாகப் பழந்தமிழரின் வாழ்வியல் பல்வேறு கோணங்களில் ஆய்வாளர்களால் அணுகப்பட்டது. மேலும், இம்முறையில் கண்டறியப்பட்ட இலக்கியக் குறிப்புகள் அவ்வக்காலத் தொல்லியல் தரவுகளுடனும் ஒப்பிட்டு ஆய்வு செய்யப்பட்டன. இதன்படி, தமிழ்ச் சமூகத்தின் வளர்ச்சியில் முதன்மையானவர்களாக விளங்கிய தொழிற்குடிகள் பற்றிய ஆய்வுகள் பரவலாக மேற்கொள்ளப்பட்டு வருகின்றன. அவ்வாறு மேற்கொள்ளப்படும் ஆய்வு

களில் இலக்கிய - இலக்கணங்கள், கதைப்பாடல்கள், வாய்மொழி வழக்காறுகள், தொல்லியல் தரவுகள் ஆகியவை முதன்மை ஆவணங்களாகக் கொள்ளப்படுகின்றன. இந்நூலின் ஒரு பகுதியாக அமையும் முந்தையப் பகுதியில் கதைப்பாடல்கள், கல்வெட்டுகள், வாய்மொழித் தரவுகள் ஆகியவற்றை அடிப்படையாகக் கொண்டு வண்ணார் வரலாறு ஆராயப்பட்டது. அதன் தொடர்ச்சியாக அமையும் இப்பகுதியில் தமிழ் இலக்கியங்களில் வண்ணார்கள் பதிவு செய்யப்பட்டுள்ள முறைமை ஆய்விற்கு உட்படுத்தப்படுகின்றன. இதற்கான முதன்மைத் தரவுகளாகச் சங்க இலக்கியம், அற இலக்கியம், பக்தி இலக்கியம், சிற்றிலக்கியம், தனிப்பாடல் திரட்டு மற்றும் தற்கால இலக்கியம் ஆகியவற்றில் இடம்பெற்றுள்ள வண்ணார் பற்றிய குறிப்புகள் ஆய்விற்குட்படுத்தப்படுகின்றன. குறிப்பிட்ட ஒரு காலகட்டம் தவிர்த்து வெவ்வேறு காலகட்டத்தினுடைய வரலாற்றைப் பதிவு செய்துள்ள இவ்விலக்கியங்கள், அவ்வக்காலச் சூழல்களுக்கேற்ற உள்ளடக்கத்தினைக் கொண்டிருந்தன. இதன்படி, மேற்குறிப்பிட்ட இலக்கியங்கள் அனைத்திலும் குறிப்பிட்ட ஒரு தொழிற்குடியினர் தொடர்ந்து பதிவு செய்யப்பட்டிருந்தமையால் அத்தொழிற்குடிகள் குறித்த ஆய்வை அவை அடுத்த நிலைக்குக் கொண்டு சென்றன. இப்பின்னணியில், இலக்கியங்களில் இடம் பெற்றுள்ள வண்ணார் சாதியினரின் வாழ்க்கை, பதிவு செய்யப்பட்டுள்ள முறைமை இப்பகுதியில் விரிவாக ஆய்விற்கு உட்படுத்தப்படுகின்றது. இதனை,

    அ. சங்க இலக்கியத்தில் வண்ணார்,
    ஆ. அற இலக்கியத்தில் வண்ணார்
    இ. பக்தி இலக்கியத்தில் வண்ணார்
    ஈ. சிற்றிலக்கியத்தில் வண்ணார்
    உ. தனிப்பாடல் திரட்டில் வண்ணார்
    ஊ. தற்கால இலக்கியத்தில் வண்ணார்

ஆகிய பொருண்மைகளில் விரிவாகக் காணலாம். இவ்விலக்கியச் சான்றுகள் வண்ணாரின் வாழ்வியலில் காணப்படும் சில கூறினை இலக்கியப் பாங்கில் எடுத்துக்காட்டும் வண்ணம் அமைந்துள்ளன. அக்கூறுகளை இப்பகுதியில் ஆராய்வதன் வழியாக, வண்ணார் சாதியினர் இலக்கியங்களில் குறிப்பிடப்பட்டுள்ள முறைமை முழுமையாக ஆய்விற்கு உட்படுத்தப்படுகின்றது.

சங்க இலக்கியத்தில் வண்ணார்

தமிழ்ச் சமூகத்தின் வரலாற்றைக் காதல், வீரம் என்ற இரு நிலைகளில் எடுத்துக் கூறுவதாகச் சங்க இலக்கியப் பொருண்மைகள் அமைந்துள்ளன. பண்டைத் தமிழரின் அக மற்றும் புற வாழ்வின்

த. தனஞ்செயன்

அனைத்து நிலைகளையும் சுட்டுவதாக அமைந்துள்ள இவ்விலக்கியத்தில், பல்வேறு தொழிற்குடிகளில் ஒரு பிரிவினராக உள்ள வண்ணார் பற்றிய குறிப்புகள் முழுமையான ஆய்விற்கு உட்படுத்தப்படுகின்றன.

பண்டைத் தமிழரின் தொழில்கள் குறித்து ஆய்வு செய்த வி.சி. சசிவல்லி, வாழ்வியல் தொடர்பான தொழில்களென,

1. கைத் தொழில்கள்
2. நிலஞ்சார் தொழில்கள்
3. கைவினைத் தொழில்
4. பிற தொழில்கள்
5. அறிவுசார் தொழில்கள்[1]

ஆகியவற்றைக் குறிப்பிடுகிறார். இவற்றுள், சலவைத் தொழிலைப் பிற தொழில்களுள் இரண்டாவதாகச் சுட்டி விளக்குகின்றார்.

சங்க இலக்கியத்தில் வண்ணார் பற்றி ஆராயும் இப்பகுதிக்கு எட்டுத்தொகை நூல்கள் மட்டும் தரவுகளாகக் கொள்ளப்படுகின்றன. இவற்றில் வண்ணார் பற்றிய பதிவைக் கொண்டனவாக அகநானூறு, புறநானூறு, நற்றிணை, குறுந்தொகை, கலித்தொகை ஆகிய நூல்கள் அமைகின்றன. இந்நூல்களில் (சலவைத் தொழிலாளிகள்) வண்ணார் பிரிவினர் 'புலைத்தி' மற்றும் 'காழியர்' என்ற பெயரில் சுட்டப்பட்டுள்ளனர்.

தமிழ்ச் சமூக மரபில் ஒரு குழு அல்லது சமூகம் தங்களின் சுயதேவைக்காகத் தங்களுக்குள் மற்றொரு பிரிவினரை உருவாக்கி அவர்களை அனைத்து நிலைகளிலும் அடிமைப்படுத்தி வந்துள்ளனர். இவ்வாறு நிகழ்ந்த அடிமைப்படுத்துதலில் முதன்மைக் காரணியாகத் தொழில் முறையானது கொள்ளப்பட்டது. தொழில் முறையை அடிப்படையாகக் கொண்டு உருவாக்கப்பட்ட இம்மக்களில் ஒரு பிரிவினர் அரசியல், சமூகம், பொருளாதாரம் என அனைத்து நிலைகளிலும் புறக்கணிக்கப்பட்டுக் கீழ்நிலை மக்களாக்கப்பட்டனர். அவர்களுள் குயவர், உமணர், கொல்லர், தச்சர், உழவர், மறவர், இடையர், பரத்தையர், ஊர்க்காவலர், புலைத்தி, புலையன் முதலானோர் குறிப்பிடத்தக்கவர்களாவர். இவர்கள் சமூகத்தில் மேல்வர்க்கத்தவர்களாக விளங்கிய அரசர் (பதிற். 20:4, 49:17), அந்தணர் (பதிற். 63:1, புறம். 9, பெரும். 297-301), வணிகர் (குறுந். 172:5-6) ஆகியோரால் புறக்கணிப்பிற்கு உள்ளாக்கப்பட்டுள்ளனர். இதன் காரணமாகத் தங்களின் அடிப்படைத் தேவைகளைப் பூர்த்தி செய்ய இயலாமல் சமூகத்தின் கீழ்நிலையில் தொடர்ந்து வைக்கப்பட்டனர். அவ்வாறு கீழ்நிலைக்குட்படுத்தப்பட்ட பிரிவினருள் ஆடை வெளுக்கும் பிரிவினர் 'புலைத்தி' எனப் பதிவு செய்யப்பட்டுள்ளனர். இதன்படி,

ஆடை வெளுத்தலைச் சுட்டுகின்ற அனைத்துப் பதிவுளும் பெண்களை முதன்மையாகக் கொண்டவைகளாகவே அமைந்துள்ளன.

சமூக நிலை

தொழில்முறையை அடிப்படையாகக் கொண்டு கீழ்நிலையாக்கப் பட்ட புலைத்தியர் உடை (புறம். 39:4), ஆடை (பரி. 21:62), அறுவை (பொரு. 83), துகில் (குறி. 55, பட்டி. 106), கலிங்கம் (பெரும். 469, புறம். 397:15) எனப் பலவாறு வழங்கப்பட்ட ஆடைகள் வெளுக்கும் தொழிலை முதன்மைத் தொழிலாகக் கொண்டு வாழ்ந்துள்ளனர். இத்தொழில், ஆடைகளுக்கு வண்ணச் சாயமிடுதலோடு இணைத்து மேற்கொள்ளப்பட்டது. அவ்வகையில் ஆடை வெளுத்தல் எனும் இத்தொழில் அரசர், அந்தணர், வணிகர் ஆகியோரால் தங்களுக்காகத் திட்டமிட்டுத் தோற்றுவிக்கப்பட்ட ஒன்றாகவே கருத முடிகின்றது. சலவைத் தொழிலாளர்களின் இந்நிலைக்குக் குறிப்பிட்ட சில பிரிவினரை மட்டும் குறிப்பிடுவதற்கான காரணம், தங்களுடைய ஆடைகளைப் பணியாளர் ஒருவரைக் கொண்டு சலவைசெய்து அணிந்துகொள்ளும் வசதியானது வணிகர் முதலான செல்வர்களிடம் மட்டுமே இருந்தன. மேலும், தரமான ஆடைகளையே செல்வர்களாகிய அரசர், அந்தணர் மற்றும் வணிகர்கள் உடுத்தினர் (பதிற். 12:19-21, மலை. 561-562, பெரும். 469-470) என்பதற்கும் ஈரும் பேனும் நிறைந்த வேர்வையில் நனைந்த ஆடைகளையே (பொரு. 79-80) பிற குடிகள் (ஏழைகள்) உடுத்தினர் என்பதற்கும் பல்வேறு சங்கப் பாடல்கள் சான்று பகர்கின்றன. இத்தகைய கிழிந்த, ஒழுங்கற்ற ஆடைகள் சிதாஅர் (பொரு. 81:184), சிதர்வை (பெரும். 468) என வழங்கப்பட்டமை யையும் சங்கப் பாடல்களால் அறிய முடிகின்றது.

குறிப்பாக, **'உண்பது நாழி யுடுப்பவை யிரண்டே'** (புறம். 189:1-5) எனப் புறநானூறு ஒருவருடைய அடிப்படை உரிமைகளைப் பறைசாற்றினாலும் அது அனைவருக்கும் கைவரப்பெறாத ஒன்றாகவே சங்ககாலத்தில் இருந்துள்ளது. தழைகளாலும் மரப்பட்டைகளாலும் ஆன உடையை ஒரு பிரிவினர் உடுத்தியபோது (நற். 123:6-7, 204:1-2, 390:4-6, அகம். 20:8-10, குறி. 102), அதே காலத்தில் நூலாடையையும் பட்டாடையையும் (பெரும். 469-470, பதிற். 12:19-21) மற்றொரு பிரிவினர் உடுத்தி வாழ்ந்துள்ளனர். இவைகளை இங்குக் குறிப்பிடுவதன் காரணம், தழைகளையும் மரப்பட்டைகளையும் கிழிந்த ஆடைகளையும் உடுத்தி வாழ்ந்தவர்கள் தங்களுக்கென ஒரு பிரிவினரைத் தொழிற்குடியினராக வைத்திருக்க வாய்ப்பில்லை எனும் பொருண்மை கருதியே ஆகும்.

புலைத்தியும் சலவைத் தொழிலும்

ஆடை வெளுக்கும் நிகழ்வானது சங்க இலக்கியத்தில் எட்டுத்தொகையில் மட்டுமே விரிவாகக் குறிப்பிடப்பட்டுள்ளன. இப்பதிவில் 'புலைத்தி' எனும் மகளிர் ஆடை வெளுக்கும் பிரிவினராகச் சுட்டப்பட்டுள்ளனர். மாறாக, எட்டுத்தொகை நூல்களில் ஆண்கள் ஆடை வெளுத்த நிகழ்வானது எங்கும் இடம்பெறவில்லை. இதன்படி எட்டுத்தொகையில் உள்ள ஆறு பாடல்கள் புலைத்தியை நேரடியாக ஆடைவெளுப்பவளாகக் காட்டுகிறது. அப்பாடல்கள்,

நூல்	பாடல்எண்	தொழில்	திணை
அகம்.	34	ஆடைவெளுத்தல்	முல்லை
அகம்.	387	ஆடைவெளுத்தல்	பாலை
கலித்.	72	ஆடைவெளுத்தல்	மருதம்
கலித்.	117	புட்டில் விற்றல்	முல்லை
நற்.	90	ஆடைவெளுத்தல்	மருதம்
குறுந்.	330	ஆடைவெளுத்தல்	மருதம்
புறம்.	311	ஆடைவெளுத்தல்	தும்பை
புறம்.	259	தெய்வமேறப் பெறுதல்	கரந்தை

என அமைகின்றது. இதன்படி, புலைத்தி பற்றிய ஆறு பாடல்களில் புலைத்தி பற்றிப் பதிவு செய்யப்பட்டுள்ள முறை பின்வரும் பகுதிகளில் விரிவாக ஆராயப்படுகின்றது. மேலும், சலவைத் தொழிலோடு தொடர்புபடுத்திக் கூறப்படும் 'காழியர்' (அகம். 89) பற்றி அடுத்த பகுதியில் ஆராயப்படுவதால் அப்பாடல் இங்குத் தவிர்க்கப் பட்டுள்ளது.

அகப்பாடல்களில் புலைத்தி

'புலைத்தி' எனும் பிரிவினர் மேற்கொண்டிருந்த தொழிலையும் அதன் நுட்பத்தையும் மேற்குறிப்பிட்ட ஆறு பாடல்கள் சுட்டுகின்றன. அவை, அகநானூற்றில் (அகம். 34, 387) இரண்டு, கலித்தொகையில் (கலித். 72, 117) இரண்டு, நற்றிணையில் (நற். 90) ஒன்று, குறுந் தொகையில் (குறுந். 330) ஒன்று என அமைந்துள்ளன.

இவற்றுள் அகநானூற்றில் இடம்பெற்றுள்ள இரண்டு (அகம். 34, 387) பாடல்களையும் மதுரை மருதனிளநாகனார் பாடியுள்ளார். களிற்றுயானை நிரையில் தலைவன் கூற்றாக அமையும் இப்பாடலில்,

பெருந்தகைக் குடைந்த நெஞ்சம் ஏமுறச்
செல்க தேரே நல்வலம் பெறுந
பசைகொல் மெல்விரற் பெருந்தோட் புலைத்தி
துறைவிட் டன்ன தூமயி ரெகினம்
துணையொடு திளைக்கும் காப்புடை வரைப்பில்

- அகம். *34:9-13*

எனப் புலைத்தி சுட்டப்படுகிறாள். இப்பாடலின் உரையில்,

> ஆடைகளிலே தோய்ந்துள்ள கஞ்சிப் பசையினைக் கரைத்துவிடும் மெல்லிய விரல்களையும் பெரிய தோள்களையும் உடைய ஆடை ஒலிப்பவள், அக் கஞ்சிப் பசையினைத் துறையில் அலசி விடுவது போன்ற தூய மயிரினையுடைய அன்னங்கள் தம் பெடைகளுடன் விளையாடி மகிழும்.[2]

என உரை விளக்கம் அளிக்கப்பட்டுள்ளது. இவ்வுரையின்படி, சலவைத் தொழிலை மேற்கொண்டிருந்த புலைத்தி, ஆடைகளை வெளுப்பதற்கு முன்பு அவ்வாடைகளைக் கஞ்சித் தண்ணீரில் (சோற்றுப் பருக்கைகள் ஊறிய நீர்) ஊறவைத்து, பின்பு அதனைக் குளம் அல்லது ஏரிக்குக் கொண்டு சென்று வெளுத்திருக்கிறாள் என்பதை அறிய முடிகின்றது. மேலும், புலைத்தி ஆடை வெளுத்ததைக் குறிப்பிடும் இப்பாடல், வெளுக்கும் தொழிலில் தொடர்ந்து ஈடுபட்டிருக்கும் புலைத்தியின் வலிமையான உடல் அமைப்பையும் சுட்டுகின்றது. இப்பாடலில் இடம்பெற்றுள்ள குறிப்புகளை அடிப்படையாகக் கொண்டு காணும்போது சலவைத் தொழிலாளர்களின் வாழ்வு பற்றிய பல்வேறு அரிய உண்மைகளை அறிய முடிகின்றது. அவற்றுள்,

- ❖ அழுக்கான ஆடைகளை வெளுக்கும் முன்பு கஞ்சித் தண்ணீரில் (பசை) நனைத்த பின்பே வெளுப்பதற்குக் கொண்டு சென்றுள்ளனர்.
- ❖ ஆடைகளை வெளுப்பதற்குப் பயன்படுத்திய நீர் நிலைகள் 'துறை' எனக் குறிக்கப்பட்டது.
- ❖ இரண்டாயிரம் ஆண்டுகட்கு முன்பே இக்குடியினர் அழுக்கை அகற்றுவதற்கான தொழில்நுட்பத்தை அறிந்தவர்களாக இருந்துள்ளனர் என்பது தெரிய வருகிறது.

ஆகியன குறிப்பிடத்தக்கனவாக அமைகின்றன. இவை மட்டுமின்றி முல்லைத் திணையை இப்பாடல் களமாகக் கொண்டிருப்பதால் இத்தொழில், முல்லை நிலமாகிய காடு சார்ந்த பகுதியிலும் மேற் கொள்ளப்பட்டமையை உறுதி செய்ய முடிகின்றது.

புலைத்தியும் வறுமையும்

ஆடை வெளுத்தலைச் சுட்டும் அகநானூற்றின் மற்றொரு பாடலையும் மதுரை மருதனிளநாகனாரே பாடியுள்ளார். நித்திலக்கோவையில் (அகம். 387) அமைந்துள்ள இப்பாடல், புலைத்தியின் வறுமையையும் ஆடை வெளுத்தலையும் இணைத்துக் கூறுவதாக அமைந்துள்ளது. மேலும், சங்க இலக்கியத்தில் புலைத்தி குறித்து இடம்பெற்றுள்ள பிற பாடல்களைக் காட்டிலும் முற்றிலும் மாறுபட்ட கூடுதல் தரவுகளைக் கொண்டுள்ளது. இப்பாடலில் புலைத்தியின் வறுமை நிலை,

> உருவணப் பறைந்த ஊன்றலைச் சிறாஅரொடு
> அவ்வரிக் கொன்ற கறைசேர் வள்ளுகிர்ப்
> பசைவிரற் புலைத்தி நெடிதுபிசைந் தூட்டிய
> பூந்துகில் இமைக்கும் பொலன்காழ் அல்குல்
>
> - அகம். 387: 4-7

எனக் குறிப்பிடப்படுகின்றது. பாலைத்திணையில் தலைவனை நோக்கிக் கூறும் தோழியினுடைய கூற்றாக அமையும் இப்பாடல், புலைத்தி வெளுத்த தூய ஆடையை உடுத்தியிருக்கும் தலைவியினுடைய நிலையைத் தோழி சுட்டுவதாக உள்ளது. இப்பாடலின் உரையில்,

> உவர்மண் அரித்தலால் மயிர் கழிந்த ஊன் பொருந்திய தலையினை யுடைய சிறுவருடன், ஆடையின் மறுக்களைச் சிதைத்த கறை பொருந்திய கூரிய நகத்தினையும், கஞ்சிப் பசை கொண்ட விரலையு முடைய வண்ணாத்தி நெடும்பொழுது பிசைந்து கஞ்சி ஊட்டிய அழகிய ஆடை ஒளிரும் பொன்வடம் அணிந்த அல்குலின்கண்.[3]

எனக் குறிப்பிடப்பட்டுள்ளது. இவ்வுரையின்படி, புலைத்தியினுடைய குடும்பத்தைச் சேர்ந்த சிறுவர்கள், உவர்மண்ணைத் தொடர்ச்சியாகக் கொண்டு வருவதால் அவர்களின் தலையில் ஏற்படக் கூடிய மாற்றம் முதலானவற்றைத் தெளிவாக அறிய முடிகின்றது. மேலும், புலைத்தி ஆடைகளை வெளுக்கச் செல்லும்போது, தம்முடைய வீட்டுச் சிறுவர்களின் உதவியுடன் நீர்த்துறைக்கு ஆடைகளையும் உவர்மண்ணை யும் கொண்டு சென்றுள்ளாள். அவ்வகையில் ஆண்களை ஆடை வெளுப்பவர்களாக நேரடியாகச் சுட்டாத சங்கப் பாடல்களுக்கிடையே இப்பாடல் சிறுவர்களை மட்டும் புலைத்தியுடன் செல்பவர்களாகச் சுட்டுவது கவனத்திற்குரியது.

ஆடை வெளுக்கும் புலைத்தியைச் சுட்டும் இப்பாடல், களிற்றுயானை நிரையில் (அகம். 34) உள்ளது போன்று 'பசை' என்ற சொல்லைப் புலைத்தியுடன் இணைத்துக் கூறுகின்றது. மேலும், 'பசை'

என்ற இச்சொல்லை மருதனிளநாகனார், புலைத்தி குறித்துக் குறிப்பிடும் மூன்று (அகம். 34, 387: கலித். 72) பாடல்களுள் இரண்டு பாடல்களில் (அகம். 34, 387) பயன்படுத்தியிருப்பதால் ஆடை வெளுத்தல் தொழிலில் 'பசை'யின் (கஞ்சிப்பசை) முக்கியத்துவத்தை உணர முடிகின்றது. குறிப்பாக, 'பசை' என்ற சொல்லைப் புலைத்தியின் விரல்களோடு இணைத்துக் கூறியிருப்பதால் அச்சொல் ஆடைகளை வெளுக்கும்போது இடக்கூடிய வண்ணச் சாயமாகவும் இருக்கலாம் என ஊகிக்க வேண்டியுள்ளது. காரணம், 'பசை' என்பதற்கு வழங்கப்படும் இவ்விரு வழக்கமும் இன்றும் வண்ணார்களிடம் காணப்படுகின்றமையே ஆகும்.

மருதனிளநாகனார் பாடிய மருதக்கலியில் இடம்பெற்ற (கலித். 72) ஒரு பாடலில் புலைத்தி ஆடை வெளுத்தமை பற்றிய குறிப்பு உள்ளது. இப்பாடலில் ஊரிலுள்ள அனைவரிடமும் வெளுப்பதற்குரிய ஆடைகளைப் புலைத்தி பெற்றமை குறிப்பிடப்பட்டுள்ளது. பரத்தையிற் பிரிவு முடித்து மீண்டு வந்த தலைவனை நோக்கிக் காமக்கிழத்திக் கூற்று நிகழ்த்துவதாக அமைந்துள்ள இப்பாடல்,

> நாடிநின் றூதாடித் துறைச்செல்லா ளூரவ
> ராடைகொண்டொலிக்கு நின்புலைத்திகாட்டென்றாளோ
> கூடியார் புனலாடப் புணையாய மார்பினி
> லூடியா ரெறிதா வொளிவிட்ட வரக்கினைப்
>
> - கலித். 72:13-16

எனப் பதிவு செய்துள்ளது. தலைவனை ஆற்றுப்படுத்துவதற்காகச் சுட்டியுள்ள புலைத்தியின் நிலையை விளக்குவதாக அமைந்துள்ள இப்பாடலுக்கு உரையெழுதிய நச்சினார்க்கினியர்,

> கூடின மகளிர் புனலாடுதற்குத் தெப்பமாகிய மார்பிலே அப்புனலாட்டுப் பெறாது ஊடிய மகளிர் (பரி. 21: 39-45) சாதிலிங்கம் இருந்த செப்போடே அதனை எறிதலைச் செய்கையினாலே (செங்கை) விளக்கம் மிக்க சாதிலிங்கத்தை நினக்குக் கூடலாம் பரத்தையரைத் தேடித் தூதாய்த் திரிந்து துறைய்ற் செல்லாள் ஊரிலுள்ளாருடைய ஆடைகள்ளை - இடுவித்துக்கொண்டு ஒலியாமற் றிரியும் நின்னுடை புலைத்தி (புலத்தி) எனக்குக் காட்டென்று சொன்னாளோ?[4]

என விளக்கம் அளிக்கின்றார். இவ்வுரையின்படி புலைத்தியானவள் ஊரில் உள்ள அனைவருடைய ஆடைகளையும் வெளுக்கும் வழக்கத்தினைக் கொண்டிருந்தமையை உறுதி செய்ய முடிகின்றது. மாறாக, மருதனிளநாகனாரின் மற்ற இரண்டு (அகம்.34, 387) பாடல்களைக் காட்டிலும் இப்பாடல், புலைத்தி குறித்த மாறுபட்ட கருத்தை முன் வைப்பதும் கவனத்திற்குரியது. அவ்வகையில், அகநானூற்றில் இடம்பெற்றுள்ள இரண்டு பாடல்களும் புலைத்தியைப்

பசையுடன் கூடிய கைகளை உடையவளாகவும் நீர்த்துறையில் ஆடைகளை வெளுப்பவளாகவும் சுட்டுகின்றன. இப்பாடல்களைக் காட்டிலும் புலைத்தி, ஊராருடைய ஆடைகளை நேரடியாக வெளுப்பதற்குக் கொண்டு வருவதாகக் கலித்தொகை சுட்டுகின்றது.

வறுமையில்லாத புலைத்தி

எட்டுத்தொகை நூல்களுள் ஒன்றாக வைத்துப் போற்றப்படும் நற்றிணையும் புலைத்தி குறித்து ஒரு பாடலில் (நற். 90) விளக்குகிறது. மருதத் திணைக்குரியதாக அமைந்துள்ள இப்பாடல், 'அஞ்சில் அஞ்சியார்' எனும் பெண்பாற் புலவரால் தோழி கூற்றாகப் பாடப் பட்டுள்ளது. இப்பாடலில் விழாக்காலங்களில் புலைத்தியானவள், ஓய்வின்றி ஆடை வெளுப்பவளாகவும் வறுமை இல்லாதவளாகவும் சுட்டப்படுகிறாள். இதனை,

> ஆடியல் விழவின் அழுங்கன் மூதூர்
> உடையோர் பான்மையின் பெருங்கை தூவா
> வறனில் புலத்தி எல்லித் தோய்த்த
> புகாப்புகர் கொண்ட புன்பூங் கலிங்கமொடு
> வாடா மாலை துயல்வர ஓடிப்
>
> *- நற். 90: 1-5*

என அஞ்சில் அஞ்சியார் குறிப்பிடுகின்றார். தமிழ்ச் சமூகத்தின் செழுமைக்கு அடையாளமாகத் திகழும் பெரிய ஊர்களில் நிகழும் விழாக்காலங்களில்கூட புலைத்தியை ஓய்வின்றி ஆடை வெளுத்தவ ளாக இப்பாடல் சுட்டுகின்றது. புலைத்தியின் வாழ்க்கை நிலையை அறிந்து கொள்வதில் மற்றொரு சான்றாகவும் இப்பாடல் அமைகின்றது. குறிப்பாக, ஆடையை வெளுப்பதற்கு முன் அதற்குக் கஞ்சியிட்டு வெளுக்கும் வழக்கத்தைப் 'பசை' என்ற சொல்லால் சுட்டிய அகநானூற் றுப் பாடலைக் காட்டிலும் இப்பாடல் கூடுதல் தரவுகளைச் சுட்டுவதாக உள்ளது. மாறாக, ஆடைகட்குப் பசையிடும் வழக்கத்தையும் இணைத் துக் கூறும் இப்பாடல் அதனை, 'புகாப்புகர்' என்ற சொல்லால் குறிப்பிடுகின்றது. இதன்படி 'புகாப்புகர் கொண்ட புன்பூங் கலிங்க மொடு' என்ற தொடர், (உணவிலிருந்து பெறப்பட்ட) கஞ்சியிலிட்டு வெளுத்த பூக்களையுடைய ஆடை என்ற பொருளில் அமைந்துள்ளது.

இதற்கு உரையெழுதிய நற்றிணையின் பதிப்பாசிரியரும் உரையாசிரியருமாகிய பின்னத்தூர் அ. நாராயணசாமி ஐயர்,

> கூத்தயர்கின்ற விழாவினொலியையுடைய இம்மூதூரின் கண்ணே ஆடைகளையாராய்ந்து கழுவுந்தன்மையிற் பெரிதும் தன்கையொழி யாத வறுமையில்லாத ஆடையொலிப்பவள் இரவிலே தோய்த்த சோற்றின் கஞ்சியிட்டுப் புலர்த்திய சிறிய பூத்தொழிலையுடைய ஆடையுடனே[5]

என விளக்கம் அளிக்கின்றார். இவ்விளக்கத்தின்படி, புலைத்தி தன் தொழிலுக்கென குறிப்பிட்ட நாள் எதையும் ஒதுக்காமல் வாழ்ந்த மையை அறிய முடிகின்றது. மேலும், பேரொலியை எழுப்பக்கூடிய விழாக்காலங்களும் சலவைத் தொழிலுக்கு விலக்கல்ல என்பது விளங்குகின்றது. இவ்வாறு புலைத்தி குறித்த நுட்பமான பாடலைப் பாடிய அஞ்சில் அஞ்சியார், சங்க இலக்கியம் முழுவதிலும் இந்த ஒரு பாடலை மட்டுமே பாடியிருப்பது குறிப்பிடத்தக்கது. மேலும், இப்பாடல் 'புலைத்தி' குறித்த இரண்டு வகையான முரண்பட்ட கருத்தைக் கொண்டிருப்பதும் கவனத்திற்குரியது. ஒன்று, விழாக் காலங்களில் ஒட்டுமொத்த மக்களும் மகிழ்ச்சியில் திளைத்தபோது 'புலைத்தி' மட்டும் இரவென்றும் பாராமல் ஆடைகளை வெளுத்தமை. மற்றொன்று, 'புலைத்தி'யை இரவு, பகல் பாராமல் உழைப்பவளாகக் காட்டும் இப்பாடலின் அடுத்த ஒருசில அடிகளிலேயே 'வறுமை யில்லாத ஆடையொலிக்கும் புலைத்தி' எனக் குறிப்பிடப்பட்டுள்ள மையும் குறிப்பிடத்தக்க ஒன்றாக உள்ளது.

தொழில் நேர்த்தி

புலைத்தியின் தொழில் நேர்த்தியைச் சுட்டுவதாக, குறுந்தொகை யின் *330*ஆவது பாடல் அமைந்துள்ளது. கழார்க் கீரனெயிற்றியனாரால் பாடப்பட்ட இப்பாடல் மருதத் திணையில் தலைவி கூற்றாகப் பாடப்பட்டுள்ளது. இப்பாடலில் அகநானூற்றில் குறிப்பிடப்பட்டுள்ள தைப் போன்று புலைத்தியானவள் ஆடைகளுக்குக் கஞ்சியிட்டு (பசை தோய்த்து) வெளுத்த செய்தி கூறப்பட்டுள்ளது. இதனைக் குறிக்கப் 'பசை' என்ற சொல் பயன்படுத்தப்பட்டுள்ளது. அகநானூற்றுக்கு உரை யெழுதிய உரையாசிரியர்களும் நற்றிணைக்கு உரையெழுதிய பின்னத்தூர் நாராயணசாமி ஐயரும் 'பசை' என்ற சொல் கஞ்சியைக் குறிப்பதாகவே சுட்டியுள்ளனர். மேலும், உரையாசிரியர்கள் 'கஞ்சி' என்பது எத்தகைய பொருளால் ஆனது (கோதுமை, வரகு, தினை, அரிசி முதலானவை) என்பதைக் குறிக்காமல் விடுத்துள்ளமையும் கவனத்திற்குரியதாகும். அப்பாடல் பின்வருமாறு,

> நலத்தகைப் புலைத்தி பசைதோய்த்து எடுத்துத்
> தலைப்புடைப் போக்கித் தண்கயத்து இட்ட
> நீரின் பிரியாப் பரூஉத்திரி கடுக்கும்
> பேர்இலைப் பகன்றைப் பொதிஅவிழ் வான்பூ
>
> - குறுந். *330: 1-4*

எனப் பதிவு செய்துள்ளது. இப்பாடலுக்கான உரை,

> நன்மையையும் அழகையுமுடைய வண்ணாத்தி, கஞ்சியிலே தோய்த்து எடுத்து முதல் ஒலிப்பினை ஒலித்த பின்னர் குளிர்ந்த குளத்திலே

> போடப்பட்ட அந்நீரின் கண்ணே பிரிதலைச் செய்யாத பருத்த ஆடையின் முறுக்கினை ஒக்கும் பெரிய இலைகளையுடைய பகன்றையினது கூம்பு விரிந்த வெள்ளிய பூக்கள்...[6]

என அமைந்துள்ளது. இவ்வுரையின்படி புலைத்தி வெளுத்த ஆடை பெரியதாக இருந்தமையும் வெளுப்பிற்கு முன்னர் அவ்வாடைகளுக்குக் கஞ்சியிட்டமையும் அறிய முடிகின்றது. இதனைப்போன்று, குறுந்தொகையைப் பதிப்பித்து உரையெழுதிய உ.வே.சாமிநாதையரும், முதலடியில் உள்ள 'பசை தோய்த்து எடுத்து' என்பதற்குக் 'கஞ்சியிலே தோய்த்து எடுத்து' என்றே விளக்கம் அளிக்கின்றார். இவற்றுடன் உரையின் இறுதியில், 'புலைத்தி என்பதற்கு வண்ணாத்தி, அவள் ஆடையைப் பசையில் தோய்த்தல் வழக்கம்' எனவும் அடிக்குறிப்பாகப் பதிவு செய்துள்ளார். அவ்வகையில் புலைத்தியின் வாழ்வு பற்றிய பதிவிற்கு, குறுந்தொகைப் பாடலும் மற்றொரு சான்றாக அமைகின்றது.

உவர்நிலமும் தொழிலும்

சங்க இலக்கியத்தில் புலைத்தியை ஆடை வெளுப்பவளாகச் சுட்டும் ஆறு பாடல்களில் புறநானூற்றின் **311**ஆவது பாடல் மட்டும், உவர்மண் நிலத்தில் கிணறு தோண்டி அந்நீரில் ஆடைகளை வெளுப்பதாகப் புலைத்தியைச் சுட்டுகின்றது. புறத்திணையில் தும்பைக்குரிய பாடலாக ஔவையார் இப்பாடலைப் பாடியுள்ளார். மேலும், புலைத்தி பற்றிப் புறத்திணையில் சுட்டப்படும் ஒரே பாடலாகவும் இப்பாடல் அமைவது குறிப்பிடத்தக்கது.

> களர்ப்படு கூவற் றோண்டி நாளும்
> புலைத்தி கழீஇய தூவெள் ளறுவை
> தாதெரு மறுகின் மாசுண விருந்து
> பலற்குறை செய்த மலர்தா ரண்ணற்
>
> - புறம். *311: 1-4*

மேற்சுட்டிய இப்பாடல் புலைத்தி பற்றிய பிற பாடல்களைக் காட்டிலும் மாறுபட்டதாக அமைந்துள்ளது. இதன்படி, வெளுக்க வேண்டிய ஆடைகளை நேரடியாக நீர்நிலைகளுக்குச் சென்று வெளுக்கும் புலைத்தி, இப்பாடலில் மட்டும் உவர் நிலத்தில் கிணறு தோண்டி, அந்நீரில் வெளுப்பதாகப் பதிவு செய்யப்பட்டுள்ளது. இப்பதிவைக் கொண்டு, உவர் நிலத்தில் நீருள்ள இடமாகக் கண்டறிந்து அவ்விடத்தில் பள்ளம் தோண்டி ஆடைகளை வெளுக்கும் முறை புலைத்தியரிடம் வழக்கிலிருந்தமையை உறுதிசெய்யமுடிகிறது. இச்செய்தியை ஔவை துரைசாமிப் பிள்ளை,

> களர்நிலத்துண்டாகிய கூவலைத் தோண்டி நாடோறும் வண்ணாத்தி துவைத்து வெளுத்த தூய வெள்ளிய ஆடை. எருப்பொடி பரந்த தெருவில் எழும் அழுக்குப்படிய இருந்து[7]

எனக் குறிப்பிடுகின்றார். இதன்படி, புலைத்தியை ஆடை வெளுப்பவளாகச் சுட்டும் இப்பாடலில், ஆடையானது 'அறுவை' என்ற சொல்லால் சுட்டப்பட்டுள்ளமை குறிப்பிடத்தக்கது. இத்தகைய ஆடைகள் பிற பாடல்களில் துகில், கலிங்கம், ஆடை ஆகிய சொற்களால் வழங்கப்பட்டுள்ளமை சுட்டத்தக்கது.

இவ்வாறு மேற்சுட்டப்பெற்ற ஆறு பாடல்களும் (அகம். 34, 387, கலி. 72, நற். 90, குறுந். 330, புறம் 311) புலைத்தியின் ஆடை வெளுக்கும் தொழிலையும் ஆடை வெளுப்பதற்குப் பயன்படுத்திய தொழில் நுட்பத்தையும் தெளிவாகச் சுட்டி நிற்கின்றன. மேலும், ஆடை வெளுத்தலைச் சுட்டக்கூடிய முல்லை, மருதம், பாலை ஆகிய திணைகளைக் கொண்டு 'புலைத்தி' அனைத்துப் பகுதிகளிலும் வாழ்ந்ததையும் உறுதி செய்ய முடிகின்றது.

புட்டில் விற்கும் புலைத்தி

பண்டைச் சமூகத்தில் தொழிப் பிரிவினராக விளங்கிய இப் புலைத்தி, ஆடை வெளுத்தலோடு புட்டில் செய்து விற்கும் தொழிலையும் செய்துள்ளமையைக் கலித்தொகையின் 117வது பாடல் மூலம் அறிய முடிகின்றது. ஆடை வெளுத்தலை முதன்மைத் தொழிலாகக் கொண்டிருந்த புலைத்தி, பிற நேரங்களில் மர ஓலைகளால் ஆன புட்டிலை விற்கும் தொழிலையும் மேற்கொண்டிருந்தாள் என்பதை இதன்வழி அறியமுடிகிறது. இதனை நல்லுருத்திரனார் கலித் தொகையின் 117வது பாடலில் இடம்பெற்றுள்ள,

> கையதை, சேரிக்கிழவன் மகளேன்யான் மற்றிஃதோர்
> மாதரப் புலைத்தி விலையாகச் செய்ததோர்
> போழிற் புனைந்த வரிப்புட்டில் புட்டிலுள் என்னுள
> காண்தக்காய் எற்காட்டிக் காண்; - கலித். 117: 6-9

என்ற குறிப்பின் வழியே உறுதிப்படுத்த முடிகின்றது. இப்பாடலில் இடம்பெற்றுள்ள 'மாதரப் புலைத்தி விலையாகச் செய்ததோர்' என்ற தொடர், புலைத்தி புட்டிலைச் செய்து அதனை விலைக்கு விற்கும் வழக்கம் கொண்டிருந்தமைக்குச் சான்றாக அமைகின்றது. மேலும், இப்பாடலுக்கு உரையெழுதிய நச்சினார்க்கினியர்,

> அதுகேட்டு அவள், என்கையிடத்தது, இச்சேரிக்குரிய இடையர் மகளாயிருப்பேன் யான், பின்னை என் கையில் இருக்கின்ற இது காதலையுடைய புலைத்தி விற்கப்படுவதொன்றாக முடைந்த தொரு புட்டில்; அதுதான் பின்பு பனங்குருத்தின் வகிராற் பொத்தின தொழிலையுடைய புட்டிலென்றாள். அது கேட்டு அவன் காட்சித்தக்கவளே! இப்புட்டிலுள் என்ன பண்டங்களுள? அவற்றை எனக்குக் காட்டிக்கா ணென்றான்[8]

என உரைவிளக்கம் அளிக்கின்றார். ஆனால், புலைத்தி புட்டில் விற்றதைக் குறிப்பிடும் இச்சான்று, அப்புட்டில் எதனால் செய்யப்பட்டது என்பதைக் குறிப்பிடவில்லை. மேலும், பாடல் இடம்பெற்றுள்ள சூழலைக் கொண்டு, புலைத்தியால் விற்கப்படும் புட்டிலை, தலைவி விலைக்கு வாங்கி வைத்திருந்தாள் என்பதை அறிய முடிகின்றது. அவ்வாறு விலைக்கு வாங்கி வைத்திருந்த புட்டிலைக் கண்ட தலைவன், அப்புட்டிலுள் என்ன உள்ளது எனத் தலைவியை நோக்கிக் கேட்கிறான். அவ்வகையில், பண்டைக்காலத்தில் புலைத்தி ஆடைகளை வெளுத்தல் தொழிலோடு, மர ஓலைகளால் ஆன புட்டிலையும் செய்து விற்றுள்ளமையை இதன் வழி அறிய முடிகின்றது.

தெய்வமேறலும் புலைத்தியும்

புலைத்தியைத் தொழில்வழிக் குடியினராகக் காட்டும் பாடல்களிலிருந்து மாறுபட்டதாகப் புறநானூற்றின் 259ஆவது பாடல் அமைந்துள்ளது. ஆடை வெளுத்தல், புட்டில் விற்றல் என்பதைக் கடந்து 'முருகு' என்ற தெய்வம் ஏறப்பெற்றவளாகப் புலைத்தி சுட்டப்படுகின்றாள். கரந்தைத் திணையில் நிகழ்வதாகச் சுட்டப்படும் இதனை கோடை பாடிய பெரும்பூதனாரின்,

> செல்லல் செல்லல் சிறக்கநின் னுள்ளம்
> முருகுமெய்ப் பட்ட புலைத்தி போலத்
> தாவுபு தெறிக்கு மான்மேற்
> புடையிலங் கொள்வாட் புனைகழ லோயே -புறம். 259:4-7

பாடல் அடிகளால் அறியலாம். புலைத்தி மீது தெய்மேறியதாகச் சுட்டப்படும் இந்நிகழ்வு, பண்டைக் காலத்தில் ஆடை வெளுக்கும் பிரிவினர் கொண்டிருந்த தெய்வ நம்பிக்கைக்கு அடையாளமாகத் திகழ்கின்றது. (இப்பகுதி மேலும் ஆய்விற்குரியது). இந்நம்பிக்கை தமிழக கிராமப்புறங்களில் இன்றும் காணப்படுவது குறிப்பிடத்தக்கது. அவ்வகையில் புறநானூற்றினைப் பதிப்பித்த உ.வே.சாமிநாதையரும்,

> .... போகாதொழி நோகாதொழி, நினது மேற்கோள் சிறப்பதாக; தெய்வம் மெய்யின்கண் ஏறிய புலைமகளையொப்ப தாவித்துள்ளும் ஆனிரைமேல் மருங்கிலே விளங்காநின்ற ஒள்ளிய வாளினையும் வீரக் கழலினையு முடையோய்..[9]

எனப் புலைத்தி பற்றிய பதிவினை விளக்குகின்றார். இதன்படி, புலைத்தியின் மீது 'முருகு' எனும் தெய்வம் ஏறப்பெற்றதைக் கொண்டு, இவர்கள், 'முருகு' என்ற தெய்வத்தை வணங்கியிருக்க வேண்டும் என்பது பெறப்படுகின்றது. அவ்வகையில் இப்பாடல், புலைத்தியின் வாழ்வினைச் சுட்டும் மற்றொரு சான்றாகவும் அமைந்துள்ளது.

சங்க இலக்கியத்தில் புலையர்

சங்க காலத்தில் ஆடை வெளுக்கும் பிரிவினராகிய 'புலைத்தி'யைச் சுட்டும் எட்டுப் பாடல்களைப் போன்று புலையர் குறித்தும் ஒன்பது பாடல்களில் (புறம். *170, 287, 289, 360, 363,* கலி. *55, 68;* நற். *77, 347)* சுட்டப்பெற்றுள்ளன. இவற்றுள் புறநானூற்றில் ஐந்து பாடல்களும் கலித்தொகையில் இரண்டு பாடல்களும் நற்றிணையில் இரண்டு பாடல்களும் அடங்கும். இதன்படி இழிநிலையினராகச் சித்திரிக்கப்பட்ட இவர்கள் ஆறு பாடல்களில் (புறம். *287, 36,* கலி. *55, 68;* நற். *77, 347)* புலையன் எனவும் பிற பாடல்களில் இழிசினன் (புறம். *289)*, இழிபிறப்பாளன் (புறம். *170)* இழிபிறப்பினோன் (புறம். *363)* எனவும் குறிக்கப்பட்டுள்ளனர். இப்பதிவுகள் புலையர்களை,

போரில் துடிப்பறை கொட்டுபவன் (புறம். *287)*

சுடுகாட்டில் தருப்பைப் புல்லின்மேல் உணவு படைப்பவன் (புறம். *360)*

வருத்தமுடன் புலையன் பார்ப்பதுபோல்
எனத் தலைவி சுட்டுதல் (கலி. *55)*

புலைத்தொழிலையுடைய பாணன் (கலி. *68)*

புலையனால் முழக்கப்படும் பெரிய துடி (நற். *77)*

புலையனின் தண்ணுமையிலிருந்து
எழக்கூடிய ஒலி (இழிசினன்) (நற். *347)*

போர்ப்பூவைத் தரும்போது தண்ணுமையை
இசைக்கக்கூடிய புலையன் (புறம். *289)*

துடியெறியும்
இழிபிறப்பாளன் (புலையன்) (புறம். *170)*

சுடுகாட்டில்
சோறுபடைக்கும் (புலையன்) இழிபிறப்பினோன்(புறம். *363)*

எனப் பல்வேறு பெயர்களில் குறிப்பிடுகின்றன. இக்குறிப்புகளை அடிப் படையாகக் கொண்டு காணும்போது புலையர் பல்வேறு நிலைகளில் பறையை ஒலிக்கும் வழக்கத்தைக் (தொழிலைக்) கொண்டிருந்த மையையும் சுடுகாட்டில் இறந்தோர்க்கு உணவு படைத்தமையையும் அறிய முடிகின்றது. மேலும், புலையர்களுக்குரியதாகச் சுட்டப்பட்ட

தொழில்களே இவர்கள் மீது இழிநிலையைக் கற்பிக்கத் தோற்றுவாயாக அமைந்தது எனவும் எண்ண முடிகின்றது. உடலுழைப்பை எவ்வகையிலும் செலுத்தாமல் தம்முடைய நாட்டையும் ஆட்சியையும் புகழ்ந்து கவி பாடிய ஒரே காரணத்திற்காகப் பண முடிப்புகளையும் குடியிருப்புகளையும் பட்டங்களையும் புலவர்களுக்கு வழங்கிய அரச வர்க்கம், தொழிற்பிரிவினர்க்கு அளிக்கப் பட்ட கூலி குறித்து எங்கும் பதிவு செய்யாமல் விட்டுள்ளது குறிப்பிடத் தக்கது. இவ்வாறு தொழிற் குடியினர் பற்றிப் பதிவு செய்யாமல் விட்டிருப்பதன் மூலம் அக்காலச் சமூகச் செயல்பாடுகளை எளிதில் உள்வாங்கிக் கொள்ள முடிகின்றது.

இங்குப் 'புலையர்'களின் வாழ்வியலை மட்டும் தனித்து ஆராய்வதற்குக் காரணம், இவர்கள் 'புலைத்தி'க்கு இணையாகச் (இழிநிலையினராக) சித்திரிக்கப்பட்டுள்ளமையே ஆகும். இதன்படி, ஆடை வெளுத்தல், புட்டில் விற்றல், சுடுகாட்டில் ஈமச்சோறு படைத்தல், போர் முதலான பல்வேறு சூழல்களில் பறைகளை ஒலித்தல் முதலான தொழில்கள் பண்டைக் காலத்தில் இழிநிலையுடன் வழங்கப்பட்டதை உறுதி செய்ய முடிகின்றது. அவ்வகையில், அகப்பாடல்களில் உள்ள குறிப்புகள் புலைத்தொழிலை உடையவன், பெரிய துடியை முழக்கும் புலையன் முதலான பல்வேறு பொருண்மைகளில் அமைந்துள்ளன. மேலும், இப்பதிவுகள் அனைத்தும் 'புலையன்' என்ற பெயரிலேயே அமைந்துள்ளமை குறிப்பிடத்தக்கது. மாறாக, புற இலக்கியங்கள் புலையன், இழிசினன், இழிபிறப்பாளன், இழிசினோன் ஆகிய பெயர்களில் இவர்களைக் குறிப்பிடுகின்றன.

சங்க இலக்கியத்தில் ஆடை வெளுக்கும் பிரிவினராகச் சுட்டப்பட்டுள்ள 'புலைத்தி' பிரிவினரோடு ஒத்த குடியினராக, 'புலையர்' விளங்குகின்றனர். இவ்விரு பிரிவினரையும் அவர்களின் தொழில்கள் அடிப்படையில் புலைத்தன்மை உடையவர்களாகச் சுட்டியமைக்கான காரணமாக, அவர்களின் சமூக நிலையைக் கொள்ள முடிகின்றது. மாறாக, பல்வேறு தொழில்களையும் அத்தொழில்களுக்கான குடியினரையும் சுட்டிய சங்கப் பாடல்கள், இவர்களைச் சுட்டிய அளவிற்கு வேறெந்தப் பிரிவினரையும் சுட்டாமல் இருப்பதும் கவனிக்கத்தக்கது.

சுடுகாட்டுப் புலையரும் புலைத்தியும்

புலையர் குறித்துச் சுட்டுகின்ற ஒன்பது பாடல்களில் இரண்டு பாடல்கள் (புறம். 360, 363) அவர்களைச் சுடுகாட்டில் தருப்பைப் புல்லின்மேல் உணவு படைப்போராகக் குறிப்பிடுகின்றன. இவ்விரண்டு குறிப்புகளுள் ஒன்றில் 'இழிபிறப்பினோன்' எனப் புலையன் சுட்டப்படுகிறான். இதனைப் புறநானூற்றில்,

கள்ளி போகிய களரி மருங்கின்
வெள்ளி னிறுத்த பின்றைக் கள்ளொடு
புல்லகத் திட்ட சில்லவிழ் வல்சி
புலைய னேவப் புன்மே லமர்ந்துண்
டழல்வாய்ப் புக்க பின்னும்
பலர்வாய்த் திராஅர் பகுத்துண்டோரே

- புறம். *360: 16-21*

எனச் சங்கவருணர் எனும் நாகரியர் குறிப்பிடுகின்றார். இப்பாடலுக்கான உரையில்,

> கள்ளிகள் ஓங்கியுள்ள பிணஞ்சுடு களத்தின்கண் பாடையை நிறுத்திய பின்பு பரப்பிய தருப்பைப் புல்லின்மேல் கள்ளுடனே படைக்கப் பட்ட சில சோறாகிய உணவை, புலையன் உண்ணுமாறு படைக்கத் தருப்பைப் புல்லின்மேல் இருந்து உண்டு சுடலைவாய்த் தீயில் வெந்து சாம்பலானது கண்ட பின்னும் பகுத்துண்டு வாழும் பலருள்ளும் பலர் ஒழுக்கங்குன்றாத புகழ் வாய்த்திலர்.[10]

எனக் குறிப்பிடப்பட்டுள்ளது. இவ்விளக்கத்தின்படி 'புலையர்' இறப்பு நிகழ்வில் இடம் பெற்றமையைக் கொண்டு, இவர்கள் சமூகத்தின் கடைநிலையில் வைக்கப்பட்டிருந்தமையை உறுதி செய்ய முடிகின்றது.

பறை இசைப்பதற்கும் சுடுகாட்டில் ஈமச்சோறு படைப்பதற்கும் பறையர் மற்றும் புலையர்கள் சுட்டப்படுவதைப் போன்று ஆடை வெளுப்பதற்கும் புட்டில் செய்து விற்றலுக்கும் புலைத்தி முதன்மையான வளாகச் சுட்டப்படுகின்றாள். இதற்கு மாறாக, 'புலையர்'களுக்கானதாகச் சங்க இலக்கியத்தில் சுட்டப்பட்ட தொழில்களோடு காலப்போக்கில் மேலும் பல தொழில்களும் இணைத்து மேற்கொள்ளப்பட்டன. இந்நிலையில் புலையர் மற்றும் புலைத்தியைத் தொடர்புபடுத்திச் சுட்டுவதன் முதன்மைக் காரணமாக பின்வருவனவற்றைச் சுட்ட முடியும்.

- புலைத்தொழிலை மேற்கொண்டிருந்த ஒரே குடியைச் சேர்ந்த பெண்கள் 'புலைத்தி' எனவும் ஆண்கள் 'புலையர்' எனவும் சங்க காலத்தில் வழங்கப்பட்டுள்ளனர்.
- சங்க காலத்தில் ஒரே தொழிலை மேற்கொண்டிருந்த பாணன் - பாடினி எனும் ஒரே குடியினரைப் போன்று புலையன், புலைத்தி என்பவர்களும் ஒரே குடியினராக வாழ்ந்துள்ளனர்.
- பண்டைய காலத்தில் ஒரே குடியினர் பல்வேறு தொழில்களைச் செய்யும்முறை வழக்கத்திலிருந்திருக்க வேண்டும். இதன் காரணமாகவே புலைத்திக்குரிய சில தொழில்களும் புலையனுக்

குரிய சில தொழில்களும் சங்க இலக்கியத்தில் சுட்டப்
பட்டுள்ளன.

❖ தமிழ்ச் சமூகத்தில் இன்று வழங்கப்படும் பல்வேறு தொழில்
களுக்கான கூறுகள், இரண்டாயிரம் ஆண்டுகால வரலாற்றுத்
தொடர்ச்சியைக் கொண்டுள்ளதை இவற்றின் மூலம்
உறுதிப்படுத்த முடியும்.

❖ புலையன் மற்றும் புலைத்திக்குரியதாக முந்தைய பகுதிகளில்
சுட்டப்பட்ட தொழில்கள் அனைத்தும் வெளுக்கும் தொழில்
செய்தவர்களால் தொடர்ந்து பின்பற்றப்பட்டு வந்துள்ளன.

❖ மேலும், இறந்தோர்க்குச் சுடுகாட்டில் உணவு படையல் செய்யும்
முறையில், வெளுக்கும் பிரிவைச் சேர்ந்த ஆண்கள் மட்டும்
ஈடுபட்டுள்ளனர். இதேபோன்று ஊரிலுள்ளவர்களின்
ஆடைகளை வெளுக்கும் பணியில் பெண்கள் ஈடுபட்டுள்ளனர்.
இதன் காரணமாகவே ஒரே குடியைச் சேர்ந்த இவர்கள் புலையர்
எனவும் புலைத்தி எனவும் வழங்கப்பட்டுள்ளனர்.

❖ பறையை முழக்கும் தொழிலைச் செய்து வந்த புலையர்கள்,
'பறையர்'களோடு ஏற்பட்ட போட்டி மற்றும் தங்களுக்குள்
ஏற்பட்ட உடன்படிக்கைக் காரணமாகப் போர் மற்றும்
அதனோடு தொடர்புடைய நிகழ்வுகளில் பறை ஒலிப்பதை
நிறுத்தியிருக்க வேண்டும்.

❖ பின்பு, புலையர் - புலைத்தி பிரிவினர், ஆடை வெளுத்தல்
தொழிலை மட்டும் தொடர்ந்து மேற்கொண்டு வாழ்ந்திருக்க
வேண்டும்.

❖ இதன்படி, புலையர் - புலைத்திக்குரிய தொழில்களை
மேற்கொண்டவர்கள் இழிசினன், இழிபிறப்பாளன்,
இழிபிறப்பினோன் ஆகிய பெயர்களில் சுட்டப்பட்டிருக்க
வேண்டும்.

❖ சங்க காலத்தில் ஆடை வெளுத்தலை முதன்மைத் தொழிலாகக்
கொண்டிருந்த 'புலைத்தி' பிரிவினர், அதனை அடுத்தடுத்த
காலங்களிலும் அத்தொழிலையே முதன்மைத் தொழிலாகக்
கொண்டு வாழ்ந்திருக்க வேண்டும். இடைப்பட்ட காலங்களில்
பல புதிய தொழில்களை மேற்கொண்டு அதனை மீண்டும்
கைவிட்டிருக்க வேண்டும்.

என அமைகின்ற இக்கூறுகள் புலையர் மற்றும் புலைத்திக்கிடையிலான
ஒற்றுமைக்குச் சான்றாக அமைகின்றன. இக்கூறுகளை அடிப்படையாகக்
கொண்டு புலைத்தி குறித்த தரவுகளை அணுகும்போது குயவர், தச்சர்

முதலான தொழிற்குடியினரைப் போன்று இவர்களும் தனித்ததொரு தொழிற்குடியினராக விளங்கியுள்ளனர் என்பதை உறுதி செய்ய முடிகின்றது. மாறாக, பிற தொழில்களுக்கு இணையான சமூக அங்கீகாரத்தைப் பெறுவதில் இவர்கள் மிகவும் பின்தங்கியவர்களாக இருந்துள்ளனர். இதற்குத் தொழில்கள்மீது கட்டமைக்கப்பட்ட புனிதம் மற்றும் இழிநிலை முதன்மையாக அமைந்தன. இவையே சங்க காலத்திற்குப் பின்பும் தொடரச் செய்தது. இதன்படி, சங்க இலக்கியத்தில் இடம்பெற்றுள்ள புலைத்தி மற்றும் புலையர் பற்றிய தரவுகள் அனைத்தும் தொழிற்குடியினருடைய வாழ்வைச் சுட்டுவதில் முதன்மை ஆவணமாக விளங்கியமையை உறுதிசெய்ய முடிகின்றது.

பக்தி இலக்கியத்தில் வண்ணார்

தமிழ்ச் சமூக வரலாற்றையும் அதனுள் இரண்டறக் கலந்திருந்த சைவ சமய வரலாற்றையும் சுட்டும் ஆவணமாகக் கி.பி. 12ஆம் நூற்றாண்டில் தோன்றிய பெரியபுராணம் விளங்குகின்றது.[11] பல்வேறு பிரிவைச் சேர்ந்த நாயன்மார்களைச் சுட்டும் இந்நூலில் வண்ணார் பற்றிய் பதிவுகள் இரண்டு நாயன்மார்களுடைய புராணங்களில் இடம் பெற்றுள்ளன. அவை,

அ. கழறிற்றறிவார் நாயனார் புராணம்
ஆ. திருக்குறிப்புத் தொண்ட நாயனார் புராணம்

என இரண்டு புராணங்களில் இடம்பெற்றுள்ளன. இவற்றுள் வண்ணார் பற்றிய பதிவுகள் அவர்களின் தொழில்களை அடிப்படையாகக் கொண்டதாக அமைந்துள்ளன. மேலும், இவற்றில் 'வண்ணான்' என்ற சொல் நேரடியாகக் குறிக்கப்பட்டுள்ளன.

கழறிற்றறிவார் நாயனார் புராணம்

நாயன்மார்களுடைய வரலாற்றைக் கூறும் பெரிய புராணத்தில் நாற்பத்து மூன்றாவது நாயனாராகக் கழறிற்றறிவார் சுட்டப்படுகிறார். இவரின் மற்றொரு பெயர் சேரமான் பெருமாள் நாயனார் ஆகும். அரச பரம்பரையைச் சேர்ந்த பன்னிரண்டு புலவர்களுள் இவர் மட்டுமே சேர மன்னர் பரம்பரையைச் சார்ந்தவராவார். அவ்வகையில் சேரநாட்டின் கொடுங்கோளூரில் பிறந்ததாகச் சுட்டப்படும் இவரின் காலத்தைக் கி.பி. 840-865, என மா. இராசமாணிக்கனார் குறிப்பிடுகின்றார்.[12] மேலும், அரச மரபில் இவர் பிறந்திருந்தாலும் பெரும் புலவராகவும் திகழ்ந்துள்ளமைக்கு இவருடைய பிற நூல்கள் (பொன் வண்ணத்து அந்தாதி, மும்மணிக்கோவை, திருக்கயிலாய ஞான உலா) சான்றாக அமைகின்றன.

த. தனஞ்செயன்

பெரியபுராணத்தில் 3748ஆவது விருத்தம் முதற்கொண்டு 3922ஆவது விருத்தம் வரையில் கழறிற்றறிவார் புராணம் இடம் பெற்றுள்ளது. 3764ஆவது பாடல் முதல் 3767ஆவது பாடல் வரையுள்ள நான்கு பாடல்களில் வண்ணார் பற்றிய குறிப்பு இடம்பெற்றுள்ளன. இக்குறிப்பு, கழறிற்றறிவார் (சேரமான் பெருமாள் நாயனார்) ஒருநாள், நாட்டு மக்களைக் கண்டு வர நகர்வலம் சென்றபோது எதிர்ப்பட்ட வண்ணானைச் சுட்டுவதாக அமைந்துள்ளது. இந்நிகழ்வு பின்வருமாறு அமைகின்றது,

சேரநாட்டின் கொடுங்கோளூரில் அனைத்துத் தரப்பு மக்களும் புகழும்படியாகக் கழறிற்றறிவார், சைவ நெறி தழைத்தோங்க ஆட்சி செய்து வருகிறார். அவ்வாறு ஆட்சி செய்து வருகையில், ஒருநாள் பட்டத்து யானை மீது அமர்ந்து தம்முடைய ஆட்சியில் அனைத்து உயிர்களும் இன்புற்று வாழ்கின்றனவா என்பதை அறிந்துவர நகர்வலம் புறப்படுகிறார். இவ்வாறு மன்னன் நகர்வலம் வருவதை அறிந்த மக்கள் அனைவரும் மன்னனைக் காண்பதற்காகத் தெருவின் இருபுறமும் கூடி நிற்கின்றனர்.

மன்னனுடைய வருகையைக் காண்பதற்காக ஊரே திரண்டு நிற்கும்போது அவ்வழியே, ஆடை வெளுப்பதற்காக உவர்மண் மூட்டையைச் சுமந்து வரும் வண்ணானும் வருகிறான். அப்போது ஊர்மக்கள் திரண்டு நிற்பதையும் அதற்கான காரணத்தையும் அறியும் வண்ணான், தன்னுடைய உவர்மண் மூட்டையை ஓரமாக வைத்து விட்டு மன்னனைக் காண்பதற்காக மக்களோடு மக்களாக நிற்கிறான். அப்போது வண்ணான், ஏற்கனவே உவர்மண் மூட்டையுடன் மழையில் நனைந்திருந்ததால் உடல்முழுக்க உவர்மண் படர்ந்து வெண்மையாகக் காணப்பட்டான். இத்தகைய சூழலில் மன்னன், வண்ணான் இருந்த இடத்தை அடைந்தபோது வெயிலும் கடுமையாக இருந்தது. அந்நேரத்தில் மக்களோடு மக்களாக அரைக்கோணவத்தோடு நின்றிருந்த வண்ணானைக் கண்ட மன்னன், உடல் முழுக்கத் திருநீறு பூசிய சிவனடியார்தான் மக்களோடு மக்களாக அவ்வாறு நின்றிருப்பதாக உணர்கிறான். உடனே யானையை விட்டு இறங்கிய மன்னன் தன்னுடைய இரு கைகளையும் கூப்பியவாறு வண்ணான் இருக்குமிடம் நோக்கிச் சென்று வண்ணானை வணங்குகிறான்.

மன்னனின் இத்தகைய செயலைச் சற்றும் எதிர்பாராத வண்ணான், மன்னனை நோக்கிக் கூறுவதையும் அதற்கு மன்னன் மறுப்புரை கூறுவதையும் சேக்கிழார்,

சேரர் பெருமான் தொழக்கண்டு சிந்தை கலங்கி முன் வணங்கி யாரென் றடியே னைக்கொண்ட தடியேன் அடிவண்ணான் என்னச்

சேரர் பிரானும் அடிச்சேரன் அடியேன் என்று திருநீற்றின்
வார வேடம் நினைப்பித்தீர் வருந்தா தேகும் எனமொழிந்தார்
- பெரிய. 3766

எனப் பதிவு செய்கின்றார். இதில் வண்ணான் மன்னனிடம், தான் சிவனடியாரில்லை எனக் கூறுவதும் அதற்கு மறுப்பாக மன்னன், தங்கள் உடல் முழுக்க நீறு பூசியிருப்பதால் சிவனடியாரைத் தாங்கள் நினைவுபடுத்தியுள்ளீர்கள் எனக் கூறி வணங்குவதும் இடம்பெற்றுள்ளது. மன்னனின் இச்செயலைக் கண்டு எதுவும் புரியாமல் குழம்பிப் போயிருந்த மதி நிரம்பிய அமைச்சர்களும் தலைக்குமேல் கைகூப்பி வண்ணானை வணங்கினர். இந்நிகழ்வை அடுத்து நகர்வலத்தினை முடித்துக்கொண்டு மன்னன் அரண்மனையைச் சென்றடைகிறான்.

இப்பதிவில், கழறிற்றறிவார், தான் மன்னன் என்ற நிலையிலிருந்து விலகி எளிய, உழைக்கும் குடியினருள் ஒருவராக விளங்கிய வண்ணானைச் சந்தித்து வணங்கிய நிகழ்வை அறிய முடிகின்றது. மேலும், இப்பதிவினைக் கொண்டு சேரமான் பெருமாள் நாயனாருடைய காலமாகிய (கி.பி. 840-845) கி.பி.9ஆம் நூற்றாண்டிலேயே சலவைத் தொழில் செய்தவர்கள் 'வண்ணார்' என்ற சொல்லால் வழங்கப் பட்டமையை அறிய முடிகின்றது. இப்பின்னணியில் கழறிற்றறிவார் நாயனார் புராணம் மூலமாக 'வண்ணார்' பற்றி மேலும் அறிய வருவன வற்றை,

- கி.பி. 9ஆம் நூற்றாண்டிலும் சலவைத் தொழிலில் வண்ணார் உவர்மண்ணைப் பயன்படுத்தியுள்ளனர். இதற்கு முன்னர் இத்தொழிலில் உவர்மண் பயன்படுத்தியதைச் சங்க இலக்கியம் சுட்டுகின்றது.
- சேரமான் பெருமாள் நாயனார் - வண்ணார் ஆகிய இருவருக் கிடையில் நிகழ்ந்தவற்றைக் கவனித்துக் கொண்டிருந்த பிற அமைச்சர்கள், மன்னர் செய்வது கண்டு தாங்களும் அவ்வாறே வணங்கியுள்ளனர்.
- சிவனடியவர் வேடமானது எத்தகைய மறுப்புமின்றி வணங்கு வதற்கு உரியதாக இருந்துள்ளது.

இதன்படி 'வண்ணார்' என்ற சொல் கி.பி. 9ஆம் நூற்றாண்டு முதல் வழங்கப்பட்டு வருவதனை உறுதிப்படுத்த முடிகின்றது. இதில் வண்ணான் என்ற சொல்,

மொய்ம்பில் உவரின் பொதிசுமந்தோர் வண்ணான்
முன்னே வரக்கண்டார் -பெரிய. 3764

யாரென் றடியே னைக்கொண்ட தடியேன்
அடிவண்ணான் என்னச் - பெரிய. 3766

என இரண்டு இடங்களில் பயன்படுத்தப்பட்டுள்ளன.

❖ மேற்சுட்டப்பட்ட இரு கருத்துகளில் ஒன்று 'அடிவண்ணார்' எனக் குறிப்பிடப்பட்டுள்ளது. 'அடிவண்ணான்' எனும் இச்சொல் அடிமை வண்ணான் எனும் பொருள்படும்படி பயன்படுத்தப் பட்டிருக்க வேண்டும்.

மேலும், கழறிற்றறிவார் நாயனார் புராணத்தில் சுட்டப்படும் வரலாறானது, இரண்டாம் இராசராசனால் (கி.பி. 1146 - 1173) தாராசுரத்தில் கட்டப்பெற்ற சிவன் கோயிலின் மேற்குப்புறச் சுவரில் சிற்பங்களாகச் செதுக்கப்பட்டுள்ளன என மா. இராசமாணிக்கனார் பெரியபுராண ஆராய்ச்சி (ப. 267)யில் குறிப்பிடுகின்றார். இப்புராணத் தில் மன்னன் வண்ணானை வணங்கியமையைக் கொண்டு 'வண்ணா னைக் கும்பிட்டார்' எனவும் கழறிற்றறிவாருக்கு மற்றொரு பெயர் வழங்கப்பட்டிருக்கிறது.

தமிழ்ச் சமூகத்தில் பக்தி இயக்கம் மிகத் தீவிரமாகச் செயல்பட்ட காலத்தில் மன்னர்கள் தங்களின் பக்தி மிகுதியின் காரணமாக, சிவனடியார் மட்டுமின்றி அவர்களைப் போன்று எவர் தோற்றமளித் தாலும் அவர்களின் காலில் விழுந்து வணங்கியுள்ளனர். மேலும், மன்னனுடைய செயலை அனைத்து நிலைகளிலும் போற்றும் அவனு டைய அமைச்சர்களும் மன்னனின் செயலுக்கேற்ப வாழ்ந்துள்ளமைக்கும் இப்புராணம் சான்றாக அமைகின்றது. இதன்படி, பல்வேறு சமூக மாற்றங்களுக்குத் தோற்றுவாயாக விளங்கியவர் கழறிற்றறிவார் என்பதை அறிய முடிகிறது.

திருக்குறிப்புத் தொண்ட நாயனார் புராணம்

பெரியபுராணத்தில் இடம்பெற்றுள்ள அறுபத்து மூன்று நாயன்மார்களுடைய வரலாற்றில் திருக்குறிப்புத்தொண்டர் நாயனார் புராணம் இருபத்தைந்தாவதாக இடம்பெற்றுள்ளது. அப்பர், சம்பந்தர் காலத்திற்கும் சுந்தரர் காலத்திற்கும் (கி.பி. 600 - 840) இடைப்பட்ட காலத்தில் தோன்றியவராகச் சுட்டப்படும் திருக்குறிப்புத் தொண்டர், சலவைத் தொழில் செய்யும் வண்ணார் குடியைச் சேர்ந்தவர். இவர், பெரிய புராணத்துள் தொழிற்குடியினராகச் சுட்டப்படும் பத்து நாயன்மார்களுள் ஒருவராகவும்[13] தொண்டை நாட்டைச் சேர்ந்த எட்டு அடியவர்களில் ஒருவராகவும் உள்ளார்.[14] மேலும் இந்நாயனாருடைய வரலாறு, மும்மையால் உலகாண்ட சருக்கத்தில் ஐந்தாவதாக இடம் பெற்றுள்ளது. இவற்றுள் திருக்குறிப்புத் தொண்டர் புராணம்,

1078ஆவது பாடல் முதற்கொண்டு 1205ஆவது பாடல் வரையிலான 127 பாடல்களில் அமைந்துள்ளது.

தொண்டை நாட்டின் காஞ்சிபுரத்தில் நடந்த நிகழ்வாகச் சுட்டப்படும் இவ்வரலாற்றில் திருக்குறிப்புத் தொண்டருடைய வரலாறு, புராணத்தின் இறுதிப்பகுதியில் உள்ள பதினெட்டுப் (1188-1205) பாடல்களில் இடம்பெற்றுள்ளன. எஞ்சிய நூற்று ஒன்பது பாடல்களில் தொண்டை நாட்டினுடைய சிறப்புப் பல்வேறு நிலைகளில் விளக்கப்பட்டுள்ளன. அவற்றுள் ஐந்திணைகளின் சிறப்புகள் மொத்தமாகவும் தனித்தனியாகவும் இடம்பெற்றுள்ளன. இதன்படி, ஐந்திணைச் சிறப்புகள் (1101-1124), வேதங்கள் ஓத முனிவர்கள் மிகுந்து வாழக்கூடிய நாடு (1153), தெய்வம் குறித்த புனைவுகள் (1170), உழவுத் தொழிலின் சிறப்புகள் (1179), காஞ்சி மாநகரின் சிறப்பு (1125), சாதியமைப்பு (1180) முதலான பதிவுகள் குறிப்பிடத்தக்கவைகளாகும். இதன்படி, தொண்டைநாட்டின் இயல்பைச் சுட்டும்போது அந்நாடு மிகவும் செல்வச் செழிப்புடன் திகழ்ந்தமையை,

நீடு தண்பனை உடுத்தநீள் மருங்கின நெல்லின்
கூடு துன்றிய இருக்கைய விருந்தெதிர் கொள்ளும்
பீடு தங்கிய பெருங்குடி மனையறம் பிறங்கும்
மாடம் ஓங்கிய மறுகின் மல்லல்மூ தூர்கள்

- பெரிய. 1105

என்பன போன்ற பல்வேறு பாடல்கள் எடுத்துக்காட்டுகின்றன. மேலும், இக்காலத்தில் மேற்கொள்ளப்பட்ட திட்டமிட்ட சமயப்பரப்பலின் வழியாகப் பல்வேறு தொழில் வழிச் சமூகத்தினர், அடியவர்களுக்கான சேவை இறைவனுக்கான சேவை எனும் பொருண்மையில் தொடர்ந்து அடிமை நிலையில் வைக்கப்பட்டனர். இந்நிகழ்வின் ஒரு பகுதியாகவே திருக்குறிப்புத் தொண்டரும் சுட்டப்படுகின்றார். இவ்வாறு, தொடர்ச்சி யாக இறை அடியார்களுக்குச் சேவை புரிபவர்கள் இறைவனின் உலகத்தை அடைந்து இன்பமுடன் வாழ்வார் என்ற நம்பிக்கையும் உருவாக்கப்பட்டது. இம்முறையில் அடியவர்களுக்கான அடிமைத் தொழில்களானது எவ்வித இடையூறுகளும் இன்றி நிலைநிறுத்தப் பட்டன.

திருக்குறிப்புத் தொண்டர் நாயனார் புராணக் கதைப்படி, வண்ணார்கள் ஆடைகளை வெளுத்து வாழ்ந்து வந்த காலத்தில் ஒருநாள், சலவை செய்வதற்குத் தகுதியற்ற கந்தலான ஆடை உடுத்தியிருக்கும் சிவனடியாரைத் திருக்குறிப்புத் தொண்டர் சந்திக்கிறார். உடனே அவ்வடியாரை அணுகி, அவர்மேல் உள்ள அன்பினால் அவருடைய ஆடையை வெளுத்துத் தருகிறேன் என

வேண்டுகிறார். அவ்வாறு கேட்டவுடன், அடியாரும் சில நிபந்தனை களைக் கூறி அதன்படி ஆடைகளை வெளுத்துவர வேண்டும் எனக் கூறிக் கொடுத்தனுப்புகிறார்.[15] சிவனடியாரின் நிபந்தனைகட்கு உட்பட்டு அவருடைய ஆடைகளைப் பெற்று வெளுக்கத் தொடங்கிய சிறிது நேரத்தில் கடுமையான மழை பொழிகின்றது. இதனால் அடியவர்க்குக் கொடுத்த வாக்கினை மீறிவிட்டோமே எனத் திருக்குறிப்புத் தொண்டர், பலவாறு வருத்தமுறுகின்றார். பின்பு, அடியவர் கொடுத்த கால அவகாசம் முடிந்துவிட்டதையும், தன்னால் அடியவர் உடல் குளிரில் நடுங்கி வாடும் நிலை ஏற்பட்டுவிட்டதையும் எண்ணி வருந்துகின்றார். இதன் தொடர்ச்சியாக முனிவரின் ஆடையை வெளுத்த பாறையில் தலையை மோதி உயிர்விட முடிவு செய்கிறார். அவ்வாறே தன்னுடைய தலையை அப்பாறை மீது மோதும்போது, சிவபெருமான் உமையொருபாகன் வடிவில் தோன்றி, திருக்குறிப்புத் தொண்டரின் தலையைத் தம் கையால் தடுக்கிறார். அவ்வாறு தடுத்த பின்பு திருக்குறிப்புத் தொண்டரை நோக்கிக் கூறுவதை,

முன்னவரை நேர்நோக்கி முக்கண்ணர் மூவுலகும்
நின்னிலைமை அறிவித்தோம் நீயும்இனி நீடியநம்
மண்ணுலகு பிரியாது வைகுவாய் எனஅருளி
அந்நிலையே எழுந்தருளி அணிஏ காம் பரம் அணைந்தார்
- பெரிய. *1204*

எனச் சேக்கிழார் பதிவு செய்கின்றார். இப்புராணத்தில் சுட்டப்பட்டுள்ள வரலாற்றின்படி சலவைத் தொழில்புரியும் சாதியினர், அத்தொழிலினை மட்டும் தங்களின் இறுதிக் காலம் வரை செய்ய வேண்டிய நிலையில் வைக்கப்பட்டிருந்ததை அறிய முடிகின்றது. மாறாக, இந்நிகழ்விற்கு, வண்ணார்களின் தொழில் நேர்த்தியையும் நேர்மையையும் உலகிற்குச் சுட்டுவதற்காகச் சிவபெருமானால் நிகழ்த்தப்பட்டது எனத் தெய்வீகத் தன்மை கற்பிக்கப்பட்டுள்ளது. மேலும், வண்ணார்களின் தொழிலுக்குத் தெய்வீகத்தன்மை சுட்டுவதற்காகவே இவ்வரலாற்றில் உண்மை நிகழ்வுகளுடன் இறைத்தொடர்பும் பொருத்திக் காட்டப்பட்டுள்ளமை குறிப்பிடத்தக்கது.

திருக்குறிப்புத் தொண்டர் வாழ்ந்த காஞ்சிபுரம் பகுதியில் அவர் வணங்கியதாகச் சுட்டப்படும் முத்தீஸ்வரர் கோயிலில் இவருடைய சிலை இருப்பதாகவும் மா. இராசமாணிக்கனார் குறிப்பிடுகிறார்.[16] இந்நிகழ்வு திருத்தொண்டர் திருவந்தாதியிலும் குறிப்பிடப் பட்டுள்ளது.[17] மேலும் அச்சிலை உள்ள கோயிலை இன்றும் வண்ணார் களே நிர்வாகம் செய்து வருவதாகவும் இவர் சுட்டுகின்றார். இவை தவிர, திருக்குறிப்புத் தொண்டருடைய வரலாற்றைச் சித்திரிக்கும் படியான சிற்பங்களும் வரலாறும் இரண்டாம் இராசராசனால்

கட்டப்பட்ட தாராசுரம் கோயிலின் தென்புறச் சுவரில் இடம் பெற்றுள்ளமை குறிப்பிடத்தக்கது.

வண்ணார் குறித்த பதிவு

திருக்குறிப்புத் தொண்ட நாயனார் புராணத்தின் இறுதியில் சுட்டப்படுகின்ற இவ்வரலாற்றில் வண்ணாருக்குரிய பெயர் இரண்டு இடங்களில் இரண்டு விதமாகப் பதிவு செய்யப்பட்டுள்ளன. இதன்படி, திருக்குறிப்புத் தொண்டரின் காலத்தில் சலவைத்தொழில் செய்த குடியினர்க்கு ஏகாலி (1188), வண்ணார் (1190) எனும் இரு பெயர்கள் வழங்கப்பட்டமையை உறுதி செய்ய முடிகின்றது. அந்த வகையில், தமிழ் இலக்கியங்களில் சலவைத் தொழிலாளர் பற்றிய பதிவைக் கொண்டுள்ளவைகளுள் பெரியபுராணம் சங்க இலக்கியத்திற்கு அடுத்த இடத்தினைப் பெறுகின்றது. சங்க இலக்கியத்தில் சுட்டப்படும் 'புலைத்தி' பற்றிய சான்றுகள் இப்பகுதியின் முற்பகுதியில் சுட்டப் பட்டுள்ளன. மாறாக, இப்புராணத்தில், சலவைத் தொழிலாளர்பற்றி,

> அவ்வகைய திருநகரம் அதன்கண்ஒரு மருங்குறை வார்
> இவ்வுலகிற் பிறப்பினால் ஏகாலிக் குலத்துள்ளார்
> செவ்வியஅன் புடைமனத்தார் சீலத்தின் நெறி நின்றார்
> மைவிரவு கண்டரடி வழித்தொண்டர் உளரானார்
>
> - பெரிய. 1188

எனவும்,

> தேரொலிக்க மாவொலிக்கத் திசையொலிக்கும் புகழ்க் காஞ்சி
> ஊரொலிக்கும் பெருவண்ணார் எனவொண்ணா உண்மையினார்
> நீரொலிக்க அராஇரைக்க நிலாமுகிழ்க்குந் திரு முடியார்
>
> - பெரிய. 1190

எனவும் இடம்பெற்றுள்ளன. இவ்வாறு சலவைத் தொழிற்குடியினர் வரலாற்றைச் சுட்டும் இப்புராணத்தில் அவர்களின் பொதுப்பெயர் 127 விருத்தங்களில் (1078-1205) இரண்டில் மட்டுமே பதிவு செய்யப் பட்டுள்ளன. மேலும், திருக்குறிப்புத் தொண்டருடன் தொடர்புடைய சான்று, இறுதியாக உள்ள பகுதியில் சுட்டப்படுவதைக் கொண்டு சலவைத் தொழிற்பிரிவினரின் அக்காலச் சமூக நிலையை அறிந்து கொள்ள முடிகின்றது. இதன்படி, திருக்குறிப்புத் தொண்டருடைய காலமாகிய கி.பி. 600-840க்கு இடைப்பட்ட காலத்திலேயே சலவைத் தொழிற்பிரிவினர் வண்ணார் என்ற பெயரில் வழங்கப்பட்டமையை உறுதிசெய்ய முடிகின்றது. குறிப்பாக, மேன்மை பெற்ற குடியினராக விளங்கிய அனைத்துப் பிரிவினருக்கும் ஏற்ற வகையில் தொழில் செய்யுமாறு பணிக்கப்பட்ட இவர்கள், தங்களுக்கு ஏற்படும் பழியை

எண்ணி உயிர் துறக்கும் நிலைக்குச் சென்றமைக்கு இப்புராணம் சிறந்த சான்றாக அமைகின்றது.

சலவைத் தொழில் செய்யும் பிரிவைச் சேர்ந்த ஒருவர், அறுபத்து மூன்று நாயன்மார்களுள் ஒருவராகவும் சிவனடியார்க்கு உதவுபவராகவும் குறிப்பிட்டிருப்பதைக் கொண்டு இவர்கள் சைவ சமயத்தைப் பின்பற்றியதை அறிய முடிகின்றது. இதன்படி, சைவ சமயமானது பல்வேறு தொழிற்குடியினரைக் கொண்ட ஒரு சமயமாகவும் அச்சமயத்தில் சிவனடியார்க்கு இருந்த நிலையும் கவனிக்கத்தனவாகும். அவ்வகையில் திருக்குறிப்புத் தொண்ட நாயனார் புராணம் வண்ணார்களின் பக்தி இலக்கிய காலச் சமூக நிலைக்குச் சான்றாக அமைகின்றது.

அற இலக்கியத்தில் வண்ணார்

தமிழ் இலக்கிய வரலாற்றில் அற நூல்கள் இரண்டு வகைகளில் தோற்றம் பெற்றன. அவற்றுள் சங்க இலக்கியத்திற்குப் பின்பு தோன்றிய கீழ்க்கணக்கு நூல்கள் முதலாவதாகவும், கி.பி. 14ஆம் நூற்றாண்டிற்குப் பின்பு தோன்றியவை இரண்டாவதாகவும் அமைகின்றன. இவ்விரு முறைகளில் தோற்றம் பெற்ற அற இலக்கியங்கள் பற்றிக் க.ப. அறவாணன் தம்முடைய 'அற இலக்கியக் களஞ்சியத்தில்' விரிவாகச் சுட்டுகின்றார்.[18] இதில் முதலாவதாகச் சுட்டப்பட்ட கீழ்க்கணக்கு நூல்கள் சமண, சைவ, வைணவ சமயத் தத்துவவாதிகளால், அறத்தைப் போதிக்கும் வகையில் இயற்றப்பட்டன. மாறாக, இரண்டாவதாகிய அற இலக்கியங்கள், நாயக்க மன்னர் முதலானோர் காலத்தில் பரவலாகக் காணப்பட்ட சமயப் பூசல்களுக்கிடையில் தங்களின் சமய மேலாண்மையை நிறுவும் வண்ணம் தோற்றம் பெற்றன. இத்தகைய பணியில் சமண சமயத்தவர்ளும் சைவ சமயத்தவர்களும் பிற்காலத்தில் போட்டிபோட்டுக் கொண்டு செயல்பட்டனர்.

அறத்தினைப் போதிப்பதை முதன்மை நோக்கமாகக் கொண்டு செயல்பட்ட சமய வல்லுநர்கள், தங்களின் சமய நம்பிக்கையைக் காப்பதில் தொடர்ந்து ஈடுபடலாயினர். இவ்வாறு சமயத் தத்துவவாதிகளுக்குள் ஏற்பட்ட போட்டி பிற்கால அறநூல்களின் தோற்றத்திற்குப் பாதை அமைத்துக் கொடுத்தன. அவ்வகையில், வாழ்வியலின் அடிப்படை உண்மைகளுள் நிலையானது, நிலையற்றது எது என்பன பற்றிய உண்மைகள் இந்நூல்களின் வழி எடுத்துரைக்கப்பட்டன.

அறநூல்களின் உள்ளே சுட்டப்பட்டவற்றுள் தமிழ்ச் சமூகத்துள் இரண்டறக் கலந்துவிட்ட தொழிற்குடிகள் பற்றிய பதிவும் பல்வேறு இடங்களில் இடம்பெற்றுள்ளன. இப்பதிவுகள் குறிப்பிட்ட ஒரு தொழிற்குடியினர் தங்களின் தொழில்முறையில் கடைபிடிக்க

வேண்டியவை, கடைபிடிக்கக் கூடாதவை நீக்க வேண்டியவை, நீக்கக் கூடாதவை முதலானவற்றை விரிவாகக் கூறி அவற்றிற்கான தீர்வுகளை யும் சுட்டின. மேலும், பொதுமக்களுக்குரிய அடிப்படைச் செயல்பாடு களில் காணப்பட்ட குறைகளைச் சுட்டி அவற்றிற்கும் விளக்கம் அளித்தன.

நீதி வெண்பாவும் வண்ணாரும்

கி.பி. 15ஆம் நூற்றாண்டிற்குப் பின்பு தோற்றம் பெற்ற அற இலக்கியங்களுள் நீதி வெண்பாவுக்கு இன்றியமையாத இடமுண்டு. இதில் உள்ள நூறு வெண்பாக்கள் ஒவ்வொன்றிலும் ஒரு நடைமுறைச் சிக்கல் சுட்டடப்பட்டு அவற்றிற்கு முடிவும் கூறப்பட்டுள்ளன. ஒரு நிகழ்வு அல்லது செயலைக் கூறி அந்நிகழ்வின் வழியாக மற்றொரு செயலுக்கான அறம் போதிக்கப்பட்டது. மேலும், ஆசிரியர் பெயர் இன்னதென்று அறிய இயலாத இந்நூலின் காலத்தைக் க.ப. அறவாணன், கி.பி. 1590 ஆம் ஆண்டு எனக் குறிப்பிடுகிறார்.[19] இந்நூலில், தொழிற்குடிகள் குறித்துச் சுட்டும் பாடல்களுள், சலவைத் தொழிலாளர்களாகிய வண்ணார்கள் குறித்த பதிவும் இடம் பெற்றுள்ளன.

குணநன் குணராக் கொடியோ. ரிடத்திற்
குணநன் குடையார் குறுகார் - குணமுடைமை
நண்ணாச் சமண நகரத்தில் தூசொலிக்கும்
வண்ணானுக் குண்டோ வழக்கு

- நீதிவெண்பா 26

என்பது ஒரு பாடலாகும். இதில், நீதி வெண்பாவின் ஆசிரியர், வண்ணார்கள் சலவை செய்ய வேண்டிய ஆடைகளைப் பெறத் தகுதியான இடத்தினைச் சுட்டுகிறார். மேலும், சமணர்களின் இயல்பைச் சுட்டி, அவர்கள் வாழும் பகுதியில் சென்று ஆடை வெளுத்து வாழலாம் என எண்ணும் வண்ணார்களின் அறியாமையையும் பதிவு செய்கிறார். இவ்வெண்பா பற்றிய ஆய்வுரையில் க.ப. அறவாணன்,

> திகம்பரச் சமணர் உடை உடுத்தும் வழக்கம் உடையவர் அல்லர். அவரைக் கண்டிக்கும் முகமாக இவ்வெண்பா அமைந்து உள்ளது. எனவே, இந்நூலின் ஆசிரியர் சமணத்தைப் போற்றாத சைவர் என்பது தெளிவு. வண்ணான் எனும் உடை வெளுப்பாரைக் குறிக்கும் சொல் வெளிப்படையாக இடம்பெற்றுள்ளது.[20]

எனத் தன்னுடைய கருத்தினை முன் வைக்கிறார். இதன்படி வண்ணார் கள் அனைவருக்கும் ஆடை வெளுக்கும் வழக்கம் கொண்டிருந்தமையை அறிய முடிகின்றது. மாறாக, சமணர்கள் ஆடை உடுத்தும் வழக்கம்

அற்றவர்கள் என்றாலும், இவர்கள் தங்களின் தொழிலுக்காக எந்தப் பிரிவினரையும் அணுகும் வழக்கம் கொண்டிருந்தமையை இதன்மூலம் உறுதிப்படுத்த முடிகின்றது. இவ்வழக்கத்தின் காரணமாகவே வண்ணார்கள் தங்கள் தொழிலுக்காகச் சமணர்களை அணுகுவதாக ஆசிரியர் சுட்டியுள்ளார். இப்பின்னணியில் வண்ணார்களையும் சமண முனிவர்களையும் இப்பாடலில் சித்திரித்துள்ளமையைக் கொண்டு அக்காலச் சூழலை அறிய முடிகின்றது.

உலக நீதியில் வண்ணார்

நீதி நூல்களின் வரிசையில் மிகவும் பிற்காலத்தில் தோற்றம் பெற்ற ‘உலக நீதி’ எனும் இந்நூல் உலகநாதப் பண்டிதர் என்பவரால் இயற்றப்பட்டுள்ளது. அற நூல்களுக்கேயுரிய இயல்புகளுடன் இந்நூலை ஆசிரியர் அமைத்துள்ளார். பதின்மூன்று விருத்தங்களைக் கொண்டுள்ள இந்நூலில், ஒவ்வொரு விருத்தத்திலும் பல்வேறு அறச்செயல்களைக் கூறி அதற்கான வழியும் குறிப்பிடப்பட்டுள்ளது. அவ்வாறு குறிப்பிடப் படும் இப்பதிவில் தொழிற்குடிகள் பற்றியும் இடம் பெற்றுள்ளன. இவற்றுள் வண்ணார்களைப் பற்றிய பதிவும் உண்டு. இதன்படி, ஒருவருக்கு முறையாகக் கிடைக்க வேண்டியவற்றையும் அவற்றை அளிக்காமல் விட்டுவிட்டால் ஏற்படும் நிலையையும்,

> அஞ்சுபேர் கூலியைக் கைக்கொள்ள வேண்டாம்;
> அது ஏது இங்கு என்னின், நீ, சொல்லக் கேளாய்;
> தஞ்சமுடன் வண்ணான், நாவிதன், ஏன் கூலி;
> சகல கலை ஓதுவித்த வாத்தியார் கூலி;
> வஞ்சம் அற, நஞ்சு அறுத்த மருத்துவச்சி கூலி;
> மகா நோவுதனைத் தீர்த்த மருத்துவன்தன் கூலி
> இன்சொலுடன் இவர் கூலி கொடாத பேரை
> ஏதுஏது செய்வானோ, எமன்தானே! - உ. நீதி. 11

எனச் சுட்டப்பட்டுள்ளது. இப்பதிவு சலவைத் தொழில் செய்த வண்ணார், சவரத் தொழிலாளி, கலைகளைப் பயிற்றுவிக்கும் ஆசிரியர், பிரசவம் பார்த்த மருத்துவச்சி, மிகப் பெரும் நோய்களைத் தீர்க்கும் மருத்துவன் ஆகியோருக்குரிய கூலியைத் தவறாமல் கொடுத்துவிட வேண்டும் எனச் சுட்டுகின்றது. அவ்வாறு கொடுக்காவிட்டால், சைவ சமயக் கோட்பாட்டின் அடிப்படையில் ஏற்படும் தண்டனையையும் கூறி இப்பாடல் முடிகின்றது.

இப்பாடலில் ஐந்து பேருக்குரிய கூலியை மறுக்காமல் உடனடியாகக் கொடுத்துவிட வேண்டும் எனச் சுட்டுவதைக் கொண்டு, இந்நூல் எழுந்த காலத்தில் இவர்களுடைய நிலை எத்தகையதாக இருந்தது என்பதை அறிய முடிகின்றது. இக்காலம் சமண, பௌத்த

சமயங்களின் செல்வாக்கு பெருமளவு குறைந்து சைவ, வைணவ சமயங் கள் பேரெழுச்சி பெற்ற காலமாக இருந்ததால், தொழிற் குடியினருக் கான இத்தகைய உரிமை மறுப்பு நிகழ்வை முக்கியத்துவம் வாய்ந்ததாகக் கருத முடிகின்றது. எனவே, இந்நிலையைக்களைந்து தங்களது சமயத்தின் மேன்மையையும் வரலாற்றையும் நிலைநிறுத்தும் பொருட்டு எழுந்த இத்தகைய அற இலக்கியங்களின் தோற்றம் தவிர்க்க இயலாத ஒன்றாக அமைந்தன.

சிற்றிலக்கியங்களில் வண்ணார்

தமிழ் இலக்கிய வரலாற்றில் கி.பி. 17ஆம் நூற்றாண்டிற்குப் பின்பு தோன்றி வளர்ச்சி பெற்ற இலக்கியமாகச் சிற்றிலக்கியங்கள் விளங்குகின்றன. இதனைப் பிரபந்தங்கள் எனவும் குறிப்பர். இப்பிரபந்தங்களின் எண்ணிக்கை 63 எனவும் 70 எனவும் 76 எனவும் 96 எனவும் அறிஞர்களால் பல்வேறு கருத்துகள் முன் வைக்கப்படு கின்றன.[21] இவ்வாறு பல்வேறு வகைகளாகச் சுட்டப்படும் பிரபந்த வகைகளுள் மாலை, சதகம், பிள்ளைத்தமிழ் ஆகியவற்றில் இடம் பெற்றுள்ள தொழிற்குடியினர் பற்றிய விளக்கங்களில் வண்ணார் பற்றிய குறிப்புகளை ஆராய்வதாக இப்பகுதி அமைகின்றது. அவ்வகையில் மாலை, சதகம் மற்றும் பிள்ளைத்தமிழ் வகையைச் சார்ந்த மூன்று நூல்களில் இடம்பெற்றுள்ள வண்ணார் பற்றிய பதிவுகள்,

    அ. ஜினேந்திர மாலையில் வண்ணார்
    ஆ. அறப்பளீசுர சதகத்தில் வண்ணார்
    இ. பிள்ளைத்தமிழில் வண்ணார்

எனும் மூன்று பொருண்மைகளின் கீழ் ஆராயப்படுகின்றன. அவை பின்வருமாறு அமைகின்றன.

ஜினேந்திர மாலையில் வண்ணார்

உபேந்திராசாரியார் எனும் ஜைனமுனிவரால் கி.பி. 18ஆம் நூற்றாண்டின் முற்பகுதியில் எழுதப்பட்ட இந்நூலில் வண்ணார் பற்றி இரண்டு இடங்களில் சுட்டப்பட்டுள்ளன. எதிர்காலத்தில் ஒருவருக்கு ஏற்படக்கூடிய பலன்களைச் சுட்டும் சீவகாண்டத்திலும், நட்டமுட்டிச் சிந்தனைக் காண்டத்திலும் அப்பதிவுகள் இடம் பெற்றுள்ளன. இதன்படி, சீவகாண்டத்தில் (மூன்றாவது காண்டம்) கோள்களை அடிப் படையாகக் கொண்டு ஒருவர் அடையும் நிலை விரிவாகச் சுட்டப் பட்டுள்ளது. அவற்றுள் சூரியன், செவ்வாய், புதன், குரு ஆகியவை மாற்றம் பெறில் ஏற்படும் நிலையை,

    அருங்கதிர்சேய் பொன் புதனுக் காங்குவரைவில்லார்
    வருஞ்சனிக்கு மூம்பாரம் வெள்ளிக் - குரைவண்ணார்

த. தனஞ்செயன் • 169

பாம்பிற்குச் செம்படவர் பான்மதிக்குச் சுண்ணாம்போர்
வேம்பகைநீ சந்தளக் காமே - ஜினேந். மாலை, *19*

என உபேந்திராசாரியார் குறிப்பிடுகிறார். மேலும், இதற்கு உரை யெழுதிய அவர்,

> சூரியன் அங்காரகன் புதன் குரு ஆகியவை பகை நீசம் பெறில் ஆசாரங் கடந்துள்ள குலத்தோராம்; சந்திரன் பகை நீசம் பெறில் சுண்ணாம் புக்காரர், சுக்கிரன் பகை நீசம் பெறில் வண்ணார், சனி பகை நீசம் பெறில் மூப்பர், பாம்பு பகை நீசம் பெறில் செம்படவர்; மூப்பராவது இலை வாணியர், 'சேனைக்குடையர் என்றும் சொல்லுவர்'[22]

என உரை விளக்கம் அளிக்கின்றார். இக்குறிப்பு, ஒருவன் இயல்பாகப் பிறக்கும் குலத்தினைக் கடந்து அவர்களின் தகுதியானது கோள்களின் பெயர்ச்சியைக் கணக்கில்கொண்டு நிர்ணயிக்கப்பட்டுள்ளமையைப் புலப்படுத்துகின்றது. இவ்வாறு தகுதி குறிப்பிடப்பட்டவர்களில் சலவைத்தொழில் புரிவோர்களின் நிலையை அடைபவர்களாகச் சுக்கிரன் திசையை ஏழாமிடத்தில் பெற்றிருப்பவர்கள் சுட்டப் பட்டுள்ளனர். இதன்படி, வண்ணார்களைப் போன்று இயல்பான நடைமுறைகளிலிருந்து விலகியவர்கள், சுண்ணாம்புக்காரர், செம்படவர், இலை வாணியர் ஆகியோருடைய நிலையை அடையச் செய்யும் கோள்களின் பெயர்ச்சியும் இப்பாடலில் பதிவு செய்யப்பட்டுள்ளது.

கோள்களின் பெயர்ச்சியினால் மனிதர்க்கு ஏற்படக்கூடிய நிலையைச் சுட்டிய முந்தைய பாட லைப் போன்று, நட்சத்திரங்களின் தோற்றத்தால் ஒருவருடைய (நட்டம்) இழப்பானது சென்று சேருமிட மும் மற்றொரு பாடலில் சுட்டப்பட்டுள்ளது. நட்டமுட்டிச் சிந்தனைக் காண்டத்தில் அமைந்துள்ள இப்பாடலில் பூராடம், உத்திராடம், திருவோணம், அவிட்டம், சதயம், பூரட்டாதி, உத்திரட்டாதி, இரேவதி ஆகிய நட்சத்திரங்கள் தோற்றம் பெறும்போது ஏற்படும் இழப்புகள் சென்று சேரும் இடங்கள் குறிப்பிடப்பட்டுள்ளன. இதன்படி உத்திராட நட்சத்திரம் தோற்றம் பெறும்போது ஏற்படும் ஒருவருடைய இழப்பானது வண்ணான் ஆடைகளை வெளுக்கும் நீர்த்துறைக்குச் சென்று சேர்வதாகக் குறிப்பிடப்பட்டுள்ளது. அவ்வகையில் இப்பாடல்,

குதிரை நிலைவாழ் கூரை வண்ணான் துறையா
மதிருநிலை யானை யிடஞ்சேரு - முதிர்வீதி
தென்கீழ் மனைபேறு பூந்தோட்ட மூலமுதல்
ஒன்பான் நாளூற்ற இடம்

- ஜினேந். மாலை, *31*

எனக் குறிப்பிடுகின்றது. இதன்படி, நட்சத்திரங்களின் தோற்றத்தால் ஏற்படும் இழப்புகள் சென்று சேரும் இடங்களாகக் குதிரைப் பந்தி,

வண்ணான் துறை, போர்ப்பயிற்சி பெறுமிடம், ஆலை இருப்பிடம், தெரு, தென்கீழ் மனை, சேறு, பூந்தோட்டம் ஆகியவை சுட்டப் பட்டுள்ளன. இவற்றுள் வண்ணான் துறை, ஆலை இருப்பிடம், தெரு, சேறு ஆகியவை இழிவைச் சுட்டும்படியாக இருப்பதால் உத்திராடம், அவிட்டம், சதயம், உத்திரட்டாதி ஆகியவை இழிவை ஏற்படுத்தும் நட்சத்திரங்களாக விளங்கியமை குறிப்பிடத்தக்கன.

தங்களின் சமய மேலாண்மையையும் இருப்பையும் தக்கவைத்துக் கொள்வதற்காகச் சமண முனிவர்களால் உருவாக்கப்பட்ட இந்நூல்கள், கோள்களையும் நட்சத்திரங்களையும் அவற்றின் பெயர்ச்சிகளையும் மூலமாகக் கொண்டிருந்தன. இவற்றை அடிப்படையாகக் கொண்டு ஒருவருடைய நல்வினை தீவினைகளுக்குரிய காரணங்களையும் அவை சேருமிடங்களையும் இந்நூல்கள் வழியாக எடுத்துக் கூறியுள்ளனர். அவ்வாறு கூறும்போது சில குடியினரை உயர்த்தியும் சிலரைத் தாழ்த்தி யும் பதிவு செய்துள்ளனர். இந்நிலைக்கு முற்காலத்தில் வழக்கிலிருந்த சமூக நிலை மூல காரணமாக அமைந்திருந்தது என்பதை இந்நூல்களில் உள்ள அனைத்துப் பாடல்களையும் கொண்டு உறுதிசெய்ய முடிகிறது.

அறப்பளீசுர சதகத்தில் வண்ணார்

கி.பி. 18ஆம் நூற்றாண்டின் முற்பகுதியில் அம்பலவாணக் கவிராயரால் இயற்றப்பட்ட இந்நூல், வாழ்வியற் சிறப்புகளைக் கூறுவதாக உள்ளது. ஒருவனுக்கு அமையும் மனைவியினுடைய சிறப்பு (அறப். 2), மக்கட்பேற்றின் நிலை (அறப். 3) முதலியவற்றைச் சுட்டுவ தோடு ஒவ்வொரு பாடலின் இறுதியும் ஈசனைப் போற்றி முடிகின்றது. 'அறப்பளீசுர தேவன்' என முடியும். இப்பாடல்களில், தொழிற்குடிகள் பற்றிய குறிப்புகள் இடம்பெற்றுள்ளன. இவற்றுள், சகுனத்தின் வகைகளைச் சுட்டும் ஒரு பாடலில் யார் யார் எதிரில் வந்தால் நன்மை, யார் யார் எதிரில் வந்தால் தீமை என்பது விரிவாகக் குறிப்பிடப் பட்டுள்ளன. இதன்படி, வெளுக்காத ஆடைகளை எடுத்துக்கொண்டு வண்ணான் எதிரே வந்தால் நல்நிமித்தம் என்பதை,

> காணஎதிர் வரவொணா நீர்க்குடம் எருக்கூடை
> கனிபுலால் உபய மறையோர்
> நலமிகு சுமங்கலை கிழங்கு சூதக மங்கை
> நாளும்வண் ணான்அ ழுக்கு
> நசைபெருகு பாற்கலச மணிவளையல் மலரிவைகள்
> நாடியெதிர் வரநன் மையாம்
>
> - அறப். சத. 64

என இப்பாடல் பதிவு செய்துள்ளது. இப்பாடலில் நீர்க்குடம், எருக்கூடை, கனி, புலால், இரண்டு பிராமணர்கள், சுமங்கலிப்பெண்கள்,

வீட்டிற்கு விலக்கான பெண்கள், பாற்கலசம், மணி, வளையல், மலர் ஆகியவற்றுடன் ஆடைகளை வெளுக்கும் வண்ணானும் எதிரே வந்தால் நல்லது எனும் குறிப்பு இடம்பெற்றுள்ளது. இதில், வண்ணார் நல்ல சகுனத்தின் அடையாளமாகக் குறிக்கப்பட்டிருப்பதைக் கொண்டு அவர்கள் சமூகப் படிநிலையில் நன்மதிப்பிற்குரியவர்களாகப் போற்றப் பட்டதை உணரமுடிகின்றது. மாறாக, வெளுக்க வேண்டிய அழுக்கு ஆடையுடன் வண்ணான் எதிரே வருவது நல்லது என்றால் வெளுத்த ஆடையுடன் வருவது தீமையாக உணரப்பட்டது என்பதையும் அறிய முடிகின்றது.

வண்ணார்களை நல்நிமித்தத்திற்கு உரியவர்களாகக் காட்டிய மேற்சுட்டிய பாடலைப் போன்று, மற்றொரு பாடலும் வண்ணார் களைப் போற்றுவதாக அமைந்துள்ளது. இப்பாடலில் வாழ்வின் இன்றியமையாததாகச் சுட்டப்படும் முப்பத்திரண்டு அறங்கள் குறிப்பிடப்பட்டுள்ளன. மகப்பேறு பார்த்தல், காதணி தருதல், பிள்ளைகளுக்குப் பாலுணவு அளித்தல் எனப் பலவாறான அறங்களைச் சுட்டும் இப்பாடலில், வண்ணான் குடியை ஒரு ஊரில் அமைத்தல் என்பதும் அறமாகச் சுட்டப்பட்டுள்ளன. இதனை,

பெறுமில் பெறுமித்தலொடு காதோலை நாடோறும்
　　பிள்ளைகள் அருந்தி டும்பால்
பேசரிய சத்திரம் மடமா வுரிஞ்சுதல்
　　பெண்போக நாவிதன் வணான்
மறைமொழிக ணாடிதண்ணீர் தலைக் கெண்ணெய்பசு
　　வாயினுறை பிணம் அடக்கல்

- அறப். சதகம். 94

என அருணாசலக் கவிராயர் குறிப்பிடுகிறார். எனவே, ஓர் ஊரில் நிகழவேண்டிய பல்வேறு அறச்செயல்களுள் சலவைத் தொழிலாளர் களைக் குடியமர்த்துவதும் இன்றியமையாத ஒரு நிகழ்வாகச் சுட்டப் பட்டிருப்பதை அறிய முடிகின்றது. மேலும், முப்பத்திரண்டு அறங்களுள் நாவிதன், வண்ணான், பிணம் சுடுபவன் என மூன்று தொழிற் குடியி னரின் பணியும் இடம் பெற்றுள்ளமை இவர்களின் வாழ்நிலைக்குச் சான்றுகளாக அமைகின்றன. இவ்வாறு பண்டைக் காலந் தொட்டுத் தொழிற்பிரிவினராக வாழ்ந்த வண்ணார்களின் வாழ்வு புனிதமானதாக வழங்கப்பட்டமையை உறுதி செய்ய முடிகின்றது.

பிள்ளைத்தமிழில் வண்ணார்

பிரபந்த வகைகளுள் ஒன்றாகப் போற்றப்படும் பிள்ளைத்தமிழ் இலக்கியத்திலும் வண்ணார் பற்றிய பதிவுகள் இடம்பெற்றுள்ளன. இதனை விளக்கும் பொருட்டு ஒரு பிள்ளைத்தமிழ் நூல் மட்டும் இங்கு

எடுத்துக் கொள்ளப்பட்டுள்ளது. திரிசிரபுரம் மகாவித்துவான் மீனாட்சி சுந்தரம் பிள்ளை அவர்களால் இயற்றப்பட்ட உறையூர் ஸ்ரீ காந்தி மதியம்மை பிள்ளைத்தமிழில் வண்ணார் பற்றிய விரிவான செய்தி ஒன்று இடம்பெற்றுள்ளது. இந்நூலில் பூசைக்குரிய லிங்கங்கள், பூசை செய்யாதபோது ஏற்படும் பலன்கள், திருநீற்றை அணியும் முறை, தரும காரியங்கள் முதலான பல்வேறு கூறுகள் விளக்கப்பட்டுள்ளன. இவற்றுள் தருமங்களாகச் சுட்டப்படும் முப்பத்திரண்டு வகைகளுள் ஒன்றாக வண்ணார்க்கு உணவளிப்பது குறிப்பிடப்பட்டுள்ளது. இதன்படி, தண்ணீர் கொடுத்தல், ஆதரவற்ற பிள்ளைகளை வளர்த்தல், சுடுகாட்டில் சேவை செய்தல், தானமிடல் முதலானவற்றோடு நாவிதர் மற்றும் வண்ணார்க்கு உணவு அளித்தலும் தரும காரியங்களாக விளங்கின என்பதை,

> கூறுவிலையது கொடுத்துக் கொலைவிடுத்தறலைக் கெண்ணை
> யேறுவிடுத்திடுதலொடு மிலகு பசுவாயுறைகள்
> பேறுதருதின் பண்டம் பிறாறங்கள் காத்திடுதன்
> மீறிய நாவிதர் வண்ணார் விலங்குணவு வயித்தியர்கள்
>
> - ஸ்ரீ காந். பிள். 17

எனக் கூறப்பட்டுள்ளது. இதன்படி, வண்ணார் பிரிவினர்க்குப் பிற குடியினர் அனைவரும் உணவு அளித்துள்ளமையை உறுதி செய்ய முடிகின்றது. மேலும், இந்நூலாசிரியரான மகாவித்துவான் மீனாட்சி சுந்தரம்பிள்ளையின் காலத்தில் வண்ணார்க்குப் பிற குடியினர் உணவு அளித்தலும், அதனை அவர்கள் பெற்றுக் கொண்டு வாழ்ந்த முறையும் வழக்கிலிருந்தமையை அறிய முடிகின்றது. இவ்வாறு வண்ணார் பிறரிடமிருந்து உணவைப் பெற்றுக் கொள்ளும் முறையே பிற்காலத்தில் பெருவழக்காக வழங்கப்பட்டிருக்க வேண்டும். அதன்படி, இம்முறையின் தொடர்ச்சியாகக் கிராமப்புறங்களில் இன்றும் வழக்கத்திலுள்ள காலை மற்றும் இரவு வேளைகளில் உணவு எடுக்கும் முறையைக் கருத முடிகின்றது. இதன்படி, தமிழ்ச் சமூகத்தில் இரண்டறக் கலந்துவிட்ட தொழிற்குடியினர்க்கு உணவு அளித்தலை ஒரு அறச்செயலாகச் சுட்டியதன் மூலம் அவர்கள் (வண்ணார்கள்) தொடர்ந்து அடிமை நிலையில் வைக்கப்பட்டதையும் இதனால் உறுதிசெய்ய முடிகின்றது.

தனிப்பாடல் திரட்டில் வண்ணார்

தமிழ் இலக்கிய வரலாற்றில் பக்தி இலக்கியங்களுக்குப் பின்பு தோன்றிய தனிப்பாடல் திரட்டிலும் சலவைத் தொழிற்குடியினர் பல்வேறு முறைமைகளில் பதிவு செய்யப்பட்டுள்ளனர். இதன்படி கம்பருடைய ஒரு பாடலும் காளமேகப் புலவருடைய மூன்று பாடல்

களும் வண்ணார் பற்றியதாகக் கண்டறியப்பட்டுள்ளன. இவற்றோடு வளமுடைய ஆத்திமரம் எனும் பொருண்மையில் 'வண்ணாத்தி' எனும் சொல்லைப் பயன்படுத்தியுள்ள ஒரு பாடலும் இத்தனிப்பாடல் திரட்டில் இடம்பெற்றுள்ளது. இப்பகுதியில் வண்ணார்களைப் பற்றிய நான்கு பாடல்களும் பின்வருமாறு விளக்கப்படுகின்றன.

தனிப்பாடல் திரட்டில் கம்பர் பாடியதாகச் சுட்டப்படும் அறுபத்தெட்டுப் பாடல்களுள் எட்டாவது பாடலாக வண்ணார் குறித்த பாடல் (கா.சு. பிள்ளை பதிப்பு, 2008) இடம்பெற்றுள்ளது. இப்பாடலில், தனக்கு ஆடை வெளுத்துக் கொடுத்த சீராமன் எனும் வண்ணானைக் கம்பர் போற்றிப் பாடியுள்ளார்.

> சிரம்பார்த்தான் ஈசனயன் தேவிதனைப் பார்த்தான்
> கரம்பார்த்தான் செங்கமலக் கண்ணன் - உரஞ்சேர்
> மலைவெளுத்த திண்புயத்து வண்ணான்சீ ராமன்
> கலைவெளுத்த நேர்த்திதனைக் கண்டு
>
> - தனிப். திர.I, 235

மேற்சுட்டிய இப்பாடல், மிக நேர்த்தியாக வெளுத்திருந்த கம்பருடைய ஆடையைக் கண்ட சிவன், தனது தலையிலிருந்த கங்கை விலகிப் போய்விட்டதா எனவும், பிரமன், சரஸ்வதியின் நிறம் வண்ணான் துணிக்குப் போய்விட்டதா எனவும், திருமால் தம் கையிலிருந்த சங்கு வண்ணானிடம் ஓடிப் போய்விட்டதா எனவும் எண்ணியதாக இடம்பெற்றுள்ளன. இவ்வாறு வண்ணார்களின் தொழில் நேர்மையைக் கண்டு கடவுளும் வியப்பதை, கம்பர் இப்பாடலில் பதிவு செய்துள்ளார். மேலும், வண்ணார்களின் தொழில் நேர்மையைச் சுட்டும் இப்பாடல், பிற பாடல்களைக் காட்டிலும் மாறுபட்டதாக உள்ளமையும் குறிப்பிடத்தக்கது.

காளமேகப் புலவரும் வண்ணாரும்

தனிப்பாடல் திரட்டில் அதிகமான பாடல்களைப் பாடிய புலவர்களுள் ஒருவராகக் காளமேகப் புலவர் விளங்குகின்றார். இவர் பாடிய நூற்று எண்பத்தேழு பாடல்களில் மூன்று பாடல்கள் வண்ணார் பற்றிய பதிவைக் கொண்டுள்ளன. இவற்றுள் முதல் பாடலில் தேவர் அடியாளின் (தேவடியாள்) குரல், வண்ணான் கழுதையின் குரலுக்கு இணையாகக் குறிப்பிடப்பட்டுள்ளது.

> வாழ்த்து திருநாகை வாகான தேவடியாள்
> பாழ்த்த குரலெடுத்துப் பாடினாள் - நேற்றுக்
> கழுதைகெட்ட வண்ணான்கண் டேன்கண்டே னென்று
> பழுதையெடுத் தோடிவந்தான் பார்
>
> - தனிப். திர. I, 436

இப்பாடலில் நாகப்பட்டினத்தில் அழகு நிறைந்த தேவர் அடியாள் பிரிவைச் சேர்ந்த பெண்ணொருத்தி பாடும் பாடலைக் கேட்ட வண்ணான், முந்தைய நாள் தொலைந்துபோன தன்னுடைய கழுதை கிடைத்துவிட்டதாக எண்ணிக் கயிற்றுடன் குரல் வந்த திசையை நோக்கி ஓடுகிறான். இவ்வாறு, தேவர் அடியாள் பெண்ணின் குரலானது வண்ணாருடைய கழுதையின் குரலுக்கு இணையாக ஒப்புமைப்படுத்தப் பட்டுள்ளதைக் கொண்டு அப் பெண்ணின் சமூக நிலையை அறிய முடிகின்றது. மேலும் இரண்டு, மூன்று நூற்றாண்டுகளுக்கு முன்னரே வண்ணார்கள் கழுதையைப் பயன்படுத்தியமையைக் கொண்டு அவர்களின் வாழ்வில் கழுதை பெற்றிருந்த இடத்தையும் அறிய முடிகின்றது. இவ்வாறு வண்ணாரைக் குறிப்பிடும் பாடலைப் போன்று, பல்வேறு பிரிவினரின் தொழில்களைச் சுட்டும் ஒரு பாடலையும் காளமேகப் புலவர் பாடியுள்ளார். இப்பாடலில்,

மாடுதின்பான் பார்ப்பான் மறையோது வான்குயவன்
கூடிமிகு மண்பிசைவான் கொல்லனே - தேடி
இரும்படிப்பான் செக்கான் எண்ணெய்விற்பான் வண்ணான்
பரும்புடவை தப்பும் பறை

- தனிப். திர. I, 443

எனத் தொழிற்குடிகளுக்குரிய கடமைகள் விளக்கப்பட்டுள்ளன. இதன்படி பறையர், பார்ப்பனர், குயவர், கொல்லர், வாணியர், வண்ணார் ஆகிய ஆறு பிரிவினருக்கான தொழில்கள் இப்பாடலில் சுட்டப் பட்டுள்ளன. இதில் வண்ணாருக்குரிய தொழில் 'பரும்புடவை தப்பும்' எனக் குறிப்பிட்டுள்ளதைக் கொண்டு இவர்கள் பெரிய பெரிய புடவைகள் முதலான ஆடைகளை வெளுத்தமையை உறுதி செய்ய முடிகின்றது. இதன்படி, மற்றொரு பாடலில் தொழிற்குடியினர் மீது தெய்வங்கள் மற்றும் யானை பொருத்திக் கூறப்பட்டுள்ளது. இப்பாடல், சிவபெருமான் ஊர்வலம் வரும்போது பிரமன், வயிரவர், முருகன், இந்திரன் ஆகியோர் துதிபாட திருமால் வழிபட மன்மதன் வாழ்த்துக் கூறுவதாக அமைந்துள்ளது. இதனை,

வாணியன் பாடிட வண்ணான் சுமக்க வடுகன்செட்டி
சேணியன் போற்றக் கடற்பள்ளி முன்றொழத் தீங்கரும்பைக்
கோணியன் வாழ்த்தக் கருமான் துகில்தனைக் கண்டனிந்த
வேணிய னானவன்தட்டான் புறப்பட வேடிக்கையே

- தனிப். திரட். I, 464

என அப்பாடல் குறிப்பிடுகின்றது. இப்பாடலுக்கான உரையிலும் வண்ணான் மட்டுமே நந்தியைச் சுமந்து வருபவனாகப் பதிவு செய்யப்பட்டுள்ளது. பிற தொழிற்குடியினர் அனைவருக்கும் ஒவ்வொரு தெய்வத்தின் பெயர் உரியதாகச் சுட்டப்பட்டுள்ளது.

தெய்வங்களின் பெயரைத் தொழிற்குடியினர் மீது ஏற்றிக் கூறும் மேற்சுட்டப்பட்ட பாடலைப் போன்று, மற்றொரு பாடலில் வளமான ஆத்திமரத்திற்கும் வண்ணாத்தியினுடைய பெயர் பொருத்திக் கூறப்பட்டுள்ளது.[23] இவ்வாறு தனிப்பாடல் திரட்டில் அமைந்துள்ள ஐந்து பாடல்களும் தொழிற்குடியினராகிய வண்ணார்களைப் பற்றிய செய்திகளை வெவ்வேறு வகையில் முன்வைக்கின்றன.

தற்கால இலக்கியத்தில் வண்ணார்

இருபதாம் நூற்றாண்டுத் தமிழ் இலக்கியத்தில் புனைகதை வடிவங்களாக விளங்கிய புதினங்களும் சிறுதைகளும் அதிக அளவில் தோன்றி, அவ்வகைமையைச் செழுமைபெறச் செய்தன. அவற்றுள் சமூக முன்னேற்றத்திற்குத் தடையாக விளங்கிய பெண்ணடிமை, வறுமை, சாதி, பொருளாதார ஏற்றத்தாழ்வு முதலானவை பாடுபொருள்களாக விளங்கின. குறிப்பாக, மேற்சுட்டப்பட்ட புனைகதை வடிவங்களில் ஒன்றான புதினங்களில் வண்ணார் இடம் பெற்றுள்ள முறை பற்றி ஆராய்வதாக இப்பகுதி அமைகிறது.

இருபதாம் நூற்றாண்டில் தோன்றிய புதினங்களில் பல்வேறு தொழிற்குடிகளின் வாழ்வு மிக இயல்பாகச் சித்திரிக்கப்பட்டு வெளி வந்தன. இப்படைப்புகளுள், படைப்பின் இடையிடையேயும் படைப்பு முழுமையும் என இரு நிலைகளில் அப்பதிவுகள் இடம்பெறலாயின. இதன்படி ஒரு குறிப்பிட்ட தொழிற்குடியினரின் வாழ்வை விளங்கிக் கொள்ள, அவர்களை முழு அளவிலான பாடு பொருளாகக் கொண்ட படைப்புகளே உதவும் என்பதால் அத்தகைய படைப்புகள் மட்டுமே இப்பகுதிக்கு எடுத்துக்கொள்ளப்படுகின்றன. எனவே சலவைத் தொழிற்பிரிவினர் பற்றி முழு அளவில் சுட்டுகின்ற இமையத்தின் கோவேறு கழுதைகள் புதினம் இப்பகுதிக்குரிய மூலத் தரவாக அமை கின்றது.

பண்டைக் காலந்தொட்டு அறியப்படும் தொழிற்பிரிவினரி லிருந்து தோற்றம் பெற்ற சாதியமைப்பு வலுப்பெற்று நிலையானதாக மாறியபோது ஒவ்வொரு சாதியினரும் தனித்தனியாகக் குடியமர்த்தப் பட்டனர். அப்போது மேல் சாதியினர்க்கெனத் தனி வண்ணாரும் கீழ்ச் சாதியினர்க்கெனத் தனி வண்ணாரும் உருவாயினர். இதன்படி அவரவர்க்குரிய வண்ணார் முதலான (சக்கிலியர், மருத்துவர்) தொழிற் பிரிவினர், தாங்கள் சார்ந்திருக்கக்கூடிய பிரிவினரின் குடியிருப்பை அடுத்து ஊர் எல்லையில் குடியமர்த்தப்பட்டனர். இவ்வமைப்பில் மேல் சாதியிலிருந்து வேறுபடுத்திக் காட்டுவதுபோல் அமைந்திருந்த கீழ்ச் சாதியினரின் குடியிருப்புகளைப் போன்று, கீழ்ச்சாதியினரும்

தங்களுக்கான தொழிற்பிரிவினரைத் தங்கள் குடியிருப்பை அடுத்து வைத்தனர். சாதியமைப்பின் உச்ச நிலையிலான தீண்டாமையை வெளிப்படுத்திய முதல் நிலையினதாக இவ்வமைப்பு முறை விளங்குகின்றது. இவ்வாறு தங்களின் அடிப்படைத் தேவைகளை நிறைவேற்றிக் கொள்ளும் பொருட்டுக் குடியமர்த்தப்பட்ட ஒவ்வொரு குடியினரும் தங்களினும் மேம்பட்ட பிரிவினரோடு கொண்டுள்ள தொடர்பு பற்றி ஆராய்தல் என்பது இன்றியமையாததாகின்றது. அவ்வகையில், குறிப்பிட்ட இரு சாதியினருக்கிடையிலான வாழ்முறையைப் பேசுவதாக அறியப்படும் படைப்புகள் அண்மைக் காலமாகத் தமிழியலில் பரவலாக ஆய்விற்கு உட்படுத்தப்பட்டு வருகின்றன.

கோவேறு கழுதைகள்

இமையம் எனும் புனைபெயர் கொண்ட அண்ணாமலை என்பவரால் **1994**இல் எழுதப்பெற்ற இப்புதினம், தமிழ்ச் சமூகத்தின் சாதியமைப்பு மற்றும் உள்முரண்கள் குறித்து விளக்குவதாக உள்ளது. வண்ணார்களின் வாழ்வியலை அனைத்துக் கோணங்களிலும் எடுத்துரைக்கும் இப்புதினம், பறையர்களோடு அவர்கள் கொண்டுள்ள தொடர் பினை மிக விரிவாகக் குறிப்பிடுகின்றது. அவ்வகையில் தம்முடைய ஊரில் வாழ்ந்து கொண்டிருக்கும் வண்ணார் குடும்பத்தின் வாழ்வி யலைப் பேச விரும்பிய இமையம், உண்மைச் சம்பவங்களின் தொகுப் பாக இதனை அளித்துள்ளார். இதில், இன்றைய சூழலில் ஒரு தொழிற் குடியினரைச் சூழ்ந்திருக்கும் சிக்கல்களையும் அதிலிருந்து அவர்களில் பெரும்பகுதியினர் விடுபட முயல்வதையும் ஆரோக்கியம் என்ற பாத்திரத்தின் வழியாகத் தெளிவாக எடுத்துக் கூறியுள்ளார்.

இன்றைய உலகமயச் சூழலில் அனைத்துப் பிரிவு மக்கள் மீதும் இயல்பாகத் திணிக்கப்பட்டு வரும் நாகரிக மாற்றங்கள் ஏற்படுத்தும் விளைவுகளின் தொகுப்பாக இப்புதினம் செல்கின்றது. அதன்படி, இப்புதினம் பறையர் மற்றும் வண்ணார்களுக்கிடையிலான தொடர்பு மற்றும் வண்ணார் அக வாழ்வியல் எனும் இரு பாகுபாட்டினைக் கொண்டதாக விளங்குகின்றது.

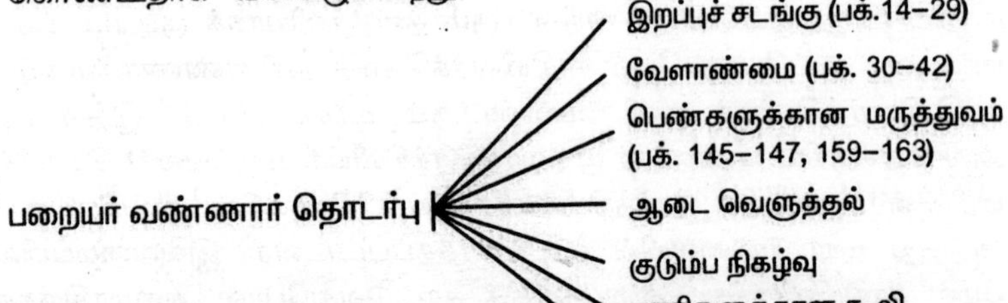

பறையர் வண்ணார் தொடர்பு
இறப்புச் சடங்கு (பக்.14–29)
வேளாண்மை (பக். 30–42)
பெண்களுக்கான மருத்துவம் (பக். 145–147, 159–163)
ஆடை வெளுத்தல்
குடும்ப நிகழ்வு
பணிகளுக்கான கூலி
பாலியல் வன்கொடுமை

த. தனஞ்செயன் • 177

பறையர்களின் இறப்பு நிகழ்வு தொடங்கி வண்ணார் மீதான பாலியல் வன்கொடுமை வரை பல்வேறு நிலைகளில் வண்ணார்களின் வாழ்வு சித்திரிக்கப்பட்டுள்ளமையை இதில் காண முடிகின்றது. இதன்படி, பறையர்களின் இறப்பு நிகழ்வில் பங்குபெறும் வண்ணார், இறந்த செய்தியை உறவினர்களிடம் கூறுவது (இழவு கூறுதல்) தொடங்கிச் சுடுகாட்டில் இறந்தவரை அடக்கம் செய்தல் வரை பல்வேறு பணிகளில் ஈடுபடுத்தப்படுகின்றனர். மேலும், பறையர்களின் வேளாண் பணி, ஆடை வெளுத்தல், திருமணம், பருவமெய்தும் பெண்ணுக்கான சடங்கு முதலான நிகழ்வுகளில் ஈடுபடும் இவர்கள், புதினம் முழுவதும் சார்புச் சமூகமாகவே சித்திரிக்கப்பட்டுள்ளனர். மேலும், இவர்களிடம் தொன்றுதொட்டு வழக்கத்தில் இருந்துவரும் மருத்துவ அறிவும் இங்குச் சுட்டப்பட்டுள்ளன. இதன்படி, பிரசவம் பார்த்தல் (பக். *159-163*), குழந்தை பெற்ற பின்பு பெண்களுக்கு ஏற்படும் மார்பு கட்டுதலைச் சரிசெய்தல் (பக். *145-147*) முதலியனவும் விளக்கப் பெற்றுள்ளன.

இறப்புச் சடங்கு, திருமண நிகழ்வு உள்ளிட்ட சுப நிகழ்வுகள், வேளாண் பணிகள், ஆடைகளை வெளுத்தல் முதலானவற்றில் வண்ணார்களின் உழைப்பு அதிக அளவில் சுரண்டப்படுகிறது. இத்தகைய சுரண்டலின்போது பறையர்களை அவ்வப்போது எதிர்த்துக் கேள்விகேட்கும் ஆரோக்கியத்தின் குரல் ஒடுக்கப்படுவதைப் புதினத்தின் பல்வேறு இடங்களில் ஆசிரியர் பதிவு செய்துள்ளார். சான்றாக, புதினத்தின் ஓரிடத்தில் பறையர்களின் வேளாண்மைப் பணிகளில் ஒன்றான நெல் தூய்மைப்படுத்தும் பணியில் ஆரோக்கியமும் சவுரியும் ஈடுபடுகின்றனர். பின்பு, நெல் தூற்றும் பணி முடிந்தவுடன் தங்களுக்குக் காலங்காலமாக வழங்கப்பட்டு வரும் 'அள்ளுமுறம்' எனும் கூலியை எடுக்கத் தொடங்கும்போது பறையர் சாதியைச் சேர்ந்த அழகன் என்பவன் ஆரோக்கியத்திடம் பிய்ந்துபோன பழைய முறத்தைக் கொடுத்து நெல்லை அள்ளுமாறு கூறுகிறான். இதற்கு ஆரோக்கியம் மறுப்பு தெரிவிக்கும்போது அழகனுக்கும் ஆரோக்கியத்திற்கும் கடுமையான வாக்குவாதம் நடக்கிறது. இதனை,

> "நாங்க ஒங்களண்டி ஊழியம் செஞ்சி பொயப்பநடத்தறவுங்க சாமீ"
> "பொட்டச் சிறுக்கி நீ பேசாத!"
> "உங்களாட்டம் நாலு பெரியவுங்ககிட்டச் சொல்லுங்களன்"
> "ஏ, வண்ணாரக் கயித, நாயம் பொளக்க வந்துட்டியா, வடவாண்டி நாய"
> "இடுப்பு நாந்து, சப்ப வலிக்கிற மாரி ஒயச்சதுக்கு நீங்க ரெண்டு படி மனம் குளுந்து குடுங்க சாமீ. இத வச்சி, மெத்த மாளியா கட்டப்போறன்?"

"நீ காக்காணி வச்சிருந்தாத் தெரியும். அதனோட வலிவருத்தம் எல்லாம். வெறுங்கூதி மவளுக்கென்ன? ஏ, சவுரி இதால நீ அள்ளப்போறியா, இல்லியாடா?"

"பெரியவுங்க நீங்க சொல்லும்போது மாத்தம் எப்பியாச்சும் உண்டுங்களா?"

"நீங்களே வச்சிக்கீங்க சாமீ"[24]

என்றமையும் தொடர்கள் வெளிப்படுத்துகின்றன. இவ்வுரையாடலின் போது கோபம் கொண்ட ஆரோக்கியம் களத்தைவிட்டு வேகமாக வெளியேறுகிறாள். உடனே அழகனின் மனைவி, ஆரோக்கியத்தைச் சமாதானம் செய்து உரிய கூலியைக் (முந்தைய ஆண்டு கூலியை விடக் குறைவு) கொடுத்து அனுப்புகிறாள். இவ்விடத்தில், ஆரோக்கியத்திற்கும் அழகனுக்கும் இடையில் நிகழும் இவ்வுரையாடல் உரிமைக்காகப் போராடும் ஆரோக்கியம், அது மறுக்கப்பட்ட காரணத்தால் தன்மானத்தைக் காக்க அவ்விடத்தை விட்டு வெளியேறுவது சுட்டப்பட்டுள்ளது. நாள் முழுக்க உடல் வருந்த உழைத்த தன்னையும் சவுரியையும் அவமானப்படுத்திய அழகனை நோக்கி இவ்விடத்தில் உரிமைக்குரல் எழுப்பியதைப் போன்று இப்புதினம் முழுவதும் பல்வேறு இடங்களில் ஆரோக்கியம் என்ற பாத்திரம் படைக்கப்பட்டுள்ளது.

புதினத்தின் உள்ளடக்கம்

ஆரோக்கியம் என்ற பாத்திரத்தை நடுநாயகமாகக் கொண்டு இயங்குகின்ற இப்புதினம், பறையர் சமூகத்தவர்களைச் சார்ந்து வாழும் வண்ணார்களைப் பலவாறு சித்திரிக்கின்றது. இதன்படி தம் சமூகத்தின் அவல நிலைக்கான காரணத்தை எண்ணி ஆரோக்கியம் வருந்துவதும் பின், இவையனைத்திற்கும் விடிவு, தாம் சார்ந்துள்ள சமூகத்தவரிடமே உள்ளது என எண்ணுவதும் சுட்டப்படுகின்றது. இத்தகைய பதிவுகள் புதினம் முழுவதும் இடம்பெற்றுள்ளன. அவற்றைப் பழமொழிகள், தத்துவங்கள், நாட்டுப் பாடல்கள், விகடங்கள், பறையர் சாதியினருடனான வாதங்கள் எனப் பல்வேறு வடிவங்களில் காண முடிகின்றன.

வண்ணாருடன் மற்றொரு தொழிற்பிரிவினராக விளங்கக் கூடிய சக்கிலியர்களின் இருப்பிடமும் வண்ணார்களின் இருப்பிடத்தைப் போன்று ஊர் எல்லையில் அமையப் பெற்றிருந்தமையைப் பார்க்க முடிகிறது. இப்புதினத்தில், தங்களுக்கு இழைக்கப்படும் அநீதிகளை எதிர்த்துப் போராடும் உரிமையற்றவர்களாக விளங்கும் வண்ணாரும் சக்கிலியரும் அனைத்துக் காலங்களிலும் சந்தித்து வரும் இன்னல்கள்

புதினத்தில் இயல்பாக வெளிப்படுகின்றன. தங்களின் உழைப்பை மட்டும் உரிமையுடன் சுரண்டும் பறையர்களிடம் அதற்கான கூலியைக் கேட்கும்போது கொடுக்க மறுப்பது ஏன் என்பதற்கான காரணம் ஆரோக்கியத்தின் வழியாக வெளிப்படுத்தப்பட்டுள்ளது. மாறாக, புதினத்தின் ஓரிடத்தில் ஆரோக்கியம் ஊர்ப் பெரியவர்களிடம் தன்னுடைய மகள் மேரியின் திருமணத்திற்குத் தாலி எடுத்துக் கொடுக்குமாறு கேட்கும்போது, அங்குக் கடுமையான அவமதிப்பிற்கு உள்ளாகிறாள். அப்போது ஆரோக்கியம்,

> "உங்களண்டி உசுர வளக்கிறவ சாமீ"
>
> "உங்களுக்கு ஊழியம் செய்யுறவ சாமீ"
>
> "நீங்கதான் சாமீ எல்லாம் பாக்கணும்"
>
> "நீங்கதான் சாமீ எனக்கு எல்லாம். சொந்தம், பந்தம், கடவுள் எல்லாம்"[25]

எனக் கெஞ்சுகிறாள். இவ்விடத்தில் ஆரோக்கியம் தன் வாழ்வின் விடிவெள்ளியாக தான் சார்ந்திருக்கக் கூடியவர்களைக் கருதுவதை வெளிப்படையாக அறிய முடிகின்றது. மேலும், தங்களின் முதன்மைத் தொழிலாக விளங்கக் கூடிய ஆடை வெளுப்பதற்கான கூலியாக, ஆண்டிற்கு ஓரிருமுறை தரும் குறைந்த அளவு தானியத்தைப் பறையர் சமூகத்தவரிடமிருந்து பெறும் இவர்கள், அதனையும் காலப்போக்கில் இழப்பதையும் புதினத்தில் பார்க்க முடிகிறது.

குறிப்பாக, பறையர் சாதியினரில் சிலர் இவர்களை ஆதரித்து உரிய பங்கினை அளிக்க முன் வந்தாலும் அந்த ஒரு சிலரும் பெரும் பான்மையினரின் எதிர்ப்பால் பின்வாங்க நேருவது குறிப்பிடப்படு கின்றது.

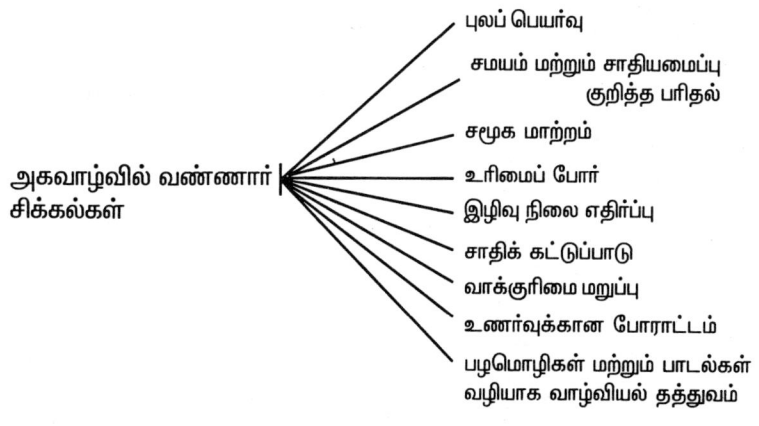

அக வாழ்வில் வண்ணார்

பறையர்களோடு இணைந்து வாழும் வண்ணார்கள் சந்திக்கும் அக வாழ்வுச் சிக்கல்களையும் இமையம் பதிவு செய்துள்ளார். இப்பின்னணியில் வண்ணார்களின் வாழ்வியல் சிக்கல்களை,(பார்க்க முன் பக்கம் உள்ள வரைபடம்)வரைபடத்தில் உள்ளவாறு பாகுபடுத்த முடியும். பறையர்களிடமிருந்து பெறப்படும் மிகக் குறைவான வருமானத்தைக் கொண்டு வாழ்க்கையை நடத்தும் இவர்கள், அதற்காகப் பல்வேறு இடையூறுகளையும் சந்திக்கின்றனர். மேலும், வண்ணார்களின் உழைப்பைச் சுரண்டும் பறையர்கள் அதற்கான ஊதியத்தை அளிக்கும் போது நாள், நிமித்தம் முதலானவற்றைக் கூறி அலைகழிக்கின்றனர். இதற்கான காரணங்களை மறுத்துப் பேசும் ஆரோக்கியம் பல இடங்களில் அமைதியாகவே வந்துவிடுகிறாள். இவ்வாறு ஆரோக்கியம் இப்புதினத்தில் பறையர்கள் மற்றும் தம்முடைய குடும்ப உறுப்பினர்கள் என இரு நிலைகளில் கடும் நெருக் கடியினைச் சந்திக்கிறாள். இந்நெருக்கடியினால் ஏற்படும் மன உளைச் சலை வெளிப்படுத்திக் கொண்டிருக்கும்போது, அவளின் மகள் மேரியின் வழியாக வாழ்வியல் தத்துவம் முன் வைக்கப்படுகிறது.

பாலியல் கொடுமை

இப்புதினத்தில் ஆரோக்கியத்திற்கு அடுத்த நிலையில் அதிக அளவிலான ஒடுக்குமுறையைச் சந்திப்பவளாகச் சகாயமும் (ஆரோக்கியத்தின் மருமகள்) மேரியும் படைக்கப்பட்டுள்ளனர்.

ஆரோக்கியத்தைப் போன்று சகாயம் பறைத்தெருவுக்குச் சென்று அழுக்குத் துணிகள் மற்றும் சோறு எடுக்கச் செல்ல மறுப்பதன் பின்னணியில் சகாயம் சந்திக்கும் பாலியல் கொடுமை சுட்டப்படுகிறது. இவ்விடத்தில், ஆரோக்கியத்துடன் கடுமையான வாக்குவாதத்தில் ஈடுபடும் சகாயம் தான் செல்ல மறுப்பதற்கான காரணத்தை,

> முடியாது. கட்டியிருக்கிற சேலைக்குள்ளார என்னா இருக்குனு ஒவ்வொருவூட்டு ஆம்பளயும் மொறச்சி மொறச்சிப் பாக்கிறானுவ. அவனுவோவூட்ல போயி துணியெடுக்கணுமா?[26]

எனக் குறிப்பிடுகிறாள். இந்நிகழ்வு வண்ணார் சாதிப் பெண்கள் மீது காலங்காலமாகத் தொடர்ந்து வரும் பாலியல் ஒடுக்குமுறையை வெளிப்படுத்துவதாக உள்ளது. மேலும், சகாயத்தைப் போன்று மேரியும் பறையர்களால் பாலியல் வன்முறைக்கு உள்ளாவதும் அடுத்தடுத்த பகுதிகளில் சுட்டப்பட்டுள்ளன.

ஆரோக்கியத்திற்கு உடல்நிலை சரியில்லாதபோது ஒரு நாள், அவளுக்குப் பதிலாக அழுக்குத் துணியெடுத்து வரச் செல்லும் மேரி,

அன்று பறையர் சாதியைச் சேர்ந்த சடையன் என்பவனால் பாலியல் வன்முறைக்கு உள்ளாக்கப்படுகிறாள். இந்நிகழ்வின்போது சடையனுடன் கெஞ்சியும், அவன் காலைத் தொட்டு வணங்கியும், தன் இழி நிலையைக் கூறியும் அவனிடமிருந்து தன் கற்பை அவளால் காத்துக் கொள்ள முடியாத நிலை ஏற்படுகிறது.[27] மேரிக்கு நேர்ந்த இப்பாலியல் கொடுமையை எண்ணிப் புலம்பும் ஆரோக்கியம், சடையனின் வசதியையும் சமூக ஆதிக்கத்தையும் எதிர்த்துப் போராடும் சக்தியற்ற, இயலாமையை மேரியுடன் சேர்ந்து அழுவதன் வழியாக வெளிப்படுத்துகிறாள்.

வாழ்வியல் தத்துவமும் பொருளாதாரச் சிக்கலும்

பறையர்களோடு இணைந்து வாழும்போது நாளுக்கு நாள் தங்களின் வாழ்க்கை ஆதாரமும் பொருளாதாரமும் சிதைவதை ஆரோக்கியம் மெல்ல உணர்கிறாள். இவ்வுணர்வு அதிகமாகியபோது, தொழில் மற்றும் சமூக மாற்றம் முதலானவற்றை அனைத்திற்குமான காரணமாகக் கருதுகிறாள். இப்பின்னணியில்,

- வண்ணார்கள் நீண்ட காலமாகச் செய்து வந்த வெளுக்கும் தொழிலை வேறொரு பொது மனிதர் கடை வைத்து அதனைப் பொருளீட்டுவதற்கான தொழிலாக மாற்றுவது.
- கிழிந்த ஆடைகளைத் தைத்துக் கொடுத்து, அதன் மூலம் பெறும் சிறு வருவாயை ஆடைகளுக்குத் தையலடிக்கும் எந்திரத்தின் வருகை தடுப்பது.
- தொடக்க காலங்களில் பெற்ற கூலியைவிட அண்மைக் காலமாகத் தங்களின் தொழிலுக்கென அளிக்கும் கூலியின் அளவு குறைவது.
- போலியான பெயரில், இவர்களுக்குப் பணம் கொடுத்துப் பறையர்கள் தாங்கள் விரும்பிய சின்னத்திற்கு வாக்களிக்கச் செய்வது.
- ஒவ்வொரு வேளை உணவையும் பறையர் சமூகத்தவரிடம் நாள்தோறும் கையேந்திப் பெறுவது.
- உலகமயமாக்கலின் காரணமாகக் கேள்விக்குறியாகும் தொழிற்குடிகளின் வாழ்வு.
- சலவைத் தொழிலிலிருந்து விடுபட்டு 'பொட்டி போடுதல்' எனச் சுட்டப்படும் தொழிலை வண்ணார் சமூகத்தின் இளைய தலைமுறையினர் விரும்பி மேற்கொள்ளுவது.

என அமையும் பல்வேறு சூழல்களுக்கு மூல காரணமாகப் பொருளாதாரம் பெரும்பங்கு வகிக்கின்றது. இச்சிக்கலானது

வண்ணார்கள் மட்டுமின்றி, ஊருக்கு ஓரிரு குடிகளாக உள்ள மருத்துவர் (சவரத் தொழிலாளர்), அருந்ததியர், குயவர், தச்சர் முதலான பல்வேறு தொழிற்குடியினரின் வாழ்விலும் எதிரொலிக்கின்றது. அவ்வகையில், தொழிற்குடியினரின் வாழ்வையும் அதற்கான மூலாதாரத்தையும் சிதைப்பதாக உருப்பெறும் தொழில் மற்றும் நாகரிக வளர்ச்சியை அவர்கள் வெறுக்கவே செய்கின்றனர். இத்தகைய வெறுப்பையும் மாற்றத்தையும் 'கோவேறு கழுதைகள்' புதினத்தின் பல்வேறு இடங்களில் *(பக். 85, 86, 128, 167, 180)* காண முடியும்.

இதன்படி, 'கோவேறு கழுதைகள்' புதினத்தில் வெளிப்படுத்தப் பட்டுள்ள சமூக வெளிப்பாடுகள் மற்றும் அதன் விளைவுகள் குறித்துப் பேசும் எம். வேதசகாயகுமார்,

> நவீன அறிவியல் உலகம் தரும் வாழ்க்கை வசதிகள் ஒவ்வொன்றும் இவர்களுக்கெதிராகவே அமைந்துவிடுகிறது. தையல் இயந்திர மும் சலவைக்கடையும் கிராம வாழ்விற்குப் புதிதாக அறிமுகமாகி காலனி வாழ்வில் இவர்கள் இன்றியமையாமையைக் குறைத்துவிடுகிறது. சாதிக்கட்டுகளுக்கு அப்பாலான இத்தொழில்கள் புதியவரவேற்பி னைப் பெறும்போது இவர்கள் தங்கள் இருப்பிற்கான நியாயத்தை நிலைநிறுத்திக் கொள்ள போராடும்படி ஆகிறது. மரணவீட்டில் ஒலிபெருக்கி அமைப்பதன் மூலம் ஊரார்களுடன் சமத்துவம் கோரும் காலனி மக்கள் இவர்கள் உரிமையைக் கண்டு கொள்வதில்லை. சுரண்டல் அதன் எல்லா வடிவங்களிலும், தளங்களிலும் இங்குத் தடையின்றி நிகழ்கிறது.[28]

எனத் தம்முடைய கருத்தினை முன் வைக்கிறார்.

மாறாக, தொழில் மற்றும் நாகரிக வளர்ச்சியைச் சிறிதளவும் ஏற்க மறுக்கும் ஆரோக்கியம், அவை மீதுள்ள வெறுப்பினைப் பாடல்கள், பழமொழிகள், தத்துவங்கள் ஆகியவற்றின் வழியாக வெளிப்படுத்து கிறாள். இவ்வாறான பாடல்களும் வாழ்வியல் தத்துவங்களும் புதினத்திற்கு வலுவூட்டுவதாய் அமைந்து செழுமைப்படுத்துகின்றன.

புலம்பெயர்வு

வண்ணார்கள் மீதான வெறுப்புணர்வு அதிகமாகிப் புறக்கணிப்பு நிகழ்கின்ற போது, நம்பிக்கை இழக்கும் வண்ணார் சமூகத்தின் இளைய தலைமுறையினர் புலம்பெயர்தலையும் தொழில் மாற்றத்தையும் விரும்பி மேற்கொள்கின்றனர். அவ்வாறு புலம்பெயர்ந்த பின்பு, அச்சூழலுக்கு ஏற்பப் 'பொட்டி போடுதல்'[29] எனும் ஆடைகளை மெருகூட்டும் பணியை மட்டும் முழு அளவில் செய்கின்றனர். இத்தகைய மாற்றத்தினை, ஆரோக்கியத்தின் மகனான ஜோசப்பும்,

அவன் மனைவி சகாயமும் விரும்பி மேற்கொள்வதும் தங்களுடன் பெற்றோரையும் ஊரைவிட்டு வந்துவிடுமாறு பலமுறை அழைப்பதும் சுட்டப்படுகின்றன. இதனை ஒவ்வொரு முறையும் மறுக்கும் ஆரோக்கியம், சவுரியிடம் தன்னுடைய இயலாமையைக் கூறிப் புலம்புகிறாள். அப்போது சவுரியின் வழியாக,

எட்டுக்கால் நடந்து வரும்
ரெண்டுகால் நீட்டியிருக்கும்
சட்டியிலே நெருப்பு வரும்
சாதிசனம் கூட வரும்
கொட்டு மேளம் கொட்டி வரும்
கோடி சனம் கூட வரும்
மற்றவர்கள் மனம் கலங்கி
மவுன மாலை போட்டு வரும்
எட்டுக்கால் நடந்து வரும்
ரெண்டுகால் நீட்டியிருக்கும்[30]

வெளிப்படும் இப்பாடல் சவுரியின் இயலாமையைச் சுட்டுவதுடன் வாழ்வியல் தத்துவத்தையும் உணர்த்துவதாக அமைந்துள்ளது. சவுரியின் புலம்பல் இவ்வாறு இருக்க, ஊரில் நிகழ்ந்துவரும் மாற்றங்களைக் கவனித்து வரும் ஆரோக்கியம், தன்னுடைய இளமைக்கால நினைவு களை இன்றைய சூழலுடன் ஒப்பிட்டுப்பார்த்துத் தனக்குள்ளேயே கேள்வி கேட்டுக் கொள்கிறாள். மேலும், இவை அனைத்தையும் மையமாகக் கொண்டு நிகழும் உலகியல் மாற்றங்களை (தோல்வி களையும் வெற்றிகளையும்) ஆரோக்கியம், தமக்காகவே உருவாக்கி அனுப்பப்பட்டவை என்ற கோணத்திலேயே எண்ணுகிறாள். இவ்வாறான எண்ணத்தின் வெளிப்பாட்டை ஆரோக்கியம் ஓரிடத்தில்,

"புள்ளென்னு பிண்டமாத் தரெயிலெ விழுந்ததிலேர்ந்து நாளது தேதி வரெக்கும் எனக்கு வவுரே சாமியாய் போச்சீ."

"வவுறு வளக்கறதுதான் தொயிலாப் போச்சி."

"கயிதெமாரி பொதிபொதியாத் துணியெச் சொமந்தன்."

"ராவு, பவலு சட்டியத் தூக்கிக்கிட்டு ஊடு ஊடா நின்னன்."

"நான் பட்ட அவச்சொல்லும், இழிச்சொல்லும்..."

"எல்லாம் வவுத்துக்குத்தான்.."

"வவுறு என்ன சமுத்தரமா?"

"ரவ வவுறு நெறய மாட்டங்குது."

"என் ஆயல் பூரா உயச்சாலும் அது நெறயாது."

"நான் பட்டதெல்லாம் வவுற நெறப்பத் தான்."

"வவுறு குறையல."

"அம்பது வருசமாத் தொரப்பாட்டுக்கும் காலனித் தெருவுக்குமா நடந்து இந்த வவுத்த வளத்தன்."

"நான் இருக்க மட்டும் அது நெறயாது."

"வவுறே வாய்வாய் போச்சு."

"நாங்கறதே வவுறுதான்."

"உலகங்கறதும் வவுறுதான்."[31]

என வாழ்க்கையின் அடிப்படைத் தத்துவத்தினைச் சுட்டுகிறாள். மேலும், ஒருவேளை உணவுக்காக மக்கள் சந்திக்கும் சிக்கல்களையும் ஆசிரியர் படம்பிடித்துக் காட்டுகிறார். இதன்படி, சலவைத் தொழிலாளர்கள் நாள்தோறும் எதிர்கொள்ளும் அடிப்படைத் தேவைகளுக்கான ஒட்டுமொத்த சிக்கல்களையும் ஆரோக்கியத்தின் வழியாகக் கண்முன் நிறுத்துகிறார் இமையம். குறிப்பாக, பறையர்களுக்கும் வண்ணார்களுக்குமான தொடர்பு எத்தகையது என்பதைச் சுட்டும் இப்புதினம் விரிவான பதிவை முன்வைக்கின்றது. மேலும், இப்புதினம் வண்ணார்களுக்குத் தாங்கள் சார்ந்திருக்கும் பறையர்களிடமிருந்து கிடைக்காமல் போன உரிமைகளை அனைத்து நிலைகளிலும் வெளிப்படுத்துவதாக் அமைந்துள்ளமை குறிப்பிடத்தக்கது.

சமூக, சமய முரண்பாடுகள்

கோவேறு கழுதைகள் புதினத்தின் நாயகியாக உள்ள ஆரோக்கியமும் அவளுடைய குடும்பமும் உறவினர்களும் கிறித்தவ சமயத்தைச் சார்ந்தவர்களாக உள்ளனர். இதன்படி, குறிப்பிட்ட ஒரு தொழிற்பிரிவினர் எந்தச் சமயத்தைச் சேர்ந்தவர்களாக இருந்தாலும் இறுதிவரை அவர்கள் பிறப்பால் தீண்டத்தகாதவர்களாகவே வைக்கப்படுகின்றனர் என்பதற்கு இப்புதினம் சான்றாக விளங்குகின்றது. மேலும், இப்புதினத்தில் இடம்பெறும் அனைத்துப் பதிவுகளும் உண்மை நிகழ்வுகளின் தொகுப்பே என ஆசிரியர் கூறுவதிலிருந்து[32] ஒடுக்கப்பட்ட சமூகம் தங்களுக்குக் கீழுள்ள மற்றொரு பிரிவினரை எவ்வாறு ஒடுக்கியது என்பதை உணர முடிகின்றது. மேலும், பறையர்களின் ஒடுக்குமுறையினைப் பெருமளவில் உணர்ந்து கொள்ளும் இவர்கள், தாங்கள் கிறித்தவ சமயத்தைப் பின்பற்றுபவர்களாக இருந்தாலும் இந்து சமயத்தவர்களாகக் கருதப்படுவர்களின் வாழ்வியல் சடங்குகளை நிகழ்த்துவதில் முதன்மையானவர்களாக உள்ளனர்.

இப்புதினத்தில் தங்களுடைய சமயம் பற்றிய எதிர்க்கேள்வியை ஆசிரியர் மேரியின் வழியாக வெளிப்படுத்துகிறார். புதினத்தின் ஓரிடத்தில், வழக்கம்போல் அழுக்குத் துணியெடுக்கச் செல்லும் மேரியை, சடையன் (பறையர் சாதி) பாலியல் வல்லுறவுக்கு உட்படுத்துகிறான்.

அப்போது மேரி தன் மனதில் முதன் முதலாக தன்னுடைய சமயம் பற்றிய கேள்வியை எழுப்புகிறாள். இவ்விடத்தில், தான் கிறித்தவ சமயத்தைப் பின்பற்றுவதால்தான் ஆடை வெளுக்கும் நிலையில் வைக்கப்பட்டுள்ளோமா? எனவும் இந்து சமயக் கடவுளரை வழிபட்டிருந்தால் இந்நிலை தமக்கு ஏற்பட்டிருக்காதா எனவும் மேரி எண்ணுகிறாள். மேலும், இந்து சமயத்தில் பிறந்திருந்தால் தாம் இவ்வாறு பாலியல் வல்லுறவுக்கு ஆளாகியிருக்க மாட்டோம் எனவும் மேரி முடிவு செய்கிறாள்.[33] இதன் தொடர்ச்சியாக, இந்து சமயத்தின் சாதிப் பாகுபாடுகளைப் போலவே கிறித்தவ சமயத்தின் பாகுபாடுகளும் அமைந்துள்ளன என மேரி உணர்வதாக் ஆசிரியர் குறிப்பிடுகிறார்.

தொகுப்புரை

சங்க இலக்கியம் முதல் தமிழில் தோன்றிய அனைத்து இலக்கியங்களிலும் வண்ணார்களின் வாழ்வு பதிவு செய்யப்பட்டுள்ளன. அப்பதிவுகளில் சங்க இலக்கியத்தில் 'புலைத்தி' என்ற பெயரில் இவர்கள் சுட்டப்பட்டுள்ளனர். இப்பதிவுகள் வழியாக, வண்ணார்கள் சங்க காலத்தில் ஆடை வெளுத்தமையும் அதற்குக் கஞ்சியிட்டு வெளுத் தமையும் இரவு பகல் பாராமல் ஆடை வெளுத்தமையும் எடுத்துக் காட்டப்பட்டுள்ளன. இவற்றுடன் வண்ணார்களின் சலவைத் தொழில் நேர்த்தியையும் உவர்நிலத்தில் கிணறு தோண்டி ஆடை வெளுத்தமை யும் இப் பாடல்கள் வழியாக ஆராயப்பட்டுள்ளன. இவைமட்டுமின்றி, 'புலைத்தி' பனங்குருத்தாலான புட்டில் செய்து விற்றதையும் 'முருகு' என்ற தெய்வமேறப் பெற்றதையும் சுட்டுவதைக் காணமுடிகிறது. மேலும், இன்று வண்ணார்கள் செய்யும் சலவைத் தொழில் தவிர்த்த பிற தொழில்களைச் சங்க காலத்தில் 'புலையர்'கள் செய்துள்ள முறையையும் சங்கப் பாடல்கள் பதிவு செய்துள்ளன.

சங்க இலக்கியத்திற்குப் பின்பு தோன்றிய பக்தி இலக்கியங்களும் வண்ணார் பற்றிய பதிவைக் கொண்டுள்ளன. இவற்றுள் பெரிய புராணத்திலுள்ள கழறிற்றறிவார் நாயனார், திருக்குறிப்புத் தொண்டர் என இருவருடைய புராணத்திலும் வண்ணார் பற்றிய பதிவு இடம்பெற்றுள்ளன. இப்பதிவில் முதலாவதாக இடம்பெற்றுள்ள புராணமான கழறிற்றறிவார் (சேரமான் பெருமாள் நாயனார்) வரலாற்றில் வண்ணார் சாதியைச் சேர்ந்த ஒரு முதியவர் உவர்மண் கொண்டு வருவது சுட்டப்பட்டுள்ளது. மாறாக, மற்றொரு புராணமான திருக்குறிப்புத் தொண்டர் புராணம் முழுவதும் சிவனடியாராக வாழும் ஒரு வண்ணாரின் வரலாறு குறிப்பிடப்பட்டுள்ளது. மேலும், பக்தி இலக்கியங்களுக்குப் பின்பு தோன்றிய அற இலக்கியங்களிலும் வண்ணார் பற்றிய பதிவுகள் இடம் பெற்றுள்ளமை எடுத்துக்காட்டப் பட்டுள்ளன. இதன்படி, நீதி வெண்பாவும் உலக நீதியும் குறிப்பிடத்தக்க

பதிவைக் கொண்டுள்ளன. இவற்றுள் நீதி வெண்பா, சூழல் அறிந்து ஆடை வெளுக்கும் வண்ணார்களையும், உலகநீதி, வண்ணாருக்குரிய கூலி உரிய நேரத்தில் அளிக்கப்பட வேண்டும் என்பதையும் பதிவு செய்துள்ளன.

அற இலக்கியங்களுக்குப் பின்பு தோன்றிய சிற்றிலக்கியங்களும் தனிப்பாடல் திரட்டும் பிற இலக்கியங்களைப் போன்றே வண்ணார்களைப் பற்றிப் பதிவு செய்துள்ளன. சிற்றிலக்கியங்களில் ஒன்றான ஜினேந்திர மாலை கோள்களின் பெயர்ச்சியினால் ஒருவர் அடையும் பலனைச் சுட்டும்போது அதில் வண்ணாரையும் பொருத்திக் கூறுகின்றது. மேலும், மற்றொரு பாடலில் ராசிகளின் பெயர்ச்சியினால் வண்ணார் நிலையை அடையும் முறையும் சுட்டப்பட்டுள்ளன. இவற்றைப் போன்று அறப்பளீசுர சதகமும் ஸ்ரீகாந்திமதியம்மை பிள்ளைத் தமிழும் வண்ணார் பற்றிக் குறிப்பிட்டுள்ளன. அவற்றுள் அறப்பளீசுர சதகம் வண்ணான், அழுக்கு ஆடையுடன் எதிரே வந்தால் ஒருவர் அடையும் பலனும் வண்ணார் குடும்பத்தை ஊரில் குடிவைக்க வேண்டிய அவசியமும் கூறப்பட்டுள்ளன. ஸ்ரீகாந்திமதியம்மை பிள்ளைத் தமிழ், முப்பத்திரண்டு தரும காரியங்களுள் ஒன்றாக வண்ணார்க்கு உணவிடுதலைக் குறிப்பிடுகின்றது. இவற்றுடன் தனிப்பாடல் திரட்டில் உள்ள பாடல்கள், வண்ணார் கழுதையைப் பயன்படுத்திய குறிப்பையும் விழாக் காலங்களில் வண்ணார் நந்தியைச் சுமந்ததையும் பதிவு செய்துள்ளன.

தமிழ் இலக்கிய வகைகளுள் ஒன்றாகிய புனைகதை வடிவங்களும் வண்ணார் பற்றிய பதிவைச் சுட்டுகின்றன. அவற்றுள் 'கோவேறு கழுதைகள்' என்னும் புதினம் முழுவதும் இன்று ஒடுக்கப்பட்ட பிரிவினராக உள்ள 'புரத வண்ணார்'கள் பற்றி விரிவாகக் குறிப்பிடப்பட்டுள்ளன. இப்புதினத்தில் புரத வண்ணார்களின் வாழ்வியல் பழமொழிகள், விகடங்கள், பாடல்கள், தத்துவங்கள் முதலான பல்வேறு கூறுகளின் வழியாகச் சுட்டப்பட்டுள்ளமை ஆராயப்பட்டுள்ளன. மேலும், புரத வண்ணார்கள் பறையர்களைச் சார்ந்து வாழும் வாழ்வில் எதிர்கொள்ளும் சிக்கல்கள், ஒடுக்குமுறைகள், பாலியல் கொடுமை மற்றும் அகவாழ்வுச் சிக்கல்கள் ஆகியவையும் எடுத்துக்காட்டப்பட்டுள்ளன.

சான்றாதாரங்கள்

1. வி.சி. சசிவல்லி, பண்டைத் தமிழர் தொழில்கள், பக். 38, 39.
2. ந.மு. வேங்கடசாமி நாட்டார், ரா. வேங்கடாசலம் பிள்ளை (உரை.), அகநானூறு களிற்றியானை நிரை, ப. 98.
3. மேலது, நித்திலக் கோவை, ப. 192.
4. நச்சினார்க்கினியர், கலித்தொகை (உரை.), பக். 211, 212.

5. நாராயணசாமி ஐயர், நற்றிணை (உரை.), ப. 113.
6. பொ.வே. சோமசுந்தரனார், குறுந்தொகை (உரை.), ப. 595.
7. ஔவை சு. துரைசாமிப்பிள்ளை, புறநானூறு (உரை.), பகுதி - II, ப. 219.
8. நச்சினார்க்கினியர், கலித்தொகை (உரை.), ப. 371.
9. ஔவை சு. துரைசாமிப்பிள்ளை, புறநானூறு (உரை.), பகுதி - II, ப. 122.
10. மேலது, ப. 321.
11. சேக்கிழார் பாடிய திருத்தொண்டர் புராணமே இரண்டாம் இராசாதிராசன் காலத்தில் (ஏறத்தாழக் கி.பி. 1174 இல்) திருவொற்றியூர்க் கோவிலில் நடந்த பங்குனி உத்திரவிழாவிற் படிக்கப்பட்டதாகலாம்.

    - மா. இராசமாணிக்கனார், பெரியபுராண ஆராய்ச்சி, ப. 34.
12. மேலது, ப. 223.
13. மா. இராசமாணிக்கனார், பெரியபுராண ஆராய்ச்சி, ப. 239.
14. அற இலக்கியத்தினுடைய படைப்புக் காலத்தைக் கூர்ந்து நோக்கும்போது, ஒரு கருத்தைக் கவனிக்கலாம். சங்கம் மருவிய காலத்தில், கி.பி. 2-ஆம் நூற்றாண்டின் இறுதி தொடங்கி, 5ஆம் நூற்றாண்டு வரை பல அற இலக்கியங்கள் தோன்றின. அவ் அற இலக்கியங்கள் பதினெண்கீழ்க் கணக்கு எனும் தலைப்பில் மகுடமிடப்பட்டன.

    பெரும்பாலும் இவை அனைத்தும், கி.பி. 3-ஆம் நூற்றாண்டு தொடங்கி, 6-ஆம் நூற்றாண்டுக்குள் இயற்றப்பட்டன. இக்காலத்திற்குப் பிறகு, அற இலக்கியப்பெருக்கத்தை நாயக்கர் காலத்தில்தான் பார்க்கிறோம்.

    - க.ப. அறவாணன், அற இலக்கியக் களஞ்சியம், பக். 43, 44.
15. திருப்போரூர் சிதம்பர சுவாமிகள் தாம் சாந்தலிங்க சுவாமிகளின் கொலை மறுத்தல் என்ற நூலுக்குச் செய்த உரையில் இதன் 80-ஆம் பாடலை மேற்கோள் காட்டுகிறார். இப்பாடல் நீதிசாரம் என்ற பெயர் சொல்லிக் காட்டப்பட்டுள்ளது; ஆனால் பாடல் நீதி வெண்பாவிலுள்ளது (நீதிசாரம் விருத்த யாப்பால் ஆன நூல்). சுவாமிகள் காலமானது கி.பி. 1659. அவர் காலமாவதற்குப் பல ஆண்டுகள் முன்னதாகவே அவ்வுரை எழுதியதாக வரலாறு. ஏறத்தாழக் கி.பி. 1645 இருக்கலாம். மேற்கோள் காட்டும் அளவுக்கு இந்நூலுக்கு அன்று புகழ் ஏற்பட்டிருக்க வேண்டு

மானால், 50-60 ஆண்டு முற்பட்டதென்று கொண்டாலும்கூட, நூலின் காலம் கி.பி. 1590 ஆகிறது. - மேலது, ப. 69.

16. மேலது, ப. 304.

17. மேலது, ப. 242.

18. "தந்தருளும் இக்கந்தை தாழாதே ஒலித்துமக்கின்(று)
அந்திபடு வதன்முன்னந் தருகின்றேன் என அவரும்
"கந்தைஇது ஒலித்துணக்கிக் கடிதின்றே தாரீரேல்
இந்தவுடற் கிடர்செய்தீர்" என்றுகொடுத் தேகினார்"
- பெரியபுராணம், 1197

19. மா. இராசமாணிக்கனார், கல்வெட்டுகளும் தமிழ்ச் சமூக வரலாறும், ப. 47.

20. மன்னர் பிரானெதிர் வண்ணா னுடலுவர் ஊறிநீறார்
தன்னார் பிரான்றமர் போல வருதலுந் தான்வணங்க
என்னர் பிரான்அடி வண்ணான் எனஅடிச் சேரனெனுந்
தென்னர்பிரான் கழறிற்றறி வானெனுஞ் சேரலனே
- க. வெள்ளைவாரணன், பன்னிரு திருமுறை வரலாறு, இரண்டாம் பகுதி, ப. 720

21. ச.வே.சுப்பிரமணியன், 63.
மு. சண்முகம்பிள்ளை, 66.
முத்துச் சண்முகன், 70.
அறிஞர் மு. அருணாசலம், 96.
- தமிழ் இலக்கியம், இலக்கணக் குறிப்புகள், முதுகலை இரண்டாமாண்டு மாணவர்கள், தமிழ் இலக்கியத்துறை, 2003 - 2005, ப. 294.

22. உபேந்திராசாரியர் (ப. ஆ.), எம்.ஏ. ஜெய்சங்கர், ஜினேந்திர மாலை மூலமும் உரையும், ப. 106.

23. கட்டளை யாகப் புவிராசர் மெச்சக் கடியுலகைத்
திட்டமிட் டேபணி கொள்ளவல் லான்திறை யாவரையும்
மட்டவிழ் சோலைத் திருமலை ராய மகிபன்வெற்பில்
செட்டிபெண் டாட்டியை வண்ணாத்தி சேரச் சுமந்தனளே
- தனிப்பாடல் திரட்டு, தொகுதி - IV, 900.

24. இமையம், கோவேறு கழுதைகள், பக். 39, 40.

25. மேலது, ப. 97.

26. மேலது, ப. 49.

27. "வண்ணாத்தி சாமி!"
"........................."

"வாக்கப்படப்போறவ சாமீ!"

"........................"

"சாதிக் குத்தமாயிடும் சாமீ!"

"........................"

"உண்டாயிடும் சாமீ!"

"........................"

"உசுரப் போக்கிப்பேன் சாமீ,,,!"

"........................"

"உங்களுக்குக் காலுக்குக் கும்பிடுறேனய்யா!"

"........................"

"உங்க வவுத்துல மவளாப் பொறக்கறனய்யா!"

"........................"

"வேணுமின்னா என்னக் கொன்னுபோடுங்கய்யா... சுட்டுப் பொசுக்குங்கய்யா..!"

"........................"

"அந்தோணியாரே...!"

"கடவுளே, அந்தோணியாரே.. மாதாவே"

- மேலது, பக். 61, 62.

28. எம். வேதசகாயகுமார், தற்கால இலக்கியம் வாசகப்பார்வை, ப. 105.

29. இரும்புப் பெட்டியில் நெருப்பை நிறைத்து, அப்பெட்டியால் ஆடைகளைத் தேய்த்து அழகுபடுத்துவது இவ்வாறு சுட்டப்படுகிறது.

30. இமையம், கோவேறு கழுதைகள், ப. 151.

31. மேலது, பக். 182, 183.

32. ஹெமிங்வேயின் கடலும் கிழவனும் நாவல், அது உருவான விதம் பற்றி, சனங்களைப் பற்றி, முக்கியமா - என்னைப் பற்றியே யோசிக்க வைச்சது. அப்படியொரு மனநிலையில் நான் இருந்தபோது ஒருமுறை, கல்லூரி விடுமுறையில் எங்க கழுதூர் கிராமத்துக்கு போறேன். அங்கே, சாலை ஓரமாக இருந்த வண்ணார் குடிசையிலிருந்து ஒரு அம்மா ஓங்கி ஒப்பாரி வைச்சு அழுகுது. அந்த அழுகை என்னை ரொம்ப துன்புறுத்துச்சு. அவங்க குடியிருக்கிற அதே தெருவிலே கடைசியிலேதான் எங்க வீடு. அவங்களோட வாழ்க்கை முழுவதும் எனக்குத் தெரியும். அவங்க வாழ்க்கையை ஒரு சிறுகதையா எழுதுனா என்னன்னு தோணுச்சு. அன்னிக்கு இரவே உட்கார்ந்து எழுத ஆரம்பிச்சேன். அப்படி நான் எழுத ஆரம்பிச்ச சிறுகதைதான் நாவலா உருமாறுச்சு.

அதுதான் 'கோவேறு கழுதைகள்'. அந்த அம்மாவின் பெயர் ஆரோக்கியம். அதே பெயரைத்தான் நாவலிலும் வைச்சிருக்கேன். அவங்க இப்பவும் வாழ்ந்துகிட்டிருக்காங்க.

- இமையம், 'மனித விடுதலையே என் எழுத்தின் தேடல்', புதிய புத்தகம் பேசுது, நவம்பர் 2006, ப. 27.

33. ஊரில் எல்லாருமே மாரியாயி, முருகன், வெங்கடாசலபதி, காளியம்மன் என்று சாமி கும்பிடும்போது நாம் மட்டும் ஏன் ஏசுநாதரைக் கும்பிடுகிறோம்? கிறிஸ்தவ மதத்தைச் சார்ந்து இருப்பது ஏன்? அதுவும் வண்ணானாக? மற்றவர்களைப் போல் இந்துவாக இருந்தால் துணி வெளுக்கத் தேவையில்லை. உறவுகள் அதிகம் இருக்கும். பெண்களைத் துணிந்து ஆண்கள் பலரும் தொந்தரவு செய்ய மாட்டார்கள், சண்டை வருமென்று. நாம் ஏன் கிருஸ்தவ மதம், அதுவும் ரோமன் கத்தோலிக்க மதம் என்கிறார்கள் என்று இப்போதுதான் முதன்முறையாக எண்ணினாள்.

- இமையம், கோவேறு கழுதைகள், ப. 61.

4
இற்றை நிலை

மனித சமூகம் நாகரிக வளர்ச்சி பெற்ற காலம் முதற்கொண்டு குறிப்பிட்ட சில தொழிற்குடியினரே இன்றளவும் தங்களின் தொழில்களைத் தொடர்ந்து வருகின்றனர். இதன்படி, நீண்ட கால வரலாற்றுத் தொடர்ச்சியையுடைய தொழில் மரபினைக் கொண்டவர்களாக வண்ணார்கள் விளங்குகின்றனர். இவர்கள் தொடக்க காலத்தில் 'புலைத்தி' மற்றும் 'புலையர்' எனவும் அதனைத் தொடர்ந்து கி.பி. 9ஆம் நூற்றாண்டு முதல் ஏகாலியர், காழியர், ஈரங்கோலியர், வண்ணார் (திவா. 2:45) எனவும் வழங்கப்பட்டனர். அவ்வாறு வழங்கப்பட்ட இவர்களின் இன்றைய வாழ்வியலை (கி.பி. 20ஆம் நூற்றாண்டு) அனைத்து நிலைகளிலும் ஆராய்வதென்பது இன்றியமையாததாகின்றது.

4.1. வண்ணார்: சொற்பொருள்

ஆடை வெளுத்தலை முதன்மைத் தொழிலாகக் கொண்டு வாழும் அனைவரும் வண்ணான் எனக் குறிக்கப்படுகின்றனர். அவ்வாறு வழங்கப்படுகின்ற இச்சொல், 'மண்ணான்' என்ற சொல்லிலிருந்து தோன்றியதாகச் செந்தமிழ்ச் சொற்பிறப்பியல் பேரகரமுதலி சுட்டுகின்றது. இதற்கு,

வள் - வண் - வண்ணம் + ஆன் = வண்ணான்
மண்ணுதல் = கழுவுதல், தூய்மையாக்குதல், ஒருகா.
மண் - மண்ணான் - வண்ணான், மண் = உவர்மண்
மண்ணான் = உவர்மண்ணினால் ஆடையின் அழுக்ககற்று பவன்[1]

என விளக்கமளிக்கின்றது. இதன்படி, மிக அரிதாகக் கிடைக்கக் கூடிய உவர்மண்ணினைக் கொண்டு ஆடைகளை வெளுத்த காரணத்தினால் இவர்கள் தொடக்கத்தில் மண்ணான் எனவும் பின்பு வண்ணான் எனவும் வழங்கப்பட்டதை உறுதி செய்ய முடிகின்றது. இதனை உறுதிப் படுத்துவதாக மேற்சுட்டப்பெற்ற அகரமுதலியின் ஏழாம் மடலம்,

மண் + அன் - மண்ணன் - மண்ணான்
மண்ணுதல் = கழுவுதல்

எனக் குறிப்பிடுகின்றது. இப்பின்னணியில் 'வண்ணான்' என்பதற்கான உண்மையான பொருளை மேற்சுட்டியவாறு அறிந்துகொள்ள முடிகின்றது.

'வண்ணான்' என்ற சொல்லின் மூலத்திற்கான விளக்கம் இவ்வாறு இருக்க, மூலச் சொல்லாகிய 'மண்ணான்' குறித்து ஆராய்வதென்பதும் இங்கு அவசியமாகின்றது. தமிழகம், கேரளம் மற்றும் தமிழகத்தை ஒட்டிய கேரளப் பகுதியில் 'மண்ணான்' என்ற சொல் இரு பிரிவினரைக் குறிப்பதாக உள்ளன. ஒன்று, கேரளத்தின் மலபார் மற்றும் கொச்சியைச் சேர்ந்த வண்ணார்கள் மண்ணான் எனப்பட்டனர். இவர்கள் தென் மற்றும் வட மலபார் பகுதிகளில் பெருமண்ணான், தீண்டா மண்ணான் என இரு அகமணக் கட்டுப்பாடு உடைய பிரிவினராகப் பிரிக்கப் பட்டிருந்தனர்.[2] மேலும், இவர்களில் மற்றொரு பிரிவினர் வேலன் என வழங்கப்பட்டனர். இவர்கள் கொச்சியின் வடபகுதியில் பெருமண்ணான் எனவும் மண்ணான் எனவும் சுட்டப்படுகின்றனர்.[3]

தோற்றம்

வண்ணார்களின் தோற்றம் குறித்துப் பல்வேறு வழக்காறுகள் வழங்கப்பட்டு வருகின்றன. அவ்வழக்காறுகள் பெருமளவில் புராண, இதிகாசத் தன்மை மிக்கவைகளாகவே உள்ளன. அவற்றுள், ஆ. சிங்காரவேலு முதலியாரின் அபிதான சிந்தாமணி,

> வைசியன் பிராமணஸ்திரீயைப் புணரப் பிறந்தவன். பின்னும், சான்றான் பிராமணஸ்திரீயைப் புணரப் பிறந்தவன். இந்த இனத்தில் ஒருவன் சீதையைப் பழி கூறி அவளை மீண்டும் காட்டிற்குப் போகக் காரணமானவன்.[4]

என விளக்கமளிக்கின்றது. இவ்விளக்கத்தோடு, எட்கர் தர்ஸ்டன் தம்முடைய தென்னிந்தியக் குலங்களும் குடிகளும் (Castes and Tribes of South India) குறித்த ஆய்வில் மூன்று வகையான முரண்பட்ட முடிவினைச் சுட்டுகின்றார். முதலாவதாக, 'வண்ணான்' என்பதற்கான விளக்கத்தைக் கூறும்போது, எச்.எ. ஸ்டுவர்ட் அவர்களால் வட ஆர்க்காடு மாவட்டக் கையேட்டில் *(1891)* பதிவு செய்யப் பட்டுள்ள மையை மேற்கோளாகச் சுட்டுகின்றார். அதில்,

> வண்ணான் என்ற சொல் அழகினைக் குறிக்கும் வண்ணம் என்ற சொல்லிலிருந்து வந்ததாகும். புராண நாயகனாகிய வீரபத்ரன் வழித் தோன்றல்கள் இவர்கள் என்ற வழக்கும் உள்ளது. இவர் களைச் சிவன் அனைவருடைய துணிகளையும் வெளுக்கும்படி பணித்தான். தக்கனுடைய யாகத்தில் வீரபத்ரன் பலரைக் கொன்ற பாவத்தைப் போக்கிக் கொள்ளும் கழுவாயாகவே இப்பணி வண்ணாருக்குப்

> பணிக்கப்பட்டது. இதனாலேயே தமிழ்நாட்டு வண்ணார் வீரபத்ரர் என பல சமயங்களில் வழங்கப்படுகின்றனர்.[5]

என இடம்பெற்றுள்ளதைக் குறிப்பிடுகின்றார். எச்.எ. ஸ்டுவர்ட்டுடைய கருத்தை உறுதிப்படுத்தும் வகையில் இன்றும் கிராமப் புறங்களின் பல்வேறு இடங்களில் தங்களை இவ்வாறு பலர் குறிப்பிடுவதைக் காண முடிகின்றது. அவ்வகையில், தமிழ்நாட்டு வண்ணார்கள் குறித்த சான்றுகள் இவ்வாறு இருக்க, கேரளாவில் வாழ்கின்ற மண்ணான் மற்றும் வேலன் ஆகிய இரு சலவைத் தொழில் பிரிவினர் குறித்தும் எட்கர் தர்ஸ்டன் குறிப்பிடுகிறார். இக்குறிப்பு,

> முன்னொரு சமயம் பரமேசுவரனும் பார்வதியும் மகிழ்ச்சியாக விளையாடிக் கொண்டிருந்தபோது பார்வதி மண்ணால் செய்த பானை ஒன்றினைப் பரமசிவன் தெரியாது காலால் மிதித்துவிட அதிலிருந்து எழுந்த ஒரு மனிதன் அவர்கள் முன் பணிந்து நின்றான். அவன் மண்ணிலிருந்து வந்த காரணத்தால் மண்ணான் எனப்பட்டான். அவனுக்கு இன்று மண்ணார் மேற்கொண்டுள்ள தொழில் உரியதாக்கப்பட்டது.[6]

என்று அமைகின்றது. மண்ணானின் தோற்றத்தினைக் குறிப்பிடுகின்ற இக்கதையினைப் போன்று கள ஆய்வில் கேட்டறிந்த மற்றொரு தோற்றக் கதையையும் தர்ஸ்டன் அவர்கள் குறிப்பிடுகின்றார்.[7] இக்கதையில் வண்ணான் என்பவன் ஒரு சிறுமியின் வேண்டுதலை ஏற்று, பரமசிவனால் தோற்றுவிக்கப்பட்டவன் என இடம்பெற்றுள்ளது.

தமிழ்ச் சமூகத்திலும் கேரளாவிலும் சலவைத் தொழிற்குடியினர் குறித்து வழங்கப்படுகின்ற மேற்சுட்டப்பெற்ற கதைகள் அனைத்தும் புராண, இதிகாசத் தன்மையைத் தவிர உண்மை வரலாற்றைச் சுட்டுவனவாக இல்லை. மாறாக, பண்டைச் சமூகத்தில் தோற்றம் பெற்றிருந்த தொழிற்குடியினருள் ஒரு பிரிவினரே (புலைத்தி, புலையர்) இன்று அந்நிலையை அடைந்துள்ளனர் என உறுதி செய்ய முடிகின்றது.

இவை ஒருபுறமிருக்க, ந.மு. வேங்கடசாமி நாட்டார் தம்முடைய ஆய்வில் வண்ணார் பற்றிக் குறிப்பிடும்போது, வெங்கட்டராவின் புதுக்கோட்டை மானுவலை மேற்கோள் காட்டுகிறார். இதில் வண்ணார் என்பவர்கள் தொண்டைமான் முதலான ஒன்பது குடிகளுடன் அம்பு நாட்டில் குடியேறியவர்கள் எனக் குறிப்பிடுகின்றார்.[8]

வண்ணார்: உட்பிரிவுகள்

சலவைத் தொழிலை மேற்கொள்கிற இவ் வண்ணார்கள் - பல்வேறு பிரிவினராக வழங்கப்படுகின்றனர். இப்பின்னணியில் கி.பி.

20ஆம் நூற்றாண்டின் தொடக்கத்தில் தென்னிந்திய மக்கள் குறித்து ஆய்வு செய்த எட்கர் தர்ஸ்டன்,

1. பாண்டிய வண்ணார்
2. பெரு வண்ணார்
3. தமிழ் வண்ணார்
4. வடுகு வண்ணார்

என நான்கு வகையாகக் குறிப்பிடுகின்றார். இந்நான்கு வகையுடன் பள்ளர், பறையர், முசல்மான்கள் ஆகியோருக்கு வெளுப்பவர்களாகப் பள்ள வண்ணார், புரத வண்ணார், துலுக்க வண்ணார் என மூன்று பிரிவினரையும் சுட்டுகின்றார். இவர்கள் தவிர ஈர்குளி வேளாளர் எனும் பிரிவினரையும் வண்ணார் பிரிவாகக் கொள்கிறார்.[9] மேலும், பள்ளர் மற்றும் பறையர்களுக்கு வெளுக்கக் கூடிய பொதர வண்ணான் எனும் பிரிவினரையும் குறிப்பிடுகின்றார். பொதர வண்ணார் என வழங்கப் பட்டவர்கள் பொதரையன், பொதோர வண்ணார் எனவும் சுட்டப் பட்டதைத் தர்ஸ்டன் பதிவு செய்துள்ளார்.[10] அவ்வகையில், வண்ணார் களின் பிரிவுகளை இவ்வாறு பாகுபடுத்திக் காட்டிய தர்ஸ்டன், தமக்கு அடுத்துத் தோன்றிய மானுடவியல் ஆய்வாளர் களுக்கு முன்னோடியாக விளங்குகின்றார். இதன்படி, தர்ஸ்டனின் ஆய்வைப் பின்பற்றிப் பல்வேறு இன வரைவியல் கூறுகள் கண்டறியப்பட்டு வெளியிடப் பட்டன. இதன்படி, ஞா. தேவநேயப் பாவாணர்,

1. பாண்டிய வண்ணான்
2. சோழிய வண்ணான்
3. கொங்க வண்ணான்

என மூவகையான வண்ணார்களைச் சுட்டுகின்றார்.[11] மேலும், ஆ. சிங்காரவேலு முதலியார், எட்கர் தர்ஸ்டன் குறிப்பிட்ட நால்வகை வண்ணார்களில் பெருவண்ணாரைத் தவிர்த்து, துலுக்க வண்ணாரை இணைத்துக் கூறியுள்ளார். இதனை அபிதான சிந்தாமணி,

1. பாண்டிய வண்ணான்
2. தமிழ் வண்ணான்
3. வடுகு வண்ணான்
4. துலுக்க வண்ணான்

எனக் குறிப்பிடுகின்றது.[12] இவ்வாறு வண்ணார்களின் உட்பிரிவு குறித்துப் பல்வேறு கருத்துகள் ஆய்வாளர்களால் தொடர்ந்து முன் வைக்கப்படுகின்றன.

வண்ணார்களின் வகைதொகை குறித்த பதிவுகளின் ஊடே தமிழகத்தின் பல்வேறு பகுதிகளில் வாழ்ந்துவரும் வேறுசில வண்ணார் கள் குறித்தும் அறிய முடிகின்றது.

1. ஈரங்குலி வண்ணார்

திருநெல்வேலி மற்றும் அதனைச் சார்ந்த சுற்றுவட்டாரப் பகுதிகளில் அதிகமாக வாழும் இவர்கள் ஆசாரி, செட்டியார், கோனார், இசுலாமியர் ஆகியோரின் ஆடைகளை வெளுக்கின்றனர். வண்ணார்களில் தாங்களே மேன்மையானவர்கள் என்ற கருத்துடைய இவர்கள், பிராமணர் வீடுகளில் செல்வதற்கும் அனுமதி பெற்றவர்களாக உள்ளனர். ஈரங்கொல்லி பணிக்கர் எனவும் அம்பாசமுத்திரம் பகுதியில் 'மேஸ்திரி' எனவும் இவர்கள் சுட்டப்படுகின்றனர்.

2. தெலுங்கு வண்ணார்

சென்னை மற்றும் அதன் சுற்று வட்டாரப் பகுதிகளில் இவர்கள் வாழ்கின்றனர். தெலுங்கைத் தாய்மொழியாகக் கொண்டுள்ள இவர்கள், தமிழகத்து வண்ணார்களுடன் வேறுபாடின்றிக் கலந்து வாழ்கின்றனர் (ராமலிங்கம், 52, வா. பகண்டை).

3. ஆய வண்ணான்

தென் தமிழகத்தின் ராஜபாளையம் பகுதியில் (வடக்கு) இவர்கள் அதிகமாக வாழ்கின்றனர். பள்ளர் மற்றும் அருந்ததியர்க்கு வெளுத்து வாழும் இவர்கள் "ஆத்தா ஜாதி' (ஆத்தா சோறு போடுங்க... எனக் கேட்பதால்) என வழங்கப்படுகின்றனர்.

4. மேவல வண்ணான்

'மேல்' என்ற பொருளில் 'மேவல' என்ற சொல் பயன்படுத்தப் படுகிறது. இவர்கள் தேவர் சமூகத்தவர்க்கு மட்டும் ஆடைகளை வெளுப்பவர்களாக உள்ளனர்.[13] மேலும், தங்களைப் பணிக்கமார் வ:ண்ணார் எனவும் இவர்கள் கூறிக்கொள்கின்றனர்.

5. புதிரை (புரத) வண்ணார்

தாழ்த்தப்பட்ட சமூகத்தவர்களான ஆதிதிராவிடர் (பறையர்), தேவேந்திரகுல வேளாளர் (பள்ளர்), அருந்ததியர் (சக்கிலியர்) முதலானோர்க்கு ஆடைக்ளை வெளுக்கும் தொழிலைச் செய்து வருகின்றனர். புரத வண்ணார், பொதர வண்ணார், புறத்து வண்ணார் எனப் பலவாறு சுட்டப்படும் இவர்கள் குறித்து இவ்வியலில் விரிவாக ஆராயப்பட உள்ளது.

6. சாய வண்ணார்

திருநெல்வேலி பகுதியில் வாழும் 'துளுவ வெள்ளாளர்'களின் முன்னோர் கடந்த காலங்களில் இவ்வாறு சுட்டப்பட்டுள்ளனர். மேலும்,

துளுவ வெள்ளாளர்களின் முன்னோர் வெள்ளையாக இருக்கும் நூல்களுக்கு வண்ணச் சாயமிடும் தொழிலைச் செய்துள்ளனர். இத்தொழிலுடன் சித்திரம் வரைதல், சிற்பம் செதுக்குதல், தச்சு வேலை முதலான பல்வேறு வேலைகளையும் காலத்திற்கேற்றவாறு இவர்கள் செய்துள்ளனர்.[14] அவ்வகையில் இவர்கள்,

சாயக்கார வண்ணார் - (தொடக்க காலம்)

↓

சாயக்காரப் பிள்ளைமார் (ஒரு தலைமுறைக்கு முன்பு)

↓

துளுவ வெள்ளாளர் (தற்போது தமிழக அரசுப் பதிவில்)

என்ற படிநிலையில் வழங்கப்பட்டுள்ளனர் (ந. சரவணன், 68, குறிச்சி).

7. பாண்டிய வண்ணார்

இவர்கள் தங்களைத் திருக்குறிப்புத் தொண்டரின் (சலவைத் தொழிற்குடியைச் சேர்ந்தவர்) மரபினர் எனக் கூறிக்கொள்கின்றனர். நாடார் மற்றும் மூப்பனார் சாதியினருக்கு ஆடைகளை வெளுக்கின்றனர். இதன்படி, வண்ணார்களுக்குள்ளான மேல் கீழ் அமைப்பு முறையில் இவர்கள் தங்களை இரண்டாவதாகக் கூறிக்கொள்கின்றனர்.[15]

வண்ணார் : சில குறிப்புகள்

மேற்சுட்டப்பெற்ற வண்ணார்கள் தவிர மேலும் சில வண்ணார்களையும் ஆய்வாளர்கள் சுட்டியுள்ளனர். இப்பிரிவினர் குறித்த தகவல்கள் எதுவும் கிடைக்கவில்லை. குறிப்பாக, சோழிய வண்ணார், கொங்க வண்ணார் குறித்த தகவல்கள் எதுவும் கிடைக்கவில்லை.

எட்கர் தர்ஸ்டன் குறிப்பிடும் பெருவண்ணார், தமிழ் வண்ணார், வடுகு வண்ணார் குறித்த தரவுகள் எதுவும் இல்லை. இவர்களுள் தமிழ் வண்ணார் எனப்படுபவர்கள் தமிழகத்தைப் பூர்வீகமாகக் கொண்டவர்களாக இருக்க வேண்டும். 'புதிரை வண்ணார்'களின் பெயர் குறித்தே பல்வேறு முரண்பட்ட கருத்துகள் உள்ளன. இவை தவிர திராவிட மொழிக் குடும்பங்களில், பெயர் மாறாத சொற்களுள் ஒன்றாக வெளுத்தேடன் என்பதை வண்ணாருக்குரியதாக ஞா. தேவநேயப் பாவாணர் சுட்டுவதும் நோக்கத்தக்கதாக உள்ளது.

களப்பகுதி அறிமுகம்

'இற்றை நிலை' என அமையும் இப்பகுதி கள ஆய்வுத் தரவுகளை அடிப்படையாகக் கொண்டு அமைகின்றது. இதன்படி, விழுப்புரம் மாவட்டம் விக்கிரவாண்டி ஒன்றியத்தில் உள்ள ஐம்பது தாய்க் கிராமங்களையும் இருபத்தைந்து துணைக் கிராமங்களையும் ஒரு பேரூராட்சியையும் (பி.இ.11) அடிப்படையாகக் கொண்டு தரவுகள்

சேகரிக்கப்பட்டுள்ளன. அவ்வாறு சேகரிக்கப்பட்ட தரவுகளின் அடிப்படையில் களப்பகுதியில் வாழ்கின்ற புரத வண்ணார்களின் வாழ்வு பல்வேறு நிலைகளாகப் பாகுபடுத்தப்பட்டு விரிவாக ஆராயப்பட்டுள்ளன. அவை பின்வருமாறு அமைகின்றன.

புரத வண்ணார்: வரலாறு

தமிழகத்தில் வாழ்கின்ற பட்டியல் இனத்தவர்களுக்கு (Schedule Caste) ஆடை வெளுத்தலை முதன்மைத் தொழிலாகக் கொண்டு இவர்கள் வாழ்கின்றனர். இவர்களின் பெயர் பல்வேறு விதமாகச் சுட்டப்படுகின்றன. அவை, புருட வண்ணார் (திருநெல்வேலி வட்டாரம்), பொதர வண்ணார், பொரத வண்ணார், புதர வண்ணார், துரும்பர், இராப்பாடிகள், பொடர வண்ணான், புறத்து வண்ணான், புதிரை வண்ணான் எனப் பலவாறு வழங்கப்படுகின்றன. இப்பின்னணியில் அணுகும்போது இவர்களுக்குத் தற்போது நிலையாக வழங்கப்பட்டு வரும் பெயராகப் 'புதிரை வண்ணார்' என்பது உள்ளது. இப்பெயர் தமிழக அரசினால் முறையாக அனுமதிக்கப்பட்ட பெயராக, தமிழக அரசு தேர்வாணையக் குறிப்பேட்டில் பதிவு செய்யப்பட்டுள்ளது (பி.இ.*12*). அவ்வகையில் தமிழகம் முழுவதும் பட்டியல் இனத்தவர்க்கு வெளுக்கும் இவர்கள் 'புதிரை வண்ணார்' எனப் பொதுவாகக் குறிப்பிடப்படுகின்றனர்.

புதிரை வண்ணார் குறித்து ஆராயும்போது, அவர்களுடைய வரலாற்றைச் சுட்டும் முதல் பதிவாகச் 'சின்னணைஞ்சான் கதைப்பாடல்' அமைந்துள்ளது. இதில் தென் தமிழகத்தில் மிகுதியாக உள்ள பட்டியல் இனத்தவர்களான, தேவேந்திர குல வேளாளர்களுக்குச் சலவைத் தொழில் செய்பவர்களாக இவர்கள் குறிக்கப்பட்டுள்ளனர். இவை மட்டுமின்றித் தமிழகம் முழுவதும் உள்ள பட்டியல் இனத்தவர்களான ஆதிதிராவிடர்களுக்கும் (பறையர்) இவர்களே சலவைத் தொழில் செய்பவர்களாக உள்ளனர். இப்பின்னணியில் தமிழகத்தின் பெரும்பான்மை ஒடுக்கப்பட்டோராக (பட்டியல் இனத்தவர்களான ஆதிதிராவிடர்கள், தேவேந்திர குல வேளாளர், அருந்ததியர் முதலானவர்கள்) உள்ளவர்களுக்குச் சலவை செய்தல் முதலான பல்வேறு தொழில்களைச் செய்யும் 'புரத வண்ணார்'களின் வாழ்வியல் குறித்து ஆராய்வதென்பது இன்றியமையாததாகின்றது.

'புரத வண்ணார்'களாகிய (தமிழக அரசு: புதிரை வண்ணார்) இப்பிரிவினருடைய வாழ்வியல்,

- தொழில்கள்
- கலைகள்
- சடங்குகள்

- மருத்துவம்
- வாழ்க்கை நிலை

ஆகிய பொருண்மைகளில் பின்வரும் பகுதிகளில் ஆராயப்படுகின்றது.

தொழில்கள்

தமிழகத்தின் பட்டியல் இனத்தவர்களில் பெரும்பான்மைப் பிரிவினராக உள்ள ஆதிதிராவிடர் மற்றும் தேவேந்திர குல வேளாளர்களுக்குச் சலவை செய்வதை இவர்கள் முதன்மைத் தொழிலாகக் கொண்டுள்ளனர். இத்தொழில்கள் அவ்வக் காலங்களுக்கேற்பச் சிற்சில மாற்றங்களைக் கொண்டதாக உள்ளன. இப்பின்னணியில் புரத வண்ணார்களின் தொழில்கள்,

தொழில்கள்

- சலவைத் தொழில்
- வாத்து மேய்த்தல்
- இறப்பு நிகழ்வுத் தொழில்கள்
- வேளாண்மைத் தொழில்கள்

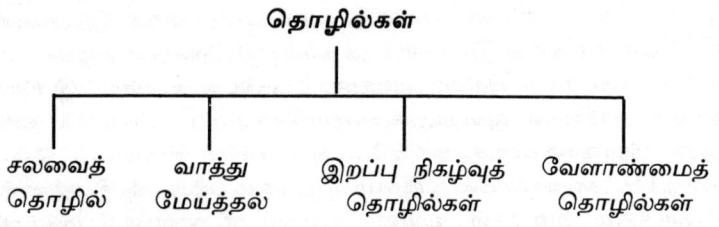

என நான்கு நிலைகளாகப் பாகுபடுத்தப்பட்டுள்ளன.

சலவைத் தொழில்

வண்ணார்களின் சலவைத் தொழில் வரலாற்றைச் சுட்டுவனவாக உள்ள பல்வேறு குறிப்புகள் இரண்டாவது மற்றும் மூன்றாவது இயலில் விரிவாகச் சுட்டப்பட்டுள்ளன. எனவே, இப்பகுதி, வண்ணார்களின் இன்றைய நிலை குறித்து ஆராய்வதாக அமைகின்றது. அவற்றை அறிந்து கொள்ளும் வகையில், புரத வண்ணார்களின் சலவைத் தொழில்,

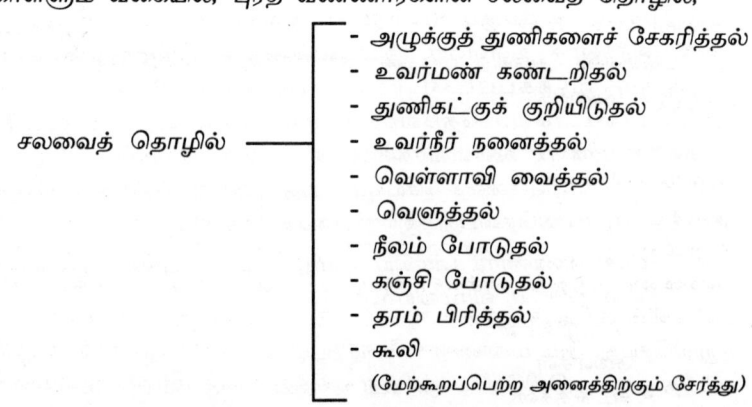

சலவைத் தொழில்

- அழுக்குத் துணிகளைச் சேகரித்தல்
- உவர்மண் கண்டறிதல்
- துணிகட்குக் குறியிடுதல்
- உவர்நீர் நனைத்தல்
- வெள்ளாவி வைத்தல்
- வெளுத்தல்
- நீலம் போடுதல்
- கஞ்சி போடுதல்
- தரம் பிரித்தல்
- கூலி

(மேற்கூறப்பெற்ற அனைத்திற்கும் சேர்த்து)

எனப் பல்வேறு நிலைகளில் விளக்கப்படுகின்றன.

அழுக்குத் துணிகளைச் சேகரித்தல்

களப்பகுதியில் மேற்கொண்ட தரவுகளினடிப்படையில் வண்ணார் சாதியினர் தாங்கள் சார்ந்து வாழக்கூடிய சாதியினரின் வீடுகளுக்குச் சென்று காலை முதல் பிற்பகல் முடிய அழுக்குத் துணிகளைச் சேகரிப்பவர்களாக உள்ளனர். இப்பணியில், வண்ணார் குடும்பத்தைச் சேர்ந்த அனைத்து உறுப்பினர்களும் ஈடுபடுகின்றனர். அப்போது,

ம்மா... வண்ணாத்தி மவ வந்துருக்கன்
அழுக்குத் துணி இருந்தா போடுங்க...

எனக் கூறி அழுக்குத் துணிகளைச் சேகரிக்கின்றனர். இவ்வாறு அழுக்குத் துணிகளைச் சேகரிக்கும்போது இவர்களைப் பறையர்கள் தங்களுடைய வீடுகளுக்குள் நுழைய அனுமதிப்பதில்லை.

அழுக்குத் துணிகளைச் சேகரிக்கும்போது, சில வீடுகளில் அளிக்கின்ற பூப்பு மற்றும் மாதவிடாய் காலத்துத் தீட்டுத் துணிகளைப் பெறும்போது சிலர் அவற்றைக் குச்சியால் எடுத்துக் கொடுக்கும் வழக்கம் கொண்டிருந்ததையும் களப்பகுதியில் அறிய முடிந்தது (ரா. மல்லிகா, 40, வா. பகண்டை). இவ்வாறு, சேகரித்த ஆடைகளைத் தனித்தனி மூட்டையாகக் கட்டிக்கொண்டு வந்து அதனைப் பிற ஆடைகளுடன் கலக்காமல் தனியாக வெளுப்பர்.

உவர்மண் கண்டறிதல்

வெளுப்பதற்குரிய அழுக்குத் துணிகளை வெள்ளாவியில்[16] வைப்பதற்கு முன் அதனை நன்றாக ஊறவைப்பதற்குப் பயன்படுத்தப் படும் உவர்மண்ணினைக் கண்டறியும் பணியிலும் இவர்களே ஈடுபடுகின்றனர். இவ் உவர் மண்ணை மழைக்காலம் முடிந்த சில நாட்களிலேயே சேகரிக்கத் தொடங்குகின்றனர். பின்பு, சேகரிக்கப்பெற்ற உவர்மண்ணை அடுத்த மழைக்காலம் வரும் வரையில் பாதுகாத்து வைத்துக் கொள்கின்றனர்.

உவர்மண்ணைச் சேகரிக்கும் முன்பு அந்த மண் இருக்கும் இடம் நோக்கிச் செல்வர். இவ்வாறு கண்டறியும்போது, மழைக்காலம் முடிந்த ஓரிரு நாட்களில் வடிகால் பகுதிகளில் படிந்திருக்கும் மினுமினுப்புடைய மண்ணைக் கண்டறிகின்றனர். பின்பு, சிறிதளவு மண்ணை எடுத்து நாக்கில் வைத்துச் சுவைத்துப் பார்க்கின்றனர். மண்ணின் கரிப்புத் தன்மையைப் பொறுத்து, அது உவர்மண் என்பதை உறுதிசெய்து, அம் மண்ணைச் சேகரித்துத் தங்களின் வீடுகளில் மழைநீர் படாத ஒரு பகுதியிலேயே குவித்து வைத்து சாக்கு மற்றும் துணிகளைக் கொண்டு மூடி வைத்து விடுகின்றனர். இவ்வாறு வீட்டில் குவித்து

வைத்துள்ள உவர்மண்ணை ஆண்டு முழுவதும் தேவையான அளவு சிறிது சிறிதாகப் பயன்படுத்திக் கொள்கின்றனர்.

மிக நீண்ட காலமாக வழக்கிலிருந்து வரும் இவ் உவர்மண் கண்டறியும் முறையை இவர்கள், அண்மைக் காலமாகக் கைவிட்டு வருகின்றனர். இதற்குப் பல்வேறு காரணங்களைப் புரத வண்ணார்கள் முன் வைக்கின்றனர். அவற்றுள், தங்களின் தொழிலுக்குப் போதிய ஆதரவின்மை, இழிநிலையினராகச் சித்திரித்தல், சாதியைக் கூறி அவமதித்தல் எனப் பல்வேறு நிகழ்வுகள் குறிப்பிடத்தக்கனவாக உள்ளன.

ஆடைகட்குக் குறியிடுதல்

வெளுப்பதற்காகக் கொண்டு வந்த ஆடைகளைத் தரம் பிரித்து அவ்வவ் ஆடைகளுக்குரிய குடும்பத்தினரின் நிலைக்கேற்ப அடையாளக் குறிகளை இடுகின்றனர். அவ்வாறு குறியிடுவதன் மூலம் ஒவ்வொரு குடும்பத்தினருடைய ஆடைகளை எளிதில் இனம் கண்டுகொள்ள முடியும் என்பது அவர்களுடைய திட்டமாகும். அந்த வகையில் இக்குறியீடுகளை,

➢ ஆண்களுக்குரிய ஆடைகளாக இருந்தால் கழுத்துப்பகுதியின் உள்பக்கத்திலும்

➢ வேட்டி, புடவை, போர்வை ஆகியவற்றில் ஒரு தலைப்பின் இறுதியிலும்

➢ பிற ஆடைகளாக இருந்தால் இறுதிப் பகுதியின் உட்பக்கத்திலும்

குறிகளை இடுகின்றனர். ஆடைகளின் தரத்தினைப் பிரித்து அறிவதற்காக இடப்படும் இக்குறியீடுகள், எத்தகைய தொழில்நுட்பத்தையும் பின்பற்றாமல் இயற்கையாகக் கிடைப்பவைகளையே மூலப்பொருட்களாகக் கொண்டு அமைகின்றன.

தாங்கள் வாழும் பகுதிகளில் அரிதாகக் காணப்படுகின்ற 'சேங்கொட்டை' எனும் ஒருவகை மரக்கொட்டையின் சாறு குறியிடுவதற்காகப் பயன்படுத்தப்படுகிறது. அதற்காகக் கொட்டையின் நுனிப் பகுதியைச் சிறிதளவு உடைத்தோ அல்லது தரையில் தேய்த்தோ அதனுள்ளிருந்து வரும் திரவத்தை மையாக்கி, காய்ந்த முள்ளைக் கொண்டு குறியிடுகின்றனர். இம்முறையில் இப்போது பல்வேறு மாற்றங்கள் ஏற்பட்டுள்ளமையைக் களப்பகுதியில் சேகரிக்கப்பெற்ற தரவுகளின் வழியாக அறிய முடிகிறது.

குறிகளின் பொருண்மை

ஆடைகளின் மீது இடப்படும் அடையாளக் குறிகளானது பல்வேறு பொருண்மைகளைக் கொண்டதாக அமைந்துள்ளன. இக்குறிகள் ஒவ்வொருவரின் குடும்ப நிலையையும் உறுப்பினர்களையும் நன்கு கவனத்தில் கொண்டு இடப்படும். அதன்படி இக்குறியீடுகள்,

அண்ணன் தம்பி இருவர் உள்ள குடும்பம்	||
ஒரு பிள்ளை மட்டும் உள்ள குடும்பம்	△ · |·
மூவர் உள்ள குடும்பம்	||| △
அண்ணன் தம்பி இணைந்த கூட்டுக் குடும்பம்	△
பிள்ளைகள் இல்லாத குடும்பம்	△
அண்ணன் தம்பி நான்கு பேர் உள்ள குடும்பம்	✳
ஆண் பிள்ளைகள் இல்லாத குடும்பம்	∴
தெருவின் இறுதியில் உள்ள குடும்பம்	⌐ ⊥
உடன் பிறந்தவர் யாரும் இல்லாத குடும்பம்	÷
ஊர்த் தலைவரின் குடும்பம்	⊡

எனப் பல்வேறு பொருண்மைகளில் இடப்படுகின்றது. மேலும், பொருண்மை அடிப்படையில் மட்டுமின்றி, ஒவ்வொரு குடும்பத்தையும் மனதில் வைத்து, அவ்வக் குடும்பத்திற்கென இயல்பாகவும் குறியீடுகள் இடப்படுகின்றன. அவை,

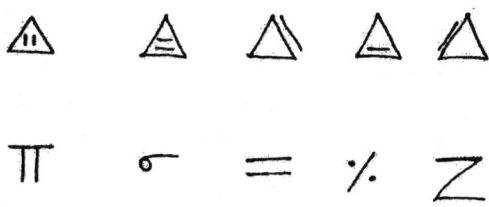

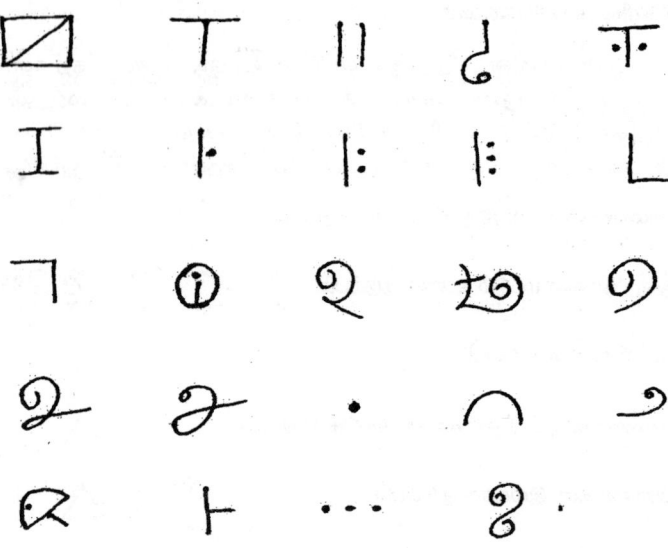

எனப் பல்வேறு வடிவங்களில் அமைந்துள்ளன. இக்குறியீடுகளைக் கொண்டு வாழ்நாள் முழுவதும் ஆடைகளைத் தரம்பிரிக்கின்றனர்.

ஆடைகளில் இடப்படும் குறியீடுகள், ஆடைகளை அடையாளம் காண்பதற்கு மட்டுமின்றி வேறுசில காரணங்களுக்காகவும் பயன்படுத்தப்படுகின்றன. இதன்படி, காவல்துறை மற்றும் ஊர்ப் பஞ்சாயத்து சபையினர், தவறு செய்தவர்கள் தவறவிட்டுவிட்டுச் சென்ற ஆடைகளை இன்றியமையாத ஆதாரமாகக் கொள்கின்றனர். அவ்வகையில் குற்றம் நிகழ்ந்த ஊருக்குரிய வண்ணானை வரவழைத்து, குற்றம் நிகழ்ந்த இடத்தில் கைப்பற்றப்பட்ட ஆடையை அவனிடத்தில் கொடுத்து ஆடைக்குரியவரைக் கேட்டு அறிந்து கொள்கின்றனர். பின்பு, வண்ணான் கூறிய ஆடைக்குரியவரைக் கண்டறிந்து குற்றவாளியை எளிதில் கைது செய்கின்றனர்.

உவர்நீர் நனைத்தல்

ஆடைகளைச் சலவை செய்வதற்கான முந்தைய பணிகளில் குறியிடுதலுக்கு அடுத்த நிலையில் இப்பணி அமைகின்றது. இப்பணியின் முதற்கட்டமாக (வெளுப்பதற்குரிய) அழுக்கு ஆடைகளில் பருத்தி (காட்டன்) ஆடைகள் மட்டும் தனியாகப் பிரித்தெடுக்கப்படுகின்றன. பருத்தி ஆடைகளைத் தவிர, பிற ஆடைகள் இத்தகைய உவர்நீர் நனைத்தலில் சேர்க்காமல் ஒதுக்கப்படுகின்றன. அத்தகைய ஆடை களைப் பருத்தி ஆடைகளுடன் சேர்த்து உவர்மண் கரைசலில் நனைத்து வேக வைத்தால் அவைகளின் பொலிவும் தன்மையும் முழுவதுமாக மாறிவிடும்

என்பதால் இவ்வாறு செய்கின்றனர். இம்முறையில் பெரிய அல்லது கனமான ஆடைகளை ஒவ்வொரு ஆடையாகவும் சின்னஞ்சிறு ஆடைகளை இரண்டு மூன்றாகச் சேர்த்துப் பாதியளவு நீர் வெளியேறும் படி பிழிந்தெடுக்கின்றனர். அவ்வாறு பிழிந்தெடுத்த ஆடைகள் வெள்ளாவி அடுப்பின் அருகே குவியலாக வைக்கப்படுகின்றன.

பழங்கால உவர்நீர் நனைத்தல்

சங்க காலம் முதற்கொண்டு வண்ணார்கள் சலவைத் தொழிலில் உவர்மண்ணைப் பயன்படுத்திச் சலவை செய்து வருகின்றனர். இதனை அகநானூற்றின் 89ஆவது பாடலில் மாங்குடி மருதனார்,

சில்வீடு கறங்கும் சிறியிலை வேலத்
தூழுறு விளைநெற் றுதிரக் காழியர்
கவ்வைப் பரப்பின் வெவ்வுவர்ப் பொழியக்
களரி பரந்த கல்நெடு மருங்கின் - அகம். 89: 6-9

எனப் பாலைத்திணைப் பாடலில் பதிவு செய்கிறார். இப்பாடலில் வண்ணார் 'காழியர்' என்ற பெயரில் அழைக்கப்பட்டுள்ளமை குறிப்பிடத்தக்கது. அவ்வகையில் இப்பாடலுக்கான உரையில்,

> சிறிய இலையினுடைய வேல மரத்தின் முறையாக முற்றி விளைந்த நெற்று உதிர சிள்வீ டென்னும் வண்டு ஒலிக்கும் ஆரவாரம் பொருந்திய பரப்பினையுடையதும் வண்ணார்கள் எடுக்கும் வெவ்விய உவர்மண் ஒழிய, களர் மண் பரந்ததுமாகிய கற்களை இடையே கொண்ட நீண்ட இடத்தினையும் உடையதும்[17]

எனக் குறிப்பிடப்பட்டுள்ளது. இவ்வுரையின்படி வண்ணார்கள், பண்டைக் காலம் முதற்கொண்டு தங்களின் ஆடை வெளுத்தல் தொழிலில் உவர்மண்ணினைப் பயன்படுத்தியதை உறுதி செய்ய முடிகின்றது. மேலும், பாலை நிலத்தின் இயல்பைக் கூறும் இப்பாடலில், வண்ணார்கள் பாலை நிலத்தில் சென்று உவர்மண் சேகரித்தமையையும், அம்மண், 'வெவ்வுவர்ப்பு' என வழங்கப்பட்டதையும் மேற்கூறிய பாடல் மூலம் அறிய முடிகின்றது. இப்பின்னணியில் வண்ணார்களின் தொழில் நிலையினை நோக்கும்போது, வண்ணார்கள் வெளுப்பதற்கான மூலப்பொருளாக விளங்கிய உவர்மண்ணினை வெம்மை நிரம்பிய பாலை நிலத்திலிருந்து கொண்டு வந்தமை உறுதிப்படுகின்றது. எனவே, சலவைத் தொழில் தோற்றம் பெற்ற காலம் முதற்கொண்டு அத் தொழிலில் உவர்மண் பயன்படுத்தப்பட்டது என்பதை உறுதியாகச் சுட்ட முடிகின்றது.

சின்னணைஞ்சான் கதையில் வெளுத்தல் தொழில்நுட்பம்

கி.பி. 16 - 17ஆம் நூற்றாண்டுகளில் தென்காசியை அடுத்த செங்கோட்டையின் சில பகுதிகளை ஆட்சி செய்த செம்பவளராசனின்

மகன் சிவனணைஞ்ச பெருமாள் இக்கதையின் நாயகனாக அமைகிறான்.[18] இவனுக்கும் அப்பகுதியில் வெளுக்கும் தொழில் செய்து வந்த துவர வண்ணார் பிரிவைச் சேர்ந்த சின்னணைஞ்சிக்கும் இடையே யான காதலை இக்கதைப்பாடல் பாடுபொருளாகக் கொண்டுள்ளது. இக்கதைப்பாடலின் இடையில், சின்னணைஞ்சியும் அவளுடைய கணவன் மாடவண்ணானும் ஆடைகளை வெளுப்பதற்காக நீர்த்துறைக் குச் செல்வதும் அங்குச் சென்ற பின்பு, அவர்கள் செய்த பணிகளும் சுட்டப்படுகின்றன. இதனை,

- வேலைப்பாடுகள் நிரம்பிய பல்வேறு வகையான சேலைகளும் உறுதி வாய்ந்த பெரிய ஆடைகளும் முரடான வேட்டி, போர்வை மற்றும் மேல் விரிப்புகளும்
- ஆடைகளுக்குக் கஞ்சியிடுவதற்காகவும் சாயமிடுவதற்காகவும் பச்சரிசி மற்றும் நீலம் ஆகியவையும்,
- கட்டிச் சுண்ணாம்பைச் சிறிய பொட்டலமாகவும்
- அகன்ற குழியையுடைய பெரிய பானை மற்றும் சட்டியையும்
- வெள்ளாவி அடுப்பெரிப்பதற்கான விறகுகளைப் பிளக்க 'கோடாரி' ஒன்றையும்
- (ஆடைகளை நனைப்பதற்கான) உவர்மண் மூட்டையைக் கழுதையின் மீது ஏற்றிக் கொண்டும்

நீர்த்துறைக்குச் சென்றமை குறிப்பிடப்பட்டுள்ளன. பின்பு, இவ்வாறு நீர்த்துறையை அடைந்ததும் அவரவர் வெளுப்பதற்கான இடத்தில் தாங்கள் கொண்டு சென்றவற்றை வைத்துவிட்டு வேலையைத் தொடங்குகின்றனர். அந்நிகழ்வில்,

- வெளுப்பதற்குரிய அழுக்கு ஆடைகளை முதலில் நீரில் நனைத்து சாணியும் உவர்மண்ணும் கலந்த கரைசலில் நனைத்து முறுக்கியெடுக்கின்றனர்.

- பின்பு, அங்கிருந்த வெள்ளாவி அடுப்புப் பானைகளில் நீர் ஊற்றி அதன் மீது பெரிய ஆடைகளை முதலில் வட்டமாக (முறுக்கிய நிலையிலேயே) வைக்கின்றனர். இதன் மீது அனைத்து ஆடைகளையும் ஒன்றன் மீது ஒன்றாக அடுக்கி வட்டமாகக் குவித்து வைக்கின்றனர்.

- வெள்ளாவி மீது ஆடைகளைக் குவித்து முடித்தவுடன் அடுப்பு (சின்னணைஞ்சியால்) பற்ற வைக்கப்படுகிறது. அவ்வாறு அடுப்பு எரிந்து கொண்டிருக்கும்போதே அதன் மேலுள்ள அழுக்குப் பொதியிலிருந்து வெளியேறும் ஆவியின் நறுமணத்தைக்

கொண்டு ஆடைகள் வெளுப்பதற்கான பக்குவம் வந்துவிட்டதை உறுதி செய்கின்றனர்.

- இதனையடுத்து, ஆடைகள் அனைத்தும் வெள்ளாவி அடுப்பிலிருந்து பிரித்தெடுக்கப்படுகின்றன. பின்னர், பிரித்தெடுத்த ஆடைகள் ஒவ்வொன்றாக நீரில் நனைத்து அடித்துத் துவைக்கப்படுகின்றன.

- இவ்வாறு வெளுத்தெடுத்த ஆடைகள் கொக்கினுடைய இறகின் வண்ணத்தைப் போன்று தூய வெண்மை நிறமுடையதாக இருந்துள்ளன.

- தூய்மையாக வெளுத்தெடுத்த ஆடைகளில் சாயமிட (நீலம்) வேண்டியவைகட்கு சாயமும், கஞ்சியிட வேண்டியவைகட்குக் கஞ்சியும் நனைத்துக் காயவைத்துப் பின்பு எடுத்துச் செல்வர்.

எனப் பல்வேறு நிலைகளிலான பணிகள் நடைபெறுகின்றன. இதன்படி, மேற்சுட்டப்பெற்ற இத்தகைய நிகழ்வுகள் 1680ஆவது அடி முதல் 1743ஆவது அடி வரை பதிவு செய்யப்பட்டுள்ளன. இப்பின்னணியில் கி.பி. 16-17ஆம் நூற்றாண்டைப் பதிவு செய்துள்ள இப்பாடலைக் கொண்டு, அன்று வழக்கிலிருந்து இன்று மறைந்துவிட்ட பல பழக்கவழக்கங்களை அறிய முடிகின்றது. அவை,

- ஆடை வெளுத்தல் தொழிலில் அனைத்து வகையான பணிகளையும் நீர்த் துறையிலேயே மேற்கொண்டமை.

- ஆடைகளில் கஞ்சியிடுவதற்கும் நீலமிடுவதற்கும் உரிய பச்சரிசியும், நீலமும் கையோடு நீர்த்துறைக்குக் கொண்டு சென்றமை.

- 'கட்டிச் சுண்ணாம்பொரு பொட்டணமாய்க் கொட்டிக் கொண்டாள்' எனக் கூறுவதிலிருந்து ஆடை வெளுத்தலில் சுண்ணாம்பும் பயன்படுத்தப்பட்டதை உறுதி செய்ய முடிகின்றது. இத்தகைய சுண்ணாம்புக் கட்டி எதற்காகப் பயன்படுத்தப்பட்டது என்பது சுட்டப்பெறவில்லை.

- கோடாரியால் பிளந்து விறகெடுத்து அடுப்பெரிக்கும் அளவிற்கு அதிக அளவிலான ஆடைகளை வெளுத்தமை.

- 'கோட்டானை' என்ற பெயரிலான கழுதையை, உவர்மண் கொண்டு செல்வதற்காகப் பயன்படுத்தியமை.

- நீர் நிரம்பிய பெரிய ஏரிகளில் உள்ள கலுங்கல்களில் ஆடைகளை வெளுத்தமை.

- வெள்ளாவி அடுப்பை நீர்த்துறையிலேயே நிரந்தரமாக அமைந் திருந்தமை.
- தீட்டுத் துணியைத் தனிமைப்படுத்தி வெளுக்காமல் அதனையும் பிற ஆடைகளுடன் சேர்த்து வெளுத்துள்ளனர்.
- ஆடைகளைப் (வெளுக்கும் போது) பாறையில் ஓங்கி அடிக்கும்போது ஒருவகையான ஒலியை எழுப்பியவாறு (ஆர வெனவே அசைந்து புலம்பி - 1737) அடித்துள்ளனர்.
- ஆண், பெண் இருவருமே இத்தொழிலில் ஈடுபட்டுள்ளனர். மாறாக, சங்க இலக்கியத்தில் ஆண்கள் உவர்மண் கொண்டு வருவது (அகம். 89) சுட்டப்பட்டாலும் பெண்கள் மட்டுமே ஆடைகளை வெளுப்பதாகக் குறிப்பிடப்பட்டுள்ளனர்.

எனப் பலவாறு இடம்பெற்றுள்ளன. இவ்வாறு, வண்ணார்கள் ஆடை வெளுத்தலில் பின்பற்றிய நுட்பங்களைச் சுட்டும் இப்பாடல் நீண்டதாக அமைந்துள்ளது.

வெள்ளாவி வைத்தல்

வெள்ளாவி வைப்பதில் முதல் வேலையாக வெள்ளாவி அடுப்பி லுள்ள மூன்று பானைகளிலும் போதுமான அளவு நீர் நிரப்பப் படுகின்றன. பருத்தி ஆடைகளை (காட்டன்) மட்டும் உவர்நீரில் நனைத்தெடுத்துப் பாதி அளவு நீர் வெளியேறும்படி பிழிந்து ஊமை வெயிலில்[19] படும்படி ஓரிடத்தில் முருக்குக் கலையாதவாறு போடு கின்றனர். அவ்வாறு போட்ட ஆடைகளைப் பெரியதிலிருந்து சிறியது என்ற அளவில், முதலில் பெரிய பெரிய ஆடைகளை வெள்ளாவி அடுப்பின் மீது வட்டமாகப் பரப்பி வைக்கின்றனர். பின்பு, அடுத்தடுத்த நிலையிலுள்ள சிறிய ஆடைகளையும் அதன் மீது குவியலாக, இடைவெளியின்றிக் குவித்து வைக்கின்றனர். அவ்வாறு வைத்து முடித்ததும் ஒரு பெரிய போர்வையைக் கொண்டு வெள்ளாவி அடுப்பு மீது குவிக்கப்பட்ட ஆடைகளைச் சுற்றி மூடிவிடுகின்றனர் (காருத்தான், 55, கப்பியாம்புலியூர்).

வெள்ளாவி அடுப்பின் மீது மேற்சுட்டப்பட்ட அனைத்தும் செய்து முடிக்கப்பட்டவுடன் அடுப்பிற்குத் தீ மூட்டி எரிய வைக்கப் படுகிறது. இவ்வாறு எரிய வைக்கப்படும் அடுப்பு, மேலே உள்ள அழுக்கு ஆடைகளிலிருந்து ஆவி வெளியேறும் வரை தொடர்கிறது. இந்த ஆவியிலிருந்து வெளிப்படும் ஒருவகையான வாசனையை வைத்து ஆடை வெந்துவிட்டதை உறுதிசெய்து அடுப்பெரிப்பதை நிறுத்திவிடு கின்றனர். பின்னர், எரிந்து கொண்டிருக்கும் விறகுக் கட்டைகளை

மெல்ல அடுப்பிலிருந்து வெளியே இழுத்துவிடுகின்றனர். இவ்வாறு செய்யாமல் விட்டுவிட்டால் தீ அதிகமாவதுடன் வெள்ளாவிப் பானையிலுள்ள நீர் முழுவதும் ஆவியாகி ஆடைகள் முழுவதும் கருகிவிட வாய்ப்பு உண்டு என்பதால் இதனை உடனே செய்கின்றனர். இந்த எரிந்த கட்டைகளில் எரியாமல் உள்ள பகுதியை அடுத்தமுறை பயன்படுத்திக்கொள்ள வசதியாக உடனே நீர் தெளித்து தீயை அணைத்துவிடுகின்றனர். இந்நிகழ்வை அடுத்துச் சிறிது நேரம் கழித்து வெள்ளாவி அடுப்பிலிருந்து ஆடைகளைப் பிரித்தெடுத்து மூட்டையாகக் கட்டி வெளுப்பதற்காகக் கொண்டு செல்லப்படுகிறது.

வெள்ளாவி அடுப்பு: அமைப்பு முறை

உணவு சமைப்பதற்கு அடுப்பு மூட்டுவது போன்று மூன்று பெரிய பானைகள் வைத்து, அவை அனைத்திற்கும் தீ படும்படியாக ஒரு வாயில் அமைக்கப்படுகிறது. இவ்வாறு அமைக்கப்படும் அடுப்பு நிரந்தரமாக இருக்கக்கூடியவை என்பதால் மிக நேர்த்தியாக, சரிந்துவிடாத வகையில் (வெள்ளாவி அடுப்பு) அமைக்கப்படுகிறது. இதனை மண்ணால் மூடும் முன்பு, மூன்று பானைகளுக்குமிடையே உள்ள இடைவெளி வழியாகத் தீ ஆடைகளின் மீது பட்டுவிடும் என்பதால் இடைவெளிகள் அனைத்தும் பானை ஓடுகளை வைத்து அடைக்கப்படுகிறது. இவ் ஓடுகளின் மீது சாம்பலைத் தூவி அவற்றின் மீது சிறிது நீர் தெளிக் கின்றனர். இதனை அடுத்து மூன்று பானைகளுடையு வாய்ப்பகுதி மட்டும் வெளியே தெரியும்படி விட்டுவிட்டு, மற்ற பகுதிகள் அனைத் தையும் ஈர மண்ணைக் கொண்டு அரை முட்டை வடிவில் மெழுகி மூடிவிடுகின்றனர். இவ்வாறு செய்து முடித்தவுடன் ஆடைகளை வேகவைப்பதற்கான வெள்ளாவி அடுப்பு உருவாகிவிடுகின்றது.

இன்றைய நிலை

சலவைத் தொழிலில் மிக இன்றியமையாத இடத்தினைப் பெற்றிருந்த இவ் வெள்ளாவி முறையானது இன்று பரவலாக மறைந்து வருகின்றது. இதற்குப் பல்வேறு காரணங்களை வண்ணார்கள் முன்வைக் கின்றனர். அவற்றுள், தீட்டு மற்றும் சாதி அடிப்படையில் இவர்களைப் புறக்கணித்தமையும், நாகரிக வளர்ச்சியும், நவீன ஆடைகளின் வரவும் முதன்மைக் காரணங்களாக அமைகின்றன. இப்பின்புலத்தில், வண்ணார் களின் இந்நிலை குறித்து ஆய்வு செய்த ஆ. சிவசுப்பிரமணியன்,

> டெரிலின், டெரிகாட்டன், நைலான் துணிகள் பரவலாக அறிமுகமான பின்னர் பருத்தித் துணிகள் பயன்பாடு குறைந்துவிட்டது. மேற்கூறிய துணிகளை வெள்ளாவியில் வைத்தால் அவை நைந்து போகும் என்பதால், வெள்ளாவி வைத்தல் பெரும்பாலும் மறைந்துவிட்டது என்றே கொள்ளலாம்.[20]

எனக் குறிப்பிடுகின்றார். மேலும், இத்தொழிலுக்கென அளிக்கப்பட்ட ஊதியமும் குறிப்பிடும்படியாக இல்லாத காரணத்தால் இளைய தலைமுறையினர் பலர் நகரங்களுக்குப் புலம்பெயர்ந்து வேறு தொழில்களில் தங்களைப் பிணைத்துக் கொண்டு வாழத் தொடங்கி விடுகின்றனர். இதனால், சிறப்புமிக்க வெள்ளாவி தொழில்நுட்பம் களப்பகுதியின் பெரும்பாலான பகுதிகளில் மறைந்துவிட்டதைக் காண முடிகின்றது.

இத்தகைய மாற்றமானது சலவைத் தொழிலில் பின்பற்றப் படுகின்ற அனைத்து தொழில்நுட்ப முறைகளிலும் காணப்படுவது குறிப்பிடத்தக்கது.

வெளுத்தல்

வெள்ளாவியில் இருந்து பிரித்தெடுத்த ஆடைகளைத் தனித்தனி மூட்டைகளாகக் கட்டி அவைகளைக் கழுதைகளின் உதவியுடன் நீர்த்துறைக்குக் கொண்டு செல்கின்றனர். அவ்வாறு கொண்டு செல்லப்பட்டவைகளை நீர்த்துறையில் வைத்து ஒவ்வொன்றாகக் கல்லில் அடித்து வெளுக்கத் தொடங்குகின்றனர். கற்களில் அடித்துத் துவைக்கும் ஆடைகளின் விளிம்புப் பகுதிகளில் அழுக்குப் போகாமல் இருந்தால் அங்கு மட்டும் சிறிதளவு வெளுப்புக் கட்டியைத் (சோப்பு) தேய்த்து, தண்ணீர் தெளித்து, கசக்கி அழுக்கை வெளியேற்றுகின்றனர். இத்தகைய வெளுக்கும் முறையில் முழு அளவிலான பருத்தி ஆடைகள் மட்டும் பாறையில் அடித்துத் துவைக்கப்படுகின்றன. மாறாக, சிறுசிறு ஆடைகளை வெறும் கைகளால், தேவைப்பட்டால் சிறிதளவு வெளுப்புக்கட்டியைத் தேய்த்து கசக்கி வெளுக்கின்றனர் .

இவ்வாறு வெளுத்து முடித்த ஆடைகளில் அழுக்குப் போகாத மேலும் சில ஆடைகளை மட்டும் தனியே பிரித்தெடுத்து அவற்றை, கையோடு கொண்டு செல்லும் வெளுப்புக் கட்டி தூள் கலந்த நீரில் ஊற வைக்கின்றனர். பின்னர், சிறிது நேரம் கழித்து ஊற வைத்தவற்றை எடுத்து வெளுக்கின்றனர். இறுதியாக, ஆடைகளை வெளுத்து முடித்த பின்பு நீலம் மற்றும் கஞ்சி இடுவதற்குரிய ஆடைகளைத் தனித்தனியாக எடுத்து வைத்துவிட்டுப் பிறவற்றை வெயிலில் காய வைக்கின்றனர்.

நீலம் போடுதல்

சலவைத் தொழிலின் இறுதி நிலைகளுள் ஒன்றாக அமைகின்ற இம்முறையில் வெள்ளை நிற ஆடைகள் மட்டுமே பயன்படுத்தப் படுகின்றன. இதில் இரண்டு முறையைப் பின்பற்றி நீலம் போடப் படுகிறது (களப்பகுதியில் நீலம் போடுதல் என்றே சுட்டுகின்றனர்). ஒன்று, ஆடைகளை வெளுத்து முடித்தவுடன் நீர்த்துறையிலேயே தனி பாத்திரத்தின் உதவியுடன் நீலம் போடுவது. மற்றொன்று, நீர்த்துறையில்

பிற ஆடைகளைப் போன்றே இவற்றையும் காயவைத்து வீட்டிற்குக் கொண்டு வந்து, பின்பு மீண்டும் நீரில் நனைத்து நீலம் போடுவது என இரண்டு நிலைகளில் அமைகின்றது. இம்முறையில் பெரும்பாலும் ஆண்களுடைய ஆடைகளே நீலமிடப்படுவது குறிப்பிடத்தக்கது.

கஞ்சி போடுதல்

வெளுத்து முடித்த ஆடைகளுக்கு நீலம் போடுவ்து போன்று, கஞ்சி போடும் முறையும் பின்பற்றப்படுகிறது. இம்முறையில் தொடக்க காலத்தில், இரவில் உணவு வடித்த பின்பு எஞ்சிய சோற்றில் ஊற்றி வைக்கப்படும் நீரையே பயன்படுத்தியுள்ளனர். பின்பு படிப்படியாக இம்முறை மாற்றம் பெற்று தற்போது நவீனமுறையில் மரவள்ளிக் கிழங்கைக் கொண்டு தயாரிக்கப்படும் மாவுத்தூளைக் (Powder) கொண்டு கஞ்சி போடுகின்றனர்.

இறப்பு நிகழ்வுத் தொழில்கள்

புரத வண்ணார்கள், தாங்கள் சார்ந்திருக்கக் கூடிய பறையர்களின் இறப்பு நிகழ்வில் பல்வேறு பணிகளைச் செய்பவர்களாக உள்ளனர். அவ்வகையில், இறப்பு நிகழ்ந்த வீட்டிற்கு முதல் ஆளாகச் செல்லும் இவர்கள், இறப்புச் சடங்குகள் சார்ந்த தொழில்கள் அனைத்தையும் முடித்துவிட்டு இறுதி ஆளாகத் தங்களின் வீட்டிற்குச் செல்பவர்களாக உள்ளனர். இப்பின்னணியில் வண்ணார்களின் பணிகளானது, (பார்க்க அடுத்த பக்கத்தில் உள்ள வரைபடம்) இறப்பை உறுதி செய்தல்,இழவு சொல்லுதல், பந்தல் அமைத்தல், பாடை கட்டுதல், இறுதிச் சடங்குகள், நடை பாவாடை விரித்தல், அரிச்சந்திரனை வணங்குதல், சுடுகாட்டில் இறுதிச் சடங்குகள், பணப்பட்டுவாடா துணி விரித்தல், இறந்தோர் ஆடைகளை வெளுத்தல் (சிலர் அனைத்து ஆடைகளையும் எரித்து விடுவர்) எனப் பல்வேறு நிலைகளைக் கொண்டதாக உள்ளது. இப்பணி களை வண்ணார் செய்யும் முறை பின்வருமாறு விளக்கப்படுகின்றன.

இறப்பை உறுதி செய்தல்

இறப்பு நிகழ்ந்த வீட்டிற்கு இவர்கள் உடனடியாகச் செல்கின்றனர். இந்நிகழ்வில், ஒருவர் இறந்துவிட்டதை, இறந்தவரின் உறவினர்களுள் உள்ள வயதானவர்களே பெரும்பாலும் உறுதி செய் கின்றனர். சிற்சில நேரங்களில் மட்டும் வண்ணார்கள் இறப்பை உறுதி செய்து கூறுகின்றனர். இதற்கான அடையாளமாக, படுத்த படுக்கையி லேயே மலம் மற்றும் சிறுநீர் கழித்திருத்தல் முதலியவற்றைக் கொள்கின்றனர். சிலர் கை நாடியையும் பிடித்துப் பார்த்துக் கூறுவ துண்டு.

- இறப்பு நிகழ்வுத் தொழில்கள்
  - இறப்பை உறுதி செய்தல்
  - இழவு சொல்லுதல்
  - பந்தல் அமைத்தல்
  - பாடை கட்டுதல்
  - இறுதிச் சடங்குகள்
    - நெய்ப்பந்தம் செய்து கொடுத்தல்
    - இறுதி வழிபாடு
    - நெருப்புச் சட்டி மற்றும் கலசம் செய்தல்
    - பிற பணிகளில் உதவுதல்
  - நடை பாவாடை விரித்தல்
- அரிச்சந்திரனை வணங்குதல்
- சுடுகாட்டில் இறுதிச் சடங்குகள்
  - பாடை கட்டுதல்
  - வாய்க்கரிசி போடுதல்
  - கொள்ளி வைத்தல்
  - பால் எடுத்தல்
  - பால் இடுதல்
  - அங்குசம் கட்டுதல்
- பணப்பட்டுவாடா துணி விரித்தல்
- இறந்தோர் ஆடைகளை வெளுத்தல் (சிலர் அனைத்து ஆடைகளையும் எறிந்துவிடுவர்)

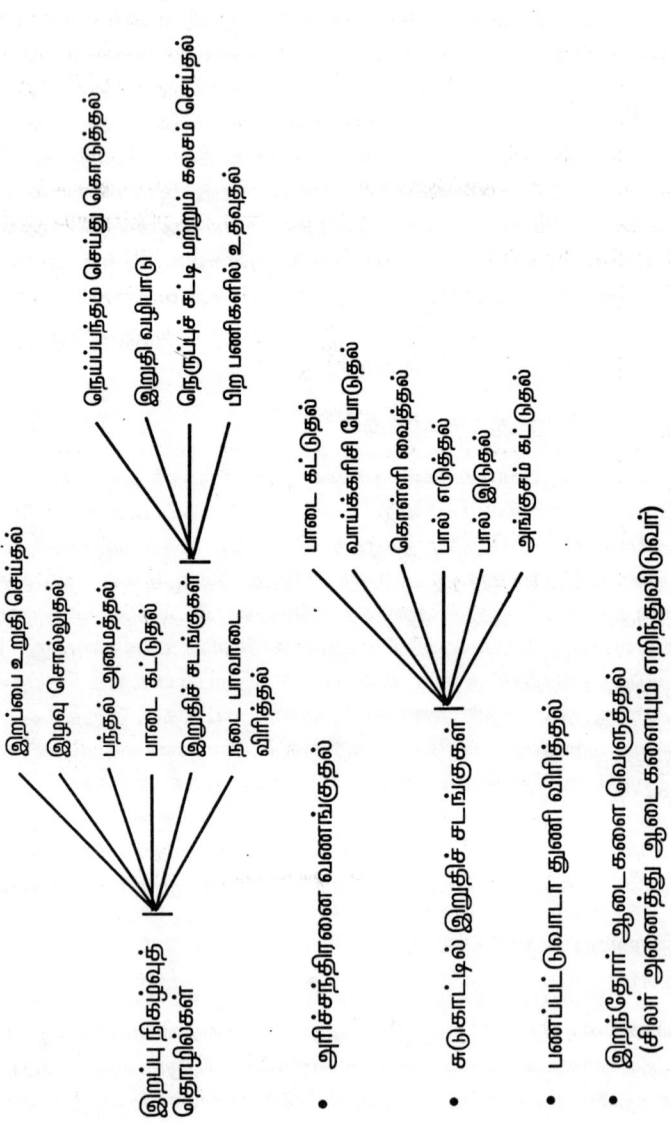

இழவு சொல்லுதல்

ஒருவர் இறந்துவிட்டார் என்பதை உறுதி செய்தவுடன், அத்தகவலை உறவினர்களிடம் உடனடியாகச் சென்று கூறுவதற்கு வண்ணார்கள் பயன்படுத்திக் கொள்ளப்படுகின்றனர். இதன்படி, இறந்தவரின் உறவினர்கள் உள்ள ஊர்களின் பெயர்களைப் பட்டியலிட்டு அவற்றை ஒரு காகிதத்தில் எழுதி இவர்களிடம் கொடுத்துவிடுகின்றனர். படிப்பறிவற்ற வண்ணார்கள் சேதி சொல்ல வேண்டிய ஊர்களை மட்டும் மனதில் பதியவைத்துக் கொண்டு செல்கின்றனர். இதற்காகப் போக்குவரத்துச் செலவிற்கெனச் சிறிது பணமும் பெற்றுக் கொள்கின்றனர்.

இவ்வாறு இழவு சொல்வதற்காகச் செல்பவர், உறவினர்களிடம் இறந்த தகவலைக் கூறிவிட்டு, இறந்தவரை அடக்கம் செய்வதற்கு முன் உடனடியாகத் திரும்பி வந்துவிட வேண்டும். இதன்படி வீட்டிற்குத் திரும்பும் வண்ணார், இறப்பு நிகழ்வு வீட்டில் தங்களின் அடுத்த பணியினைத் தொடங்கிவிடுகின்றனர்.

பந்தர் அமைத்தல்

ஒருவர் இறந்துவிட்டார் என்பதை உறுதி செய்தவுடன் அவ்வீட்டின் வாசலில் உடனடியாகப் பந்தல் ஒன்று போடப்படுகிறது. இப் பந்தல் போடுவதில், இறந்தவரின் பங்காளிகள் ஈடுபட்டாலும் அவர்களோடு இணைந்து பணியாற்றுபவர்களாக வண்ணார்கள் உள்ளனர். தென்னங்கீற்றுகளைக் கொண்டு போடப்படும் இத்தகைய பந்தலில், சிறுசிறு ஓட்டைகளின் வழியே ஒளி பந்தலினுள் படாம லிருப்பதற்காகப் பந்தலின் உட்பகுதியில், வேட்டிகளைக் கொண்டு அலங்கரிக்கின்றனர். மேலும், வெய்யில் பந்தலின் பக்கவாட்டில் படாமலிருப்பதற்காகச் சூரிய ஒளியைத் தடுக்கும் வகையில் பக்க வாட்டிலும் போர்வையினைக் கட்டுகின்றனர். அவ்வகையில் தங்களிடம் சலவைக்கு வரும் வேட்டிகள் மற்றும் போர்வைகளையே இதற்குப் பயன்படுத்திக் கொள்வது குறிப்பிடத்தக்கது.

பாடை கட்டுதல்

இறந்தவரை ஊர்வலமாகச் சுடுகாட்டிற்குக் கொண்டு செல்வதற் காகப் 'பாடை' கட்டப்படுகின்றது.[21] இதில், பாடை கட்டுவதற்கான மூலப்பொருள்களாகச் சவுக்கு மற்றும் மூங்கில் மரத் துண்டுகள் பயன்படுத்தப்படுகின்றன. இம்மரத்துண்டுகளை இறப்பு நடந்த வீட்டின் உறவினர்களின் உதவியுடன் வெட்டி வந்து பாடை கட்டுவதில் பயன்படுத்துகின்றனர். இவ்வாறு கட்டப்படும் பாடைகளானது,

- தேர்ப்பாடை
- ஏரோப்பிளான் பாடை
- கலசம் வைத்த பாடை
- கைப்பாடை

என நான்கு வகையாக அமைகின்றன. இந்நான்கு வகையான பாடைகளில் ஏதேனும் ஒன்றை இறப்பு நிகழ்ந்த வீட்டினரின் அறிவுறுத்தலின்படி கட்டுகின்றனர். இதில், வசதி படைத்தவர் முதற்கொண்டு வசதியற்றவர் வரை அவரவர் தகுதிக்கேற்ப குறிப்பிட்ட ஒரு பாடை கட்டப்படுகின்றது. அவ்வகையில், தேர்ப்பாடை மற்றும் ஏரோப்பிளான் பாடைகளானது அதிக பூ வேலைப்பாடுகளுடனும், கலசம் வைத்த பாடை மற்றும் கைப்பாடை ஆகிய இரண்டும் குறைந்த பூ வேலைப்பாடுகளுடனும் உருவாகின்றன (செங்கேணி, 52, சாத்தனூர்).

பாடையைக் கட்டி முடித்தவுடன் பூ வே லப்பாடுகளுக்குப் பின்பு, மேலும் சில பணிகளையும் செய்கின்றனர். இப்பணிகள், நீண்ட வைக்கோல் துண்டுகளைக் (தாள் கத்தை) கொண்டு செய்யப்படுகின்றது. இதன்படி, நீண்ட ஒரு வைக்கோல் துண்டை எடுத்து அதன் அடிப்பகுதி வழியாக ஒரு முறுக்கைக் கோர்த்து அதன் கீழ் ஒரு வெற்றிலையைச் செருகியபின் அடிப்பகுதியை ஒற்றை முடிப்பு முடிந்துவிடுகின்றனர். இம்முறையில் வைக்கோலின் அடிப்பகுதியில், அம்முடிப்பிற்கு மேல் வெற்றிலையும் வெற்றிலையின் மேல் முறுக்கும் பொருந்திவிடுகின்றது. பின்பு, இதனைப் போன்றே அதிக அளவில் வைக்கோல் துண்டுகளில் முறுக்கையும் வெற்றிலையையும் கோர்த்து அதன் நுனிப்பகுதியைப் பாடையைச் சுற்றி கட்டுகின்றனர். இம்முறை அனைத்து வகையான பாடைகளிலும் இடம்பெறும் சடங்கியல் அளவிலான ஒரு அலங்கார முறையாகப் பின்பற்றப்படுகிறது.

இவ்வாறு பாடை கட்டி முடித்த பின்பு, பாடையின் உட் பகுதியில் இறந்தவரைக் கிடத்துவதற்காகக் கதர் ஆடையால் ஆன படுக்கை உறை மற்றும் இரு தலையணை உறைகளில் வைக் கோல்களைத் திணித்து வைக்கின்றனர். இவை (கதர் ஆடை உறைகள்) இறப்பு நிகழ்ந்த குடும்பத்தினரால் வாங்கிக் கொடுக்கப்படுகிறது. இது இறந்தவரைப் பாடையில் படுக்க வைப்பதற்காக வைக்கப்படுகிறது. இவ்வாறு அமையும் பாடை உருவாக்க நிகழ்வானது இறுதியில், பாடையின் நான்கு மூலைகளிலும் இளம் வாழைக்கன்றைப் (வெட்டிக் கொண்டு வருபவை) பொருத்துவதுடன் நிறைவடைகின்றது. பின்பு, இறப்பானது வியாழக்கிழமை நிகழ்ந்திருந்தால், பெண் கோழிக்குஞ்சு ஒன்றினைப் பாடையின் முன்பகுதியில் கட்டுகின்றனர். இதற்கு,

வியாழக்கிழமை இறந்தவர் தனக்குத் துணையாக மேலும் இரு உயிர்களைப் பலி வாங்குவர் என்பதால், அதனைத் தடுப்பதற்காக இவ்வாறு கோழிக்குஞ்சு கட்டுவதாகக் கூறுகின்றனர். இவ்வழக்கத்தை உறுதிப்படுத்தும் பகையில்,

'தங்கும் வியாழன் தன்னோட மூணு'

எனும் பழமொழியைக் களப்பகுதியில் தகவலாளி சுட்டியது குறிப்பிடத்தக்கது.[22]

இறுதிச் சடங்குகள்

இறந்தவரைப் பாடையில் கொண்டு சென்று வைப்பதற்கு முன் பல்வேறு இறுதிச் சடங்குகள் மேற்கொள்ளப்படுகின்றன. அவை,

அ. நெய்ப்பந்தம் செய்தல்
ஆ. இறுதி வழிபாடு
இ. நெருப்புச் சட்டி மற்றும் கலசம் செய்தல்
ஈ. பிற பணிகளில் உதவுதல் (குளிப்பாட்டுதல், கோடி துணி போடுதல், ஆடைமாற்றுதல் முதலானவை)

என நான்கு நிலைகளில் அமைகின்றன. அவை பின்வருமாறு தனித்தனியாக விளக்கப்படுகின்றன.

அ. நெய்ப்பந்தம் செய்தல்

இறந்தவரின் பேரப்பிள்ளைகள் தங்களின் தாத்தா மற்றும் பாட்டிக்கு இறுதி மரியாதை செலுத்துவதற்காக, வண்ணார்கள் இத்தகைய நெய்ப்பந்தத்தைச் செய்து கொடுக்கின்றனர். இதன்படி, இந்நெய்ப்பந்தம் செய்வதற்கான மூலப் பொருள்களாக மூங்கில் மற்றும் பூவரசு மரக் குச்சிகள் அமைகின்றன. இதற்காகப் பதினொன்று, பதிமூன்று, பதினைந்து என ஒற்றைப் படையிலான குச்சிகளை அரை அடி அளவிற்கு வெட்டியெடுத்து அவற்றின் ஒரு முனையில், பயன்படுத்திய பழைய வேட்டித் துண்டுகளைக் கொண்டு சிறு உருண்டையாகச் சுற்றப்படுகின்றது. இவ்வாறு சுற்றிய துணிகளின் மேல் சிறிதளவு நல்லெண்ணெய் தடவி வைத்துக் கொள்கின்றனர்.

ஆ. இறுதி வழிபாடு

இறந்தவரை வீட்டை விட்டு அடக்கம் செய்ய எடுப்பதற்கு முன், உறவினர்கள் அனைவரும் இறந்தவரை வழிபடும் நிகழ்வு நடைபெறுகின்றது. இந்நிகழ்வு இறந்தவரைத் தூக்கி அமர்ந்த நிலையில் வைத்து, அவரைச் சுற்றி நெருங்கிய உறவினர்கள் வலம் வருவதாக அமைகின்றது. இதன்படி முன்னே செல்பவர் கொண்டு செல்லக்கூடிய மரக்கால் மற்றும் அதனுள் உள்ளவற்றை வண்ணார்கள் தயார் செய்து

கொடுக்கின்றனர். இம் மரக்காலினுள் பாதியளவு நெல் நிரப்பி அதன் நடுவில் காமாட்சியம்மன் விளக்கை ஏற்றி வைக்கின்றனர். பின்பு, ஒரு தேங்காயை உடைத்து அதன் இரு பாகங்களையும் மரக்காலினுள் உள்ள காமாட்சியம்மன் விளக்கின் இருபுறங்களிலும் வைக்கின்றனர். இதனை இறந்தவரை வலம் வருவோரில் முதலாவதாகச் செல்பவர் அல்லது இறந்தவரின் மூத்த பிள்ளையிடம் கொடுக்கின்றனர்.

இறந்தவரின் உறவினர்கள் மேற்கூறியபடி வலம் வரும்போது, தாங்கள் சிறிது நேரத்திற்கு முன்பு செய்து வைத்திருந்த நெய்ப்பந்தத்தினை எரிய வைத்து பேரப்பிள்ளைகளிடம் ஒவ்வொன்றாகப் புரத வண்ணார்கள் கொடுக்கின்றனர். அவ்வாறு (வண்ணார்கள்) கொடுக்கும் நெய்ப்பந்தத்தை வாங்கிக்கொண்டு பேரப்பிள்ளைகளும் இறந்தவரைச் சுற்றி வலம் வருகின்றனர். இத்தகைய வலம் வருதல் என்பது வலமிருந்து இடமாக மூன்று முறைக்கு மேல் ஒற்றைப்படையில் சுற்றுவதாக அமைகின்றது.

இ. நெருப்புச் சட்டி மற்றும் கலசம் செய்தல்

இறந்தவரின் பிள்ளைகளுள் இருவர் பாடைக்கு முன் கொண்டு செல்வதற்காக இவை வண்ணாரால் செய்யப்படுகின்றன. இவற்றில் பயன்படுத்தப்படும் சட்டியும் பானையும் புதியதாக வரவழைக்கப் படுகின்றது. அவ்வாறு வந்தவுடன் நெருப்புச் சட்டியில் வரட்டியை[23] உடைத்துப்போட்டு அதில் கற்பூரத்தினை ஏற்றி வைக்கின்றனர். அக்கற்பூரம் வரட்டியுடன் மெல்ல நெருப்பாகிக் கணியத் தொடங்கு கின்றது. இதனைக் கையில் கொண்டு செல்வதற்கேற்ப தாள் கத்தை யைக்[24] கொண்டு பிரிமனை ஒன்று செய்யப்படுகிறது. பின்பு, அதில் நெருப்புச் சட்டியை வைத்துச் செல்வதற்கேற்ப தாள் கத்தையால் திரிக்கப்பட்ட மூன்று கயிறுகளைக் கொண்டு முக்கோண வடிவில் அப்பிரிமனை பிணைக்கப்படுகிறது. அவ்வாறு பிணைக்கப்பட்ட நெருப்புச் சட்டி, கொள்ளி வைப்பவருக்கு அடுத்த நிலையில் உள்ளவரால் எடுத்துச் செல்லப்படுகிறது.

நெருப்புச் சட்டியைப் போன்று கலசமும் இன்றியமையாத ஒன்றாக இறப்பு நிகழ்வில் இடம்பெறுகின்றது. இக்கலசமானது பெரும்பாலும் ஐயரைக் கொண்டே உருவாக்கப்படுகிறது. மாறாக, ஐயர் கிடைக்காத சிற்சில நேரங்களில் மட்டும் வண்ணார் இதனைச் செய்கின்றனர். அவ்வாறு செய்யும்போது, முதலாவதாக அப்பானையைச் சுற்றி நூல் சுற்றப்படுகிறது. பின்பு, அப்பானையில் பாதியளவு தண்ணீர் நிரப்பி அதன்மேல் சிறிது பூ சுற்றப்பட்ட தேங்காயை வைக்கின்றனர். இவ்வாறு உருவாக்கப்படும் கலசம், கொள்ளி வைப்பவரால் ஊர்வலத்திற்கு முன்பு எடுத்துச் செல்லப்படுகிறது (செல்வராசு, 60,

ஆவுடையார்பட்டு).

ஈ. பிற பணிகளில் உதவுதல்

இறந்தவரைப் பாடையில் தூக்கிச் சென்று வைப்பதற்கு முன்பு, இறுதி வழிபாடு (காண்க. இறுதி வழிபாடு தலைப்பு) முடிந்தவுடன் இறந்தவரைக் குளிப்பாட்டும் நிகழ்வு நடைபெறுகிறது. இந்நிகழ்வு முடிந்தவுடன் பெண்களாக இருந்தால் 'கோடி போடுதல்' எனும் சடங்கு நடைபெறுகின்றது. இச்சடங்கில் 'கொழுந்தன்' முதன்மையானவராக இடம்பெறுகின்றார் (கொழுந்தன் - இறந்த பெண்ணுடைய கணவரின் அண்ணன் அல்லது தம்பி). இவருக்கு அடுத்த நிலையில் இறந்த பெண்ணின் உடன் பிறந்தவர்கள் உள்ளனர். அவ்வகையில் இச்சடங்கு நிகழ்வதற்கு முன்பு, வண்ணார்களில் ஒருவர் இச்சடங்கு தொடங்குவதற்கான அறிவிப்பைச் செய்கிறார். அந்த அறிவிப்பானது,

கோடி போடறவங்கல்லாம்
கோடி போடுங்க சாமீ...
கோடி போடறவங்கல்லாம்
கோடி போடுங்க....

என்பதாக அமைகின்றது (சுந்தரமூர்த்தி, 38, பிரம்மதேசம்). இந்த அறிவிப்பைக் கேட்டவுடன் கொழுந்தனார்களும், உறவினர்களும் தாங்கள் கொண்டு வந்திருந்த புடவையை, இறந்தவரின் முகத்திற்கு எதிராகத் திரும்பி நின்றுகொண்டு பிரித்து வைத்திருக்கும் புடவையைப் பின்புறமாக இறந்தவர் மீது எறிகின்றனர். அவ்வாறு எறிகின்ற சேலைகளில் ஒன்றை மட்டும் எடுத்து இறந்தவர் அணிந்திருந்த பழைய சேலையை அவிழ்த்துவிட்டுப் புதியதை உடுத்துகின்றனர். மாறாக, இறந்தவர் ஆணாக இருந்தால் உறவினர்கள் எடுத்து வைத்திருக்கும் வேட்டியை மட்டும் உடுத்திவிடுகின்றனர். இந்நிகழ்வு முடிந்தவுடன் இறந்தவரின் முகத்திற்கு எதிரே ஒரு வெள்ளைத் துணியை விரித்துப் பிடித்து,

வாய்க்கரிசி போடறவங்கல்லாம்
வாய்க்கரிசி போடுங்க சாமீ...

என ஒன்றிரண்டு முறை தொடர்ந்து கூறுகின்றனர் (வீரப்பன், 39, மதுரப்பாக்கம்). அவ்வாறு கூறி முடித்தவுடன் சுடுகாட்டிற்குச் செல்ல முடியாத, இயலாத உறவினர்களும் பெண்களும் மஞ்சள் கலந்து வைத்திருக்கும் அரிசியை அள்ளி, இறந்தவர் முன்பு உள்ள வேட்டியின் மீது போடுகின்றனர். இவ்வாறு போட்டு முடித்தவுடன், இரண்டு அல்லது மூன்று பேர் சேர்ந்து இறந்தவரைத் தூக்கிச் சென்று முகம் வடக்கு திசையைப் பார்த்தவாறு பாடையில் வைக்கின்றனர்.

நடை பாவாடை விரித்தல்

இறப்பு நிகழ்ந்த குடும்பத்தினரின் வேண்டுகோளுக்கு ஏற்ப பாடையைத் தூக்கிச் செல்பவர்களும் பாடைக்கு முன் செல்லும் இறந்தவரின் உறவினர்களும் மண் தரையில் நடக்காமலிருக்க இத்தகைய முறை பின்பற்றப்படுகிறது. இதன்படி, நடை பாவாடை விரித்தல் என்பது, வண்ணார் குடும்பத்தில் ஒன்றுக்கும் மேற்பட்டோரால் செய்யப்படும் தொழிலாக உள்ளது. இம்முறையில், தங்களிடம் சலவைக்கு வரும் வேட்டிகளைத் தொடர்ந்து இணைத்து (ஒரு வேட்டியின் இறுதியை மற்றொரு வேட்டியின் இறுதியுடன் முடிந்துவிடுதல்) பாடையைத் தூக்கிச் செல்பவர்களுக்கு முன்னே தரையில் விரிக்கப்படுகிறது. இதனை, இருவர் செய்து கொண்டு முன்னே செல்கின்றனர். மேலும், ஒருவர் பாடைக்குப் பின்னாலிருந்தவாறு, பாடையோடு செல்பவர்கள் நடந்து முடித்ததும் வேட்டிகளைச் சுருட்டிக் கொண்டு முன்னால் ஓடிவந்து மீண்டும் அவற்றை நடைவிரிப்பவரிடம் கொடுக்க வேண்டும்.

இதனிடையே பாடைக்கு முன்னால் நடந்து செல்லும் உறவினரில் ஒருவர் ஒரு பழைய முறத்தில் அரிசி, மஞ்சள், பொரி, பூ மற்றும் சில்லரை காசுகள் உள்ளிட்டவற்றைக் கலந்து அவற்றை நடை பாவாடையில் விழும்படி மேல்நோக்கி வீசிச் செல்வார். சிலர் சில்லறை காசுகள் கலக்காமல் அரிசியை மட்டும் வீசிச் செல்வதும் உண்டு. இதன்படி நடை பாவாடையில் விழும் சில்லறைக் காசுகள் அனைத்தும் (வண்ணார்களுக்கு) இவர்களுக்கு உரியவையாகவே கொள்ளப் படுகின்றது. மாறாக, ஊர்வலத்தில் செல்லும் சிறுவர்கள் இச்சில்லறைக் காசுகளைப் பொறுக்கிக் கொள்வதும் உண்டு. இம்முறை ஊர் எல்லையை அடையும் வரை மட்டுமே பின்பற்றப்படுகிறது. ஊர் எல்லையை அடைந்ததும் அம்முறத்தை இரண்டாக வளைத்துக் காலில் வைத்து மிதித்து உடைத்து எறிந்துவிடுகின்றனர். ஆனால், நடை பாவாடை மட்டும் சுடுகாடு வரையில் தொடர்ந்து விரிக்கப் படுகின்றது. சில நேரங்களில் ஊர் எல்லைவரை மட்டும் விரிப்பதுண்டு (அங்கம்மாள், 46, கயத்தூர்). இதன்படி, சுடுகாட்டை அடைந்ததும் நடை பாவாடை விரிக்கப் பயன்படுத்திய அனைத்துத் துணிகளையும் ஒன்றாகச் சேர்த்து மூட்டையாகக் கட்டி எடுத்துக் கொள்கின்றனர்.

அரிச்சந்திரனை வணங்குதல்

தமிழ்ச் சமூகத்தில் புராண இதிகாசங்கள் ஏற்படுத்திய தாக்கத்தின் விளைவாக அரிச்சந்திர வழிபாடு நீண்ட காலமாகப் பின்பற்றப்பட்டு வருகின்றது. இதன்படி அனைத்து ஊரினுடைய சுடுகாட்டிற்கு முன்பும்

இவ்வழிபாடு ஒற்றைச் செங்கல் மற்றும் கருங்கல் வடிவில் மேற் கொள்ளப்படுகிறது. அவ்வகையில், ஊரிலிருந்து சுடுகாட்டிற்குத் தூக்கிவரும் பாடையுடன் (தோளில் சுமந்தவாறு) அரிச்சந்திரனை மூன்று முறை சுற்றி வந்து கற்பூரம் ஏற்றுகின்றனர். இந்நிகழ்வில் கற்பூரமானது, இறந்தவரின் உறவினர் ஒருவரால் ஏற்றப்படுகிறது. இவ்வழிபாட்டின்போது, சில நேரங்களில் பாடை அதிக எடை யுடைய தாக இருந்தால் அரிச்சந்திரனின் எதிரே பாடையை இறக்கி வைப்பது போல் மூன்றுமுறை பாவனை செய்துவிட்டு மட்டும் சுடுகாட்டிற்குச் சென்றுவிடுவதும் உண்டு.

சுடுகாட்டில் இறுதிச் சடங்குகள்

உறவினர்களால் சுடுகாட்டிற்குக் கொண்டு செல்லப்படும் பாடை, சுடுகாட்டை அடைந்ததும் பல்வேறு சடங்குகள் நடை பெறுகின்றன. இச்சடங்குகள் அனைத்தையும் வண்ணாரே முன்னின்று நிகழ்த்து கின்றனர். அவை,

அ. பாடை வெட்டுதல்
ஆ. வாய்க்கரிசி போடுதல்
இ. கொள்ளி வைத்தல்
ஈ. பால் எடுத்தல்
உ. பால் இடுதல்
ஊ. அங்குசம் கட்டுதல்

எனப் பல்வேறு நிலைகளில் அமைகின்றன. இவை பின்வருமாறு தனித்தனியாக விளக்கப்படுகின்றன.

அ. பாடை வெட்டுதல்

ஊரிலிருந்து ஊர்வலமாகக் கொண்டு வரும் பாடை, சுடுகாட்டை அடைந்ததும் அங்குப் பிணத்தைப் புதைப்பதற்காக வெட்டி வைத்துள்ள இடத்தின் அருகே வலதுபுறம் பாடை இறக்கி வைக்கப்படுகிறது. அவ்வாறு இறக்கி வைத்தவுடன் பாடையிலுள்ள பிணத்தினை இருவர் தூக்கி, புதைப்பதற்காக வெட்டிய குழியில் உள்ள இருவரிடம் கொடுக்கின்றனர். பின்பு, குழியில் உள்ள இருவரும் சடலத்தைப் பிடித்து, முகம் வடக்கு நோக்கி இருக்குமாறு படுக்க வைக் கின்றனர். இதற்கிடையில் பிணத்தைப் பாடையிலிருந்து எடுத்தவுடன் உறவினர்கள் அனைவரும் சேர்ந்து பாடையைக் குழிக்கு மேலே தூக்கி எதிர்த்திசையில் போடுகின்றனர். அவ்வாறு போட்டவுடன் வண்ணார் ஒருவர் பாடையின் அருகில் சென்று, தான் வைத்திருக்கும் கத்தியால் கயிறுகள் அறுந்துவிடும்படி பாடையில் மூன்று வெட்டு வெட்டு கின்றார். வண்ணார்களால் செய்யப்படும் இச்சடங்கு அனைத்து இறப்பு

நிகழ்வுகளிலும் தவறாமல் பின்பற்றப்படுகின்றது. இந்நிகழ்வு முடிந்த வுடன் இவர்கள் தங்களின் அடுத்த பணியாகிய வாய்க்கரிசி போடுத லுக்குத் தயாராகின்றனர்.

ஆ. வாய்க்கரிசி போடுதல்

பிணத்தைக் குழியில் இறக்கி வைத்தவுடன் இச்சடங்கு நிகழ்கிறது. இதில் இரண்டு வண்ணார்கள் குழியின் இருபுறமும் நின்று கொண்டு, குழிக்கு மேல் ஒரு வெள்ளைத் துணியை விரித்துப் பிடித்துக் கொள்கின்றனர். அவ்வாறு விரித்துப் பிடித்திருக்கும் துணியில், முன்பு வீட்டில் போட்ட வாய்க்கரிசியை வைத்திருப்பர். அந்த அரிசியையே சுடுகாட்டிலும் வாய்க்கரிசி போடுவதற்காகப் பயன்படுத்து கின்றனர். பின்பு, வண்ணார்களில் வயதில் மூத்தவர்,

வாய்க்கரிசி போடறவங்கல்லாம்
வாய்க்கரிசி போடுங்க சாமீ..
வாய்க்கரிசி போடறவங்கல்லாம்
வாய்க்கரிசி போடுங்க..

எனத் தொடர்ச்சியாகக் கூறுகின்றார் (பூங்காவனம், 55, இனியன்). இதனைத் தொடர்ந்து, அங்குக் கூடியிருக்கும் இறந்தவரின் உறவினர்கள் அனைவரும் துணியில் உள்ள அரிசியை அள்ளி மூன்று முறை விட்டுவிட்டுப் போடுகின்றனர். அவ்வாறு போடும்போது வாய்க் கரிசியைச் சிலர் குழியினுள்ளும் சிலர் அதே துணியிலும் போடுவர். சிலர் காசுகளையும் துணியில் போடுகின்றனர். இவ்வாறு சிறிது நேரம் நீடிக்கும் இந்நிகழ்வு அனைவரும் வாய்க்கரிசி போட்ட பின்னர் முடித்துக் கொள்ளப்படுகிறது. இதனை முடித்துக் கொள்ளும் முன்பு மீண்டும் ஒருமுறை, முன்பு கூறியதையே இறுதியாகக் கூறிவிட்டு அனைவரும் வாய்க்கரிசி போட்டுவிட்டனர் என்பதை உறுதி செய்கின்றனர். பின்னர் விரித்துப் பிடித்திருக்கும் துணியை மடித்து வைத்துக் கொள்கின்றனர்.

இ. கொள்ளி வைத்தல்

வாய்க்கரிசி போட்டு முடித்தவுடன் உறவினர்களை நோக்கி ஒரு வண்ணார், இறந்தவரின் முகத்தைப் பார்க்க விரும்புகிறவர்கள் அனைவரும் கடைசியாக ஒரு முறை முகத்தைப் பார்த்துக் கொள்ளு மாறு அறிவிப்புச் செய்கிறார். இந்த அறிவிப்பானது,

மொகத்தப் பாக்கறவங்கல்லாம்
ஒருதடவ மொகத்தப் பாத்துக்கங்க ஐயா..
மொகத்தப் பாக்கறவங்கல்லாம்
ஒருதடவ மொகத்தப் பாத்துக்கங்க..

என்று அமைகின்றது. இதனைத் தொடர்ச்சியாக இரண்டு அல்லது மூன்று முறை கூறுகின்றனர் (பூங்காவனம், 55, மதுரப்பாக்கம்). இதன்படி, முகத்தைப் பார்க்க விரும்பும் உறவினர்கள் முகத்தைப் பார்த்தவுடன் வண்ணார் அறிவுறுத்தலின்படி இறந்தவரின் பிள்ளை களும் உறவினர்களும் குழியினுள் மூன்று முறை மண்ணை அள்ளிப் போடுகின்றனர். இதனைத் தொடர்ந்து குழி முழுவதும் மண்வெட்டி யால் மண்ணைப் போட்டு நிரப்பிய பின்பு, குழியின் அளவிற்கேற்ப அம்மேட்டினை வண்ணார்கள் சரி செய்கின்றனர். இதற்கு இறந்தோரின் உறவினர்களும் உதவி செய்வதும் உண்டு.

குழியை மேடாகச் சரிசெய்த பின்னர்க் 'கொள்ளி வைத்தல்' நிகழ்வு தொடங்குகிறது. இந்நிகழ்வில் முக்கியப் பொருளாக விரல் அளவுள்ள ஏழு மூங்கில் குச்சிகளை வண்ணார் பயன்படுத்துகின்றார். இதற்காக, கொள்ளி வைப்பதற்கென்றே தயாராக ஏழு குச்சிகளை (பாடை கட்டும்போது) வெட்டி வைத்துக் கொள்கின்றனர். இதன்படி, கொள்ளி வைக்க வேண்டியவரை புதைத்த இடத்தின் கால்மாட்டிற்கு (கால் உள்ள பக்கம்) அழைத்துச் சென்று நிற்க வைக்கிறார். அவ்வாறு நிற்க வைத்துவிட்டு,

கொள்ளி வைக்கப்போறோம் சாமீ
கொள்ளி வைக்கப்போறோம்...

எனக் கூறிக்கொண்டே தன்னுடைய கையில் உள்ள குச்சிகளை ஒவ்வொன்றாகக் கொல்லி வைப்பவரின் கையில் கொடுத்து, கால் பகுதியில் தொடங்கி புதைத்த மேட்டைச் சுற்றி ஏழு இடங்களில் சொருகச் செய்கின்றனர் (ஆந்தாயி, 50, மதுரப்பாக்கம்). இந் நிகழ்வின்போது, வீட்டிலிருந்து இறந்தவரின் பிள்ளைகளுள் ஒருவரால் கொண்டு வரப்பட்ட கலசம், புதைத்த குழியின் தலைமாட்டில் வைக்கப்பட்டிருக்கும்.

பின்பு, புதைத்த இடத்தின் தலைமாட்டினுள் உள்ள (தலை உள்ள பக்கம்) கலசத்தை எடுத்துக் கொள்ளி வைப்பவரின் வலது பக்கத் தோளில் வைத்து, தலைமாட்டிலிருந்து மீண்டும் தலைமாடு வரை (இறந்தவரின் தலை உள்ள இடம்) இடமிருந்து வலமாக மூன்று முறை சுற்றி வருகின்றனர். அவ்வாறு சுற்றி வரும்போது, கொல்லி வைப்பவரின் பின்னாலேயே ஒரு கையால் பானையையும் ஒரு கையால் கத்தியையும் பிடித்தவாறு செல்லும் வண்ணார், முதல் சுற்று தொடங்கும்போது பானையில் கத்தி முனையால் ஒரு பொத்தைப் போடுகின்றார். இதேபோன்று மூன்று சுற்று முடியும்வரை தலைப்பகுதி (தொடங்கிய இடம்) வந்தவுடன் ஒவ்வொரு பொத்தையாகப் போடப்படுகிறது. இதன்படி, மூன்றாவது பொத்தையைப் போட்டு முடித்தவுடன் அந்தப்

பானையை வண்ணார் வாங்கி உடைக்கத் தயாராகிறார். பானையை உடைப்பதற்கு முன்,

கொடம் ஒடைக்கப்போறன் சாமி
கொடம் ஒடைக்கப்போறன்..

எனக் கூறிவிட்டுக் குடத்தை ஒரு பக்கமாகப் போட்டு உடைக்கின்றார். அவ்வாறு உடைக்கும்போது உள்ளங்கை அளவுள்ள ஒரு ஓடு மட்டும் தனியாக எடுத்து வைக்கப்படுகிறது. பிற ஓடுகள் அனைத்தும் கத்தியின் பின்பக்கத்தால் சிறு சிறு துண்டாகும் வரை உடைக்கப்படுகிறது. இவ்வாறு பானையை உடைப்பதன் மூலமாகக் கொல்லி வைக்கும் சடங்கு நிறைவு பெறுகிறது (செஞ்சிவேல், 60, முண்டியம்பாக்கம்).

மேற்கூறிய சடங்கில், இறந்தவரை எரிப்பதாக இருந்தால் குடத்தோடு பிணத்தை மூன்றுமுறை சுற்றிவந்து பானையை உடைத்த வுடன், தாங்கள் தயாராகச் செய்து வைத்திருக்கும் தீப்பந்தத்தைக் கொள்ளி வைப்பவரிடம் கொடுப்பர். அவர் வண்ணார் சொற்படி, இறந்தவரைப் படுக்க வைத்து மூடியுள்ள விறகின்மீது தீயை வைக்கின்றார். இவ்வாறு, சிதைக்குத் தீ வைப்பதுடன் கொல்லி வைத்தல் சடங்கு முடிகின்றது.

ஈ. பால் எடுத்தல்

இறந்தவரைச் சுடுகாட்டிற்குக் கொண்டு சென்று அடக்கம் செய்யப்பட்டது உறுதியானதும் பால் எடுத்துச் செல்லுவதற்கான வேலைகள் நடக்கின்றன. இதன்படி, வீட்டின் எதிரில் போடப் பட்டிருக்கும் பந்தலின் கீழ் மையப்பகுதியில் உரல் (கருங்கல் (அ) மரத்தால் ஆன உரல்) ஒன்றைக் கவிழ்த்துப் போட்டு அதன் மீது சாணியை உருண்டையாக உருட்டி வைக்கின்றனர். இச்சாணி உருண் டையின் மேல், பால் உள்ள ஒரு பாத்திரத்தை எடுத்து வைப்பர். அப்போது, அங்கிருக்கும் மற்றொரு வண்ணார் (சுடுகாட்டிலிருப்பவரே வீட்டிற்கும் வருவது உண்டு) பந்தலின் கீழ்க் கூடியுள்ள உறவினர்களைப் பார்த்து,

பால் இடுறவங் கல்லாம்
பால் இடுங்க சாமி...
பால் இடுறவங்கல்லாம்
பால் இடுங்க...

எனத் தொடர்ந்து இரண்டு மூன்று முறை கூறுகின்றார் (வெங்கடேசன், 31, வா. பகண்டை). இவ்வாறு வண்ணார் கூறுவதைக் கேட்டதும் இறந்தவரின் உறவினர்கள், பாத்திரத்தில் உள்ள பாலை வலது கையால் மூன்று முறை அள்ளி அப்பாத்திரத்திலேயே விடுகின்றனர். இந்நிகழ்வில் பெரும்பாலும் பெண்களே இடம்பெறுவர். மேலும், இறந்தவர்

பெண்ணாக இருந்தால் அந்தப் பால் பாத்திரத்தில் வளையல்களையும் போட்டு வைக்கின்றனர். பின்பு, இந்நிகழ்வு முடிந்ததும் இறந்தவரின் உறவினர் ஒருவர் பால் பாத்திரத்தையும் மற்றொருவர் சுடுகாட்டில் படைப்பதற்கான சோறு, சுருட்டு மற்றும் புதிய துண்டு முதலான வற்றையும் எடுத்துக் கொள்கின்றனர். இவர்களுடன், வண்ணார் ஒரு குடம் நீரையும் எடுத்துக் கொண்டு 'ஒற்றை மேள'த்தை[25] ஒலிப்பவர் பின்னால் சுடுகாட்டிற்குச் செல்கின்றனர்.

பால் எடுத்துச் செல்பவர்கள் சுடுகாட்டிற்கு முன்பு உள்ள அரிச்சந்திரன் கோயிலை அடைந்ததும், தாங்கள் கொண்டு சென்ற அனைத்தையும் அங்கே இறக்கி வைக்கின்றனர். பின்னர், சுடுகாட்டி லிருக்கும் வண்ணார், கொள்ளி வைத்தவரை அரிச்சந்திரன் கோயிலுக்கு அழைத்து வருகிறார். பின்பு, கொள்ளி வைத்தவர் வண்ணார் கொடுக்கும் நீரைக் கொண்டு அரிச்சந்திரனை (ஒற்றைச் செங்கல் அல்லது கருங்கல்) மறை[26] இல்லாமல் மூன்று முறை கழுவுகின்றார். இந்நிகழ்வு முடிந்தவுடன் வண்ணார் சொல்வது போன்று அதன் மீது மூன்று சொட்டு நல்லெண்ணை வைத்து, சிறிதளவு சிகைக்காய்த் தூளும் வைத்து நன்றாகத் தேய்த்துக் கழுவப்படுகிறது.

அரிச்சந்திரனை நன்றாகக் கழுவி முடித்தவுடன், வண்ணார் வெட்டிக் கொடுக்கும் எலுமிச்சம் பழத்தை மூன்று முறை அதன் மீது (அரிச்சந்திரன் சாமி) பிழிந்துவிட்டு மீண்டும் நன்றாகத் தண்ணீர் விட்டுக் கழுவுகின்றனர். இவ்வாறு கழுவியதும் வீட்டிலிருந்து கொண்டு வந்த இளநீரிலிருந்து மூன்று சொட்டு நீரை அரிச்சந்திரன் மீது விட்டு, மீண்டும் நன்றாகத் தேய்த்துக் கழுவுகின்றனர். பின்னர், அரிச்சந்திர சவாமிக்குப் படையலிடும் நிகழ்வைத் தொடங்குகின்றனர்.

அரிச்சந்திர சாமியை வழிபடும் முன்பு, அந்தக்கல் முழுவதும் மஞ்சள் தூளைப் பூசி இறந்தவர் சார்ந்திருந்த சமயப் பூசை (சைவம் அல்லது வைணவம்) இடப்படுகிறது. பின்பு, அக்கல்லின் எதிரே ஒரு இலை விரித்து அந்த இலையில் சிறிது உணவு, பொறி, பொட்டுக் கடலை, வெற்றிலை, பாக்கு, வாழைப்பழம், பணம் 11 ரூபாய் ஆகியன வைக்கப் படுகிறது. இறந்தவர் ஆணாக இருந்தால் சுருட்டும் சேர்த்து வைத்து, பின்பு கற்பூரம் ஏற்றி வணங்குகின்றனர். இவ்வழிபாடு முடிந்தவுடன் பால் ஊற்றுவதற்காக அனைவரும் சுடுகாட்டிற்குச் செல் கின்றனர். அவ்வாறு செல்லும்போது இலையில் உள்ள பதினோரு ரூபாயை வண்ணார் எடுத்துக் கொள்வதுடன், இலையிலுள்ள உணவை யும் சுடுகாட்டில் இறுதிச் சடங்குகளை முடித்துவிட்டு வரும்போது எடுத்துக் கொள்கின்றனர். சில நேரங்களில் பணத்தை மட்டும் எடுத்துக்கொண்டு பிறவற்றை அப்படியே விட்டுவிடுவதும் உண்டு.

உ. பால் இடுதல்

அரிச்சந்திரனுக்குப் படைத்தபின்பு, பால் பாத்திரத்தைக் கொண்டு வருபவர் புதைத்த குழியைச் சுற்றி மூன்று முறை வலம் வந்து அப்பாத்திரத்தைப் புதைகுழியின் தலைமாட்டில் வைக்கின்றார். அப்போது, ஒரு வண்ணார் மூன்று அடி அளவுள்ள ஒரு நீளமான குச்சியை வெட்டி, புதைக்கப்பட்டவரின் வாய்க்கு நேராகப் பொத்தல் (துளை) ஒன்றைப் போடுகின்றார். இதனை அடுத்து, பொத்தலுக்கு அருகில் இளநீர், தண்ணீர், எண்ணெய், சிகைக்காய்த் தூள், எலுமிச்சம் பழம் ஆகியவற்றுடன் ஒரு பானை ஓட்டைக் கவிழ்த்து (கொள்ளிப் பானை உடைக்கும்போது எடுத்து வைத்த ஓடு) வைக்கின்றார். அவ்வாறு வைத்தவுடன் ஒரு வண்ணார்,

> பால் இடுறவங்கல்லாம் பாலிடுங்க சாமீ...
> பங்காளி ஒறவெல்லாம் வந்து பாலிடுங்க.....

எனத் தொடர்ச்சியாக இரண்டு மூன்று முறை கூவுகின்றார். இவ்வாறு கூறியவுடன் அங்குக் கூடியுள்ள உறவினர்கள் அனைவரும் வண்ணார் முன் வந்து ஒவ்வொருவராகப் பாலிடும் சடங்கைச் செய்கின்றனர் (அழகுமலை, 35, மேலக்கொந்தை). இச்சடங்கு தலைக்கு நேராக வைத்துள்ள உடைந்த பானை ஓடை மையமாகக் கொண்டு நிகழ்கிறது. இதன்படி,

- ❖ முதலில் மூன்று சொட்டு எண்ணெய், பானை ஓட்டின் மீது தொட்டு வைக்கப்படுகிறது. அவ்வாறு வைத்தவுடன் சிறிதளவு சிகைக்காயை அதன் மீது வைத்துக் கழுவிவிடுகின்றனர்.

- ❖ அடுத்து, வண்ணார் கொடுக்கும் எலுமிச்சம் பழத்துண்டை வாங்கிப் பானை ஓட்டின் மீது மூன்று முறை பிழிந்து விட்டு விட்டு, அதனைத் தண்ணீர் ஊற்றிக் கழுவுகின்றனர்.

- ❖ மூன்றாவதாக, வண்ணார் ஊற்றும் இளநீர் தண்ணீரை வலது கையில் பிடித்து அவ் ஓட்டின் மீது மூன்று முறை விட்டுவிட்டு ஊற்றி, அதனையும் தண்ணீர் ஊற்றிக் கழுவிவிடுகின்றனர்.

- ❖ இறுதியாக, பால் பாத்திரத்திலிருந்து மூன்று சொட்டு பாலைத் தொட்டு அவ் ஓட்டின் மீது வைத்துவிட்டு வண்ணார் கூறிய வாறு அருகிலுள்ள பானையில் கையை நனைத்துக்கொண்டு கையை உதறாமல் சென்று விடுகின்றனர்.

இவ்வாறு பால் ஊற்றுதல் சடங்கு முடிந்தவுடன் அப்பொத்தலை அடைத்துவிட்டு, அதன்மேல் இளநீரை வைத்துவிடுகின்றனர். பின்பு, இதனைத் தொடர்ந்து மஞ்சள், சிவப்பு, அபிஷேகத்தூள் ஆகியவற்றைப்

புதைத்த மேட்டின் மீது அனைத்து இடங்களிலும் படும்படி ஒரு வண்ணார் தூவுகின்றார்.

ஊ. அங்குசம் கட்டுதல்

சுடுகாட்டில் இறந்தவர்க்குச் செய்யப்படும் பால் இடுதல் சடங்கு முடிந்தவுடன் 'அங்குசம் கட்டுதல்' எனும் சடங்கு நிகழ்கின்றது. இதனையும் பிற சடங்குகளைப் போன்று வண்ணாரே செய்கின்றனர். இதன்படி, வீட்டிலிருந்து பால் கொண்டுவரும்போது எடுத்து வந்த உணவை, புதைகுழியின் கால்மாட்டில் மூன்று இலை போட்டு அவற்றைச் சரியாகப் பங்கிட்டு வைக்கின்றனர். இவற்றுடன் கருவாடு, பொறி, அவல், முறுக்கு, வெற்றிலை, பாக்கு ஆகியவையும் வைக்கப் படுகின்றன. மேலும், இறந்தவர் ஆணாக இருந்தால் சுருட்டும் சேர்த்து வைக்கப்படுகிறது. பின்பு, கலசத்தின் மீது வைத்துக் கொண்டு வந்த தேங்காயை உடைத்து மூன்று இலைகளின் நடுவில் வைக்கின்றனர். இதனைத் தொடர்ந்து கொள்ளி, வைத்தவரை அழைத்துச் சென்று, அந்த இலைகளின் முன்பு கற்பூரம் ஏற்றப்படுகிறது. இந்தக் கற்பூரம் நிற்கும்போது, கொள்ளி வைத்தவரை வடக்கு நோக்கி முட்டிபோட வைக்கின்றனர். பின்பு, வண்ணார் கூறியபடி முட்டிபோட்டுக் கொண்டே தன்னுடைய இடது கையால் பின்னாலுள்ள ஒரு இலையை முன்னோக்கி சிறிது இழுக்கின்றனர்.

இந்நிகழ்விற்கென்றே இரண்டாக மடித்து வைத்திருந்த (எட்டு முழம் வேட்டியாக இருந்தால் நான்காக மடித்திருப்பர்) வேட்டியின் ஒரு மூலையில் **21** ரூபாய் பணமும், கொள்ளிப் பானையை உடைத்த ஓடுகளில் ஒரு துண்டு ஓட்டையும் சேர்த்து முடிந்து வைத்திருப்பர். வேட்டியில் முடிந்து வைப்பதற்கான பணத்தை வண்ணார், இறந்த வரின் உறவினரிடமிருந்து பெறுகின்றனர். பின்பு, அந்த வேட்டியைக் குறுக்காக மடித்து முட்டிபோட்டுக் கொண்டிருப்பவரின் தலையின் பின்பக்கமாகப் போட்டு அதன் ஒரு முனையை இடது கையின் கீழ்ப்பகுதி வழியாக முன்னே கொண்டு வந்து மற்றொரு முனையை (வலது புறம் உள்ள முனை) மார்புப் பகுதி வழியாக இடது பக்கம் கொண்டு வந்து இரு முனைகளையும் முடிந்துவிடுகின்றனர். அவ்வாறு முடிந்து விட்டவுடன் அவரை அசையாமல் எழச்சொல்லி,

> காசிக்குப் போறன்
> ராமேஸ்வரம் போறன் ....
> காசிக்குப் போறன்
> ராமேஸ்வரம் போறன் ....

எனக் கூறுமாறு சொல்லிக்கொண்டு நீர்நிலை உள்ள பக்கமாக (கிணறு, ஆறு மற்றும் நீர் மோட்டார்கள்) அழைத்துச் செல்கின்றார் (ராமலிங்கம்,

54, வா. பகண்டை). அவ்வாறு அழைத்துச் செல்லும்போது புதைத்த இடத்தைத் திரும்பிப் பார்க்க வேண்டாம் என வண்ணார் கூறுகின்றார். இவ்வாறு செல்பவர் உறவினர் துணையுடன் நீர்நிலை உள்ள இடத்திற்குச் சென்று குளித்துவிட்டு, அங்குசம் கட்டிய வேட்டியை அங்கேயே அவிழ்த்துப் போட்டுவிட்டு வந்துவிடுவர். பின்னர், ஒரு வண்ணார் சென்று வேட்டியை எடுத்துக்கொள்கின்றார். இதில் முடிந்து வைத்துள்ள பணம் வண்ணாருக்கே உரியது. இதன்பின்பு, உறவினர் ஒருவரிடம் அவரை ஒப்படைத்துவிடுகின்றார். இந்நிகழ்வு முடிந்த வுடன் சுடுகாட்டிற்குக் கொண்டு வந்த நடை பாவாடை விரித்த துணி முதலானவற்றை எடுத்துக்கொண்டு சுடுகாட்டை விட்டுச் சிறிது தூரம் வந்து பணப்பட்டுவாடா முடித்தல் நிகழ்விற்காகத் துணி விரிக் கின்றனர்.

பணப் பட்டுவாடா துணி விரித்தல்

இறந்தவரைச் சுடுகாட்டில் அடக்கம் செய்து, அனைத்து விதமான பணிகளும் முடிந்தவுடன் அதில் பங்கேற்றவர்களுக்குரிய கூலி வழங்கும் நிகழ்வு தொடங்குகிறது. இந்நிகழ்வு சுடுகாட்டிலிருந்து சிறிது தூரம் தள்ளி ஓர் இடத்தில் நடைபெறுகிறது. இந்நிகழ்விற்குக் குறிப்பிட்ட ஓர் இடம் என்றில்லாமல் அனைவரும் அமர்ந்து பேசுவ தற்கு ஏற்ற இடமாகப் பார்த்து தேர்வு செய்கின்றனர். பின்பு, ஊர்ப் பெரியவர்களின் சொற்படி வண்ணார் அவ்விடத்தில் துணியை விரிக்கின்றனர். அவ்வாறு துணியை விரித்து முடித்தவுடன், விரிக்கப் பட்டுள்ள துணிகளின் மையப்பகுதியில் சிறிதளவு அருகம்புல்லைப் பிடுங்கிப் போட்டுவிட்டு கூட்டத்தைவிட்டு விலகி நிற்கின்றனர்.

இந்நிகழ்வில் மேளம் அடித்தவர்கள், இழவு சொல்லச் சென்றவர்கள் (வண்ணார் தவிர), குழி வெட்டியவர்கள், குழி மூடியவர்கள் எனப் பல்வேறு தரப்பினர்க்குக் கூலி வழங்கப்படுகிறது. அவ்வாறு வழங்கும்போது இறுதியாக வண்ணாரை அழைத்து இழவு சொல்லுதல், பந்தல் போடுதல், பாடை கட்டுதல் முதலான பல்வேறு பணிகளுக்காகக் கூலி அளிக்கப்படுகிறது. இக்கூலியை அனைவரின் முன்பாகவும் குனிந்து மரியாதை செலுத்தி பெற்றுக் கொள்கின்றனர். அவ்வகையில், முன்பு 30 மற்றும் 50 ரூபாயாக அளிக்கப்பட்ட இக்கூலி, (2010 - 2011) தற்போது 300 ரூபாய் வரை அளிக்கப்படுகிறது. இவ்வாறு கூலி வழங்கும் நிகழ்வு முடிந்து அனைவரும் கலைந்து சென்ற பின்பு, அங்கு விரித்திருந்த துணிகளையும் சுடுகாட்டிற்குக் கொண்டு சென்ற கத்தி, குடம் முதலானவற்றையும் எடுத்துக்கொண்டு வண்ணார் தங்களின் வீட்டிற்குச் செல்கின்றனர்.

இறந்தோர் ஆடைகளை வெளுத்தல்

இறந்த வீட்டின் பந்தலில் கட்டிய துணிகள் முதல் பணப் பட்டுவாடா நிகழ்வில் பயன்படுத்திய துணிகள் வரை அனைத்தையும் ஒன்றாகச் சேர்த்து, வெளுப்பதற்காகக் கட்டி வைக்கின்றனர். பின்பு, ஒருவர் மட்டும் இறப்பு நிகழ்ந்த வீட்டிற்கு உடனடியாகச் சென்று, இறந்தவரைக் குளிப்பாட்டும்போது அவிழ்த்துப் போட்ட ஆடைகளை யும் இறந்தவர் பயன்படுத்திய ஆடைகளையும் (வீட்டின் வெளியே மூட்டையாகக் கட்டி வைத்திருப்பர்) வெளுப்பதற்காகக் கொண்டு வருகின்றனர். இத்தகைய ஆடைகளைச் சிலர் ஊர் எல்லையில் எரிந்துவிடுமாறு கூறிவிடுகின்றனர். மாறாக, சிலர் மட்டும் அந்த ஆடைகளை வெளுக்கச் செய்து மீண்டும் பயன்படுத்துகின்றனர்.

வேளாண்மைத் தொழில்கள்

பறையர்களுடன் நெருங்கிப் பழகும் இவர்கள், அவர்களுடைய வேளாண் பணிகளிலும் ஈடுபடுத்தப்படுகின்றனர். இதன்படி, களம் தூற்றுதல் மற்றும் ஒப்பேற்றுதல் முதலான பல்வேறு பணிகளைச் செய்கின்றனர்.[27] இவ்வாறு, பறையர்களுடன் அனைத்து வேளாண் பணிகளையும் செய்யும் வண்ணார், சிற்சில இடங்களில் தங்களுக்குரிய கூலியைக் கேட்டுப் பெறும் உரிமை மறுக்கப்பட்டவர்களாக வைக்கப் பட்டுள்ளனர். அறுவடைக் காலம் முழுவதும் வண்ணார்களிடமிருந்து கடுமையான உழைப்புச் சுரண்டலை மேற்கொள்ளும் பறையர்கள், வண்ணார் மீது ஆதிக்கம் செலுத்துபவர்களாக உள்ளனர்.[28] குறிப்பாக, பறையர்கள் நெல் பயிரிடுதல் முதலான பல்வேறு வேளாண்மைப் பணிகளைச் செய்தாலும் பெரும்பாலானவர்கள் நெல் மற்றும் மணிலா பயிரிடுபவர்களாகவே உள்ளனர். இவ்வாறு மேற்கொள்ளப்படும் பயிர்த் தொழில்களின் அறுவடையின்போது, வண்ணார் பங்கு கொண்டு பல்வேறு பணிகளைச் செய்கின்றனர். அவற்றுள் நெல் அறுவடையின் போது செய்யும் பணிகள் மட்டும் குறிப்பிடத்தக்கனவாக உள்ளன.

களம் தூற்றல்

நெல் அறுவடையின் இறுதிக்கட்டமாக நிகழும் நெல் தூற்றுதலில் வண்ணார் அதிக அளவில் ஈடுபடுகின்றனர். இவர்களோடு நிலத்தின் உரிமையாளர்களும் இணைந்து நெல் தூற்றும் பணியைச் செய்கின்றனர். அவ்வாறு செய்யும்போது, காற்றின் திசையறிந்து அவற்றின் திசைக்கேற்ப முறத்தினால் நெல்லை வாரித் (அள்ளுதல்) தூற்றுகின்றனர். இதன்படி, நெல் தூற்றிக் கொண்டிருக்கும்போதே காற்று நின்றுவிட்டால் காற்றை வரவழைப்பதற்காகவும் காற்று வீசப்போகும் திசையை அறிவதற்காகவும் களத்தின் ஓரமாக உள்ள பதர்

மற்றும் கூளங்களைக் கொளுத்தி விடுகின்றனர். பின்பு, மெல்ல வெளியேறும், புகையின் திசையைப் பார்த்து அதற்கேற்ப நெல்லைத் தூற்றத் தொடங்குகின்றனர். இதன்படி, களத்தில் குவிக்கப்பட்டிருக்கும் நெல் முழுவதையும் தூற்றி முடிக்கும் இவர்கள், பின்பு அதனை ஒப்பேற்றும் பணியில் ஈடுபடுகின்றனர்.

ஒப்பேற்றல்

களத்தில் தூற்றித் தரம் பிரித்து வைத்திருக்கும் முதல் தரமான நெல்லைத் தனியாகவும் இரண்டாம் தரமான நெல்லைத் தனியாகவும் தனித்தனி மூட்டைகளாகப் பிடித்து வைக்கின்றனர். இப்பணியில் நில உரிமையாளரோடு இணைந்து வண்ணார் பங்கு கொள்கின்றனர். இதன்படி, நெல் மூட்டை பிடிக்கும் பணி முடிந்தவுடன், களத்திலுள்ள பதர்கள் கலந்த நெல்லைத் தூற்றத் தொடங்குகின்றனர். அவ்வாறு தூற்றி முடிக்கும் இரண்டாந்தரமான நெல்லில் குறிப்பிடும்படியான அளவுள்ள நெல்லை இறுதியில் இவர்களிடமே (வண்ணாரிடமே) கொடுத்துவிடுகின்றனர். பின்பு, பரவலாகக் குவிந்தும் சிதறியும் கிடக்கும் கூளங்களைப் பெருக்கி, களத்தினைச் சுத்தம் செய்யும் பணியில் இவர்கள் ஈடுபடுகின்றனர்.

கூலி

நெல் அறுவடைப் பணியில் மேற்குறிப்பிட்ட பணிகளுக்காக வண்ணாருக்குரிய கூலி, அனைத்துப் பணிகளும் முடிந்தவுடன் அங்கேயே கொடுக்கப்படுகிறது. இக்கூலியானது இவர்கள் களத்தில் செய்த பணிகள் மட்டுமல்லாது ஆண்டு முழுவதும் செய்த சலவைத் தொழிலையும் கணக்கில் கொண்டு அளிக்கப்படுகிறது. அவ்வகையில், இக்கூலியில் முதல் தர நெல் சிறிதளவும் (இரண்டு அல்லது மூன்று மரக்கால் அளவு), இரண்டாம் தர நெல் அதிகமாகவும் (மூன்று முதல் ஐந்து மரக்கால் வரை) கொடுக்கப்படுகிறது. இவ்வாறு கொடுக்கும் கூலியைப் பெற்றுக் கொள்ளும் வண்ணார்கள், கூலி போதுமானதாக இல்லை என்பதற்காக உரிய கூலியைக் கேட்கத் தயங்கி, கொடுப்பதை மட்டும் வாங்கிக் கொண்டு வந்துவிடுகின்றனர்.

மாறாக, கூலி குறைவாக இருப்பதைச் சுட்டிக்காட்டி யாராவது உரிய கூலியைக் கேட்டுவிட்டால் சில இடங்களில் பறையர்களின் கடுமையான கோபத்திற்கு ஆளாகின்றனர். இச்சம்பவத்தின்போது சாதியைக் கூறித் திட்டுவதுடன் ஊர் விலக்கம் செய்வதாகவும் கூறி மிரட்டுவதால் வேறு வழியின்றி அமைதியாகக் கொடுப்பதை வாங்கிக் கொள்கின்றனர். இந்நிலை தற்போது வேகமாக மாறி வருகின்றது.

வாத்து மேய்த்தல்

சலவைத் தொழில் இல்லாத நாட்களில் வாத்து மேய்க்கும் தொழிலினை, களப்பகுதியில் உள்ளவர்கள் சில ஆண்டுகளுக்கு முன்பு

வரை அதிக அளவில் மேற்கொண்டிருந்தனர். இதற்கென, வாத்துகளை ஆடு மாடுகளைப் போல் தனியாகப் 'பட்டி' அமைத்து வளர்த்துள்ளனர். பின்பு, மழை குறைந்து நீர்நிலைகள் வற்றத் தொடங்கியதால் இத்தொழிலை மெல்லமெல்லக் கைவிட்டுள்ளனர். இதன்படி, வாத்து வளர்த்து வந்த காலத்தில் ஒவ்வொருவரும் குறைந்தது 15 முதல் 20 இணை (டஜன்) வரையிலான வாத்துகளை வைத்திருந்ததாகக் குறிப்பிடு கின்றனர். மேலும், இவ்வாத்துகளை வளர்ப்பதற்காகத் திருவண்ணா மலை, செய்யாறு, ஆரணி, திண்டிவனம், செஞ்சி முதலான ஊர்களுக்குச் சென்று வாத்துகளுக்குத் தீனி (பதர்) வாங்கி வந்துள்ளனர்.

வாத்துகளை மேய்ப்பதற்காக வீட்டைவிட்டுச் செல்லும்போதே அன்று வெளுக்க வேண்டிய அழுக்குத் துணிகளையும் சில சமயம் கொண்டு செல்வதுண்டு. அவ்வாறு கொண்டு செல்லப்படும் துணிகளை, நீர் நிலைகளில் வெளுத்துக் கொண்டு அங்கேயே வாத்துகளையும் மேயவிடுகின்றனர். இவ்வாறு, வெளுத்து முடிக்கப்பட்ட ஆடைகளைத் தங்களின் மனைவியரிடம் கொடுத்து அனுப்பிவிட்டு, வாத்துகளை மேய்க்கும் பணியில் தொடர்ந்து ஈடுபட்டுள்ளனர். இக்காலங்களில், வாத்துகள் இடும் முட்டைகளை அருகில் உள்ள ஊர்ச் சந்தைகளில் கொண்டு சென்று விற்பதும் வழக்கமாக இருந்துள்ளது.

விழுப்புரம் மாவட்டத்தில் பல்வேறு ஊர்களில் இன்றும் வாத்து மேய்த்தல் தொழில் பரவலாக மேற்கொள்ளப்பட்டு வருகின்றன. மேலும், இவர்கள் ஏரிப் பாசனம் முதன்மையானதாக விளங்குகின்ற ஊர்களில் (நீர் நிலையின் இருப்பிற்கேற்ப) வாத்துகளை வளர்த்து வருகின்றமை குறிப்பிடத்தக்கது. அவ்வாறு வளர்க்கும் ஊர்களுள் சாத்தனூர், களம்பூர், வளத்தி, முக்குறும்பி, சேதராம்பட்டு, கல்லரிப் பட்டு, கீழ்வயலாமூர், மடம், மேலக்கொந்தை, சாத்தனூர் முதலான ஊர்களில் உள்ள வண்ணார்கள் குறிப்பிடத்தக்க அளவில் இத்தொழிலில் ஈடுபட்டுள்ளனர் (பிச்சைக்காரன், 55, ஆர்.சி. மேலக்கொந்தை). மேலும், வாத்து மேய்ப்பதற்காக ஊர்ஊராகச் செல்லும்போது நான்கைந்து நாட்களுக்கு ஒரு முறையோ அல்லது வாரத்திற்கு ஒரு முறையோதான் வீட்டிற்கு மீண்டும் திரும்புவதை வழக்கமாகக் கொண்டுள்ளனர். பெரும்பாலும் வாத்து மேய்த்தவுடன் தினமும் வீட்டிற்கு வந்து விடுவதையே இவர்கள் இன்று வழக்கமாகக் கொண்டுள்ளனர். இதற்குப் பல்வேறு காரணங்கள் சுட்டப்படுகின்றன. அவை,

❖ வேறு ஊர்களில் வாத்துகளை வைத்துக்கொண்டு தங்கும்போது போதுமான அளவு பாதுகாப்பு இல்லாமை.

❖ பெரும்பாலான நீர்நிலைகள் வறண்டே காணப்படுவது.

- வாத்துகளைப் 'பட்டி' வைத்து அடைத்து வளர்க்கும் அளவிற்கு நேரம் இல்லாமை.
- நாகரிக மாற்றத்தின் காரணமாக ஊர், ஊராக அலைவதைத் தவிர்க்க விரும்பி வேறு தொழில்களைச் செய்யத் தொடங்குதல்.
- நீர் நிலைகளில் வாத்துகள் மேய்ந்து கொண்டிருக்கும்போது இடும் முட்டைகளை அவ்வூர் மக்கள் எடுத்துக்கொள்வதால் வருமானம் தொடர்ந்து பாதிக்கப்படுதல்.

முதலான பல்வேறு காரணங்கள் முதன்மையாகச் சுட்டப்படுகின்றன.

கலைகள்

சலவைத் தொழிலை முதன்மைத் தொழிலாகக் கொண்டுள்ள புரத வண்ணார்கள் பல்வேறு கலைகளை நிகழ்த்தும் கலைஞர்களாகவும் வாழ்ந்து வருகின்றனர். தங்களின் இயல்பான தொழில்களைச் செய்யும் நேரம் தவிர பிற நேரங்களில் இக்கலைகளைத் தொழில் அடிப்படையில் நிகழ்த்துகின்றனர். அவ்வகையில் இவர்களின் தொழில்கள், இவர்களாகத் தேடிச் சென்று செய்யும் தொழில்கள், இவர்களைத் தேடிவந்து கேட்டுக் கொள்வதால் செய்யும் தொழில்கள் என இரண்டு நிலையினதாக விளங்குகின்றன. இவற்றுள் இரண்டாவதாகச் சுட்டப்படுபவை இவர்களின் கலையோடு தொடர்புடையதாக உள்ளன. இதன்படி அக்கலைகள்,

அ. உடுக்கை அடித்தல்

ஆ. பம்பை அடித்தல்

இ. சிலம்பாட்டம்

என பலவாறு வழங்கப்படுகின்றன (வீரமணி, 47, ஆர்.சி. மேலக் கொந்தை). இவற்றுள் இறுதியாகச் சுட்டப்படும் சிலம்பாட்டமானது, ஒருவகை நடனத்துடன் நிகழ்த்தப்படுகின்றது. அவ்வகையில், மேற் சுட்டப்பெற்ற சிறப்பு மிக்க கலைகள் பின்வருமாறு விளக்கப் படு கின்றன. மேற்குறிப்பிட்ட கலைகள் தவிர கூத்துகலையும் குறிப்பிடத் தக்க அளவில் இவர்கள் நிகழ்த்துகின்றனர். இதன்படி, வண்ணார்களின் கூத்துக்களைப் பற்றித் தனியொரு ஆய்வே நிகழ்த்த முடியும் என்பதால் அக்கலை மட்டும் இவ்வாய்வில் தவிர்க்கப் பட்டுள்ளது.

உடுக்கை அடித்தல்

'உடுக்கை' என்பது தமிழ்ச்சமூகத்தில் மிக நீண்ட காலமாக வழங்கப்பட்டு வரும் கலை மரபின் தொடர்ச்சியாக விளங்குகின்றது.

இக்கலை வடிவம் மற்றும் அதனை நிகழ்த்துவோர் குறித்து அனைத்து நிலைகளிலும் ஆராய்வதாக இப்பகுதி அமைகின்றது.

உடுக்கை: அறிமுகம்

'உடுக்கை' என்பதற்குக் கூறை, துடி, உடை எனப் பிங்கல நிகண்டும்[29] உடை மற்றும் இடை சுருங்குபறை எனத் தமிழ்ப் பேரகராதியும்[30] விளக்கம் அளிக்கின்றன. இவற்றில் 'இடை சுருங்கு பறை' எனப்படும் உடுக்கையானது காலந்தோறும் தமிழ் இசைக் கருவிகளில் இன்றியமையாத ஒன்றாக விளங்கி வருகின்றது.

கன்றினுடைய தோலைக் கொண்டு மண், மரம், உலோகம் ஆகியவற்றால் உருவாக்கப்படும் இக்கருவி, பிற தோற்கருவிகளின் தோற்றத்திற்கு மூலமாக அமைந்திருந்தது. இதனை,

> உடுக்கை, மத்தளம் (குடமுழா) போன்ற பழங்கருவிகள் நாளடைவில் பலவகைத் தோற்கருவிளாக வளர்ச்சியடைந்து மக்க ளின் வாழ்வில் பல வகையில் தொடர்பு கொண்டுள்ளன.[31]

என ஆர். ஆளவந்தார், தமிழரின் தோற்கருவிகள் குறித்த தம்முடைய ஆய்வில் பதிவு செய்கின்றார். மேலும், இக்கருவிகளுள் கஞ்சத்தால் (வெண்கலம்) செய்யப்பட்டவை உத்தமமானவை என்றும், மரத்தாலா னவை மத்திமமானவை என்றும், மண்ணாலானவை அதமமானவை என்றும் சுட்டப்படுகின்றன.[32] இக்கருவிகளுள் போர்த்தப்படும் மாட்டின் (கால்நடை) தோலைத் தரம்பிரித்து அறியும் பொருட்டுத் 'தொத்து மந்திரம்' எனும் முறையும் பின்பற்றப்படுகிறது. இதன்படி இரண்டு மாடுகளை மோதவிட்டு அதில் வென்ற மாட்டினுடைய தோலைப் பெற்று உடுக்கையை முழு வடிவம் பெறச் செய்கின்றனர்.

நிகழ்த்துநரும் சூழலும்

உடுக்கையடிப் பாடல்களானது, நாட்டுப்புற மக்களிடம் தொன்றுதொட்டு வழங்கப்பட்டு வரும் ஒரு கலையாகும். இக்கலை 'புரத வண்ணார்' எனப்படும் சேரி வண்ணார்களால் இன்றுவரை உயிர்ப்போடு நிகழ்த்தப்பட்டு வருவது குறிப்பிடத்தக்கது. வயிரவன், முருகன், துர்க்கை ஆகிய மூன்று கடவுளர்க்கும் உரியதாகச் சுட்டப்படும் இக்கருவி,[33] அனைத்து அம்மன் கோயில்களிலும் விழாக்காலங்களில் முதன்மையானதாகப் பயன்படுத்தப்படுகின்றது. திருவிழாக்களில் மைய நிகழ்வாக நடைபெறும் குறிகேட்டல் முதற்கொண்டு பல்வேறு நிகழ்வு களில் இக்கருவி (உடுக்கை) பங்காற்றுகின்றது. மேலும், ஊர் மக்களின் நலன் காக்கச் செய்ய வேண்டியவை, ஊரில் நிகழும் இறப்பு மற்றும் தகாத செயல்களுக்கான காரணம், அவற்றைத் தீர்ப்பதற்காகச் செய்ய

வேண்டிய பரிகாரங்கள், அதற்கான காலம், நேரம் முதலானவற்றை அறிதல் ஆகியவை இந்நிகழ்வில் இன்றியமையாத இடம்பெறுகின்றன.

நாட்டார் தெய்வங்களின் கோயில் விழாக்களில் தெய்வமேறப் பெற்றவர்களை இயல்பு நிலைக்குக் கொண்டு வருதல், அவ்வச் சாமிகளைப் போற்றிப் பாடுதல் ஆகியன தவிர்த்து மற்றொரு சூழலிலும் இக்கருவி முதன்மையானதாகப் பயன்படுத்தப்படுகின்றது. அச்சூழலா னது விழாக்கள் தவிர்த்துப் பிற வாழ்வியல் நிகழ்வுகளை அடிப் படை யாகக் கொண்டு அமைந்தன. அவை பின்வருமாறு விளக்கப் படுகின்றன.

தீய சக்திகளை விலக்குதல்

நாட்டுப்புறங்களில் உள்ள அம்மன், காளி, துர்க்கை முதலான சாமிகளுக்கு வழிபாடு நிகழ்த்துவோர், கோவிலுக்கு அப்பாற்பட்ட நிலையில் தீய சக்திகளை விரட்டுவோராகவும் உள்ளனர். தமிழகத்தின் வட மாவட்டங்களில் 'பூசாரிகள்' எனவும், தென் மாவட்டங்களில் 'கோடாங்கிகள்' எனவும் வழங்கப்படும் இவர்கள் உடுக்கையடித்துக் கொண்டு பாடும் கலையை நிகழ்த்துவதில் தேர்ச்சி பெற்றவர்களாக உள்ளனர். அவ்வகையில், பூசாரிகள் எனப்படுவோரில் புரத வண்ணாரும் ஒருவராக விளங்குகின்றனர். மேலும், இவர்களோடு பறையர் சாதியைச் சேர்ந்த சிலரும் பூசாரிகளாக உள்ளமையும் குறிப்பிடத்தக்கது. ஆனால், இவர்கள் உடுக்கை அடிக்கும் தொழிலைச் செய்வதில்லை. மாறாக, பேயோட்டுதல், பயந்த சங்கதி நீக்குதல், குழந்தைக்குப் பாடம் அடித்தல்[34] முதலானவற்றை மட்டும் உடுக்கையின் துணையின்றிச் செய்பவர்களாக உள்ளனர். இவர்களிலிருந்து முற்றிலும் மாறுபட்டுள்ள புரத வண்ணார்களைச் சேர்ந்த ஆசாரிகள் பேயோட்டுதல், பில்லி சூனியம் அகற்றுதல், பயந்த சங்கதி எனப்படும் நீண்ட நாள் உடல் மெலிவு, காய்ச்சல் மற்றும் அம்மை பட்டவர்களைக் குணப்படுத்துதல் முதலான பல்வேறு செயல்களை உடுக்கையை அடித்துக்கொண்டு செய் கின்றனர். மேலும், இவற்றைச் சேவை நோக்கில் செய்து வருவதால் இவர்கள் தாங்களாக வலியச் சென்று கூலி பெறும் வழக்கம் அற்றவர்களாகவும் உள்ளனர். சில நேரங்களில் கூலியாக, தானியங்கள் மற்றும் காய்கறிகளைப் பெற்றுக்கொள்வதுண்டு.

இறப்பு நிகழ்வில் உடுக்கை

உடுக்கையடிப் பாடல்கள் நிகழ்த்தப்படும் மற்றொரு சூழலாக, இறந்தபின் மேற்கொள்ளப்பெறும் பதினாறாம் நாள் சடங்கு அமைகின்றது. இறந்தோரின் ஆன்மாவைக் குளிரச் செய்வதற்காகப் பதினைந்து மற்றும் பதினாறாம் நாளில் மேற்கொள்ளப்பெறும் இச்சடங்கில், உள்ளூர் வண்ணாரை விடுத்து வேறு ஊரிலுள்ள வண்ணாரை வரவழைத்து

உடுக்கையடிக்கச் செய்கின்றனர். இதன்படி, வெளியூரிலிருந்து வரும் வண்ணார்க்கு, உள்ளூர் வண்ணார் சில நேரங்களில் (உறவினர்களாக இருப்பின்) உதவி செய்வதும் உண்டு. இவர்கள் இறந்தோரின் வாழ்வைச் சித்திரிக்கும் வகையில் பதினைந்து மற்றும் பதினாறாம் நாள் இரவு முழுவதும் பாட்டுப் பாடி உடுக்கையடிக்கின்றனர். இவ்வாறு, இறப்பு நிகழ்ந்தவரின் குடும்பத்தைச் சேர்ந்தவர்களால் நிகழ்த்தப்பெறும் இச்சடங்கில், இறந்தவரைப் பற்றியும் அவர் செய்த நன்மை, தீமைகள் பற்றியும் அவருடைய குடும்பத்தினர் குறித்தும் உடுக்கையடிப்பவரால் இட்டுக்கட்டி பாடப்படுகின்றது. இதற்கான தகவல்களை இறந்தவரின் குடும்பத்தினர் மற்றும் உறவினர்களிடமிருந்து நிகழ்வு தொடங்கும் முன்பு வண்ணார்கள் கேட்டு அறிந்து கொள்கின்றனர். அவ்வாறு அறிந்தனவற்றை உடுக்கையடித்துக் கொண்டு கோர்வையாகக் கூறும்போது கதைப்போக்கிற்கு வலுவூட்டுவதற்காகப் புராண இதிகாசக் கதைகளை இணைத்து இடையிடையே கூறும் முறையும் பின்பற்றப் பட்டது.

இந்நிகழ்வின் தொடக்கமாக இறப்பு நிகழ்ந்த வீட்டின் வாசற்பகுதியில் ஒரு பாயை விரித்து அதில் அமர்ந்துகொண்டு ஊர்ப் பெரியவர்கள் மற்றும் உறவினர்கள் அனைவருக்கும் வணக்கம் கூறுகின்றனர். இதையடுத்து, பாடத் தொடங்கும் முன் காமாட்சியம்மன் விளக்கை,, சாய்த்து வைக்கப்பட்ட ஒரு கூடையினுள் கிழக்கு திசையைப் பார்த்தவாறு எரிய வைக்கின்றனர். இவ்விளக்கை உடுக்கைப் பாடல் முடியும் வரை (அதிகாலை சூரிய உதயம் வரை) அணையாமல் இருக்கும்படி உடுக்கையடிப்பவர் (அவ்வப்போது எண்ணெய் ஊற்றுபவர்) பார்த்துக் கொள்ள வேண்டும். அவரை மீறி உடுக்கைப் பாட்டு பாடிக் கொண்டிருக்கும்போதே விளக்கு அணைந்துவிட்டால், இறந்தவர்க்கு ஏதோ நிறைவேறாத ஆசை இருந்தது எனவும் அணையாமல் இருந்தால் இறந்தவரின் ஆன்மா சாந்தி அடைந்து விட்டதாகவும் கூடியுள்ள கூட்டத்தினர் கருதுவர். இதனை உடுக்கைப் பாட்டின் இறுதியில் உடுக்கையடிப்பவரே கூறுவார். இவ்வாறு அமையும் உடுக்கைப் பாட்டின் பெரும்பங்கு நிகழ்வுகள் தனியொருவ ரால் நிகழ்த்தப்படுவது குறிப்பிடத்தக்கதாகும். மேலும் உடுக்கைப் பாட்டைப் பாடுபவர் தன்னுடன் பாட்டு பாடுவதற்கும் எடுபிடி வேலை செய்வதற்கும் ஒன்று அல்லது இருவரை உடன் வைத்துக் கொள் கின்றனர். அவ்வகையில், இவ் உடுக்கையடிப் பாடற் கலையானது பிற கலைகளைக் காட்டிலும் முற்றிலும் மாறுபட்ட தன்மைகளைத் தன்னகத்தே கொண்டுள்ளன. அவை,

* மேடையும் அலங்காரமும் அற்றது.
* தனியொருவர் அனைத்துமாக இருப்பது. சில இடங்களில் குழுவாக இயங்குவதும் உண்டு.
* உடுக்கை மட்டுமே இக்கலையில் முதன்மையான கருவியாக அமைதல்.
* கலையை நிகழ்த்துபவர் அவ்வச் சூழலுக்கேற்ப அனைத்து மெய்ப் பாடுகளையும் முகத்தில் வெளிப்படுத்துதல்.
* சூழலுக்கேற்ப இசையைக் கூட்டியும் குறைத்தும் வெளிப் படுத்துதல்.

எனப் பல்வேறு கூறுகளைக் கொண்டதாக அமைந்துள்ளன.

பாடுபொருள்

தமிழகம் முழுவதும் உடுக்கையடிப் பாடல் கலையானது பல்வேறு பாடுபொருள்களைக் கொண்டதாக நிகழ்த்தப்படுகின்றது. அவற்றுள் தீய சக்திகளை அகற்றல் மற்றும் இறப்பின் பதினாறாம் நாள் சடங்கு தவிர்த்துக் குலதெய்வ வழிபாடு, காது குத்துதல் விழா எனப் பல்வேறு நிலைகளில் இடம்பெறுகின்றன. இவற்றில் குலதெய்வத்தினுடைய வரலாறு, கோவில் அமைவிடத்தின் சிறப்பு முதலானவை பாடப் பெறுகின்றன. இவற்றுடன் சமூக விடுதலைக்காகப் போராடி வீரமரணம் அடைந்தவர்களின் வாழ்க்கை வரலாற்றுக் கதைகளைப் பாடும் முறை யினையும் பரவலாகக் காணமுடிகின்றது. இதன்படி, உடுக்கை யடிப் பாடல்களில் இடம்பெறும் கதைப்பாடல்கள் குறித்து ஆய்வு செய்த டி. கே. பத்திரன்,

> கோவை, சேலம், திருச்சி போன்ற மாவட்டங்களில் உள்ள நாட்டார் தெய்வ வழிபாட்டிடங்களில் உடுக்கடித்துப் பாடப்படும் கதைப் பாடல்களே காணப்படுகின்றன. அவற்றில் பொன்னர் சங்கர் கதை, அண்ணன்மார் சுவாமி கதை, குன்னுடையாக் கவுண்டன் கதை என்று பல்வேறு பெயர்களில் குறிப்பிடப்படும் உடுக்கைப்பாட்டு கோவை, சேலம் மாவட்டங்களில் நிகழ்த்தப்படுகின்றது. இக்கதைப் பாடல் களைப் பாடுவோர் பொள்ளாச்சி, உடுமலை, திருப்பூர், கோவை, ஈரோடு, கரூர், சேலம், சத்தியமங்கலம் போன்ற பகுதிகளில்தான் அதிகம் இருக்கிறார்கள்[35]

எனத் தம்முடைய ஆய்வில் பதிவு செய்கின்றார். இவ்வாறு உடுக்கை யடிப் பாடல்களில் பயன்படுத்தப்படும் கதைப்பாடல்களை அவ்வச் சூழலுக்கேற்பத் தேர்ந்தெடுத்துப்பாடும் முறை, இக்கலையை நிகழ்த்துவோரால் இன்றும் பின்பற்றப்பட்டு வருகின்றது. மாறாக, வட

மாவட்டங்களில் இத்தகைய கதைப்பாடல்கள் மிகக் குறைந்த அளவிலேயே வழங்கப்பட்டு வருகின்றன. அவ்வாறு வழங்கப்படு வனவற்றுள் திருச்சி மற்றும் அதனைச் சார்ந்த பகுதிகளில் காத்தவராயன் கதையும்[36] பிற பகுதிகளில் அரிச்சந்திரன் கதை, நல்லதங்காள் கதை முதலான கதைகளும் குறிப்பிடத்தக்கனவாக உள்ளன. இவற்றைக் கொண்டு உடுக்கையடிப் பாடல் கலையில் கதைப்பாடல்கள் வழங்கும் முறை தமிழகத்தின் அனைத்துப் பகுதிகளிலும் காணப்படுவதை உறுதிசெய்ய முடிகின்றது.

கலை: *சமயமும் சமூகமும்*

உடுக்கையடிப் பாடல் கலை தமிழ்ச் சமூகத்தில் பெற்றிருந்த சிறப்பின் காரணமாக, அதனைச் சமயம் சார்ந்த அடையாளமாகக் கட்டமைக்கும் முயற்சி, வருணப் பாகுபாடு வலுப்பெற்ற காலத்தி லிருந்து மேற்கொள்ளப்பட்டது. இத்தகைய செயல்பாட்டின் ஒரு பகுதியாகக் கல்வெட்டுகளில் அவற்றைப் பதிவு செய்யும் போக்கு, பிற்காலச் சோழர்கள் காலத்தில் தோற்றம் பெற்றன. அவ்வாறு வரலாற்றை ஒரு குறிப்பிட்ட பிரிவினருக்குச் சாதகமாகக் கட்டமைக்கும் நடவடிக்கையின் ஒரு பகுதியாகத் தங்களுக்கானவற்றைச் சித்திரிக்கும் வகையிலான கல்வெட்டுகள் தொடர்ந்து செதுக்கப்பட்டன. இதன்படி, இராஜராஜ சோழனால் தஞ்சைப் பெரிய கோயிலில் வெட்டப்பெற்ற கல்வெட்டு ஒன்று, அக்கோயிலில் வேலை செய்த நாற்பத்தியெட்டு வகையான தொழிலாளர்களுக்கு அளிக்கப்பட்ட தினக்கூலி குறித்துக் குறிப்பிடுகின்றது. அப்பிரிவினருள் மத்தளம், உடுக்கை முதலான கருவி களை வாசிப்போர் குறித்த விரிவான பதிவுகள் இடம் பெற்றுள்ளன. இதனை அக்கல்வெட்டு,

ஸ்ரீராஜராஜதேவர் குடுத்தபிட(ா)ரர்கள் நற்பத்தென்மரும்
இவர்க(ளி)லெ
(நி)லையாய் உடுக்கை வாசிப்பா
ன்(ஒரு)வனும் இவர்களிலெ நிலையாய்க் கொட்டி மத்த(ள)ம்
வாசிப்பான்
ஒருவனும் ஆக ஐம்பதின்மர்க்குப்பெரால் நிசதம் நெல்லு
முக்குறு(ணிநிவ)ந்தமாய்
ராஜகேஸரியொடொக்கும்[37]

என விரிவாகக் குறிப்பிடுகின்றது. இப்பணிகள் அனைத்தும் சைவ சமயத்தினைப் புனிதமாகக் காட்டி, அதனைப் பரப்பும் வகையில் மேற்கொள்ளப்பட்டன. இத்தகைய போக்கிற்கு மற்றுமொரு சான்றாக, முதலாம் இராஜராஜனின் மகன் இராசேந்திர சோழனால் கங்கை கொண்ட சோழபுரத்தில் கட்டப்பெற்ற கோயில் அமைந்துள்ளது. இக்கோயில் சிற்பங்களில் யாழ், குழல், தாளம், உடுக்கை, முழவு

முதலான இசைக்கருவிகள் இடம் பெற்றுள்ளமையைக் கொண்டு அதனை உறுதிசெய்ய முடியும். இச்சிற்பங்களில் உடுக்கையடிப் பாடற் கலையின் மையக் கருவியாகிய உடுக்கை சிவனுக்குரியதாக அடையாளப்படுத்தப்படுகின்றது.[38] மாறாக, நிகழ்காலச் சூழலில் சைவ சமயம் சார்ந்த விழாக்களில் உடுக்கையானது முற்றிலும் புறக்கணிக்கப் பட்ட கருவியாக உள்ளதைக் காண முடிகின்றது. இதன்படி, சைவம் சார்ந்த பெருந்தெய்வ நிகழ்வுகளில் புறக்கணிக்கப்படும் உடுக்கையானது நாட்டுப்புறத் தெய்வங்கள் மற்றும் மக்களின் வாழ்வியல் நிகழ்வுகளில் முதன்மையான கருவியாக விளங்குகின்றது. இதனை, உடுக்கை நாட்டுப்புற மக்களோடு கொண்டுள்ள தொடர்பை இன்றைய சூழலுடன் பொருத்திப் பார்ப்பதன் மூலம் உறுதிசெய்ய முடிகின்றது.

உடுக்கையானது இவ்வாறு அடையாளப்படுத்தப்பட்டது ஒரு புறமிருக்க அதனுடைய காலம் கடந்த வரலாறு, அதனைக் குறிப்பிட்ட ஒருசில சமூகத்தினருக்கானதாகக் காட்டுகின்றது. இதன்படி, உடுக்கையடிக் கலையை இன்று நிகழ்த்தி வருபவர்களாக புரத வண்ணாரும் பறையர் சாதியைச் சேர்ந்த சிலரும் அறியப்படுகின்றனர். இவ்விரு பிரிவினரைத் தவிர தமிழகத்தின் ஒருசில பகுதிகளில் வன்னியர் களும் மேற்குறிப்பிட்ட சாதியினருடன் குழுவாக இக்கலையை நிகழ்த்தி வருகின்றனர்.

பம்பை அடித்தல்

பறையர் சாதியினரால் நிகழ்த்தப்படும் கோயில் திருவிழாக்களில் பம்பை முதன்மையான இசைக்கருவியாக விளங்குகின்றது. இதனைப் புரத வண்ணார்களோடு வன்னிய வண்ணாரும்[39] வன்னியர்கள் சிலரும் இசைத்து வருகின்றனர். இவர்களில் புரத வண்ணார் இக்கலையை வெளிப்படுத்தும் முறை, நிகழ்த்தும் சூழல் ஆகியன குறித்து மட்டும் இங்கு விரிவாக ஆராயப்படுகின்றது. இதன்படி, பம்பை அடித்தல் கலையின் நிகழ்த்து முறை,

    அ. பம்பை : சிறு குறிப்பு
    ஆ. திருவிழாக்களில் பம்பை
    இ. குலதெய்வ வழிபாட்டில் பம்பை
    ஈ. காது குத்தும் விழாவில் பம்பை

எனும் நான்கு பிரிவுகளின் கீழ் விளக்கப்படுகின்றன (காசாம்பூ, 70, மேலக்கொந்தை).

பம்பை: சிறு குறிப்பு

'பம்பை' என்பதற்கு ஒரு வாக்கியம், சுருண்டம், பம்பா நதி, முல்லை நிலப்பறை, கிவுகிந்தைக்குச் சமீபத்திலுள்ள ஒரு வாவி ஆகிய

பொருள்களைத் தமிழ்மொழி அகராதி குறிப்பிடுகின்றது.[40] இதன்படி, 'பம்பை' என்பது சங்க காலத்திலேயே முல்லைநிலப் பறைகளுள் ஒன்றாக விளங்கியமையை உறுதி செய்ய முடிகின்றது. இதனை வாழ்வியற் களஞ்சியம்,

> பம்பை என்னும் சொல் கோயில் பூசாரிகள் அடிக்கும் ஒருவகைத் தோல் இசைக் கருவியையும், கிட்கிந்தையையும் அடுத்து தண்டக வனத்திலுள்ள ஒரு பொய்கையையும் குறிக்கும்.[41]

எனக் குறிப்பிடுகின்றது.

மேலும், கோயில்களில் இறைவனுக்காக இசைக்கப்படும் கருவிகளுள் ஒன்றாகவும் இக்கருவி பயன்படுத்தப்பட்டதை ஞானாகுலேந்திரன் தம்முடைய ஆய்வில் பதிவு செய்கின்றார். இவரைப் போன்றே தமிழர் தோற்கருவிகள் குறித்து ஆய்வு செய்த ஆர். ஆளவந்தாரும் எண்பத்திரண்டு வகையான கருவிகளுள் பம்பை மற்றும் உடுக்கையைக் குறிப்பிட்டுச் செல்கிறார்.[42] இவ்வாறு நீண்ட வரலாற்றினையும் சிறப்பினையும் கொண்ட பம்பையானது, திருவிழாக்கள் முதலான மங்கள நிகழ்வுகளிலும் விழாக்களிலும் முதன்மையான உணர்வு மிக்க கருவியாகப் பயன்படுத்தப்பட்டதை உறுதி செய்ய முடிகின்றது.

திருவிழாக்களில் பம்பை

நாட்டுப்புறத் தெய்வங்களின் கோயில் விழாக்களில் இக்கருவி முதன்மையான இசைக்கருவியாகப் பயன்படுத்தப்படுகின்றது. பறையர்களால் நிகழ்த்தப்படும் நாட்டுப்புறத் தெய்வங்களின் விழாக்கள், பம்பை க்லைக்குரிய நிகழ்த்துக் களமாக அமைகின்றன. குறிப்பாக, அங்காளம்மன், இரிச்சம்மன் (புரத வண்ணார்களின் குல தெய்வம்), மாரியம்மன், அய்யனாரப்பன், முனீஸ்வரன், மதுரை வீரன், காத்தவராயன், பாவாடைராயன் முதலான தெய்வங்களின் விழாக்களில் இக்கலை முதன்மையான இடத்தினைப் பெறுகின்றது.

'பம்பை'யைக் கொண்டு கலையை நிகழ்த்தத் தொடங்கும்போது முதலில் எந்தத் தெய்வமாக இருந்தாலும் விநாயகரை வணங்கித் தொடங்கும் முறையை வழக்கமாகக் கொண்டுள்ளனர். இவ்வழக்கத்தின்படி விநாயகர் வாழ்த்தைத் தொடர்ந்து, கலையை நிகழ்த்துவதற்காகப் பங்கேற்கும் கோயிற் தெய்வங்களின் வரலாற்றை முழுவதுமாகப் பாடிக்கொண்டே பம்பையை அடிக்கின்றனர். இவ்வாறு, பம்பை அடித்துக்கொண்டு பாடுவதாக அமைகின்ற இக்கலையில், சில இடங்களில் ஒருவர் பாட இருவர் பம்பையை அடித்துக்கொண்டு இக்கலையை நிகழ்த்துகின்றனர். சில நேரங்களில் பம்பையை அடிப்பவர்களே பாடிக்கொண்டும் அடிக்கின்றனர். இதனை, பம்பைக் கலையில் நன்கு தேர்ச்சி பெற்றவர்கள் மட்டுமே செய்வர்.

குலதெய்வ வழிபாட்டில் பம்பை

பறையர் சாதியினர் தங்களின் குலதெய்வ வழிபாட்டின்போது பம்பையினையே இசைக் கருவியாகப் பெரிதும் பயன்படுத்துகின்றனர். இதன்படி, பம்பை அடிக்கும் புரத வண்ணார்கள் ஒவ்வொரு நாட்டுப் புற தெய்வத்தினுடைய (குல தெய்வங்கள்) வரலாற்றையும் நன்கு அறிந்து வைத்திருக்கின்றனர். அவ்வாறு அறிந்து வைத்திருப்பது, பம்பை அடிக்கும் அனைவரினுடைய கடமையாகக் கருதப்படுகின்றது. அவ்வகையில், குலதெய்வத்தின் சிறப்பு, தெய்வம் அமைந்துள்ள இடம், முதலானவையும் இக் லையை நிகழ்த்துவோரால் விரிவாகச் சுட்டப்படுகின்றன.

காதணி விழாவில் பம்பை

குழந்தைகளின் வளர்ச்சியை அடையாளப்படுத்துவதற்காக நிகழ்த்தப்படும் இவ்விழாவில் பம்பை, முதன்மையான நிகழ்த்துக் கருவியாகப் பயன்படுத்தப்படுகின்றது. இதன்படி, காது குத்துதல் சடங்கின் முதல் நிகழ்வாக நடைபெறும் குல தெய்வத்திற்குப் பொங்கலிடுவதில் பம்பை அடித்தல் நிகழ்வு தொடங்குகின்றது. அவ் வகையில், பம்பை அடிப்பவர்கள் விழா நடைபெறும் வீட்டில் தொடங்கி ஒவ்வொரு தெருவாகப் பம்பை அடித்துக் கொண்டு செல்கின்றனர். அவ்வாறு செல்லும்போது காதுகுத்து விழா நடத்துவோரின் பங்காளி வீட்டுப் பெண்கள் ஒவ்வொருவராகப் பொங்கல் கூடையை எடுத்துக்கொண்டு பம்பை அடிப்பவரின் பின்னால் செல்கின்றனர். இதன்படி, பம்பை அடிப்போரின் பின்னால் செல்லும் பெண்கள் (ஆண்களும் செல்வர்) உட்பட அனைவரும் குலதெய்வம் அமைந்திருக்கும் (பெரும்பாலம் வயல்வெளிகளின் நடுவில்) இடத்திற்குச் செல்கின்றனர்.

குலதெய்வக் கோயிலை அடைந்தவுடன் குலதெய்வத்தின் தோற்றம், வரலாறு, சிறப்பு முதலானவை விரிவாகப் பம்பை அடிக்கும்போதே எடுத்துக் கூறப்படுகின்றன. இந்நிகழ்வு முடிந்தவுடன் சிறிது நேரம் ஒய்வெடுத்துவிட்டு, பெண்கள் பொங்கல் வைத்து முடித்து, குலதெய்வத்திற்குப் படையலிட ஆயத்தமாகிவிட்டனர் என்பதை அறிந்ததும் மீண்டும் பம்பையை அடிக்கத் தொடங்கு கின்றனர். இதனைத் தொடர்ந்து, குலதெய்வத்திற்கு ஆடு, பன்றி, கோழி முதலானவை பலியிடும் நிகழ்வு தொடங்குகிறது. இப் பலியிடும் நிகழ்வு தொடங்கும்போது சாமியாடிக்கு அருள் வரவேண்டும் என்பதற்காகப் பம்பை அதிக ஒலியுடன் வேகமாக அடிக்கப்படுகிறது. சில இடங்களில் உடுக்கையும் சேர்த்துப் பயன்படுத்தப்படுவது உண்டு. அவ்வாறு அடிக்கும்போதே அருள் வந்த பெண்கள் மற்றும் சாமியாடியின்

வாக்குப்படி பலியிடுதல் சடங்கு நிகழ்ந்து முடிகின்றது. பின்பு, அனைவரும் பொங்கல் பானையை எடுத்துக்கொண்டு வீட்டிற்குப் புறப்படுகின்றனர். அப்போதும், பம்பை அடிப்பவரின் பின்னாலேயே உறவினர்கள் செல்கின்றனர். அவ்வாறு செல்லும்போது, ஊர் எல்லையில் இருக்கும் அய்யனாரப்பனை வணங்குகின்றனர். இவ்வழிபாட்டின்போது அய்யனாரப்பனையும் சிறிது புகழ்ந்து ஓரிரு பாடல்களை பம்பை அடிப்பவர் பாடுகின்றார். பின்பு, அம்மன் கோயிலிலும் வணங்கிவிட்டு உறவினர்கள், வீடு செல்லும்வரை பம்பை அடிக்கப்படுகிறது.

காதுகுத்து விழாவின் முதல் நாளில் குலதெய்வ வழிபாட்டின் போது இசைக்கப்படும் பம்பை, அடுத்த நாளில் இசைக்கப்படுவதில்லை. சில இடங்களில் மட்டுமே பம்பை காது குத்தும் நிகழ்வன்றும் இசைக்கப்படுகின்றது. இவற்றுள் முதலில் சுட்டப்பட்ட முறையே காதுகுத்து விழாக்களில் பெரும்பான்மையாகப் பின்பற்றப்படுகின்றது.

சிலம்பாட்டம்

உடுக்கை மற்றும் பம்பை அடிக்கும் கலைகளில் ஈடுபட்டுள்ளவர்களில் பெரும்பாலானவர்கள் சிலம்பாட்டக் கலையையும் நிகழ்த்துகின்றனர். இந்நிகழ்வில் ஒரு குழுவாகச் செயல்படும் இவர்கள், அதிக அளவில் காது குத்து விழாக்களிலும், கோயில் விழாக்களிலும் இக்கலையை நிகழ்த்துகின்றனர். இரண்டு மற்றும் அதற்கு மேற்பட்டோர் குழுவாக இணைந்து ஆடும் இக்கலையில் 'சிலம்பம்' முதன்மையானதாக அமைந்துள்ளது. குறிப்பாக, காது குத்து விழாக்களில் நிகழ்த்தப்படும் சிலம்பக்கலையானது, குலதெய்வக் கோயிலிலிருந்து பொங்கல் வைத்துக் கொண்டு வீட்டிற்கு வரும்போது ஊர் எல்லையில் தொடங்கி வீடு வரும் வரை நிகழ்த்தப்படுகின்றது. மேலும், இக்கலையை நிகழ்த்தும்போது பொங்கல் கூடையைச் சுமந்து செல்வோரைத் தெருவில் இடையிடையே நிற்க வைத்துத் தெருவின் மையப்பகுதியிலேயே இதனை நிகழ்த்துகின்றனர். மாறாக, இக்கலைக்கென தனியாக மேடை எதுவும் உருவாக்கப்படுவதில்லை.

சிலம்பக்கலையில் வெளிப்படும் வித்தைகள்

சிலம்பக்கலையை நிகழ்த்துவோர் நிகழ்வின் இடையிடையே பல்வேறு வித்தைகளையும் செய்கின்றனர். சிலம்பக்கலையில் தேர்ந்த ஒரு சிலரால் மட்டுமே இவ் வித்தைகள் செய்யப்படுகின்றன. இதன்படி சிலம்பக்கலையில் செய்யப்படும் வித்தைகளானது,

- முழுமையாக நீர் நிரப்பிய சில்வர் மற்றும் பித்தளைக் குடத்தினைக் (தவளை) கைகளின் துணையின்றிப் பல்லால் கடித்துத் தூக்குதல்.
- ஒருவரைப் படுக்க வைத்துவிட்டு அவரின் நெற்றி, மார்பு, வயிறு என உடலின் பல பாகங்களில் வாழைக்காயை வைத்துவிட்டு, அதனை மற்றொருவர் கண்ணைக் கட்டிக் கொண்டு நடனமாடிக் கொண்டே சென்று ஒவ்வொன்றாகக் கத்தியால் வெட்டுதல். இவ்வாறே படுத்திருப்பவரை அமரவைத்து தலையிலும் வாழைக்காயை வைத்து வெட்டுவர்.
- மின்சார விளக்குகளான குழல் விளக்கு (Bulb), உருணை விளக்கு (Tube Light) ஆகியவற்றை உடலில் அடித்து உடைத்தல்.
- கள்ளிச் சப்பாத்திகள் மற்றும் நாட்டுச் சப்பாத்திகளைக் கொண்டு வந்து தரையில் பரப்பிவைத்து அதன்மீது காயமின்றிப் படுத்து எழுவது.
- ரூபாய் நோட்டுகள் மற்றும் குண்டூசி ஆகியவற்றைக் கைப்பிடி அளவுள்ள மண்ணில் சொருகி வைத்துவிட்டு, நடனமாடிக் கொண்டே சென்று அதனைக் கண் இமைகளால் எடுப்பது.
- தங்களில் ஒருவரைத் தரையில் படுக்க வைத்து அவரின் மார்பு மீது மர உரலை வைத்து அதில் சிறிதளவு நெல்லைப் போட்டு, அந்நெல் மைந்து அரிசியாகும் வரை உலக்கையால் குத்தி அரிசியெடுத்துப் பார்வையாளர்களிடம் காட்டுவது (இதனைப் போன்று காய்ந்த, வறுத்தெடுத்த மிளகாயையும் இடித்தெடுப்பர்).
- ஒருவரைத் தரையில் நேராக அமர வைத்துவிட்டு, அவரின் தலைமேல் தேங்காயை வைத்து மற்றொருவர் நடனமாடிக் கொண்டே சென்று உடைப்பது.
- பல்லால் ஒன்றுக்கு மேற்பட்ட மிதிவண்டிகளைக் (Cycle) கடித்துத் தூக்குவது (ஒன்றுக்கு மேற்பட்ட மிதிவண்டிகளைக் கயிற்றால் பிணைத்திடுவர்).
- வாயில் மண்ணெண்ணெயை ஊற்றிக்கொண்டு, அதனைத் தங்களின் கையில் மேல்நோக்கிப் பிடித்துள்ள தீப்பந்தத்தின் மீது ஊதிப் பெரிய தீப்பிழம்பை வரவழைத்தல். இம்முறையில் சில நேரங்களில் நெருப்பு இவர்கள் முகத்திலேயே பட்டுவிடுவதும் உண்டு.
- தீப்பந்தத்தை மார்பு, வயிறு, முதுகு, கைகள் என உடலின் பல்வேறு பாகங்களின் மீது தடவிக் காட்டுவது.

எனப் பல்வேறு நிலைகளில் வெளிப்படுத்தப்படுகின்றது. இவைகளை நிகழ்த்தும்போது பம்பையை அடிப்பவர்கள், அவ்வப்போது வேகமாக அடித்து, கலை நிகழ்த்துவோரை உற்சாகப்படுத்துவர். இவ்வாறு ஒவ்வொரு வகை வித்தைகளை நிகழ்த்தி முடிக்கும்போதும் பார்வையாளர்கள் சிலர் இக்கலைஞர்களுக்கு அன்பளிப்பாகப் பணம் அளிப்பதும் உண்டு.

புரத வண்ணார், வன்னிய வண்ணார் மற்றும் வன்னியர் சிலரால் உடுக்கை, பம்பை ஆகியவற்றை இசைக்கும்போது, அவர்களுள் சிலரால் நிகழ்த்தப்பட்ட இக்கலை இன்று நிறுவனமயப்படுத்தப்பட்ட ஒன்றாக மாறியுள்ளது. அவ்வகையில் இக்கலைகள் சாகசங்கள் (Circus) என்ற பெயரில் நாடு முழுவதும் பல்வேறு நகரங்களில் கூடாரங்கள் அமைத்து நிகழ்த்தப்பட்டு வருவது குறிப்பிடத்தக்கதாகும்.

சடங்குகள்

புரத வண்ணார், பறையர் முதலானோரின் வாழ்வில் 'சடங்கு' சார்ந்த பல்வேறு செயல்களைச் செய்கின்றனர். இச்சடங்கு, தங்களின் சந்ததியினர் (தலைமுறை) அனைத்து வளமும் நலமும் பெறுவதற்காகக் காலங்காலமாக நிகழ்த்தப்பட்டு வரும் ஒரு செயல்முறை வடிவமாகும். அவ்வகையில் புரத வண்ணார் செய்யும் சடங்குகள் குறித்து ஆராய்வதாக இப்பகுதி அமைகின்றது.

சடங்கு: விளக்கம்

'சடங்கு' என்பதற்குத் தமிழ் மொழி அகராதி கிரியை, செய்முறை என விளக்கம் அளிக்கின்றது.[43] இவற்றில் செய்முறை என்ற பொருளில் வழங்கப்படும் சடங்குகளானது குலவிருத்தி செய்யும் பெண்களை மகிழ்விப்பதற்காக ஊர் போற்றும் வண்ணம் நிகழ்த்தப்படுகின்றன. இச்சடங்கின் மூலமாக, தங்களின் முன்னோர் காலங்காலமாகப் போற்றிப் பாதுகாத்து வந்த பழக்க வழக்கங்களை மறைந்துவிடாமல் காப்பதோடு அதனுடைய உயிர்ப்புத் தன்மையையும் உறுதி செய்து கொள்கின்றனர். இப்பின்னணியில் சடங்குகளின் தோற்றம் குறித்து ஆய்வு செய்த பக்தவத்சல பாரதி,

> இச்சடங்குகள் அனைத்தும் வாழ்வைப் பல தொடர்நிலைகளாகப் பிரித்து ஒன்றிலிருந்து மற்றொன்றிற்கு மக்களை அறிமுகப்படுத்தும் பொருட்டு ஏற்படுத்தப்பட்டுள்ளன. பெயர் சூட்டுச் சடங்கு, காது குத்துதல், பூநூல் திருமணம், மஞ்சள் நீராட்டு விழா, திருமணம், வளைகாப்பு ஆகியன இவற்றுள் குறிப்பிடத் தக்கவை.[44]

எனக் குறிப்பிடுகின்றார். இதன்படி, சடங்குகள் குறித்த ஆய்வுகள் அனைத்துத் தளங்களிலும் மேற்கொள்ளப்படும் சூழலில் புரத

வண்ணார்களால் நிகழ்த்தப்படும் சடங்குகள் குறித்தும் ஆய்வு செய்வதென்பது அவசியமாகின்றது.

சடங்கு வகைகள்

பறையர் சாதியினருடன் இணைந்து வாழ்ந்து வரும் புரத வண்ணார்கள் தங்களின் வாழ்வு மட்டுமின்றிப் பறையர்களின் வாழ்விலும் பல்வேறு சடங்குகளை முன் நின்று நிகழ்த்துபவர்களாக உள்ளனர். அவ்வகையில், இவர்கள் செய்யும் சடங்குகள்,

அ. புற வாழ்வியல் சடங்குகள் (பறையர் சாதியினர்க்குச் செய்பவை)
ஆ. அக வாழ்வியல் சடங்குகள் (தங்களுக்குள் நிகழ்த்தப்படும் சடங்குகள்)

என இரண்டு வகைகளாகப் பாகுபடுத்திக் கொள்ளப்படுகின்றன. இப் பாகுபாடுகள் பின்வரும் பகுதிகளில் தனித்தனியாக விளக்கப்படுகின்றன.

புற வாழ்வியல் சடங்குகள்

புரத வண்ணார்கள் பறையர் சாதியினர்க்குச் செய்யும் சடங்குகள் அனைத்தும் புற வாழ்வியல் சடங்குகளாக இங்குச் சுட்டப்படுகின்றன. இதன்படி, பறையர்களின் வாழ்வில் நிகழ்கின்ற இன்பியல் நிகழ்வுகளாகிய,

அ. பூப்புச் சடங்கு
ஆ. மஞ்சள் நீராட்டு விழா
இ. திருமணம்
ஈ. வளைகாப்புச் சடங்கு
உ. காது குத்துதல்

என அமையும் நிகழ்வுகளில் பங்கேற்று, அவற்றில் பல்வேறு பணிகளைச் செய்கின்றனர். இப்பணிகள் அனைத்தையும் பிறரைக் காட்டிலும் புரத வண்ணார்களே அனைத்து நிலைகளிலும் முன்னின்று நிறைவேற்றி வைக்கின்றனர்.

பூப்புச் சடங்கு: அறிமுகம்

ஒரு பெண் தாய்மை அடைவதற்கான தகுதியை உடலளவில் பெற்றுவிட்டாள் என்பதை அறிவிக்கும் சடங்காக இந்நிகழ்வு அமைகின்றது. இச்சடங்கு நிகழ்த்துவதற்கு அடிப்படையாக அமைகின்ற 'குருதி வெளிப்படுதல்' என்பதை உறுதி செய்யும் நிகழ்வில் தொடங்கி, பூப்புச் சடங்கு முடிந்து தலையில் நீர் வார்த்தல் வரை அனைத்திலும் புரத வண்ணார் ஈடுபடுகின்றனர்.

த. தனஞ்செயன் • 241

வம்ச விருத்தி மற்றும் செழிப்பின் அடையாளமாகக் கருதப்படும் இக் குருதி வெளியேற்ற நிகழ்ச்சி, முதலில் தீட்டுக்குரியதாகவும் பின்பு குறிப்பிட்ட சில நாள்கள் கழிந்த பின்னரப் போற்றுதற்குரியதாகவும் வழங்கப்படுகிறது. இதன்படி, வீட்டிற்கு விலக்கான பெண் அடையும் தீட்டுகளை ஆறுமுக நாவலர் பாலபாடம் நான்காம் பாகத்தில்,

> தூரஸ்திரீ முதனாள் சண்டாளிக்கும், இரண்டாம் நாள் பிரமக் கொலை செய்தவளுக்கும், மூன்றாம் நாள் வண்ணாத்திக்குஞ் சமமானவள்: ஆதலினால் அவள் இந்த மூன்று நாளும் யாதொரு கருமத்துக்கும் உரியவளல்லள்.

எனக் கூறுவதுடன் தொடர்ந்து,

> தூரஸ்திரீ நாலா நாள் மண்ணினாலே தந்த சுத்திசெய்து, சூரியோதயத் துக்கு மேல் ஆறு நாழிகை சென்ற பின், உடம்பு முழுவதும் கோசலமும் புற்றுமண்ணும் பூசி, புடவையாக உவர்மண் முதலியவற்றினாலே சுத்திசெய்து, நதி முதலியவைகளிலே ஸ்நானம் பண்ணல் வேண்டும்.[45]

எனக் குறிப்பிடுகின்றார். ஆறுமுக நாவலரின் இக்கூற்றின்படி, பருவமடைவதன் காரணமாகத் தீட்டிற்குள்ளாகும் ஒரு பெண், தொடர்ந்து மூன்று நாட்களுக்குத் தீட்டிற்குரியவளாகச் சித்திரிக்கப் பட்டிருந்தமையை அறிய முடிகிறது. இவ்வாறு பெண்ணின் முதல் பூப்பு தொடங்கி ஒவ்வொரு மாத மாதவிடாயின்போதும் அப்பெண் ணைத் தீட்டிற்குரியவளாகச் சித்திரிக்கும் இச்சமூகம், அப்பெண்ணிற்கு உதவி செய்யும் வண்ணாரப் பெண்கள் மீதும் இழிவைச் சுமத்தியது.

முதன்முதலில் ஓர் ஊரில் பெண் ஒருவள் பூப்படைந்த நிகழ்வு அவ்வூரில் உள்ள வண்ணார் வீட்டுப் பெண்களிடம் மட்டுமே தெரிவிக்கப்படுகிறது. இத்தகவல் கிடைத்தவுடன் உடனடியாக அவ்வீட்டிற்குச் செல்லும் வண்ணாத்தி, அப்பெண் அணிந்திருந்த ஆடையைப் பார்த்து அவள் பூப்பு அடைந்தாளா, இல்லையா என்பதை உறுதி செய்து கூறுகிறாள்.

பூப்பு உறுதி செய்யப்பட்டவுடன் அத் தகவல் உடனடியாகப் பெண்ணின் தாய்மாமன் முதலான அனைத்து உறவினர்களுக்கும் தெரிவிக்கப்படுகிறது. இதன்படி, உறவினர்களுக்குச் சேதி சொல்வதற்கு இவ்வண்ணார் சாதி ஆண்களே செல்கின்றனர். பின்பு, உறவினர் களிடத்தில் 'பூப்பு' சேதியைக் கூறிவிட்டு வீட்டிற்குத் திரும்பியபின், வண்ணார் உதவியுடன் உறவினர்கள் 'பூப்புச் சடங்கு' நிகழ்த்தத் தயாராகின்றனர்.

அ. தண்ணீர் ஊற்றுதல்

பூப்புச் சடங்கின் முதல் நிகழ்வாக இச்சடங்கு அமைகின்றது. இச்சடங்கில், சடங்கிற்குரிய பெண்ணின் உறவுக்காரப் பெண்கள் மட்டுமே இடம்பெறுகின்றனர். இதன்படி, சடங்கு நிகழ்த்துவதற்கு வீட்டின் பின்பகுதியில் கூடும் உறவுக்காரப் பெண்கள் (திருமண மானவர்கள் மட்டும்) ஒரு மரப்பலகை போட்டு, அதில் சடங்கிற்குரிய பெண்ணை அமர வைக்கின்றனர். பின்பு, அப்பெண்ணின் தலைக்கு மேல் இரு பெண்கள் ஒரு சல்லடையைப் பிடித்துக் கொள்ள, மற்ற பெண்கள் ஒவ்வொருவராகச் சல்லடை மீது நீரை ஊற்றுகின்றனர். சில நேரங்களில் மஞ்சள் கலந்தும் ஊற்றுவதுண்டு. இவ்வாறு, சல்லடையில் தண்ணீரை ஊற்றும் முன்பு, அதில் அக்குடும்பத்தினரின் வசதிக்கேற்ப இரண்டு மற்றும் ஐந்து ரூபாய் நாணயங்களைப் போடுகின்றனர். இவற்றுடன் வெற்றிலையும் பாக்கும் போடுவர் (நாவம்மாள், 48, கொங்கராம்பூண்டி).

தண்ணீர் ஊற்றுதல் சடங்கு முடிந்தவுடன் அப்பெண் புரத வண்ணாரப் பெண் கொடுக்கும் மாற்றை[46] உடுத்தி வீட்டினுள் செல்கிறாள். தண்ணீர் ஊற்றும்போது சல்லடையில் போட்டிருந்த பணம் (நாணயங்கள்) வண்ணாருக்குரியதாகச் சுட்டப்படுவதால் இந்நிகழ்வு முடிந்ததும் அதனை வண்ணார் எடுத்துக் கொள்கின்றனர்.

ஆ. மனை விரித்தல்

பூப்புச் சடங்கு செய்யவிருக்கும் பெண்ணை அமர வைப்பதற் காகப் புரத வண்ணார்களால் மனை விரிக்கப்படுகிறது. 'மனை விரித்தல்' என்பது, பூப்புப் பெண்ணை அமர வைக்கும் இடத்தில் சிறி தளவு நெல் மற்றும் ஒன்று அல்லது இரண்டு ரூபாயை அப்பெண்ணின் வீட்டாரிடமிருந்து பெற்று வைத்து அதன் மேல் ஒரு பலகையை வைப்பதாகும். பின்பு, அப்பலகை மீது ஒரு வெள்ளைத் துணியைப் பலகை முழுவதையும் மூடும்படி போர்த்துகின்றனர். இந்நிகழ்வே 'மனை விரித்தல்' எனப்படுகிறது. இவ்வாறு பலகையின் கீழ் வைக்கப்படுவது, பணம் மற்றும் நெல் என எதுவாக இருந்தாலும் அவை வண்ணாருக்கே உரியதாகும்.

பூப்புச் சடங்கில் 'தண்ணீர் ஊற்றுதல்' சடங்கினை அடுத்துச் சடங்கிற்குரிய பெண், ஊர்ப் பெரியவர்கள் முன் மனை மீது அமர வைக்கப்படுகிறாள். அவ்வாறு அமர வைத்தவுடன் முதலில் தாய்மாமனும் அவரை அடுத்து மற்ற உறவினர்களும் அப்பெண்ணுக்குச் சடங்குகளைச் செய்கின்றனர். இச்சடங்கில், துணியில் சூடாக உள்ள புட்டினை (கேழ்வரகு மாவினால் செய்யப்படுவது) முடிந்து பெண்ணின்

தலையை எதிரெதிர் திசையில் மும்மூன்று முறை சுற்றுகின்றனர். இதன்படியே உறவினர்கள் அனைவரும் (தண்ணீர் ஊற்றியவர்கள்) பெண்கள் ஒற்றைப்படை எண்ணிக்கையில் செய்து முடித்தவுடன் விழா இறுதி நிலையை அடைகிறது. பின்பு, அப்பெண்ணானவள் பெரியவர்கள் மற்றும் உறவினர்கள் அனைவருக்கும் வணக்கம் கூறிய பின்பு, தனியாக அமைக்கப்பட்டிருக்கும் (வேம்பின் இலை மற்றும் தென்னங் கீற்றுகளால் அமைக்கப்பட்டிருக்கும்) குடிசைக்கு அழைத்துச் செல்லப்படுகிறாள். இவ்வாறு சடங்குகள் அனைத்தும் முடிந்த பிறகு மனை விரித்தல் முதலான பணிகளுக்காக வண்ணாருக்கு ஐந்து அல்லது பத்து ரூபாய் கூலியாகக் கொடுக்கப்படுகிறது.

இ. மாற்றுக் கொடுத்தல்

பூப்பு நிகழ்ந்த பெண்ணிற்கு மேற்கூறிய சடங்கு நிகழும் நாள் வரை புரத வண்ணாரப் பெண் மாற்று கொடுக்கிறாள். அவ்வாறு கொடுக்கும் மாற்றானது ஒவ்வொரு நாளும் குளிப்பதற்கு முன் கொடுக்கப்படுகிறது. இம் மாற்றினை உடுத்தியவுடன் முந்தைய நாள் கட்டியிருந்த ஆடையை வண்ணாரப் பெண் சலவை செய்வதற்காகக் கொண்டு சென்றுவிடுகிறாள். அவ்வகையில், சடங்கு நிகழும் நாளான மூன்று அல்லது ஐந்தாம் நாள் வரையில் இம் மாற்றைத் தினமும் கொடுக்கின்றனர். சில இடங்களில் சடங்கு முடிந்து, குடிசை பிரிக்கும் வரையிலும் கொடுப்பது வழக்கமாக உள்ளது.

இந்நிகழ்வில் பெண் பூப்பின்போது கட்டியிருந்த ஆடை, இறுதியில் வண்ணாரப் பெண்ணிடமே கொடுக்கப்படுகிறது. அதனை நன்கு வெளுத்து இவர்கள் பயன்படுத்திக் கொள்கின்றனர். மாறாக, பெண் பூப்படையும்போது கட்டியிருந்த ஆடை புதியதாக இருந்திருந்தால் அதனை வண்ணாருக்குக் கொடுக்க மனமில்லாத சிலர், ஒரு பழைய ஆடையை வண்ணாரிடம், அதுவே பூப்புவின்போது கட்டியிருந்தது எனக் கூறிக் கொடுக்கின்றனர். இவ் ஆடை பயன்படுத்தத் தகுதியற்றதாக இருப்பின் அதனை வண்ணார், பின்னர்க் குப்பையில் போட்டுவிடுகின்றனர்.

ஈ. சமைத்துப் போடுதல்

'சமைத்துப் போடுதல்' எனும் கடமையை நிறைவேற்றுவதற்காக உறவினர்கள் ஒவ்வொரு குடும்பத்தினராக வந்து சடங்கான பெண்ணிற்கு (பூப்பு அடைந்த பெண்ணை இவ்வாறு கூறுவர்) வகை, வகையான உணவு செய்து கொடுப்பதை வழக்கமாகக் கொண்டுள்ளனர். அந்நாட்களில் மாற்று கொடுக்க வரும் வண்ணாருக்குக் காய்கறிகளோடு உணவும் சேர்ந்து அளிக்கப்படுகிறது. சிலர் கொடுக்காமல் விடுவதும் உண்டு.

மஞ்சள் நீராட்டு விழா

பூப்பு அடைந்த பெண்ணிற்கு மூன்று அல்லது ஐந்தாவது மாதம் முடிந்த சில நாட்களுக்குள் இச்சடங்கு நிகழ்த்தப்படுகிறது. இச்சடங்கு பெண் பூப்பு அடைந்துவிட்டாள் என்பதை அதிகாரபூர்வமாக அறிவிப்பதாக அமைகின்றது. அந்த வகையில், உறவினர்கள் மற்றும் தாய்மாமன் முன்னிலையில் நிகழும் இச்சடங்கு, பூப்பு அடைந்த பெண்ணைத் தாய்மைக்குரியவளாகச் சுட்டுகின்றது. இவ்விழா பூப்பு விழாவில் நிகழ்த்தப்படும் 'தண்ணீர் ஊற்றுதல்' போன்ற சடங்குகள் எதுவுமின்றி ஒரே நாளில் முன்னிரவு வேளையில் நிகழ்கின்றது. மாறாக, சிலர் பூப்பு விழாவுடன் மஞ்சள் நீராட்டு விழாவையும் இணைத்துச் செய்துவிடுவதும் உண்டு.

பூப்பு விழாவினைப் போன்று புரத வண்ணார்கள் இவ் விழாவிலும் பெண் அமர்வதற்காக மனை விரிக்கின்றனர். இவ்வாறு மனை விரிக்கும்போது பெரும்பாலும் மனையின் கீழ் அனைவராலும் நெல்லே விரும்பி கொட்டி வைக்கப்படுகிறது. நெல் கையிருப்பு இல்லாதவர்கள் மட்டுமே மனையின் கீழ்ப் பணத்தை (5, 10, 15 ரூபாய் என) வைப்பர். இந்நெல்லும் பணமும் வண்ணாருக்கே உரியவை ஆதலால் சிலர் குறைவான நெல்லையும் (ஒரு படி அளவுக்குக் குறை வாக) பணத்தையும் (2 அல்லது 5 ரூபாய் என) வைப்பதுண்டு.

மஞ்சள் நீராட்டு விழாவில் மனை விரிப்பது மட்டுமின்றி விழா தொடங்குவதற்கு முன்னதாகப் பந்தல் அலங்காரத்தினையும் இவர்களே செய்கின்றனர். இதன்படி, உறவினர்களால் தென்னங்கீற்றுகளைக் கொண்டு கட்டி வைத்திருக்கும் பந்தலில், தாங்கள் கொண்டு செல்லும் வெள்ளை வேட்டிகளால் பந்தலின் உட்புறம் உள்ள கீற்றுகள் தெரியாதவண்ணம் வேலிக் காத்தான் முள்களைக் கொண்டு தைத்து விடுகின்றனர். இவ்வாறு செய்யும் அலங்கார வேலையில் தங்களிடம் வெளுப்பதற்காக வரும் வேட்டிகளே பயன்படுத்தப்படுவதால் அதில் உள்ள 'குறியீடு' வெளியே தெரியா வண்ணம், வேட்டியின் முனை உட்பகுதியில் வைத்துத் தைக்கப்படுகிறது. இதனை விழா முடிந்ததும் பிரித்து எடுத்துச் சென்றுவிடுவர் (பிச்சைக்காரன், 54, பிடாரிப்பட்டு).

விழாவில் அனைத்துச் சடங்குகளும் முடிந்தவுடன் இறுதியாக உறவினர்களுக்கு அளிக்கப்படும் ஒரு தாம்பூலப் பையும் இருபது அல்லது முப்பது ரூபாய் பணமும் புரத வண்ணார்களுக்குத் தரப் படுகிறது. இதுவே விழாவில் செய்த மனை விரித்தல், பந்தல் அலங்காரம் செய்தல் முதலான பணிகளுக்காக அளிக்கப்படும் உரிய கூலியாகும். இவற்றுடன் உணவும் சேர்த்துக் கொடுக்கப்படுகிறது.

திருமணம்

புரத வண்ணார்கள் பெரும்பங்கு வகிக்கும் நிகிழ்வாகப் பறையர்களின் திருமணம் அமைகின்றது. இந்நிகழ்வில், திருமணத்திற்கு முன்பு தொடங்கி திருமணம் முடிந்த அடுத்த ஓரிரு நாட்கள் வரை அவ்வீட்டில், இவர்கள் பல்வேறு பணிகளைச் செய்கின்றனர். அப்பணிகள்,

அ. நலங்கு வைத்தல்
ஆ. பந்தர்(ல்) அலங்காரம்
இ. குடவிளக்கு வைத்தல்
ஈ. பூவாடைக்காரி சோடித்தல்
உ. வேட்டி கொடுத்தல்
ஊ. கைக்கூறை
எ. கூலி
ஏ. வேட்டி போடுதல் அல்லது துண்டு போடுதல்

எனப் பல்வேறு நிலைகளில் அமைகின்றது. இவை பின்வருமாறு தனித்தனியாக விளக்கப்படுகின்றன.

அ. நலங்கு வைத்தல்

திருமணத்திற்கு முன்பு நிகழும் சடங்காக இச்சடங்கு அமைகின்றது. இச் சடங்குகள், ஆண், பெண் இருவருக்கும் அவரவர் வீட்டில் திருமணத்திற்கு மூன்று மற்றும் ஐந்து நாட்களுக்கு முன்பு நிகழ்த்தப்படுகிறது. இதில் ஆண் மற்றும் பெண்ணை அமர வைக்கும் மனைக்கான துணியைப் புரத வண்ணார்கள் விரிக்கின்றனர். அவ்வாறு விரிக்கும்போது திருமண வீட்டாரிடமிருந்து மூன்று படி (சிறிய படி) நெல் பெற்று அதனை மனையின் கீழ்க் கொட்டி, பிறகு அதன்மேல் மனையை வைப்பர். சிலர் நெல்லிற்குப் பதிலாக பணத்தை (5 அல்லது 10 ரூபாய்) வைப்பதும் உண்டு. இவை அனைத்தும் வண்ணார்க்கு உரியது ஆகையால், மனையின் கீழ்க் கொட்டி வைக்கச் சிலர் சிறிய படி அளவுள்ள நெல்லே கொடுப்பதுடன் பணம் எதுவும் கொடுக்காமலும் விட்டுவிடுகின்றனர் (மண்ணாம்பாள், 80, வி.சாலை).

இவ்வாறு நலங்கு வைக்கும் விழா முடிந்தவுடன், ஆண்களுக்குச் செய்யப்படும் நலங்காக இருந்தால் இருபது ரூபாயும் பெண்களுக்குச் செய்யப்படும் நலங்காக இருந்தால் பத்து ரூபாயும் வண்ணார்க்குத் தரப்படுகிறது. இவற்றுடன் அன்று விருந்தினர்க்குச் செய்த உணவையும் கொடுக்கின்றனர்.

ஆ. பந்தர்(ல்) அலங்காரம்

புரத வண்ணார்கள் பறையர் குடும்ப நிகழ்வுகளில் செய்யும் பெரிய அளவிலான அலங்கார வேலைகள், அவர்களின் திருமண விழாவை மையமாகக் கொண்டு பந்தர்(ல்) அமைகின்றன. இதன்படி, மணப்பந்தல் முழுவதும் கீற்றுகள் வெளியே தெரியாத வகையில் அலங்காரம் செய்யப்படுகிறது. இத்தகைய அதிக அளவிலான அலங்காரத்திற்குத் தங்களிடம் உள்ள (சலவைக்கு வந்தவை) வேட்டிகள் போதுமானதாக இல்லாதபோது அருகிலுள்ள ஊர் வண்ணார்களிடம் இருந்தும் வேட்டிகளைக் கடனாகப் பெற்று அலங்காரம் செய்கின்றனர். இந்த அலங்காரத்திலும் வேட்டிக்குரியவர்கள் தங்களின் வேட்டியை அடையாளம் கண்டு விடாமலிருக்க அடையாளக் குறியை மறைத்தே அலங்காரம் செய்கின்றனர். திருமணத்திற்கு முந்தைய நாள் செய்யப்படும் இந்த அலங்காரம், திருமணம் முடிந்த அடுத்த நாள் பிரிக்கப்படுகிறது. இந்த அலங்காரம் பிரிக்கும்போது, மண விழாவில் செய்த அனைத்துப் பணிகளுக்கும் சேர்த்து இவர்களுக்குக் கூலி அளிக்கப்படுகிறது.

மண விழாக்களில் மணப்பந்தலை அலங்காரம் செய்யும் இம்முறை, திருமண மண்டபங்களின் வருகையால் முற்றிலும் வழக்கிழந்துவிட்டது. விதிவிலக்காகச் சில இடங்களில் மட்டும் வழக்கில் உள்ளது. மாறாக, ஊர்த் திருவிழாக்களில் கோயில் எதிரில் போடும் பந்தல்களில் இத்தகைய அலங்காரம் இன்றும் பெரும்பாலான இடங்களில் வழக்கில் உள்ளது. சில ஊர்களில் சாமி ஊர்வலம் வரும் தேரையும் அலங்காரம் செய்கின்றனர்.

இ. குடவிளக்கு வைத்தல்

திருமணத்தில் தாலி கட்டுவதற்கு முன்பு, மணமக்களை அமர வைத்துச் சடங்குகள் செய்யும் இடத்தில் இரண்டு பானைகள் வைக்கப்படுகிறது. அப்பானையின் கழுத்து வரை நீர் நிரப்பி, அதன்மேல் விளக்கெண்ணை ஊற்றப்படுகிறது. பின்பு, பானையின் வெளியே திரி தெரியும்படி வைத்து அதனை எரிய வைக்கின்றனர். இவ்வாறு எரிய வைப்பதைக் 'கொட வெளக்கு வைத்தல்' (குடவிளக்கு வைத்தல்) எனச் சுட்டுகின்றனர். இக்குடவிளக்கு ஏற்றும் சடங்கு முழுவதையும் புரத வண்ணார்களே செய்கின்றனர். இக்குடவிளக்கானது, தாலி கட்டி முடிந்து மேலும் சில சடங்குகளை மணமக்கள் செய்து முடிக்கும் வரை எரிய வைக்கப்படுகிறது.

இவ்வாறு, 'குடவிளக்கு' எரிந்து முடிந்தவுடன் அதன் மேலுள்ள விளக்கெண்ணையைக் கரண்டி அல்லது சிறிய குவளையால் மொண்டு

(முகர்ந்து), அதனைத் தனி பாத்திரத்தில் வைத்துக் கொள்கின்றனர். இவ்வாறு சேகரிக்கப்பட்ட நீருடன் கலந்த விளக்கெண்ணெய்யை, வீட்டிற்குச் சென்றவுடன் பாத்திரத்தில் (மண் சட்டி அல்லது அலுமினிய பாத்திரம்) கொட்டி அடுப்பில் வைத்துச் சூடுபடுத்துகின்றனர். இச்சூடு அதிகமாகும்போது எண்ணெய்யுடன் கலந்துள்ள நீர் ஆவியாகிவிட, எண்ணெய் மட்டும் சட்டியில் நிற்கும். பின்பு, அதனை எடுத்து ஆறவைத்துத் தனிக் குவளையில் அடைத்துப் பயன்படுத்துகின்றனர். இச்செயல் வண்ணார்களிடம் காணப்படும் நுட்பமான அறிவிற்கு மற்றொரு சான்றாக அமைகின்றது.

ஈ. பூவாடைக்காரி சோடித்தல்

தாய் அல்லது தந்தை இல்லாத குடும்பத் திருமணத்தில் அவர்களுக்கு இணையாக, அவர்களைப்போல் பாவனை செய்து புரத வண்ணாரால் இந்த அலங்காரம் செய்யப்படுகிறது. அவ்வாறு, செய்து கொண்டு வரப்படும் கரகமே 'பூவாடைக்காரி' எனப்படுகிறது. இதன்படி, தாய் அல்லது தந்தையை இழந்த மணமக்கள், பெற்றோர்க்கு இணையாக வைக்கப்படும் இக்கரகத்தை வணங்கி மணம் முடிக்கின்றனர். இவ் அலங்காரக் கரகமானது, யாருக்காக (பெண் அல்லது மாப்பிள்ளை) உருவாக்கப்படுகிறதோ அவர்களின் வீட்டுப் பூசையறையில் மணம் முடிந்தவுடன் கொண்டு சென்று வைக்கப்படுகிறது.

'பூவாடைக்காரி' சோடித்தலை 'பம்பை' அடிக்கும் வண்ணார்களே பெரும்பாலும் செய்கின்றனர் (கிரிச்சன், 42, விக்கிரவாண்டி).

ஏ. வேட்டி கொடுத்தல்

திருமணம் முதலான பல்வேறு நிகழ்வுகளில் உறவினர்களுக்குச் செய்யும் சோற்றை ஆற வைப்பதற்காக, நன்கு வெளுத்த வெள்ளை வேட்டியை வண்ணார்கள் கொடுக்கின்றனர். இதன்படி, வண்ணார்கள் கொடுக்கும் வேட்டியை நீரில் நனைத்து அரையளவு நீர் வெளியேறும் படிப் பிழிந்து, நன்கு பரப்பி வைக்கப்பட்ட வைக்கோலின் மீது அதனை விரித்துப் போடுவர். பின்பு, அதன்மீது வடித்த சூடான சோற்றைக் கொட்டி, பரப்பி ஆற வைக்கின்றனர். விழா முடிந்தவுடன் வேட்டி வண்ணாரிடம் ஒப்படைக்கப்படுகிறது.

தற்போது இம்முறையில் வேட்டிக்குப் பதிலாக, சணல் சாக்கு பயன்படுத்தப்படுவது குறிப்பிடத்தக்கது.

உ. கைக்கூறை

திருமணத்தின் மைய நிகழ்வாகிய தாலி கட்டுவதற்கு முன் 'கைக்கூறை' மற்றும் 'கைமாத்து அரிசி' என்ற பெயரில் இச்சடங்கு

நடைபெறுகிறது. இச்சடங்கில் ஐயரால் கொடுக்கப்படும் மஞ்சள் மற்றும் உதிரி மல்லிகைப்பூ கலந்த அரிசியானது, மணமக்கள் எதிரே வைக்கப்பட்டிருக்கும் 'மாங்கலியக் காய்' மீதும் அரிசித் தட்டின் மீதும் போடப்படுகிறது. 'மாங்கலியக் காய்' என்பது அலங்காரம் செய்த கும்பத்தின் மேல் தாலி சுற்றி வைக்கப்பட்டிருக்கும் தேங்காயாகும். இதன் பின்பே, மணமகன், மணமகள் கழுத்தில் தாலி கட்டும் சடங்கு நிகழ்கிறது (வெங்கடேசன், *31*, வா. பகண்டை).

இவ்வாறு மணவிழாவில் சடங்குகள் அனைத்தும் முடிந்தவுடன் 'கைக்கூறை' எனப்படும் மஞ்சள் கலந்த அரிசியும் 'மாங்கலியக் காய்' எனப்படும் தேங்காயும் வண்ணார்களிடமே கொடுக்கப்படுகின்றது. பின்பு, திருமணத்தில் பரிமாறப்படும் உணவையும் பெற்றுக் கொள்கின்றனர்.

ஊ. கூலி

பறையர்களின் திருமணத்தில் மேற்கூறியவாறு பல்வேறு நிலைகளில் பங்குபெறும் புரத வண்ணார்களுக்குத் திருமணம் முடிந்தவுடன் கூலி அளிக்கப்படுகிறது. அக்கூலியானது,

- ஒரு படி அளவுள்ள பச்சை அல்லது புழுங்கல் அரிசி.
- ஒரு தேங்காய் மற்றும் வாழைக்காய் முதலான காய்கறிகள்.
- அடிப்படைக் கூலியாகக் காய்கறியுடன் சேர்த்து 10 அல்லது 20 ரூபாய்.
- திருமணம் முடிந்தபின், பங்கேற்ற அனைத்துத் தொழிலாளர் களுக்கும் சேர்த்து கூலி வழங்கும்போது ரூபாய் 100 முதல் 500 ரூபாய் வரை அவரவர் தகுதிக்கேற்பக் கொடுக்கப்படுகிறது.

எனப் பலவாறு அமைகின்றது. இதன்படி, கூலியைப் பெற்றுக் கொள்ளும் வண்ணார், கொடுக்கும் பணம் எவ்வளவு ரூபாயாக இருந்தாலும் (குறைவாக இருந்தாலும்) அவர்களிடம் மேலும் எதுவும் கேட்பதில்லை.

எ. வேட்டி போடுதல் அல்லது துண்டு போடுதல்

திருமணம் முடிந்த பின், மணமக்கள் பெண் வீட்டிற்கு வரும்போது 'துண்டு போடுதல்' எனும் சடங்கு நிகழ்கின்றது. இதன்படி, மணமக்கள் வீட்டினுள் நுழையும் முன்பு புரத வண்ணார் ஒரு வெள்ளை வேட்டியை நான்காக மடித்து அதனை மணமகள் வீட்டு வாசலில் குறுக்காகப் போடுகின்றார். அவ்வாறு, போடப்படும் துண்டைத் தாண்டி மணமக்கள் வீட்டினுள் செல்கின்றனர். இந்நிகழ்வில் மணமக்கள் துண்டைத் தாண்டி வீட்டினுள் செல்லும்போது இருவரும் தங்களிடம் உள்ளதைப் பொறுத்து ஒவ்வொருவரும் வண்ணாரிடம் 10

அல்லது 20 ரூபாயைக் கொடுக்கின்றனர் (செல்வம், 46, அண்ணாநகர்). பின்பு, மணமக்கள் உள்ளே சென்றதும் அவ்வேட்டியை எடுத்துக் கொண்டு வண்ணார் தங்கள் வீட்டிற்குச் சென்றுவிடுகின்றனர்.

புரத வண்ணார்கள் பறையர் சமூகத்தினரின் திருமணங்களில் செய்யும் சடங்கு அளவிலான தொழில்கள் இந்த அளவில் நிறைவு பெறுகின்றன.

வளைகாப்புச் சடங்கு

பெண் வீட்டைச் சேர்ந்தவர்களால் நிறைமாத கர்ப்பிணியாக உள்ள பெண்ணிற்கு ஐந்து, ஏழு மற்றும் ஒன்பதாவது மாதங்களில் இச்சடங்கு செய்யப்படுகிறது. உறவினர்கள் அனைவரும் ஒன்று கூடும் இச்சடங்கில் கர்ப்பிணிப் பெண்ணிற்கு, (பெண்கள் மட்டும்) வளையல் அணிவித்தல் முதலான பல்வேறு சடங்குகள் நடைபெறுகிறது. இச்சடங்கிலும் பெண்ணை அமர வைப்பதால், நாற்காலியில் சிறிய அளவிலான துண்டை மட்டும் வண்ணார்கள் விரிக்கின்றனர். அவ்வாறு விரித்த பின்பு உறவினர்கள் அனைவரையும் அழைத்து உரிய சடங்குகளைச் செய்யுமாறு வண்ணார்கள் வேண்டுகின்றனர்.

வளைகாப்புச் சடங்கு முடிந்தவுடன் அவரவர் வசதிக்கேற்ப பணமும் வெற்றிலை பாக்கும் அதனோடு உணவும் சேர்த்து வண்ணாருக்கு அளிக்கப்படுகிறது. நன்கு வசதியுள்ளவர்களாக இருந்தால் புடவையும் தருகின்றனர்.

காது குத்துதல்

பூப்புச் சடங்கு, மஞ்சள் நீராட்டு விழா முதலான சுப விழாக் களைப் போன்று காது குத்துதல் விழாவிலும் குழந்தைகளை அமர வைப்பதற்காகப் புரத வண்ணார்கள் மனை விரிக்கின்றனர். மேலும் இச்சடங்கு நிகழும் பந்தலையும், இவர்கள் திருமணப் பந்தலைப் போன்று அலங்காரம் செய்கின்றனர். மேலும் காது குத்தும் சடங்கிற்கு முந்தைய நாள் குலதெய்வக் கோவிலில் பலியிடப்படும் ஆடு மற்றும் பன்றியினுடைய தலைகள் வண்ணாருக்கு உரியனவாக அளிக்கப் படுகிறது. இவ்விழா முடிவுற்றதும் வண்ணார்கள், மனைவிரிக்கப் பயன்படுத்திய வேட்டி மற்றும் பந்தலை அலங்காரம் செய்யப் பயன்படுத்திய வேட்டி என இரண்டையும் தனித்தனியாகப் பிரித்தெடுத்துக் கொள்கின்றனர். பின்பு, மனை விரித்தல் மற்றும் பந்தல் அலங்காரப் பணிகளுக்காக மனையின் கீழ் உள்ள நெல் மற்றும் பணத்துடன் அவரவர் தகுதிக்கேற்பக் கூலியும் தரப்படுகிறது. இவற்றுடன் காது குத்துதல் விழாவில் செய்யப்படும் வெள்ளம் கலந்த அரிசியுடன் தேங்காய், வாழைப்பழம், வெற்றிலை, பாக்கு, காய்கறிகள் உள்ளிட்டவையும் கொடுக்கப்படுகின்றன.

அக வாழ்வியல் சடங்குகள்

புரத வண்ணார் வாழ்வில் நிகழும் சடங்குகளைச் சுட்டுவதாக இப்பகுதி அமைகின்றது. இப்பகுதி,

அ. வாழ்வியல் சடங்குகள்
ஆ. குல தெய்வ வழிபாடு

என இரு பிரிவாக அமைகின்றது. இவை பின்வருமாறு விளக்கப்படுகின்றன.

வாழ்வியல் சடங்குகள்

புரத வண்ணார்கள் பங்கெடுப்பதாகச் சுட்டப்பட்ட பறையர்களின் வாழ்வியல் சடங்குகளைப் போன்று இவர்களும் தங்கள் அக வாழ்வில் பல்வேறு சடங்குகளை நிகழ்த்துகின்றனர். இதன்படி, பூப்புச் சடங்கு, மஞ்சள் நீராட்டு விழா, திருமணம், வளைகாப்பு விழா, காதுகுத்துதல் விழா என அனைத்தும் அவரவர் தகுதிக்கேற்பச் சிறப்பாக நிகழ்த்தப்படுகிறது. இதன்படி, புரத வண்ணார்கள் தங்கள் வீட்டில் நிகழ உள்ள மேற்குறித்த சடங்கு களுக்குரிய நாட்கள் இறுதி செய்யப் பட்டவுடன், அவரவர் ஊரில் உள்ள பஞ்சாயத்துத் தலைவர்கள், நாட்டாண்மைகள், ஊர்ப் பெரியவர்கள் என அனைவரின் வீடுகளுக்கும் சென்று, அவர்களிடம் பொருள் மற்றும் பண உதவியைக் கோருகின்றனர்.

புரத வண்ணார்கள் கேட்கும் உதவியை இளகிய மனம் படைத்த சிலர் எத்தகைய தாமதமுமின்றி உடனடியாகச் செய்து கொடுத்து விடுகின்றனர். மாறாக, சிலர் தங்களின் ஆளுமையைக் காட்டுவதற்காக விழா நடைபெறும் நாள் வரை இழுக்கடித்து (பணம் அல்லது பொருள் தருவதாகக் கூறி நடக்க வைத்தல்) தாங்கள் கூறியதில் சிறிதளவு உதவியை மட்டும் செய்து பெருமைப்பட்டுக் கொள்வதும் உண்டு.

மேற்குறிப்பிட்ட முறையிலும், தாங்கள் ஆண்டு முழுவதும் சேகரித்த தானியம் மற்றும் பணத்தைக் கொண்டும் இச்சடங்குகளை மிகச் சிறப்பாகச் செய்து முடிக்கின்றனர். இச்சடங்குகளின்போது தங்களின் உறவினர்கள் அனைவரையும் அழைத்து, அவர்கள் அனைவருக்கும் உணவிட்டுக் கடந்தகால நினைவுகளைப் பகிர்ந்து கொள்கின்றனர் (மல்லிகா, 52, தென்பேர்). மேலும், இச்சடங்குகள் அனைத்தையும் தங்கள் வீட்டிலேயே நிகழ்த்துவதை வழக்கமாகக் கொண்டுள்ளமையும் குறிப்பிடத்தக்கது.

சடங்கு நிகழ்த்துநர்

புரத வண்ணார்களின் வாழ்வில் நிகழும் பூப்பு முதலான சடங்குகள் அனைத்திலும் சடங்குகளைச் செய்விப்போராக, தாய்மாமன்

குடும்பத்தினரே உள்ளனர். இதன்படி, வண்ணாருக்கு வண்ணாராக இவர்கள் தங்களுக்குள்ளேயே மாற்றிமாற்றிச் சேவை செய்து கொள்வதைக் களப்பகுதியில் காணமுடிகின்றது. அவ்வகையில், வண்ணார்களுக்குள் நிகழும் இந்நிகழ்வுகள்,

- ❖ மங்கல நிகழ்வுகள்
- ❖ அமங்கல நிகழ்வுகள்

என அனைத்து நிலைகளிலும் வெளிப்படுவதைக் காண முடிகின்றது. இதன்படி, இரத்த உறவுடைய உறவுக்காரரின் வீட்டில் நிகழும் அனைத்துச் சடங்குகளிலும் ஈடுபடும் வண்ணார்க்கு, சடங்கு நிகழும் வீட்டுக்காரர்கள் (வண்ணார்கள்) பறையர் சாதியினர் கொடுக்கும் கூலியைவிட அதிகமாகவே கூலி கொடுக்கின்றனர். மேலும், பறையர் சாதியினரைப் போல் தங்களின் சடங்குகளை மிக ஆடம்பரமாக நிகழ்த்த முடியா விட்டாலும் தங்களால் இயன்ற அளவு இச்சடங்குகளைச் சிறப்பாக மேற்கொள்கின்றனர்.

குலதெய்வ வழிபாடு

புரத வண்ணார்களின் குல தெய்வ வழிபாடு ஒவ்வொரு வட்டாரத்திலும் வெவ்வேறு வகையாக மேற்கொள்ளப்படுகின்றன. இவ்வழிபாடு பற்றி ஆ. ஏகாம்பரம் தம்முடைய ஆய்வில்,

அதாவது துணி வெளுக்கும் தொழிலின் மூலம் தங்களது உணவுத் தேவையை ஈடுசெய்து வரும் இவர்கள் துணி வெளுப்பதற்குரிய இடங்களான நீர்த்துறைகளையும், துணிகளை வேகவைக்க உதவும் அடுப்புகளையுமே வழிபடு பொருட்களாகக் கொண்டனர். உரிய சடங்குகளின் அடிப்படையில் கொண்டாடி மகிழும் இவற்றை ஆண்டிற்கொருமுறை அல்லது பொங்கல் பண்டிகை முடிந்தவுடன் கொண்டாடப்படும் வழக்கமாகக் கொண்டனர். இச்சடங்கை இவர்கள் தன் தொழிலோடு நெருங்கிய உறவுடையதாய் காணப்படும் "மயிலார் கும்பிடுதல்" என்ற பெயரில் அழைக்கக் காணலாம்.[47]

எனப் பதிவு செய்கின்றார். மேலும் இவ்வழிபாடு,

- ❖ உத்திரமேரூர் மற்றும் செங்கல்பட்டு பகுதிகளில் - மயிலார் வழிபாடு.
- ❖ திருநெல்வேலி மற்றும் இராமநாதபுரம் பகுதிகளில் - வண்ணார மாடன், சுடலைமாடன் மற்றும் தடிவீரசுவாமி வழிபாடு.
- ❖ விழுப்புரம் மாவட்டம் விக்கிரவாண்டி பகுதியில் - இரிச்சம்மன் வழிபாடு.

எனப் பல்வேறு நிலைகளில் நிகழ்த்தப்பட்டு வருகின்றது. இவற்றுள் களப்பகுதியாகிய விக்கிரவாண்டி வட்டாரத்தில் நிகழும் வழிபாடு பின்வருமாறு அமைகின்றது.

இரிச்சம்மன் வழிபாடு

விக்கிரவாண்டி வட்டாரத்தில் வாழும் புரத வண்ணார்களின் குல தெய்வமாக 'இரிச்சம்மன்' எனும் தெய்வம் விளங்குகின்றது. இத்தெய்வம் மாரியம்மனின் அவதாரமாகக் குறிப்பிடப்படுகின்றது. இதன்படி, இவ்வழிபாட்டிற்கென ஒவ்வொரு ஊரிலும் ஆடைகளை வெளுப்பதற்குப் பயன்படுத்தும் இடத்தினைத் தேர்வு செய்கின்றனர். அவ்வகையில், களப்பகுதியில் ஏரிகள், ஆறுகள் மற்றும் நீர் மோட்டார் அமைந்துள்ள இடத்தில் வழிபாட்டை நிகழ்த்துகின்றனர்.

குலதெய்வத்தை வணங்குவதற்கான நாள் இறுதி செய்யப் பட்டவுடன் அத்தகவல் உறவினர்கள் அனைவருக்கும் தெரிவிக்கப் படுகிறது. இதன்படி, குறிப்பிட்ட நாளில் கூடும் உறவினர்கள் பொங்கல் வைக்க வேண்டிய இடத்திற்குப் பம்பை, உடுக்கை அடித்துக்கொண்டு முன்னிரவின் தொடக்கத்தில் செல்கின்றனர். அப்போது, வழிபாடு செய்வதற்குரிய அனைத்துப் பொருட்களையும் உடன் கொண்டு சென்றுவிடுகின்றனர். இவ்வாறு பொங்கல் வைத்து வழிபாடு செய்ய வேண்டிய இடத்தை அடைந்ததும் தாங்கள் கொண்டு சென்றவற்றை ஓரிடத்தில் வைத்துவிட்டு, அந்த இடத்தில் உள்ள புற்கள் மற்றும் செடிகொடிகளை வெட்டி அகற்றி அப்பகுதியைத் தூய்மைப் படுத்து கின்றனர்.

பின்பு, சுத்தப்படுத்திய இடத்தில் பெண்கள் அனைவரும் பொங்கலிடும் வேலையைத் தொடங்குகின்றனர். இதே நேரத்தில், ஆண்களும் இரிச்சம்மனாகப் பாவித்து ஒரு செங்கல்லை நட்டு அதனை நீரால் நன்கு கழுவி அதற்கு மஞ்சள் பூசி குங்குமம் இடுகின்றனர். இவ்வாறு, உருவாக்கப்படும் இரிச்சம்மனைச் சுற்றிப் பலவாறு அலங்காரம் செய்கின்றனர். இதற்கிடையில், பொங்கல் வைக்கும் போதே இரிச்சம்மனுக்குப் படைப்பதற்கான உணவையும் ஏற்பாடு செய்கின்றனர்.

உணவு படைப்பதற்கான ஏற்பாடு செய்யப்பெற்றவுடன் இரிச்சம்மனின் முன்பு, அவை தனித்தனி இலைகளில் வைத்துப் படைய லிடப்படுகிறது (கா. வெங்கடேசன், *31*, வா. பகண்டை). இதனை, அவர்களுள் உள்ள வயதில் மூத்த வண்ணார் ஒருவர் முன்னின்று நிகழ்த்துகின்றார். இவ்வாறு வழிபாடு நிறைவு பெற்றவுடன் இரிச்சம்ம னுக்குப் படைத்த அனைத்து உணவையும் உறவினர்கள் அனைவரும்

சேர்ந்து சிறிதும் மிச்சமின்றி உண்டு முடிக்கின்றனர். இவ் உணவில் மீதியை வீட்டிற்குக் கொண்டு செல்லக் கூடாது என்ற வழக்கத்தைக் கொண்டுள்ளனர். மாறாக, எஞ்சிய உணவை வீட்டிற்குக் கொண்டு சென்றால் தீமை நிகழும் எனக் கருதுவதால் அவ்வாறு செய்கின்றனர். ஆனால், பொங்கலை மட்டும் வீட்டிற்குக் கொண்டு செல்கின்றனர். இவ்வாறு வழிபாட்டை நிறைவு செய்தவுடன் இரவு பன்னிரண்டு மணிக்குள் வீட்டிற்குத் திரும்பி வந்துவிடுகின்றனர்.

இரிச்சம்மனை வணங்கிவிட்டு அனைவரும் வீட்டிற்கு வரும்போது இவர்களின் எதிரே நிறைமாத கர்ப்பிணிப் பெண்கள் மற்றும் குழந்தை பெற்ற பெண்கள் செல்வதைத் தவிர்க்கின்றனர். இதனை மீறி அவர்கள் எதிரே வந்துவிட்டால் அப்பெண்களுக்கு மார்பில் பால் சுரப்பது நின்றுவிடும் எனும் நம்பிக்கை களப்பகுதியில் சில ஊர்களில் (முண்டியம்பாக்கம், சிந்தாமணி, அய்யூர் அகரம், வா. பகண்டை) இன்றும் வழக்கிலுள்ளது.

மருத்துவம்

புரத வண்ணார்கள் சலவை செய்வது முதலான பணிகள் மட்டுமின்றி மருத்துவ அறிவுடையவர்களாகவும் இப்பகுதியில் விளங்குகின்றனர். இதன்படி புரத வண்ணார்கள்,

அ. பிரசவம் பார்த்தல்
ஆ. பால் கட்டிய மார்பைச் சரி செய்தல்
இ. குடலேற்றம் சரி செய்தல்

ஆகிய மருத்துவப் பணிகளை இன்றும் செய்து வருகின்றனர். இப்பணிகளைச் சேவை மனப்பான்மையுடன் செய்யும் இவர்கள், அதற்கெனக் கூலியாக எதுவும் கேட்டுப் பெறுவதில்லை. மாறாக, அவர்களாகக் கொடுக்கும் பணம் மற்றும் பொருளைப் பெற்றுக் கொள்கின்றனர்.

அ. பிரசவம் பார்த்தல்

வண்ணார்கள் சலவைத் தொழில் மட்டுமின்றி மருத்துவத் தொழிலிலும் காலந்தோறும் ஈடுபட்டு வந்துள்ளனர். அவ்வகையில் ஆதி மருத்துவர்களோடு இவர்களும் மருத்துவம் செய்வோராய் அறியப்பட்டனர். இதன்படி, மருத்துவத் தொழிலில் ஈடுபட்ட வண்ணார்கள் பல்வேறு பிரிவுகளாகப் (இவ்வியலின் தொடக்கத்தில் கூறியுள்ளபடி) பிரிந்தாலும் அப்பிரிவுகளில் உள்ள அனைவரும் அதனை இன்றும் காத்து வருகின்றனர். அவ்வாறு காத்து வருபவர்களுள் புரத வண்ணாரும் ஒரு பிரிவினராக உள்ளனர்.

வண்ணார்கள் செய்த மருத்துவ முறைகளுள் முதன்மையானதாகப் பிரசவம் பார்த்தல் அமைந்திருந்தது. இம்முறை வண்ணார்களிடம் நீண்ட காலமாக வழக்கிலிருந்து வருகின்றது என்பதை,

மருத்துவச்சி வண்ணாத்தி வந்து மகிழ்ந்திருக்க[48]

எனச் சுட்டும் அபிமன்னன் சுந்தரிமாலை கதைப்பாடல் மூலம் உறுதி செய்ய முடிகின்றது. இவை மட்டுமின்றி, புரத வண்ணார் குறித்த பதிவாக உள்ள இமையத்தின் கோவேறு கழுதைகள் புதினமும் இவர்கள் பிரசவம் பார்க்கும் வழக்கத்தினைக் கொண்டிருந்தமையை விரிவாகப் பதிவு செய்துள்ளது. அப்பதிவை,

"இந்தாடியம்மா வந்துட்டா ஆரக்கியம்."

"அவளுக்குத்தான் தெரியும் எல்லாமும்."

"வண்ணாத்திக்குத் தெரியாததா? ஊரு ஒலகத்துக்கே புள்ளெப் பொறவுப் பாக்கறவளாச்சே!"

"அட ஆமாங்கறன்."

"இவ கை வச்சா நல்லாப்பூடும்."

"கைராசிக்காரி."

"இவ ஒருத்தி இல்லன்னாலும், நம்ம கதி! பொணமாச் சாவ வேண்டியதுதான்."

"நெசம் அக்கா."

"இவ ஒருத்தி ஊருல இருக்காங்கிறதுனாலதான் மனசுல தெம்பிருக்கு."[46]

எனக் கூறுவதிலிருந்து புரத வண்ணார் மீது, மருத்துவத்தை அடிப்படையாகக் கொண்டு பறையர் சாதியினர் கொண்டிருக்கும் நம்பிக்கையை அறிய முடிகின்றது.

தாங்கள் வாழும் ஊரிலுள்ள ஒரு பெண்ணிற்கு (பறையர் சமூகம்) வயிற்று வலி ஏற்பட்டவுடன்[50] அத்தகவல் முதலில் புரத வண்ணாத்திக்கே தெரிவிக்கப்படுகிறது. தகவல் அறிந்தவுடன் அவ்வீட்டிற்குச் செல்லும் வண்ணாத்தி, பிரசவ நிலையிலுள்ள பெண், குழந்தையைப் பெற்றெடுக்கும் வரை, அப்பெண்ணிற்கு ஆறுதல் கூறிக்கொண்டே தம் பணியில் ஈடுபடுகின்றாள். இவ்வாறு பிரசவம் பார்த்தல் பணியில் ஈடுபடுவதன் தொடக்கமாக முதலில் வயிற்றைத் தடவிப் பார்த்து குழந்தை வயிற்றினுள் இருக்கும் நிலையை அறிந்து கொள்கின்றனர். பின்னர், முன்னைப் போலவே, தொடர்ந்து வயிற்றைத் தடவித்தடவி குழந்தையைப் பிறப்புறுப்பிற்கு நேராகக் கொண்டு

வருகின்றனர். இவ்வாறு குழந்தையின் தலையைப் பிறப்புறுப்பிற்கு நேராகக் கொண்டு வந்துவிட்டாலே பெரும்பகுதி பிரசவம் முடிந்து விடுவதாக எண்ணுகின்றனர். பின்பு, பல்வேறு முறைகளைக் கையாண்டு, வயிற்றினுள் குழந்தை எந்த நிலையில் இருந்தாலும் குழந்தையை நல்லபடியாகப் பெற்றெடுக்க வைக்கின்றனர் (தனலட்சுமி, 58, அய்யூர் அகரம்).

குழந்தை பிறந்தவுடன் அப்பெண்ணை நன்கு வெதுவெதுப்பான நீரில் குளிப்பாட்டி முடித்துவிட்டு வீட்டிற்குப் புறப்படத் தயாரா கின்றாள். அவ்வாறு தயாராகும்போது, பிரசவத்தின்போது அப்பெண் கட்டியிருந்த ஆடைகளைச் சுருட்டி எடுத்து சிறு வெளுப்புக் கட்டியை அவ்வீட்டில் வாங்கிக்கொண்டு நேராக நீர்நிலை உள்ள இடத்திற்குச் சென்று,[51] அங்கு அனைத்தையும் சலவை செய்து கொண்டு குளித்து விட்டு வீட்டிற்கு வருகிறாள்.

இவ்வாறு பிரசவம் பார்த்தலை முடித்துவிட்டு வண்ணாத்தி, வீட்டிற்குப் புறப்படும்முன்பு ஒரு வேப்பிலைக் கொத்தை ஒடித்துவரச் சொல்லி அதனை வீட்டின் முன் கூறை மீதும், வேலி மீதும் சொருகி விட்டுச் செல்கிறாள். வீட்டின் முன் இவ்வாறு வேப்பிலை சொருகுவது, வீடு தீட்டிற்குரியதாக உள்ளது என்பதை ஊராருக்கு அறிவிக்கும் எனக் (களப்பகுதியில்) குறிப்பிடுகின்றனர். அவ்வகையில் இவ்வழக்கம் இலங்கைத் தமிழரிடையேயும் காணப்படுவதை, தம்முடைய 'சாதியும் துடக்கும்' என்ற நூலில் மனோன்மணி சண்முகதாஸ் பதிவு செய் துள்ளார்.[52] மாறாக, இவர் குறிப்பிடுவது போன்று அல்லாமல் தீட்டுத் துணிகளை எடுப்பதற்காக வண்ணார் சாதிப் பெண்களைப் பெரும் பாலும் பறையர் சாதியினரின் வீட்டினுள் நுழைய அனுமதிப்ப தில்லை. சில முற்போக்கு எண்ணம் கொண்டவர்களின் வீடுகளில் மட்டுமே அவ்வாறு நுழைய அனுமதித்ததைக் களப்பகுதித் தகவலாளர் களிட மிருந்து அறிய முடிந்தது.

மருத்துவத்துறை பெற்ற வளர்ச்சியின் காரணமாகப் புரத வண்ணார்களிடம் காணப்பட்ட பிரசவம் பார்க்கும் முறை இன்று வழக்கிழந்து காணப்படுகிறது. மேலும், இத்தொழிலின் சிரமம் காரணமாகத் தங்களின் முன்னோரிடமிருந்து இம்மருத்துவ முறையைக் கற்றுக்கொள்ளும் ஆர்வமின்மையும் இம்மக்களிடம் உள்ளதைக் காண முடிகின்றது. இத்தொழிலின் நலிவிற்கு இதுவும் ஒரு காரணமாகச் சுட்டப்படுகின்றது.

ஆ. பால் கட்டிய மார்பைச் சரி செய்தல்

குழந்தை பிறந்த சில நாட்களில் பெண்களுக்கு இந்தச் சிக்கல் ஏற்படுகின்றது. குழந்தை சரியாகப் பால் குடிக்காவிட்டாலும் குழந்தைக் குச் சரிவர பால் கொடுக்காவிட்டாலும் பெண்களுக்கு இந்நிலை ஏற்படுகின்றது. இதனால் மார்பு, வழக்கமாக இருக்கும் அளவைவிட நாளுக்கு நாள் பெரிதாகி வீக்கமடைகின்றது. அவ்வாறு வீக்கமடையும் போது பெண்கள் பொறுக்க முடியாத வலியில் சிக்கித் திணறுகின்றனர். குழந்தைபெற்ற பெண்களுக்கு ஏற்படும் இந்தச் சிக்கலை உடனடியாகக் கலையாவிட்டால் உயிரே போய்விடும் ஆபத்தும் பெண்களுக்கு உண்டு. எனவே, இதனைச் சரிசெய்வதற்காகப் புரத வண்ணார்களை அணுகும் பறையர் சாதி ஆண்கள், வண்ணாரப் பெண்ணை (இவ்வைத்தியம் தெரிந்தவர்) கையோடு அழைத்துச் சென்று விடுகின்றனர்.

புரத வண்ணாரப் பெண்களிடம் காணப்பட்ட இம் மருத்துவ அறிவை இமையம் தம்முடைய கோவேறு கழுதைகள் புதினத்தில், விரிவாகப் பதிவு செய்துள்ளார்.[53] இவ்வாறு மிகுந்த சிரமத்துடன் மேற் கொள்ளப்பட்ட இம் மருத்துவ முறை இன்று புரத வண்ணார்களிடம் இருந்து முற்றிலும் வழக்கிழந்து வருகின்றது. ஆங்கில மருத்துவ முறையின் வளர்ச்சியினால், இம் மருத்துவமுறை அறிந்த சில வயதான பெண்களும் அதனை வெளிக்காட்டிக் கொள்ளாமல் அப்படியே இருந்து விடுகின்றனர்.

இ. குடலேற்றம் சரி செய்தல்

பத்து வயதிற்கு உட்பட்ட குழந்தைகளுக்கு இந்தச் சிக்கல் ஏற்படுகின்றது. குழந்தைகள் ஒருவரையொருவர் கட்டிப்பிடித்து விளையாடும்போதோ நீர்நிலைகளில் (ஆறு, வாய்க்கால், கிணறு, குளம், ஏரி, குட்டை) குதித்து விளையாடும்போதோ குழந்தைகளின் வயிற்றில் 'குடல்கள்' புரண்டு விடுவது உண்டு. அவ்வாறு, குடல்கள் புரண்டு விட்டால் ஏற்படும் கடுமையான வயிற்றுவலியைப் பொறுக்க முடியாமல் குழந்தைகள் தொடர்ந்து அழுதுகொண்டே இருப்பர். குழந்தைகள் இவ்வாறு அழுவதற்கான காரணம் புரியாத பெற்றோர், குழந்தைகளைப் புரத வண்ணார் வீட்டிற்கு அழைத்து வருகின்றனர். இதனைக் கண்டதும் புரத வண்ணாத்தி, குழந்தையின் பெற்றோரிடம் சிறிதளவு விளக் கெண்ணையோ அல்லது நல்லெண்ணையோ கொண்டு வரச் சொல்கின்றனர்.

பின்பு, குழந்தையின் பெற்றோர் கொண்டு வந்து கொடுக்கும் எண்ணையை வாங்கி, அதனைக் குழந்தையின் மேலாடையைக் கழற்றிவிட்டு மார்புக்குக் கீழிருந்து அடிவயிறு வரை தேய்க்கின்றனர்.

இவ்வாறு தேய்த்து முடித்தவுடன் குழந்தையின் எதிரே முட்டி போட்டுக்கொண்டு (குழந்தை நின்று கொண்டிருக்கும்) தங்களின் இரு கை விரல்களையும் பாம்பு படமெடுப்பதுபோல் வளைத்துக் குழந்தை யின் வயிற்றில் மேலிருந்து கீழாக விரல்களால் வருடுகின்றனர். இவ்வாறு, மெல்ல செய்யும் இவர்கள் சிறிது நேரத்தில் வேகத்தை சிறிது சிறிதாகக் கூட்டி விரல்களால் வருடி விடுகின்றனர். பின்னர், குழந்தையின் வயிற்றில் மீண்டும் சிறிதளவு எண்ணை தேய்த்துப் பக்க வாட்டிலும் முன்புறமும் தட்டிவிடுகின்றனர். இந்நிகழ்வு முடியும்போது குழந்தையின் அழுகையும் குறையத் தொடங்குகிறது. இவ்வாறு செய்த பின்பு, முழுவதுமாகக் குழந்தை வயிற்றுவலியிலிருந்து விடுபடுகின்றது. இவை அனைத்தும் முடிந்த பின்பு, குழந்தையிடம் கை, கால்களை நன்றாக வீசி உதறுமாறு கூறுகின்றனர். அவ்வாறு செய்து முடிந்தவுடன் வீட்டிற்குச் சென்று குழந்தைக்குக் கஞ்சி கொடுக்குமாறு கூறி அனுப்பி வைக்கின்றனர். இதனையடுத்து குழந்தைகளின் பெற்றோர் தங்களிடம் உள்ள சிறிதளவு பணத்தை (2 மற்றும் 3 ரூபாய்) வண்ணாத்தியிடம் கொடுக்கின்றனர் (சுசீலா, 42, ஆவுடையார்பட்டு).

மேற்கூறிய 'கொல்லேத்தம் (குடலேற்றம்) தட்டுதல்' எனும் வைத்தியத்தைப் பெரும்பாலும் பெண்களே செய்கின்றனர். களப் பகுதியில் சில இடங்களில் (ஆவுடையார்பட்டு, கயத்தூர்) இவ் வழக்கம் இன்றும் உள்ளது.[54]

வாழ்க்கை நிலை

பறையர் சாதியினரின் வாழ்வில் மேற்சுட்டப்பட்டபடி பல்வேறு நிலைகளில் பங்குபெறும் புரத வண்ணார்களின் வாழ்வு, பல்வேறு அவலங்களுக்கு உட்பட்டிருப்பதைக் களப்பகுதியின் வழியாக அறிய முடிகின்றது. அந்த வகையில், களப்பகுதியில் காணப்படும் இவர்களின் வாழ்வியல் சிக்கல்கள்,

அ. உணவெடுத்தல்
ஆ. சாதிச் சான்றிதழ் பெறுதல்
இ. வன்கொடுமையும் தண்டனையும்
ஈ. புலம்பெயர்தல்

ஆகிய பொருண்மைகளின் கீழ்ப் பின்வருமாறு விளக்கப்படுகின்றன.

அ. உணவெடுத்தல்

புரத வண்ணார்கள் தங்களின் அடிப்படைத் தேவையான உணவிற்காக ஒவ்வொரு நாளும் காலை மற்றும் இரவு வேளைகளில் பறையர்களின் வீடுகளுக்கு சோற்றிற்கும் குழம்பிற்கும் என இரண்டு

பாத்திரங்களை எடுத்துச் செல்கின்றனர். இவ்வாறு உணவிற்காகச் செல்லும்போது ஒவ்வொரு வீட்டின் வாசலிலும் சென்று.

ம்மா வண்ணாத்தி மவ வந்திருக்கன்
சோறு போடுங்க...

எனத் தொடர்ந்து ஒன்றிரண்டுமுறை கூறுகின்றனர் (அய்யனார், 42, அய்யூர் அகரம்). இக்குரலைக் கேட்ட பின்பு, மெதுவாக வீட்டினுள் இருப்பவர் (ஆண் அல்லது பெண்) வெளியே வந்து, சோறு இன்னும் வடிக்கல....போய் வரும்போது வந்து வாங்கிக்க எனக் கூறி அனுப்பிவிடுகின்றனர். விதிவிலக்காகச் சில வீடுகளில் மட்டும் கேட்டவுடன் உணவு கொடுக்கும் வழக்கத்தைக் கொண்டுள்ளனர். மாறாக, உணவு கேட்கும்போது இவர்கள் பல்வேறு இழி சொற்களுக்கும் ஆளாக வேண்டியுள்ளது. இதனை நேரடியாக வெளிப்படுத்தாவிட்டாலும் வீட்டினுள் இருந்தவாறே இவர்கள் சோறு கேட்கும்போது,

- ✶ க்கும்... வந்துட்டான் குண்டான தூக்கிக்கிட்டு
  இவனுவுளுக்கு இதவுட்டா வேற வேல இல்ல...
- ✶ துணியக் குடுத்து நாலு நாளாவுது
  சோத்துக்கு மட்டும் வந்துடறா...
- ✶ அப்பிடியே உயிரு போற மாதிரிதான் கத்துவான்
  போ.. போய் வரும்போது வாங்கிக்க...
- ✶ சோறு உப்பத்தான் வடிச்சி வுட்ருக்கு
  போய் வரும்போது வாங்கிக்க..
- ✶ சாப்டுக்கினு கீரம்
  திரும்ப வரும்போது வா...
- ✶ பொழுது வெடிஞ்சா பொழுது போனா போதும்
  நேரா குண்டான தூக்கிக்கினு வந்துடுவானுவ...
- ✶ இவுனுவுளுக்கு எத்தினி வூட்ட
  சோறு வாங்கினாலும் பத்தாது..

எனப் பலவாறு ஏளனமாகக் கூறிய பின்பே (தனக்கோடி, 50, பாக்கம்) உணவளிக்கின்றனர். இதனையும் மீறி சிறு கிண்ணத்தில் (பாத்திரம்) உணவு கொடுக்கும்போது அதில் சோற்றை அமுக்கி வைக்காமல் பூப் போன்று மேலோட்டமாக வைத்துக் கொண்டு வந்து, வண்ணார் சரியாகப் பார்க்கும் முன், சோற்றுப் பாத்திரத்தில் கொட்டிவிடுகின்றனர். இவற்றைப் போன்று, சிலர் தண்ணீர் ஊற்றி வைத்திருக்கும் பழைய சோற்றைப் பிழிந்து எடுத்துவந்து கொடுப்பதையும் வழக்கமாகக் கொண்டுள்ளனர்.[55] மேலும் சிலர், சிறு கிண்ணத்தின் உட்பகுதியில்

நீரூற்றிய பழைய சோற்றைப் பிழிந்து வைத்து, அதன் மேற்பரப்பில் சூடாக உள்ள புதிய சோற்றைப் பரப்பி வைத்து வந்து சோற்றுப் பாத்திரத்தில் கொட்டிவிடுகின்றனர். இதனை அறியாத வண்ணார்கள் பழையதும் புதியதுமாகக் கலந்த உணவைச் சாப்பிட்டு, உடல்நலம் பாதிக்கப்படுவதும் உண்டு. இத்தகைய உணவு (பழையதும் புதியதும் கலந்தது) வாங்கி வந்ததும் சில நேரங்களில் கெட்டுவிடுவதும் உண்டு.

பொங்கல், தீபாவளி மற்றும் விழா நாட்களில் இவர்கள் நண்பகல் வேளையிலும் உணவு எடுக்கச் செல்கின்றனர். இந்நாட்களில் அதிக உணவும் பலகாரங்களும் இவர்களுக்குக் கிடைக்கின்றன. இவற்றுள், சாப்பிட்டது போக எஞ்சிய உணவை (சோற்றை மட்டும்) சிறிது உப்புநீர் தெளித்து, ஈர வேட்டியை முட்குவியல் மீது விரித்து, அதன்மீது சிறுசிறு உருண்டையாகப் பிடித்து வைத்துக் காய வைக்கின்றனர். இவ்வாறு காய்ந்தவைகளை எடுத்துப் பானையில் வைத்துக்கொண்டு சில நாட்கள் கழித்து எண்ணையில் பொறித்துச் சாப்பிடுகின்றனர். சில நேரங்களில், எஞ்சிய உணவை நீர் சேர்த்துக் கரைத்து தங்களிடம் உள்ள கழுதைக்கு வைத்துவிடுவதும் உண்டு.

இவ்வழக்கம் களப்பகுதியில் பெரும்பாலான இடங்களில் முற்றிலும் வழக்கிழந்து காணப்படுகிறது. இதற்குக் காரணமாக, இவர்கள் சந்திக்கும் தீண்டாமை முதன்மையானதாகச் சுட்டப்படுகிறது.

ஆ. சாதிச் சான்றிதழ் பெறுதல்

தமிழக அரசு வரையறை செய்துள்ள பட்டியல் இனத்தவர்களான ஆதி திராவிடர்களுள் ஒரு பிரிவினராக இவர்கள் குறிப்பிடப் பட்டுள்ளனர்.[56] இவ்வாறு குறிப்பிடப்பட்டாலும் அதற்கான சான்றி தழைக் கடுமையாகப் போராடியே பெறுகின்றனர். அரசு அளிக்கும் ஒருசில உதவியைப் பெறுவதற்குப் 'புதிரை வண்ணார்' என்பதற்கான சாதிச் சான்றிதழையே இவர்கள் பெரிதும் நம்ப வேண்டியுள்ளது. இதற்காக, இவர்கள் கிராம நிர்வாக அலுவலர் முதல் வட்டாட்சியர் அலுவலகம் வரை அலைந்து திரிவதை வாடிக்கையாகக் கொண்டுள்ள னர். இப்பின்னணியில் புரத வண்ணார்கள் சாதிச் சான்றிதழ் பெறுவதில் உள்ள சிக்கல்களை மீனா மயில்,

> இம் மக்களுக்கு இருக்கும் முக்கியமான பிரச்சனை, சாதிச் சான்றிதழ்தான். அரசாங்க அட்டவணைப்படி பொதுவாக, சலவைத் தொழிலாளர்கள் அனைவரும் மிகவும் பிற்படுத்தப்பட்டோர் பிரிவில் வருகின்றனர். தலித் மக்களுக்கு துணி வெளுக்கும் புதிரை வண்ணார் கள், தாழ்த்தப்பட்டோர் பிரிவில் இடம் பெறுகின்றனர். பிற சாதி சலவைத் தொழிலாளர்கள் தங்களைப் புதிரை வண்ணார்களாக சொல்லி சாதிச் சான்றிதழ்கள் வாங்கிக் கொள்வதால், உண்மையிலேயே

> எவ்வித சலுகையும் உரிமையும் இல்லாமல் வாழ்ந்து வரும் புதிரை வண்ணார்களுக்கு சாதிச் சான்றிதழ் கிடைக்காமல் போகிறது. புதிரை வண்ணார் என்ற சாதியே இல்லையென்று அதிகாரிகள் கூறுவதாக நிறைய மக்கள் குற்றம் சாட்டினர்.[57]

எனப் புதிரை வண்ணார்கள் குறித்த ஆய்வில் பதிவு செய்கின்றார். இதனை வலியுறுத்தும் விதமாகப் 'புதிரை வண்ணார்களாக்கப்பட்ட பூர்வீக வண்ணக் கலைஞர்கள்' என்ற கட்டுரையிலும் (தலித் முரசு, செப்டம்பர் 2007) இவர்களின் வாழ்வியல் சிக்கல்களை மீனாமயில் விரிவாகப் பதிவு செய்துள்ளமை குறிப்பிடத்தக்கது.

தங்கள் மீது சுமத்தப்பட்டுள்ள இழிநிலையிலிருந்து வெளியேறு வதற்கு இன்றியமையாத ஒன்றாக வேண்டப்படும் சாதிச் சான்றிதழ் மறுக்கப்படுவதன் வாயிலாகத் தொடர்ந்து இவர்களின் உரிமைகள் நசுக்கப்பட்டு வருகின்றன. இதன் வழியாக, சாதிச் சான்றிதழ் பெற்று உயர்நிலை மற்றும் மேல்நிலைக் கல்வி பெற்று முன்னேறத் துடிக்கும் இவர்களின் உணர்வுகள் தொடக்க நிலையிலேயே கிள்ளி எறியப் படுகின்றன. மாறாக, தங்களைச் சுற்றி உருவாக்கப்படும் சூழ்ச்சிகளைக் கடந்து சாதிச்சான்றிதழ் பெற்று முன்னேறுவதையும் களப்பகுதியில் காண முடிகின்றது.

சாதிச் சான்றிதழ் மறுக்கப்படுவதன் காரணமாகக் கல்வி உரிமை மட்டுமின்றி அரசு வழங்குகின்ற நலத்திட்டங்களையும் இவர்களால் எளிதில் பெறமுடியாமல் போய்விடுகின்றது. மேலும், குறிப்பிட்ட காரணங்கள் எதுவுமின்றி புறக்கணிக்கப்படும் இம்மக்கள், பல இடங் களில் தங்களின் தொழில் அடிப்படையிலும், பிறப்பு அடிப்படையிலும் சாதிவெறியுடன் இழிவுபடுத்தப்படுவதைக் களப்பகுதியில் பெருமளவில் காண முடிகின்றது.

இ. வன்கொடுமையும் தண்டனையும்

பறையர்களுக்குச் செய்யும் பணிகளில் கால தாமதமோ குறையோ ஏதேனும் இருப்பின் புரத வண்ணார்கள் கடுமையாகத் தண்டிக்கப் படுகின்றனர். இவ்வாறு புரத வண்ணார்களைத் தண்டிப்பதற்கு,

- சலவை செய்வதற்குக் கொடுக்கும் ஆடைகள் கிழிந்திருந்தாலும்
- உரிய நேரத்தில் சலவை செய்து கொடுக்காமல் விட்டு விட்டாலும் (சில நேரங்களில் மழை பெய்வதால் வெள்ளாவி வைத்தல், உவர்மண் எடுத்தல் முதலானவற்றில் ஏற்படும் சிக்கல்களால் காலதாமதம் ஏற்படும்)
- இறப்பு நிகழ்வு தொடர்பான பணிகளில் உரிய நேரத்தில் கலந்து கொள்ளத் தவறினாலும்
- வாழ்வியல் சடங்குகளில் தவறுதலாகச் (தவறி) செய்யப்படும் சில செயல்களுக்காகவும்

- ஆடைகளுக்கு அதிக நீலம் போட்டுவிடுவதாலும்
- தொழிலுக்குப் பயன்படுத்தும் கழுதை, பிறர் விளைநிலங்களில் மேய்ந்துவிட்டாலும் (அழுக்கு மூட்டை சுமக்கக் கழுதையைப் பயன்படுத்துவர்.)
- ஊர்ப் பெரியவர்களைக் கண்டவுடன் மரியாதை செய்யாத காரணத்தாலும்

எனப் பல நிலைகளில் இயல்பாக நிகழ்ந்துவிடும் செயல்களுக்காகத் தண்டனைக்கு உள்ளாகின்றனர். அவ்வகையில் இவர்களுக்கு அளிக்கப் படும் தண்டனைகள்,

- ஊர்ச் சோறு எடுப்பதிலிருந்து குறிப்பிட்ட நாட்களுக்கு விலக்கி வைத்தல்
- ஊர்ப் பெரியவர்கள் காலில் விழுந்து மன்னிப்புக் கேட்கச் செய்தல்
- குற்றம் இழைக்கப்பட்டவராகச் சுட்டப்படுவோருக்குத் தனிப்பட்ட முறையில் சேவகம் செய்ய வைத்தல்

எனப் பல நிலைகளில் அமைகின்றது. இத்தகைய நிலையிலிருந்து விடுபடுவதற்காகச் சிலர் எதிர்த்துக் கேள்வி கேட்கப்படும்போது, பறையர் சாதியினரால் இவர்கள் தாக்குதலுக்கு உள்ளாவதும் உண்டு. மாறாக, இவர்கள் மீதான இத்தகைய வன்கொடுமைகள் மட்டும் தொடர்ந்த வண்ணமே உள்ளன. இவ்வன்கொடுமைகள் பறையர்கள் மீதான வன்கொடுமையைப் போன்று இரண்டு நிலைகளில் நிகழ்த்தப் படுகின்றன. அவை, பொதுவான நிலை மற்றும் பெண்களோடு தொடர் புடைய நிலை என இரண்டாக அமைந்துள்ளன. இத்தகைய வன் கொடுமைகள்,

- பெண்களைக் கட்டாயமாகப் பாலியல் வன்புணர்ச்சிக்கு அழைப்பது, உட்படுத்துவது, மறுத்தால் இழிவுபடுத்துவது என்ற நிலையிலும்
- இவர்களுக்கென, இவர்களின் தொழிலுக்கெனக் காலம், நேரம் இறுதி செய்து ஒதுக்கி வைத்தல்.
- தொடுவது மற்றும் எதிர்த்துப் பேசுவது என்ற காரணத்திற்காக அடித்து உதைத்தல்

முதலான பல நிலைகளில் வெளிப்படுகின்றது. இதன்படி, புரத வண்ணார்கள் மீது நிகழ்த்தப்படும் வன்கொடுமைகள் குறித்து ஆய்வு செய்த டாக்டர் அம்பேத்கர் அவர்கள்,

> சென்னை மாகாணத்தின் திருநெல்வேலி மாவட்டத்தில் புதிரை வண்ணார் எனப்படும் பார்க்கக் கூடாதவர் என்னும் வகுப்பினர் உள்ளனர். இவர்களைப் பற்றி, "இவர்கள் கண்ணில் பட்டாலே

> தீட்டாகிவிடும் என்ற காரணத்தினால், இந்த மக்கள் பகல் நேரத்தில் வெளியே வர அனுமதிக்கப்படுவதில்லை. துரதிருஷ்ட சாலிகளான இந்த மக்கள் இரவு நேரப் பழக்கத்தைக் கட்டாய மாக மேற்கொண்டு, இருட்டிய நேரத்தில் தமது குடியிருப்புகளை விட்டு வெளியே வந்து வேலைகளை முடித்துக்கொண்டு நீர் நாய்களைப் போலவும், ஓநாய்களைப் போலவும் பொழுது புலர்வதற்குள் ஓடிப் பதுங்கிக் கொள்ள வேண்டும்"[58]

எனத் தம்முடைய ஆய்வில் குறிப்பிடுகின்றார். மேலும், கேரளப் பகுதிகளில் வண்ணார்கள் மீது நடைமுறையிலிருந்த இதுபோன்ற மற்றொரு வகைத் தீண்டாமை குறித்தும் கவிமணி தேசிக விநாயகம் பிள்ளை, கல்வெட்டின் வழியாக மேற்கோள் காட்டி விளக்கியுள்ளமை குறிப்பிடத்தக்கது.[59]

வன்கொடுமையின் பின்னணியையும் அதன் முழு வடிவத்தையும் ஆராயும்போது, இவை அனைத்திற்குமான காரணமாக, சில பறையர் களிடம் உள்ள அடிமைப்படுத்தும் மனநிலை அமைவதைக் காணமுடி கின்றது. இதன் காரணமாக, தொட்டுப் பேசினாலும், கொள்வினை கொடுப்பினைத் தொடர்பு வைத்துக் கொண்டாலும் அதனைத் தீட்டு என்ற நிலையிலேயே வைத்துப் பார்க்கத் தொடங்கினர். மாறாக, இவர்கள் வெளுத்துக் கொடுக்கும் ஆடையையும் தூற்றிக் கொடுக்கும் நெல்லையும் பெற்றுக் கொள்ளும் சில பறையர்கள், அப்போது மட்டும் தீட்டை, தங்களுக்கு வசதியாக மறந்துவிடுகின்றனர். இப்பின்னணி யிலேயே வன்கொடுமை இவர்கள் மீது உச்ச நிலையை அடைகின்றது. இதன்படி, வண்ணார்களிடம் பல்வேறு உதவிகளைப் பெறும் பறையர்கள், புரத வண்ணார்கள், தங்களுக்குரிய உரிமையைக் கேட்கும்போது மட்டும் வன்கொடு மைக்கு உள்ளாகின்றனர். இதனைத் த.ம. பிரகாஷ்,

> தமிழகத்தில் பல்வேறு தாழ்த்தப்பட்ட மக்கள் வாழும் பகுதிகளில் துரும்பர்கள் பல்வேறு வன்கொடுமை தாக்குதலுக்கு உள்ளா கிறார்கள். குற்றவாளிகள் மீது நடவடிக்கை எடுக்காமல், வருவாய் துறையும், காவல் துறையும் கைகட்டி, வாய் பொத்தி வேடிக்கை பார்க்கிறது.[60]

எனக் குறிப்பிடுகின்றார். இங்கு துரும்பர் எனப்படுவது திருவண்ணா மலை பகுதியிலுள்ள புரத வண்ணார்களைச் சுட்டும் சொல்லாக உள்ளது குறிப்பிடத்தக்கது. இதன்படி, புரத வண்ணார்கள் மீதான இத்தகைய வன்கொடுமைகளைக் களைவதில் தற்போது, துரும்பர் விடுதலை இயக்கம் முதலான பல்வேறு இயக்கங்கள் விழிப்புடன் செயல்பட்டு வருவது கவனத்திற்குரிய ஒன்றாக உள்ளது. மேலும், இதற்காகச் சமூக நீதியை வலியுறுத்தும் விதமாகப் பல்வேறு நடுநிலையாளர்களையும் தங்களோடு இணைத்துக் கொண்டு விழிப்புணர்வை ஏற்படுத்துவதில் இவ்வியக்கங்கள் முன்னின்று செயல்படுகின்றன.

ஈ. புலம்பெயர்தல்

தங்களின் அன்றாட வாழ்வில் தினந்தோறும் அவமானத்தையும் ஏமாற்றத்தையும் புறக்கணிப்பையும் சந்திக்கும் இவர்கள், மாற்றம் வேண்டி புலம்பெயர்வு முடிவை எடுக்கின்றனர். இதன்படி, களப் பகுதியில் வாழும் புரத வண்ணார்கள் சென்னைக்கும் அதனை அடுத்துள்ள சிறுசிறு நகரங்களுக்கும் புலம்பெயர்ந்து வாழ்ந்து வருகின்றனர்.

சாதியமைப்பு நிலைபெற்றுவிட்ட கிராமச் சூழலில் உழைப்பிற் கேற்ற பலனை அடைய முடியாத இவர்கள், அதனை அடைய வேண்டிக் கடந்த இருபது ஆண்டுகளாக வேகமாகப் புலம்பெயர்ந்து வருகின்றனர். அவ்வாறு புலம்பெயரும் இவர்கள், நகரங்களில் மாறுபட்ட சூழலில் உழைத்து வாழ்ந்து வருவது குறிப்பிடத்தக்க தாகும்.[61]

நகரத்தை நோக்கிப் புலம்பெயர்ந்து சென்ற பின்பு, வருமானத் திற்காகப் பல்வேறு தொழில்களை மேற்கொண்டு வாழ்கின்றனர். இத்தகைய தொழில்களுள் முதன்மையானதாகத் 'துணி தேய்க்கும்' தொழில் விளங்குகின்றது. இவற்றுடன், நகரமயச் சூழலில் நிறுவனமயப் படுத்தப்பட்ட எந்திர சலவை நிலையங்களிலும் இவர்கள் தங்களைப் பிணைத்துக் கொள்கின்றனர். அவ்வகையில் மேற்சுட்டப் பெற்ற இருவகைச் சூழலும் புலம்பெயர்ந்து செல்லும் இப்புரத வண்ணார் களுக்குத் தொழில் வாய்ப்பை அளிப்பனவாக உள்ளன. அவ்வகையில், புலம்பெயர் சூழலில் இவர்கள் மிக அதிக அளவில் 'துணி தேய்த்தல்' (பொட்டி போடுதல்) எனும் தொழிலைச் செய்கின்றனர். இதற்காக நாள் ஒன்றுக்குக் குறைந்தது 200 ரூபாய் முதல் 300 ரூபாய் வரை கூலியாகப் பெறுகின்றனர். இவ்வாறு உழைப்பிற்கேற்ற ஊதியம் பெறும் இவர்கள், பிற சாதியினரைப் போன்று இயல்பாகச் சமூகத்தில் அனைத்து உரிமைகளையும் பெற்று வாழ முற்பட்டு, அதில் ஓரளவு வெற்றியும் பெற்று வருகின்றனர்.

தொகுப்புரை

சலவைத் தொழில் செய்வோரில் ஒரு பிரிவினராக உள்ள புரத வண்ணார்களின் வாழ்வு இப்பகுதியில் முழுமையாக ஆய்விற்கு உட்படுத்தப்பட்டுள்ளது. இதன்படி, விழுப்புரம் மாவட்டம் விக்கிரவாண்டி ஒன்றியத்தில் உள்ள ஊர்களில் கள ஆய்வு நிகழ்த்தப் பெற்று அங்கு சேகரிக்கப்பெற்ற தரவுகளை அடிப்படையாகக் கொண்டு இப்பகுதி எழுதப்பட்டது. அவ்வாறு எழுதப்பட்ட இப்பகுதியில் 'வண்ணார்' என்ற சொல்லுக்கான பொருள், அவர்களின் தோற்றம் மற்றும் உட்பிரிவுகள் ஆகியன சுருக்கமாகக் கூறப்பட்டுள்ளன.

இதனையடுத்து களப்பகுதி பற்றிய அறிமுகமும் புரத வண்ணார்களின் வரலாற்றை ஆய்விற்கு உட்படுத்தும் முறையும் வரையறை செய்யப்பட்டுள்ளன.

புரத வண்ணார்களின் வாழ்வியல், அவர்கள் மேற்கொள்ளும் தொழில்கள், நிகழ்த்தும் கலைகள், சடங்குகள், மருத்துவம் மற்றும் வாழ்க்கை நிலை என ஐந்து நிலைகளில் ஆராயப்பட்டுள்ளன. இவற்றுள் முதலாவதாக அமைந்துள்ள தொழில்கள் பற்றிய பகுதியில் புரத வண்ணார்களின் சலவைத் தொழில், இறப்பு நிகழ்வுத் தொழில், வேளாண்மைத் தொழில், வாத்து மேய்த்தல் என நான்கு நிலைகளில் அவர்களின் தொழில்கள் அணுகப்பட்டுள்ளன. இப்பகுதியில் சலவைக்காக இவர்கள் மேற்கொள்ளும் ஆடைகளைச் சேகரிக்கும் முறை, உவர்மண் கண்டறியும் முறை, ஆடைகட்கு இடப்படும் குறிகளின் பொருண்மை, உவர்நீரில் ஆடைகளை நனைத்தல், அவற்றை வெள்ளாவியில் வைக்கும் முறை, வெளுத்தல், வெளுத்த ஆடைகட்கு நீலமிடுதல், கஞ்சி போடுதல் மற்றும் வெளுத்த ஆடைகளைத் தரம்பிரித்தல் எனப் பல்வேறு வகைமைகளின் கீழ் ஆய்வு செய்யப் பட்டுள்ளன.

இறப்பு நிகழ்விலும் இவர்கள் பங்கேற்று அங்கும் பல்வேறு நிலைகளில், வெவ்வேறு தொழில்களைச் செய்கின்றனர். அத்தொழில் கள் இறப்பை உறவினர்களுக்குக் கூறுதல், பந்தல் அமைத்தல், பாடை கட்டுதல், நடை பாவாடை விரித்தல், சுடுகாட்டில் இறுதிச் சடங்கு களைச் செய்தல் எனப் பல்வேறு பிரிவுகளில் ஆராயப்பட்டுள்ளன. இதனைத் தொடர்ந்து பறையர்களின் வேளாண்மையில் பங்கேற்றுச் செய்யும் தொழில்களும் குறிப்பிடப்பட்டுள்ளன. இதில் புரத வண்ணார்கள் களம் தூற்றும் முறையும், தூற்றி முடித்த நெற்களை ஒப்பேற்றும் முறையும் சுட்டப்பட்டுள்ளன. இவற்றுடன் களப்பகுதியில் வாத்து மேய்க்கும் தொழிலில் ஈடுபட்டுள்ள புரத வண்ணார்களின் நிலையும் குறிப்பிடப்பட்டுள்ளது.

புரத வண்ணார்கள் நிகழ்த்துக் கலைகள் பற்றிய பகுதியில் உடுக்கை மற்றும் பம்பை அடித்தல் கலையும் சிலம்பக் கலையும் விரிவாக ஆராயப்பட்டுள்ளன. இதன்படி, உடுக்கை அடித்தல் கலையை நிகழ்த்தும் புரத வண்ணார், தீய சக்திகளை விலக்குவதிலும் இறப்பு நிகழ்வில் இக்கலை பெறும் இடமும் அவற்றின் பாடுபொருளும் எடுத்துக் கூறப்பட்டுள்ளன. மேலும், இக்கலையின் தொன்மையும் இன்றைய நிலையும் விரிவாகச் சுட்டப்பட்டுள்ளன. இவற்றுடன் பம்பைக் கலையும் சிலம்பக் கலையும் நிகழ்த்தப்படும் இடமும் சூழலும் ஆய்வு செய்யப்பட்டு முடிவுகள் சுட்டப்பட்டுள்ளன.

சடங்குகள் பற்றிய பகுதியில் புரத வண்ணார்கள் பறையர்களின் வாழ்வியலில் பங்குகொண்டு மேற்கொள்ளும் சடங்குகள் ஆய்வு செய்யப்பட்டுள்ளன. இதன்படி, பூப்புச் சடங்கு, மஞ்சள் நீராட்டு, திருமணம், வளைகாப்பு, காதணி விழா ஆகியவற்றில் செய்யப்படும் சடங்குகள் எடுத்துக் கூறப்பட்டுள்ளன. மேலும், புரத வண்ணார்களின் மருத்துவ அறிவு பற்றியும் ஆராயப்பட்டுள்ளது. இப்பகுதியில் புரத வண்ணார்கள் மேற்கொண்ட பிரசவம் பார்க்கும் முறையும் பால் கட்டிய மார்பைச் சரி செய்தல் முதலான பல்வேறு மருத்துவ முறைகளும் கூறப்பெற்றுள்ளன.

புரத வண்ணார்களின் இன்றைய வாழ்வியல், வாழ்க்கை நிலை பற்றிய பகுதியில் ஆய்வு செய்யப்பட்டுள்ளன. அவற்றுள் புரத வண்ணார்கள் உணவெடுக்கச் செல்லும் முறை முதல் அவர்கள் புலம் பெயர்வதற்கான காரணம் வரை விரிவாக எடுத்துக் கூறப்பட்டுள்ளன.

சான்றாதாரங்கள்

1. செந்தமிழ்ச் சொற்பிறப்பியல் பேரகரமுதலி, எட்டாம் மடலம், முதற்பாகம் (ய-வ), ப. 210.

2. எட்கர் தர்ஸ்டன், தென்னிந்தியக் குலங்களும் குடிகளும். தொகுதி. 7, ப. 330.

3. மேலது, ப. 356.

4. ஆ. சிங்காரவேலு முதலியார், அபிதான சிந்தாமணி, ப. 1381.

5. எட்கர் தர்ஸ்டன், தென்னிந்தியக் குலங்களும் குடிகளும் தொகுதி. 7, ப.327.

6. மேலது, ப. 356.

7. கங்காதேவியும் குளித்து தன்னைத் தீட்டு நீக்கிக் கொண்டபின் அவள் ஆடையினை ஓர் ஆற்றில் விட்டுவிட்டாள். பூமாதேவி அதனைப் பூமியில் புதைத்து வைத்தாள், பாஞ்சாலி குளித்தபின் அதனை ஒரு ஆலமரத்தின் மீது விட்டுவிட்டு இல்லம் திரும்பினாள், தன் ஆடையினை இழக்க விரும்பாத சிறுமி ஒருத்தி பரமேசுவரனிடம் சென்று தன்னுடைய இந்த ஆடையினைத் துவைத்துத் தூய்மையாக்க ஒருவனைத் தரும்படி வேண்டினாள். பரமசிவன் அப்போது ஒரு மந்திரத்தைக் கூறியபடி தண்ணீரைத் தெளித்தான். அவற்றுள் சில துளிகள் மேலே சென்று விண்மீன்களாயின. சில ஓர் ஆலமரத்தின் இலைகள் மீது விழ அவற்றிலிருந்து ஒரு மனிதன் தோன்றினான். வீட்டுக்கு விலக்காகும் பெண்களின் ஆடைகளைத் துவைக்கும் பொறுப்பு அவனிடம் ஒப்படைக்கப்பட்டது. இவன் துவைத்துத் தரும்

ஆடையினைக் குளித்துவிட்டு உடுப்பவளே வீட்டுவிலக்குத் தீட்டிலிருந்து விடுபட்டவள் ஆகின்றாள்.

- மேலது, பக். 357, 358.

8. ந.மு. வேங்கடசாமி நாட்டார், கள்ளர் சரித்திரம், ப. 47.

9. எட்கர் தர்ஸ்டன், தென்னிந்தியக் குலங்களும் குடிகளும் தொகுதி. 7, ப. 329.

10. மேலது, தொகுதி. - 6, ப. 224.

11. ஞா. தேவநேயப்பாவாணர், தமிழர் வரலாறு - 2, ப. 119.

12. ஆ. சிங்காரவேலு முதலியார், அபிதான சிந்தாமணி, ப. 1381.

13. க. சந்திரபாபு, வயது 50 (தகவலாளர்), திருநெல்வேலி - மேலப்பாளையம் (அண்ணாநகர்), 2.5.2010.

14. அ. சரவணன், வயது 62 (தகவலாளர்), திருநெல்வேலி - மேலப்பாளையம் - குறிச்சி, 3.5.2010 (30.12.2009)

15. இர. மந்திரமூர்த்தி, வயது 22 (தகவலாளர்), திருநெல்வேலி - வண்ணாரப்பேட்டை, 3.5.2010.

16. வெள்ளாவி என்பது அழுக்கு ஆடைகளை வெளுப்பதற்குக் கொண்டு செல்வதற்கு முன்பு, அனைத்து ஆடைகளையும் உவர்நீர்மண் கலந்த நீரில் நனைத்து வேக வைக்கப் பயன்படும் ஒரு வகை அடுப்பாகும். இது மூன்று பானைகளைக் கொண்டு சுற்றி மண்ணால் மெழுகி அமைக்கப்பட்டிருக்கும்.

17. அகநானூறு, களிற்றியானை நிரை, ப. 230.

18. செம்பவளராசன் இந்த ஐவர் ராசாக்கள் ஆண்ட காலத்தின் பின் ஆட்சி செய்தான் என்பதால் 15ஆம் நூற்றாண்டுகளின்பின் 16-17களில் ஆட்சி செய்தவனாக இருத்தல் வேண்டும். இக்கதைப் பாடல் அதன்பின், அதாவது 17-18ஆம் நூற்றாண்டினது என்ற அளவில் காலத்தை நிர்ணயிக்கலாம்.

- சூ. நிர்மலாதேவி (ப.ஆ.), சின்னணைஞ்சான் கதை, ப. 30.

19. ஊமை வெயில் என்பது இயல்பான நிலையிலிருந்து மாறுபட்டு வெளிச்சம் குறைவாக உள்ள சூரிய ஒளியாகும்.

20. ஆ. சிவசுப்பிரமணியன், புதிய பனுவல் (காலாண்டிதழ்), இதழ் - 2, ப. 20.

21. பாடை என்பது இறந்தவரைச் சுடுகாட்டிற்குக் கொண்டு செல்வதற்காக மூங்கில் மரத்தைக் கொண்டு கட்டப்படுவதாகும்.

22. ராமலிங்கம், 52 (தகவலாளர்), வா. பகண்டை.

23. வரட்டி என்பது மாட்டுச் சாணத்தைக் கொண்டு சுவற்றில் தட்டிக் காயவைத்து எடுத்துப் பயன்படுத்தும் ஒருவகை எரிபொருள்.

24. நெல் தாள்களை அறுத்தெடுத்த அமைப்பிலேயே அடிப்பக்கமும் நுனிப்பக்கமும் மாறிவிடாதவாறு நெல் மணிகளை மட்டும் பிரித்தெடுத்துவிட்டு, ஒரே கத்தையாகக் கட்டி வைப்பது 'தாள் கத்தை' எனப்படுகிறது.

25. களப்பகுதியாகிய விக்கிரவாண்டி ஒன்றியத்தில் அமைந்துள்ள அனைத்து ஊர்களிலும் இறந்தவர்க்குப் பால் ஊற்றும் சடங்கு செய்யச் செல்லும்போது ஒற்றை மேளமே அடிக்கப்படுகிறது. இவற்றுடன் எத்தகைய மேளமும் அடிப்பதில்லை.

26. நீர் படாத இடத்தினை 'மரை' என்பர்.

27. களம் தூற்றுதல் என்பது நெல் தாள்களிலிருந்து அடித்தெடுத்த நெல் குவியலை முறத்தின் (ஒருவகை புழங்கு பொருள்) உதவியுடன் தரமான நெல்லைப் பிரித்தெடுக்கக் காற்றின் திசையில் அள்ளித் தூற்றுவதாகும். இத்தகைய பணிகள் உட்பட களத்தில் நிகழும் அனைத்துவகைப் பணிகளையும் ஒப்பேற்றுதல் எனவும் சுட்டுவர்.

28. களப்பகுதியில் பறையர் சாதியினருள் சிலர் இவ்வாறு நடந்து கொள்கின்றனர்.

29. பிங்கலம், 1273, 1524, 3190.

30. Tamil Lexicon, Vol. II, p. 399.

31. சி. ருக்மணி, பேயோட்டும் உடுக்கைப் பாடல்கள், ப. 54.

32. மேலது, ப. 54.

33. வாழ்வியற் களஞ்சியம், தொகுதி 4, ப. 788.

34. வேப்பிலை கொண்டு முகத்திற்கு நேராகத் தடவித்தடவி அடிக்கப்படும் ஒருவகை நம்பிக்கை சார்ந்த சடங்கு முறை.

35. நா. இராமச்சந்திரன், துடியான சாமிகள் வில்லுப்பாட்டும் சமூகச் சிக்கல்களும், பக். 63, 64.

36. மேலது, ப. 64.

37. S.I.I. Vol. 11, p. 254.

38. வாழ்வியற் களஞ்சியம், தொகுதி நான்கு, ப. 788.

39. வன்னிய சாதியினர்க்குச் சலவைத் தொழில் செய்யும் வண்ணார்.

40. நா. கதிரைவேற்பிள்ளை, தமிழ் மொழி அகராதி, ப. 963.

41. வாழ்வியற் களஞ்சியம், தொகுதி 12, ப. 81.

42. செ. வைத்தியலிங்கன், தமிழ்ப் பண்பாட்டு வரலாறு, தொகுதி - 3, ப. 281.

43. நா. கதிரைவேற்பிள்ளை, தமிழ் மொழி அகராதி, ப. 568.

44. ஆ. பக்தவத்சலபாரதி, பண்பாட்டு மானிடவியல், ப. 525.

45. ஆ. சிவபெருமான், தமிழும் அறிவியலும், பக். 120, 121.

46. பூப்படைந்த பெண் தினமும் குளித்த பின்பு உடுத்துவதற்காக வண்ணாத்தி சலவை செய்து கொண்டு வரும் ஆடையே 'மாற்று' எனப்படுகிறது.

47. ஆ. ஏகாம்பரம், சாதி - வறுமை - அரசு, ப. 45.

48. அ.நா. பெருமாள், தமிழில் கதைப்பாடல், ப. 128.

49. இமையம், கோவேறு கழுதைகள், பக். 159, 160.

50. குழந்தை பிறப்பதற்கான தொடக்க நிலையிலான அறிகுறியை இவ்வாறு சுட்டுவர்.

51. குழந்தைப் பேற்றின்போது அப்பெண்ணைச் சுற்றித் தரையில் விரிக்கப்பட்டிருக்கும் துணிகளில் மலமும் குருதியும் தோய்ந்திருக்கும்.

52. வீட்டு வேலியின் நடுவே அமைக்கப்பட்டிருக்கும் படலையில் குழந்தை பிறந்தவுடன் வேப்பிலைக் கொத்து ஒன்று கட்டி விடப்படும். அதனால் அவ்வீடு தீட்டு வீடெனப் பிறர்க்குணர்த் தப்பட்டது. ஆனால் வண்ணாத்தி வீட்டினுள்ளே வந்துபோக அனுமதிக்கப்பட்டிருந்தாள். தீட்டுச் சேலை எடுத்துப் போகவும் மாற்றுச் சீலை வழங்கவும் அவள் வரவு அவசியமாகவு மிருந்தது. 'பிள்ளைப் பெத்த வீடு' எனவும் பிற்காலத்தில் தீட்டு வீடு அழைக்கப்பட்டது.

- மனோன்மணி சண்முகதாஸ், சாதியும் துடக்கும், ப. 22.

53. முதலில் மார்பில் சாய்த்துக் கொண்டு தூங்கும் குழந்தையைத் தடவிப் பார்ப்பதுபோல் மெல்ல ஒவ்வொரு விரலாக வைத்துக் கோடு கிழிப்பதுபோல மேலிருந்து கீழாக அழுத்தியெடுப்பாள். அடிபட்ட இடத்தில் ஒத்தடம் கொடுப்பதுபோலப் பிடித்து பிடித்து விடுவாள். தன் மார்பில் அனைத்து சுசீலாவின் கழுத்தில் ஆரம்பித்து லேசாகத் தடவிக்கொடுத்தாள். மேலிருந்து கீழே மெல்ல அழுத்திக் கொண்டே வந்தாள். எழுந்து இரு மார்பிலும் இரண்டு கையை வைத்துச் சறுக்கல் விடுவதுபோல் அழுத்தி னாள். மேலும் கீழும், நாலாபக்கமும் திருப்பித்திருப்பிப் பிடித்து இரு கைகளாலும் ஒவ்வொன்றாக, உருவிவிட்டாள். நீவினாள்.

தட்டிக் கொடுத்தாள். மெல்ல மெல்ல வேகம் கொடுத்து, அழுத்தம் கொடுத்து அமுக்கிவிட்டாள். லேசாகத் தளர்ந்தது. தொடர்ந்து தட்டியும், பிடித்துவிட்டும், அவ்வப்போது மனதில் தோன்றியதைச் சொல்லிக் கொண்டும் இருந்தாள்.

- இமையம், கோவேறு கழுதைகள், ப. *146.*

54. கயத்தூர், அய்யூர் அகரம், ஆவுடையார்பட்டு, வா. பகண்டை முதலான ஊர்களில் 'கொல்லேத்தம் தட்டுதல்' எனும் வழக்கம் இன்றும் உள்ளது.

55. வண்ணார் வீட்டுச் சிறுவர்களோடு நட்பு கொண்டுள்ள சில பறையர் சாதிச் சிறுவர்கள், தங்கள் வீட்டிற்கு வண்ணார் சோறு எடுக்க வரும்போது பெற்றோர் இல்லையென்றால் அதிகமான உணவும் குழம்பும் கொடுத்தனுப்பிவிடுகின்றனர். இதனைப் பின்பு கண்டறியும் பெற்றோர் தங்கள் பிள்ளையை நன்றாக அடித்துவிடுவதுண்டு.

56. ஆதிதிராவிடர் பட்டியலில் உள்ள *76* பிரிவினரில் இவர்கள் (புதிரை வண்ணான்) புரத வண்ணார்கள் அறுபதாவதாகக் குறிப்பிடப்பட்டுள்ளனர்.

57. மீனாமயில், ஒதுக்கப்பட்டவர்களே ஒதுக்கும் புதிரை வண்ணார்கள், தலித் முரசு, மார்ச், *2001,* ப. *13.*

58. டாக்டர் பாபாசாகேப் அம்பேத்கர், பேச்சும் எழுத்தும், தொகுதி - *6,* ப. *126.*

59. நாஞ்சில் நாட்டில் மேற்கூறிய தீய வழக்கம் இருந்ததில்லை யென்றாலும் கேட்டறியப்பட்டிருந்த காரணத்தால் மண்ணார் எனப்படும் புறத்து வண்ணாரைப் பற்றிய அச்சம் சிறிது இருந்து வந்தது. அச்சத்தை உண்டுபண்ணும் உயிரினங்கள் மறைந்து வாழ்வதுபோல இவர்களும் மறைந்தே வாழ்ந்து வந்தார்கள். பகல் வேளைகளில் மேல்வகுப்பார் கண்ணில் இவர்கள் படுவதே யில்லை. ஆயினும் இவர்களில் சிலருக்கு ஒருவகைப் படித்தரம் இருந்து வந்தது. அறுவடையின் முடிவில் இராக்காலத்தில் - நடுயாமத்தில் இவர்கள் உடுக்கை கொட்டிப் பாடிவருவர். இப்பாட்டு ஏர்க்கள வாழ்த்தாக இருக்கும். இராப்பாடிகள் எனப்படும் இவர்களின் பாட்டோசை கேட்டு விழித்து சுளகில் படிநெல்லுடனே வேப்பிலை மஞ்சள் கரித்துண்டு முதலியன இட்டு ஓசைப்படாமல் கதவைத் திறந்து புறத்தே வைத்துத் தாளிட்டுக் கொள்வார்கள் பெண்கள். இராப்பாடியின் கண்ணில் விழிக்கலாகாதென்பது அவர் கொள்கை. ஆண்களை விடவும் பெண்கள்தாம் இதில் கண்டிப் போடிருப்பவர். இது மலையாள நாட்டில் சுழன்று வீசிய மண்ணார் பேடிப் புயலின் ஓய்ந்த

அலையோசையாய் இருக்கலாமென்று ஊகிக்க வேண்டியிருக் கிறது. - அ.கா. பெருமாள் (ப.ஆ.), கவிமணி கட்டுரைகள், ப. 131.

60. த.ம. பிரகாஷ், உங்கள் சமூக விடுதலைக்காக துணையிருக்கும் சலவைத் தொழிலாளர் நலக்குழு, துரும்பர் எழுச்சி மலர், டிசம்பர் 2004, ப.21.

61. வண்ணார் (இந்த சாதிக்கு இந்த உட்பிரிவு வண்ணார் துணி வெளுத்தல் என்பது கலைந்துபோய்) மிகக் குறைவான கல்வி வளர்ச்சி கொண்டு (மொத்த மக்களில் 1 சதவீதம் பேர் பள்ளி இறுதி வகுப்பு பயின்றோர்) நகர சலவையகத்தில் பணிபுரிந்தோ கிராமங்களில் தனியாகத் தொழில் புரிந்தோ (இன்னும் ஆண்டுக்கு இவ்வளவு தானியம் என்ற மானியமுறை நிலவுகிறது) உள்ளனர்.

- கோ. கேசவன், சாதியம், பக். 153, 154.

5

ஆய்வு நிறைவுரை

இரண்டாயிரம் ஆண்டுகட்கு மேற்பட்ட வரலாற்றினைக் கொண்டுள்ள தமிழ்ச் சமூகத்தின் வளர்ச்சியில் தொழில்களின் தோற்றமும் வளர்ச்சியும் இன்றியமையாத ஒன்றாகக் கருதப்படுகின்றன. இவ்வாறு நிலத்திற்கும் நிலம் சார்ந்த சூழலுக்கும் ஏற்பத் தங்களைத் தகவமைத்துக் கொண்டு செயல்பட்ட பண்டைத் தமிழர்கள், அந்நிலத்திற்கேற்ற தொழிலை உணவிற்காகவும் பின்பு பொருளீட்டலுக்காகவும் மேற்கொண்டனர். தமிழ்ச் சமூகம் பண்பாட்டுத் தெளிவினை அடைந்தபோது ஏற்பட்ட இம்மாற்றம், நீடித்த பொருளாதார வளர்ச்சியும் நிலைத்த பண்பாட்டுத் தெளிவும் ஏற்பட மூல காரணமாக அமைந்தது.

தொழில்வழிச் சமூகமாக வாழ்ந்தபோது ஏற்பட்ட இம்மாற்றத்தின் காரணமாகத் தமிழர்கள் நிலம் கடந்தும் பின்பு எல்லை கடந்தும் தங்களின் தொழில் வாய்ப்பைப் பெருக்கிக் கொண்டு செயல்படலாயினர். இதனால் தமிழர்களின் நிலம் சார்ந்த தொழில்களின் அடிப்படைத் தேவைகளுக்காக உழவுக் கருவிகள் செய்தல் முதலான பல்வேறு தொழில்கள் தோற்றம் பெறலாயின. இத்தகைய நிகழ்வு, பின்னாளில் தமிழர்களிடத்தில் தொழில்வழிச் சமூகம் தோற்றம் பெற மூல காரணமாக அமைந்தது. இவ்வாறு பண்டைச் சமூகம் தொழில்வழிச் சமூகமாக மாற்றம் பெற்ற பின்பு, ஏற்பட்ட வளர்ச்சியின் காரணமாகச் சமூகப் பாகுபாடு மேலும் வெளிப்படையாகத் தோன்றியது. இதனை அடுத்து முதல்நிலை, இடைநிலை, கடைநிலை என மூவகைப் பாகுபாட்டின் அடிப்படையில் அரசர்களையும், அந்தணர்களையும் முதன்மையாகக் கொண்டு பண்டைச் சமூகம் செயல்படத் தொடங்கியது.

சமூகத்தின் ஏற்றத்தாழ்விற்குக் காரணமாக அமையக் கூடிய மேற்சுட்டப்பெற்ற மூவகைப் பாகுபாடும் அடுத்தடுத்த காலங்களில் தொழிற்குடியினரின் வாழ்வைக் கட்டமைத்ததில் பெரும்பங்கு ஆற்றியது. மேலும், இத்தகைய பாகுபாடு தொழிற்குடிகளிடம்

பொருளாதாரத்தினையும் பண்பாட்டுக் கூறுகளையும் நிலைபெறச் செய்த அளவிற்கு நீடித்த தொழிற்பாகுபாட்டையும் நிலைபெறச் செய்தது. அவ்வகையில் குறிஞ்சி, முல்லை, மருதம், நெய்தல், பாலை என நிலங்களை அடிப்படையாகக் கொண்டு நிலைத்தக் குடியினராக மாற்றம் பெற்ற தொழிற்குடியினர், தொழில் அடிப்படையிலான பாகுபாட்டையும் உள்வாங்கிக் கொண்டு செயல்படலாயினர். இது பின்னாளில் உடைமைச் சமூகம் தோற்றம் பெறவும் மூல காரணமாக அமைந்ததுடன் அவர்களின் சமூக இருப்பையும் உறுதிசெய்யக் காரணமாக் அமைந்தது. இவ்வாறு, பண்டைச் சமூகத்தினர் தொழில் முறையில் பெற்ற தெளிவின் காரணமாக உற்பத்தி, தன்னிறைவு, பண்டமாற்று, வணிகம் என்ற படிநிலையில் தங்களின் வாழ்வியலைப் பல்வேறு தளங்களில் அமைத்துக் கொண்டு முன்னேற்றம் கண்டனர்.

தொழில்முறையில் ஏற்பட்ட வளர்ச்சியின் காரணமாக நிலையான தாக மாறிய வணிகமும் பொருளாதாரமும் இனக்குழுத் தலைமையை வலிமைபெறச் செய்து அவர்களை அதிகார மையமாக்கியது. இவ்வாறு தொழிற்குடிகளின் வளர்ச்சியால் அதிகார மையமாகத் தோற்றம் பெற்ற இனக்குழுத் தலைமை, தங்களின் அதிகாரத்தினை அனைத்து நிலைகளிலும் பரவச் செய்தது. பின்னர் இனக்குழுத் தலைமை நிலை பெற்ற பின்பு, அதிகார வர்க்கத்தின் சூழ்ச்சியின் காரணமாக உடலு ழைப்பு அற்றவர்கள், உடலுழைப்பையே மூலமாகக் கொண்டவர்கள் என இரு பிரிவினராகத் தொழிற்குடியினர் தோற்றம் பெற்றனர். இது பண்டைச் சமூகத்தில் ஏற்றத் தாழ்வும் மேல்கீழ் அடிப்படையிலான பாகுபாடும் தோற்றம் பெறக் காரணமாக அமைந்தது. இப்பின்னணியில் இனக்குழுத் தலைமையிலிருந்து தோன்றிய அரச வர்க்கம், தொழிற் குடியினர் மீது அவர்களின் பொருளீட்டலைக் காரணமாகக் கூறி எல்லையற்ற வரிவிதிப்புகளை மேற்கொண்டது.

இனக்குழுத் தலைமை மக்களை வழிநடத்தும் அரச வர்க்கமாகத் தோற்றம்பெற்ற பின்பு, அந்தணர்களின் (பார்ப்பனர்கள்) சூழ்ச்சியால் அவர்களின் நெறிப்படி செயல்படலாயினர். இச்செயல்பாட்டின் ஒரு பகுதியாகத் தொழிற்பிரிவினர்களில் ஒரு பிரிவினர் நிறைவான வாழ்வையும் சில பிரிவினர் நிறைவற்ற வாழ்வையும் மேற்கொண்டனர். இம்மாற்றமானது பின்பு, வர்க்கப் பாகுபாடு நிலைபெறத் தோற்று வாயாக அமைந்தது. இவ்வாறு வர்க்கப் பாகுபாட்டிற்குத் தோற்றுவா யாக விளங்கிய தொழிற்பிரிவினரைக் குறித்த 'குடி' என்ற சொல், சங்க இலக்கியம், தொல்காப்பியம், திருக்குறள் மற்றும் நோக்கு நூல்கள் என அனைத்திலும் பல்வேறு பொருண்மைகளில் பயன்படுத்தப்பட்டன. அவையனைத்தும் ஒத்தப் பண்புநலன்களைக் குறிக்கும் குடும்பம் என்ற பொருளை மையமாகக் கொண்டிருந்தன.

தமிழ்ச் சமூகத்தில் வர்க்கப் பாகுபாடு நிலைபெறக் காரணமாக அமைந்த குடித்தொழில், பின்னாளில் சாதிப் பாகுபாட்டிற்கும் வழிவகுத்தது. இதனைப் பிற்காலச் சோழர்கள் காலத்தில் தோற்றம் பெற்றிருந்த வலங்கை, இடங்கைப் பிரிவினரின் மூலம் அறிய முடியும். மேலும், இவ்விரு பிரிவிலும் (98 +98) நூற்றுத் தொண்ணூற்று ஆறு பிரிவினர் இடம் பெற்றிருந்ததை அரசினர் கீழ்த்திசைச் சுவடிகள் நூலகத்திலுள்ள பல்வேறு சுவடிகளைக் கொண்டு உறுதி செய்ய முடிகின்றது.

இந்தியாவில் தொழில் நிமித்தமாக நுழைந்த ஆரியர்கள் தங்களின் இருப்பை உறுதி செய்த பின்பு, இந்தியர்களுடன் இரண்டறக் கலந்து வருணப் பாகுபாட்டை நிலைபெறச் செய்வதில் தீவிரமாகச் செயல் பட்டனர். இத்தகைய செயல்பாட்டினால் மக்களிடையே பிராமணர், சத்திரியர், வைசியர், சூத்திரர் என்ற நான்கு வகையான பாகுபாட்டினை உருவாக்கி அவர்களைச் 'சதுர்வர்ணம்' என்ற கோட்பாட்டின் கீழ்க் கொண்டு வந்தனர். இவ்வாறு சதுர்வர்ணக் கோட்பாட்டைத் (இந்தியா விலும்) தமிழகத்தில் நிலைபெறச் செய்வதற்கு, இவர்கள் முதலில் அரச வர்க்கத்தினரைத் தங்களின் கட்டுப்பாட்டின் கீழ்க் கொண்டு வந்து அவர்களைத் தங்களின் விருப்பப்படிச் செயல்பட வைத்தனர். இச்செயல் பாட்டின் காரணமாக நால்வருணப் பாகுபாடு நிலைபெற்றதுடன் ஆயிரக்கணக்கான சாதிகளும் தோற்றம் பெற்று நிலை பெறலாயின.

மக்களால் மேற்கொள்ளப்பட்ட தொழில்களின் அடிப்படையில் இத்தகைய வருணப்பாகுபாடு, குடித்தொழில் பிரிவினரைக் குலத் தொழில் பிரிவினராக மாற்றியது. இதனால் பண்டைத் தமிழர்களின் குடித் தொழில்கள், குலத்தொழில்களாக மாறி, பின்பு சாதித் தொழில் களாக வழங்கப்பட்டன. அவ்வாறு வழங்கப்பட்ட இந்நிலை இன்றும் வழக்கிலுள்ளமை குறிப்பிடத்தக்கது.

பண்டைக் காலத்தில் மக்களின் தொழில்கள் அடிப்படையில் தோற்றம் பெற்ற சாதியினர் (தொழிற்பிரிவினர்) குறித்த பதிவுகள், வழக்கமான இலக்கியங்கள் மட்டுமின்றி மேலும் பலவற்றிலும் இடம் பெற்றிருந்தன. அவற்றுள், வண்ணார் சாதியினர் குறித்த பதிவுகள் கதைப்பாடல்கள், கல்வெட்டுகள், வாய்வழிக் கதைகள் ஆகியவற்றில் விரிவாகப் பதிவு செய்யப்பட்டிருந்தன.

வண்ணார் குறித்த பதிவைக் கொண்டுள்ள கதைப்பாடல்களில், நா. வானமாமலையால் பதிப்பித்து வெளியிடப்பெற்ற கட்டபொம்மன் கதைப்பாடல், (1961) முதலான ஆறு கதைப்பாடல்கள் குறிப்பிடத் தக்கனவாக உள்ளன. இக்கதைப் பாடல்களில் அவ்வக்காலச் சூழலில் வண்ணார்கள் நடத்தப் பெற்ற முறை விரிவாகப் பதிவு செய்யப் பெற்றிருந்தன.

கட்டபொம்மன் வரலாற்றைச் சுட்டுகின்ற மூன்று கதைப் பாடல்களில் கட்டபொம்மன் கதைப்பாடல், வண்ணார்கள் சலவை செய்யும்படி பணிக்கப்பட்டதையும் வீரபாண்டிய கட்டபொம்மு கதைப்பாடல் வண்ணான் துறையில் அவர்கள் மீது நிகழ்த்தப்பட்ட தாக்குதலையும் கட்டபொம்மு கூத்து அழுக்குத் துணி சேகரித்துக் கொண்டு துறைக்குச் செல்லுவதையும் விரிவாகப் பதிவு செய்துள்ளன. மேலும், புராண இதிகாசத் தன்மை புகுத்தப்பட்ட காத்தவராயன் கதைப் பாடலில் அரிச்சந்திரன் மணந்த ஏழு பெண்களுள் ஒருத்தியாக வண்ணார் சாதியைச் சேர்ந்த பெண்ணும் சுட்டப்பட்டுள்ளாள்.

இவ்வரிசையில் இடம்பெற்றுள்ள கான்சாகிபு சண்டை கதைப்பாடல், வண்ணாத்தி சாதியை மிக இழிவான பொருளில் பதிவு செய்யப்பட்டுள்ளமைக்குக் குறிப்பிடத்தக்க பதிவாக அமைகின்றது. இதன்படியே, நா. வானமாமலையால் பதிப்பிக்கப்பெற்ற மற்றொரு கதைப்பாடலான வீணாதி வீணன் கதைப்பாடலும் வண்ணார் சாதியினரை இழிவான பொருளில் பதிவு செய்துள்ளது. அதன்படி, இக்கதைப்பாடலில் வீணாதி வீணன் தன் பிழைப்பிற்கு வேறு வழியில்லாததால் வண்ணானிடம் வந்து ஆடை வெளுக்கும் வேலை கேட்பதையும் அதற்காக வண்ணாருக்குக் காதில் இடப்படும் அடையாளக் குறியை இடுமாறும் கேட்கும் நிகழ்வு பதிவு செய்யப் பட்டுள்ளது. இதன்மூலம் வண்ணார்கள் அடையாளக் குறியுடன் கூடிய அடிமைத்தொழில் செய்தமையை உறுதி செய்ய முடிகின்றது.

வண்ணார்களிடம் நிலவிய சுயக் கட்டுப்பாடு உணர்வுகளை, மெச்சும் பெருமாள் பாண்டியன் கதைப்பாடலும் குசலவர் சுவாமி கதைப்பாடலும் குறிப்பிடுவதன் வழி சாதி கடந்த மண உறவுக்கு இருந்த தடையை அறியமுடிகிறது. இவ்வாறு வண்ணார்களின் வரலாற்றைக் குறிப்பிடும் கதைப்பாடல்கள் ஒருபுறமிருக்க, சிவனணைஞ்ச பெருமாள் கதையும் தடிவீர சுவாமி கதையும் இவர்களைப்பற்றி முழு அளவிலான வரலாற்றைக் கொடுக்கின்றன. இவற்றுள் சிவனணைஞ்ச பெருமாள் கதையானது செங்கோட்டைப் பகுதியை ஆட்சி செய்த செம்பவளரா சனின் மகனான சிவனணைஞ்ச பெருமாளுக்கும் அப்பகுதியில் வெளுக்கும் தொழில் செய்து வந்த வண்ணாத்திக்கும் இடையேயான காதல் போராட்டத்தைக் கூறுவதாக உள்ளது. இக்கதைப்படி, முதலில் சிவன ணைஞ்ச பெருமாளின் ஆசைக்கு இணங்க மறுக்கும் சின்ன ணைஞ்சி (வண்ணாத்தி) பின்பு, அவனோடு இணைந்து வாழ்கிறாள். இறுதியில் சின்னணைஞ்சியை மீட்பதற்காக ஏற்படும் சண்டையின் இறுதியில் இருவரும் இறப்பதாகக் கூறப்பட்டுள்ளது.

தடிவீர சுவாமி கதைப்பாடல், பள்ளர் எனப்படும் தேவேந்திர குல வேளாளர்களுக்கும் புரத வண்ணார்களுக்கும் இடையிலான காதல் போராட்ட வரலாற்றைக் குறிப்பிடுகின்றது. இத்தகைய போராட்டத்தின் இறுதியில் பள்ளர், நாடார் முதலானோரின் சூழ்ச்சியில் புரத வண்ணாரான மந்திரமூர்த்தி படுகொலை செய்யப்படும் நிகழ்வு சுட்டிக்காட்டப்பட்டுள்ளது.

எனவே மேற்குறிப்பிட்ட இரு கதைப்பாடல்களும் இரு பிரிவினருக்கான போராட்டத்தினைச் சுட்டுவது போன்று, கதையின் இடையிடையே ஆடை வெளுத்தல் தொழிலின் பல்வேறு நிலைகளும் விரிவாகச் சுட்டப்பட்டன. அவற்றுள், அழுக்கு ஆடைகளைச் சேகரித்தல், ஆடைகளை நீர்த்துறைக்குக் கொண்டு சென்ற முறை, உவர் மண் நீரில் நனைத்தல், வெள்ளாவி வைத்தல், கஞ்சியிடுதல், சாயமிடுதல் முதலானவை குறிப்பிடத்தக்க அளவில் பதிவு செய்துள்ளமைக்குச் சான்றாக அமைந்துள்ளன.

வண்ணார்களின் வரலாறு கதைப்பாடல்களில் இடம் பெற்றிருந்ததைப் போன்று கல்வெட்டுகளிலும் இடம்பெற்றமையைக் காண முடிந்தது. பிற்காலச் சோழர்கள் காலத்தில் தொடங்கி மிக அதிகமாகக் கிடைக்கின்ற இக்கல்வெட்டுகள், வண்ணார்களின் வாழ்வியலைப் பல்வேறு நிலைகளில் எடுத்துக் காட்டுவதாக அமைந்திருந்தன. குறிப்பாக, இத்தகைய பதிவுகளுள் வண்ணார்களின் வாழ்விடம் அமைந்திருந்த சூழல், அவர்களின் தொழில்முறை மற்றும் அவர்களுக்கான கூலி, தொழில்மீதும் அதற்கான ஆதாரங்கள் மீதும் விதிக்கப்பட்ட வரி, அவர்களுக்கு அளிக்கப்பட்ட நிலத்தினுடைய எல்லைகள் ஆகியனவற்றை அறியமுடிந்தது.

கல்வெட்டுகளில் இடம்பெற்றுள்ள வண்ணார்களுக்கான பணி ஆணையும் போர்க் காலங்களில் பிற கைதிகளுடன் இவர்களும் கைது செய்யப்பட்டு அழைத்துச் சென்ற மையும் குறிப்பிடத்தக்கவைகளாகும். மேலும் வண்ணார்களின் தொழில் மற்றும் வாழ்வியல் சார்ந்த பதிவுகள் ஒருபுற மிருக்க, அவர்கள் கொடைகள் மற்றும் அறச்செயல்களில் ஈடுபட்டதையும் கல்வெட்டுகளின் வழியாக அறியமுடிந்தது.

வண்ணார்கள் செய்த அறச் செயல்பாடுகளுள் கோயிலுக்குச் சுவரமைத்துக் கொடுத்ததும் கண்மாய் அமைத்துக் கொடுத்ததும் கோயிலை நிர்வாகம் செய்து வருவதும் குறிப்பிடத்தக்கனவாக உள்ளன. இவற்றுள் கோயிலுக்குச் சுவரமைத்துக் கொடுத்ததை ஆரல்வாய் மொழியிலுள்ள முத்தாரம்மன் கோயில் கல்வெட்டும், கண்மாய் அமைத்துக் கொடுத்ததை வாழப்பாடி பேரூர் ஏரிக் கல்வெட்டும், கோயில் நிர்வாகத்தினைக் காஞ்சிபுரம் முத்தீஸ்வரர் கோயில்

கல்வெட்டும் பதிவு செய்துள்ளன. அவ்வகையில் வண்ணார்கள் தங்களால் இயன்ற அளவிற்கு அறச்செயல்களிலும் ஈடுபட்டுள்ள மையை உறுதிசெய்ய முடிகின்றது.

வாய்மொழிக் கதைகளும் வண்ணார்களுடைய வரலாற்றைக் குறிப்பிடும்படியான அளவிற்குப் பதிவு செய்திருந்தன. அவற்றுள் வண்ணார்களைச் சுட்டும் பெயர்களான ஏகாலி, ஈரங்கோலி ஆகிய பெயர்கள் குறித்தும் அதனுடைய வரலாறு குறித்தும் கூறப்படும் கதைகளின் வழி வண்ணார்களின் தொன்மையை அறியமுடிகிறது. மேலும், இக்கதைகள் வழங்கப்பட்ட காலமும் அக்கதைகள் பெயர்களோடு கொண்டுள்ள தொடர்பும் ஆய்விற்கு உட்படுத்தப்பட்டு வண்ணார்களின் பெயர்கள் இறுதி செய்யப்பட்டன. இவற்றுடன் பறையர் களுக்கும் வண்ணார்களுக்குமான தொடர்பு, மாரியம்மனுக்கும் வண்ணார்களுக்குமான தொடர்பு ஆகியவையும் ஆராயப்பட்டு வண்ணார் சாதிப் பெண்ணே மாரியம்மன் எனும் தொன்மமாக மாறியமையை உறுதி செய்ய முடிகிறது.

வண்ணார்களின் வரலாறு கதைப்பாடல்களிலும் கல்வெட்டுகளி லும் வாய்வழிக் கதைகளிலும் பதிவு செய்யப்பட்டிருந்ததைப் போன்று அவ்வக் காலங்களில் தோன்றிய இலக்கியங்களிலும் பதிவு செய்யப் பட்டிருந்தன. இவை அவர்களுடைய வாழ்வியலின் பல்வேறு கோணங்களை எடுத்துக் காட்டுவதாக அமைந்திருந்தன. எனவே, வண்ணார் குறித்த வரலாற்றைச் சுட்டும் குறிப்புகள் சங்க இலக்கியம், அற இலக்கியம், பக்தி இலக்கியம், சிற்றிலக்கியம், தனிப்பாடல் திரட்டு, தற்கால இலக்கியம் என அனைத்திலும் இடம்பெற்றுள்ளமைப் பல்வேறு சான்றுகளின் மூலமாக எடுத்துக் காட்டப்பட்டுள்ளது.

சங்க காலத்தில் 'புலைத்தி' என வழங்கப்பட்ட வண்ணார் சாதிப் பெண்கள் மொத்தம் எட்டுப் பாடல்களில் (அகம். *34, 387;* கலித். *72, 117;* நற். *90;* குறுந் *330;* புறம். *259, 311)* பதிவு செய்யப்பட்டுள்ளனர். இப்பாடல்களுள் ஆறு பாடல்கள் புலைத்தியை நேரடியாக ஆடை வெளுத்தலோடு தொடர்புடையவளாகக் காட்டுகின்றன. அவை, ஆடைக்குக் கஞ்சியிட்டு வெளுத்த முறை, ஊரிலுள்ள அனைவருடைய ஆடைகளையும் வெளுத்தமை, இரவு பகல் பாராமல் ஆடைகளை வெளுத் தமை, உவர்மண் நிலத்தில் கிணறு தோண்டி வெளுத்தமை எனப் பலவாறு குறிப்பிடப்பட்டுள்ளன. எஞ்சிய பாடல்களுள் ஒரு பாடல், புலைத்தி பனை ஓலையினால் ஆன புட்டிலைச் செய்து விற்றமை யையும், ஒரு பாடல் புலைத்தி மீது முருகு என்ற தெய்வ மேறப்பெற்றதையும் பதிவு செய்துள்ளன. இவற்றுடன், வண்ணார் 'காழியர்' என வழங்கப்பட்டதையும் அகநானூற்றின் (அகம். *89)* ஒரு

பாடல் பதிவு செய்துள்ளது. இப்பாடல், ஆடை வெளுப்பதற்குப் பயன் படுத்தப்படும் உவர் மண்ணைப் பற்றிய செய்தியைக் குறிப்பிடுவதையும் அறிய முடிந்தது (பொருத்தம் கருதி இப்பாடல் ஐந்தாவது இயலில் கூறப்பட்டுள்ளது).

சங்க இலக்கியத்தில் புலைத்தி, காழியர் ஆகிய இரு பெயர்களில் சுட்டப்படும் வண்ணார் பற்றிய சான்றுகளைக் கொண்டு, இவர்கள் சங்க காலத்திலேயே உவர்மண்ணையும் கஞ்சிப் பசையை யும் கொண்டு ஆடை வெளுத்துடன் 'முருகு' என்ற தெய்வத்தை வணங்கியதையும் அறிய முடிகின்றது. மேலும், சங்க இலக்கியத்தில் சுட்டப்பட்டுள்ள 'புலையர்'கள் செய்த தொழில்கள், இன்று வாழ்கின்ற வண்ணார்களின் வாழ்வியலுடன் பொருந்தியிருப்ப தால், இவர்களும் 'புலைத்தி'யோடு இணைந்த ஒத்த குடியினராக வாழ்ந்தனர் என்பதை உறுதி செய்ய முடிகிறது. மாறாக, 'புலையர்'கள் ஆடை வெளுத்த செய்தி இல்லை என்றாலும் அவர்கள் மேற் கொண்ட தொழில்களின் அடிப்படையில் காணும்போது இவர் களும் ஆடை வெளுத்தல் பிரிவினராகவே இருக்க வேண்டும் என்ற உண்மையையும் பெற முடிகின்றது.

சங்க இலக்கியத்திற்குப் பின்பு தோன்றிய பக்தி இலக்கியத்திலும் வண்ணார் பற்றிய பதிவுகள் இடம்பெற்றுள்ளன. இதன்படி, நாயன் மார்களின் வரலாற்றைச் சுட்டக்கூடிய பெரியபுராணத்தில் உள்ள கழறிற்றறிவார் புராணத்திலும் திருக்குறிப்புத் தொண்டர் புராணத் திலும் இவர்களைப் பற்றி அறிய முடிகின்றது. கழறிற்றறிவார் புராணம் எனும் சேரமான் பெருமாள் நாயனார் வரலாற்றைச் சுட்டக்கூடிய இப்புராணத்தில் 'அடி வண்ணான்' என வண்ணார் குறிப்பிடப்பட்டுள் ளனர். இதில் சேரமான் பெருமாள் நாயனார் காலத்திலும் (கி.பி. 9ஆம் நூற்றாண்டு) சங்க காலத்தைப் போன்று வண்ணார்கள் சலவைத் தொழிலில் உவர்மண் பயன்படுத்தியமையை அறிய முடிகின்றது. மேலும், இதன்மூலம் 'வண்ணான்' என்ற சொல் கி.பி. 9ஆம் நூற்றாண்டி லேயே வழங்கத்திற்கு வந்துவிட்டதையும் உறுதிசெய்ய முடிகின்றது.

பெரியபுராணத்தில் இருபத்தைந்தாவது நாயனாராகச் சுட்டப் படும் திருக்குறிப்புத் தொண்ட நாயனார் புராணமும் வண்ணார் பற்றிய குறிப்பைத் தருவனவாக உள்ளது. தொண்டை நாட்டின் காஞ்சிபுரத்தில் நடந்த நிகழ்வைச் சுட்டும் இக்குறிப்பு, வண்ணார் சாதியைச் சேர்ந்த திருக்குறிப்புத் தொண்ட நாயனாரின் வரலாற்றை முழுமையாக விளக்குகின்றது. இதில் அவரை ஒரு சிவ பக்தனாகச் சித்திரித் துள்ளமை யைக் கொண்டு, அனைத்துச் சாதியினரையும் சைவ சமயத்திற்குள் கொண்டு வரும் முயற்சி மேற்கொள்ளப்பட்டதை அறிய முடிகின்றது.

பக்தி இலக்கியத்தினைப் போன்று அற இலக்கியங்களிலும் வண்ணார் பற்றிய பதிவுகள் இடம்பெற்றுள்ளன. நீதியை வலியுறுத்தி அறத்தினை நிலைபெறச் செய்யும் வண்ணம் தோற்றம் பெற்ற இவ்விலக்கியங்கள், அக்காலத்தில் நிலைத்த குடியினராக இருந்த வண்ணார்களை முன்வைத்தும் சில அறங்களை வலியுறுத்தின. அவற்றுள் நீதி வெண்பாவும் உலக நீதியும் வண்ணார்களைப் பதிவு செய்துள்ளன. இப்பதிவுகளுள் நீதி வெண்பாவில், ஆடை உடுத்தும் பழக்கமில்லாத சமண முனிவர்கள் வாழக்கூடிய பகுதியில் சென்று, ஆடை வெளுத்து வாழலாம் என எண்ணும் வண்ணார் களின் அறியாமை குறிப்பிடப் பட்டுள்ளது. அவ்வாறே, உலக நீதியிலும் வண்ணாருக்குரிய நீதி சுட்டப் பட்டுள்ளது. அதில், சவரத் தொழிலாளி, ஆசிரியர், மருத்துவச்சி, மருத்துவர் ஆகியோருடன் வண்ணாருக்குரிய கூலியையும் தவறாமல் கொடுத்துவிட வேண்டும் எனக் கூறப்பட்டுள்ளமையைக் காண முடிகின்றது. இவ்வாறு வண்ணாருக்குரிய நீதியைச் சுட்டுவதன் மூலம் இந்நூல் எழுந்த காலத்தில் முதலில் வண்ணாருக்கு நீதி மறுக்கப்பட்டு, பின்பு அந்நீதியை வழங்கும் வண்ணம் இப்பாடல்களில் அவர்களுக்குரிய நீதி சுட்டப்பட்டிருக்க வேண்டும் என உறுதி செய்ய முடிகின்றது.

தமிழ் இலக்கியங்களில் அற இலக்கியங்களுக்குப் பின்பு தோன்றிய சிற்றிலக்கியங்கள் குறிப்பிடத்தக்க அளவில் வண்ணார் குறித்த பதிவைக் கொண்டுள்ளன. அவற்றுள் மாலை, சதகம், பிள்ளைத் தமிழ் ஆகியவை குறிப்பிடத்தக்கனவாகும். இவற்றுள் உபேந்திரா சாரியரால் இயற்றப் பட்ட ஜினேந்திர மாலை, கோள்களை அடிப்படையாகக் கொண்டு ஒருவர் அடையும் பலனைச் சுட்டுகின்றது. இதன்படி, ஒருவர் எந்தச் சாதியைச் சேர்ந்தவராக இருந்தாலும் அவருடைய இராசிப்படி சுக்கிரன் ஏழாம் இடத்தை அடையும் போது அவர் வண்ணார் நிலையை அடைகிறார் என்ற விளக்கமளிப்பதைப் பெறமுடிகின்றது. இதனைப் போன்று நட்சத்திரங்களின் பெயர்ச்சியினால் ஒருவருக்கு ஏற்படும் இழப்பு சென்று சேரக்கூடிய இடங்களும் கூறப்பட்டுள்ளன. இதன்படி ஒருவருடைய இழப்புகள் சென்று சேருமிடங்களில் ஒன்றாக குதிரைப் பந்தி, போர்ப்பயிற்சி பெறுமிடம் ஆகியவற்றுடன் வண்ணான் துறையும் சுட்டப்பட்டுள்ளது.

ஜினேந்திர மாலையைப் போன்று அம்பலவாணர் கவிராயரால் இயற்றப்பட்ட அறப்பளீசுர சதகத்தில் இடம்பெற்றுள்ள இரு பாடல் கள் வண்ணார் பற்றிக் குறிப்பிடுகின்றன. இப்பாடலில் சகுனத்தின் வகைகள் சுட்டப்பட்டுள்ளன. அதாவது, ஆடைகளை வெளுக்கும் வண்ணான் வெளுக்க வேண்டிய அழுக்கு ஆடைகளுடன் எதிரே வந்தால் நல்ல சகுனம் என்ற நம்பிக்கை வழக்கிலிருந்தமையை அறிய முடிகின்றது. இதனைப் போன்று மற்றொரு பாடல், வண்ணார்

குடும்பத்தை ஓர் ஊரில் குடி வைத்தலை அறச்செயல்களுள் ஒன்றாகக் குறிப்பிடுகின்றது. மேலும், அறப்பளீசுர சதகத்தினைப் போன்றே மீனாட்சி சுந்தரம் பிள்ளை அவர்களின் ஸ்ரீகாந்திமதியம்மை பிள்ளைத் தமிழும் ஒரு பாடலில் வண்ணார் குறித்துச் சுட்டுகின்றது. இப்பாடலில் முப்பத்திரண்டு வகையான தரும காரியங்களுள் வண்ணார்க்கு உணவு அளித்தலும் ஒன்றாகக் குறிப்பிடப்பட்டுள்ளது. இக்கருத்துகளின் அடிப்படையில், வண்ணார்கள் இக்காலத்தில் சகுனத்திற்கும் அறச் செயல்களுக்கும் உரியவர்களாகச் சுட்டப்பட்டதை அறிய முடிகின்றது.

சிற்றிலக்கியங்களைப் போன்று தனிப்பாடல் திரட்டும் வண்ணார் களைக் குறிப்பிடும்படியான அளவில் பதிவு செய்துள்ளன. அப்பதிவுகள் இவர்கள் வெளுத்த ஆடையின் தூய்மைத் தன்மை, தேவரடியாளின் (தேவடியாள்) குரலைப் போன்று வண்ணாருடைய கழுதையின் குரல் இருந் தமை, வண்ணாருக்கான தொழில், நந்தி யைச் சுமக்கும் வண்ணான் எனப் பல்வேறு தரவுகளைப் பதிவு செய்துள்ளமை குறிப்பிடத்தக்கது.

தமிழ் இலக்கியத்தின் தற்போதைய வடிவங்களுள் ஒன்றான புதினங்களிலும் வண்ணார் பற்றி அறிய முடிந்தது. அவற்றுள் இமையத்தின் கோவேறு கழுதைகள் புதினம் வண்ணார்களின் வாழ்வியலைப் பல்வேறு கோணங்களில் பதிவு செய்துள்ளது. இப்புதினத்தின் மையப் பாத்திரமாகத் (நாயகியாக) திகழும் ஆரோக்கியத்தின் வழியாகப் புரத வண்ணார்களின் வாழ்வியல் சிக்கல்களான அடிப்படை உரிமைகள், போராட்டங்கள் எனப் பல்வேறு கூறுகளை எடுத்துக்காட்டும் வண்ணம் இமையம் இப்புதினத்தைப் படைத்துள்ளார். இதன்வழி, ஆரோக்கியம் மற்றும் அவளின் மகள் மேரி ஆகியோரின் வழியாகத் தாங்கள் சார்ந்து வாழக்கூடிய பறையர் களால் ஏற்படக் கூடிய இன்னல்கள், எதிர்கொள்ளும் துன்பங்கள், இவற்றால் மேற்கொள்ளப்படும் புலம்பெயர்வுகள், அறிவியல் வளர்ச்சி யினால் ஏற்படக்கூடிய மாற்றங்கள், அதனால் வரக்கூடிய பாதிப்புகள் என அனைத்தையும் இனங்காண முடிந்தது. எனவே கோவேறு கழுதைகள் புதினம், பிற புனைகதை வடிவங்களைக் காட்டிலும், வண்ணார் வாழ்வியலை அதிக அளவில் பதிவு செய்துள்ளமையைக் காணமுடிகின்றது.

களப்பகுதியில் புரத வண்ணார்கள் தாங்கள் மேற்கொள்ளும் தொழில்களைப் பல நிலைகளில் அமைத்துக் கொண்டுள்ளமை யையும் (சலவைத் தொழில், இறப்பு நிகழ்வு சார்ந்த தொழில்கள், வேளாண்மை சார்ந்த தொழில்கள் மற்றும் வாத்து மேய்த்தல்) இத்தொழில்களைத் தாங்கள் சார்ந்து வாழக்கூடிய பறையர் சாதியினரின்

வாழ்வியலைச் சார்ந்து செய்து வருவதையும் தரவுகளின் வழி அறிய முடிகிறது. மேலும் அத்தொழில்கள் இன்று மறைந்து வருவதையும் தொழில் அடிப்படையில் தீண்டாமை கடைபிடிக்கப்பட்டு வருவதையும் காணமுடிகின்றது. இச்சூழலில் தங்களின் அடிப்படை உரிமைகள் பல இடங்களில் மறுக்கப்படுவதால் அதிலிருந்து தங்களை விடுவித்துக் கொண்டு மாற்றுத் தொழில்களை மேற்கொள்ள விரும்புவதையும் அதற்காக வேறு ஊர்களுக்குப் புலம்பெயர்ந்து செல்வதையும் காண முடிகின்றது. இதன் மூலம் தங்களுக்குரிய மரியாதை கிடைக்கப் பெறுவதையும் கள ஆய்வுத் தரவுகள் உறுதி செய்கின்றன.

தமிழ்ச் சமூகத்தில் மிக நீண்ட காலமாக வழங்கப்பட்டு வரும் கலைகளைப் புரத வண்ணார்கள் நிகழ்த்தி வருகின்றனர். அக்கலைகளுள் உடுக்கையடித்தல், பம்பை அடித்தல், சிலம்பாட்டம் ஆகிய வற்றைக் களப்பகுதியின் வழி அறிய முடிந்தது. இரண்டு நபர் முதல் பத்து நபர் வரை இணைந்து நிகழ்த்தக்கூடிய இக்கலைகள், களப்பகுதியில் பரவலாக வழங்கப்பட்டு வருகின்றன. மேலும், இக்கலைகள் குறிப்பிட்ட சில புரத வண்ணார்களால் மட்டுமே இன்று நிகழ்த்தப் படுவதும் குறிப்பிடத்தக்கது. சில ஊர்களில் உடுக்கை மற்றும் பம்பை அடிக்கும் கலையை நிகழ்த்துபவர்கள் சிலம்பாட்டக் கலையை நிகழ்த்தாதவர்களாக உள்ளமையையும் களப்பகுதியில் காணமுடிகின்றது. இதேநிலை, சிலம்பாட்டக் கலையை நிகழ்த்துபவர்களிடமும் காணப்படுகின்றது. அவ்வகையில் சலவைத் தொழில் முதலான பிற தொழில்களைப் போலின்றி இக்கலைகள் இன்றும் களப்பகுதியில் வழக்கிலுள்ளன.

நீண்ட காலமாகப் பின்பற்றப்பட்டு வரும் பல்வேறு சடங்குகளைப் பறையர்களின் வாழ்விலும் தங்களின் வாழ்விலும் புரத வண்ணார்கள் நிகழ்த்தி வருகின்றனர். அவ்வகையில் தங்களின் சந்ததி மேன்மையுறுவதற்காகவும் வளம் பெறுவதற்காகவும் நிகழ்த்தப்பெறும் பூப்புச் சடங்கு, மஞ்சள் நீராட்டு விழா, திருமணம், வளைகாப்பு, காதணி விழா முதலான அனைத்துச் சடங்குகளிலும் புரத வண்ணார் பங்கு பெறுகின்றனர்.

புரத வண்ணார்கள் சலவை செய்தல் முதலான தொழில்கள் மட்டுமின்றி, மருத்துவ அறிவும் கொண்டவர்களாக விளங்குவதைக் களப்பகுதியில் காணமுடிகின்றது. இதன்படி, பிரசவம் பார்த்தல், பால் கட்டிய மார்பைச் சரிசெய்தல், குடலேற்றம் சரிசெய்தல் ஆகிய மருத்துவ முறைகளை மேற்கொண்டுள்ளனர். இவ்வாறு செய்யப்படும் மருத்துவ முறைக்கெனக் கூலியைக் கேட்டுப் பெறும் வழக்கத்தையும் முற்றிலும் தவிர்த்துவிடுகின்றனர். மாறாக, மருத்துவ உதவி பெறுபவர்களால் (பெரும்பாலும் பறையர்கள்) தாங்களாகவே முன்வந்து

அளிக்கப்படும் காய்கறிகளையும் மிகக் குறைந்த அளவு தொகையையும் பெற்றுக் கொள்கின்றனர். இவ்வகையில் சேவை நோக்கில் செய்யப் பட்டு வந்த இம்மருத்துவமுறை களப்பகுதியில் இன்று பரவலாக வழக்கிழந்து காணப்படுகின்றன. சில ஊர்களில் மட்டும் வயதான பெண் களால் இம்மருத்துவ முறைகள் சிற்சில நேரங்களில் பின்பற்றப் படுகின்றன. மேலும், அறிவியல் வளர்ச்சியின் காரணமாக இம்மருத்துவ முறை அறிந்த சிலரும் அதைத் தொடர்ந்து செய்வதில் இருந்து விலகி விடுவதால் மிக வேகமாக இம்முறை மறைந்து வருவதைக் களப்பகுதியில் காண முடிகின்றது.

பறையர்களின் வாழ்வியலோடு இரண்டறக் கலந்து சலவை செய்தல் முதலான பல்வேறு தொழில்களைச் செய்து அவர்களின் தேவைகள் அனைத்தையும் நிறைவேற்றியவர்களாக இப்புரத வண்ணார்கள் உள்ளனர். இந்நிலை இன்று, களப்பகுதி மட்டுமின்றித் தமிழகத்தின் அனைத்துப் பகுதிகளிலும் பரவலாக மறைந்து வருகின்றன. இந்நிலைக்கு, பறையர்களால் சில இடங்களில் ஏற்படும் அவமரி யாதை, உழைப்புக்கேற்ற ஊதியம் கிடைக்காமை எனப் பல்வேறு காரணங்கள் அமைகின்றன. குறிப்பாக, புரத வண்ணார்களின் இத்தகைய முடிவிற்குப் பறையர் வீடுகளுக்கு காலை மற்றும் இரவு நேரங்களில் உணவெடுக்கச் செல்லும்போது நிகழும் அவமரியாதை மற்றும் ஏளனப் பேச்சுகள் ஆகியவை இன்றியமையாதவைகளாக விளங்குகின்றன. மேலும், அரசு வழங்கும் உதவிகளைப் பெறுவதற்காக அரசு அதிகாரிகளிடம் செல்லும்போது அவர்கள் நடந்து கொள்ளும் முறை, வன்கொடுமையை வெளிப்படுத்தும் வகையில் அளிக்கப்படும் தண்டனைகள் ஆகியவையும் இவர்களின் புலம்பெயர்வுக்கு இன்றியமை யாத காரணிகளாக அமைகின்றன.

உடுக்கை அடித்தல், பம்பை நிகழ்த்தல் முதலான கலைகளை மேற்கொள்ளும் புரத வண்ணார்களுள் சிலர், பிறரால் (வன்னியரால்) குழுவாக நிகழ்த்தப்பெறும் கூத்துக் கலையிலும் ஈடுபடுகின்றனர். இவ்வாறு கூத்துக்கலையில் ஈடுபடும் கலைஞர்கள் விரிவான ஆய்விற்கு உரிய தகவல்களைக் கொண்டிருப்பதால், இவ்வாய்வில் கூத்துக்கலை குறித்து சுட்டப்பெறவில்லை. எனவே, கூத்துக்கலையை நிகழ்த்தும் புரத வண்ணார்கள் குறித்தும் அக்கலையின் வரலாறு, நிகழ்த்து முறைகள் எனப் பல்வேறு கூறுகளை உள்ளடக்கியும் தனியொரு ஆய்வை நிகழ்த்தலாம்.

'புரத வண்ணார்களின் வாழ்வியல் இவ்வாய்வின் ஓர் இயலில் மட்டும் ஆராயப்பட்டுள்ளதால் அவர்களின் முழுமையான வாழ்வியலை ஆராயும் வண்ணம் தனியொரு ஆய்வையே மேற்கொள்வதற்கான களங்கள் உள்ளன.

கல்வெட்டுகள், கதைப்பாடல்கள், வாய்வழிக் கதைகள் ஆகியன வண்ணார் குறித்து விரிவான பதிவைக் கொண்டிருப்பதால், ஒவ்வொரு வடிவத்திலும் வண்ணார்கள் பதிவு செய்யப்பட்டுள்ள முறைமையைப் பற்றித் தனித்தனியான ஆய்வை நிகழ்த்தலாம். அவ்வாறு நிகழ்த்தும் போது காலந்தோறும் ஒவ்வொரு இலக்கியப் பதிவிலும், வரலாற்று ஆவணங்களிலும் வண்ணார் பதிவு செய்யப்பட்டுள்ள முறையை முழுமையாக அறிய முடியும்.

வண்ணார் பற்றிய பதிவுகளைப் புனைகதைகளும் அதிக அளவில் கொண்டிருப்பதால் சிறுகதைகளில் அவர்கள் பதிவு செய்யப் பட்டுள்ள முறை குறித்துத் தனித்த ஆய்வை மேற்கொள்ளலாம். அவ்வாறு மேற்கொள்ளும்போது புனைகதைகளில் பதிவு செய்யப் பட்டுள்ள வண்ணார்களின் வாழ்வியலை அறிய முடியும்.

'புரத வண்ணார்' பற்றிய விரிவான பதிவைக் கொண்டுள்ள கோவேறு கழுதைகள் புதினத்தை, இலங்கையில்வாழும் வண்ணார் களின் வாழ்வியலைச் சுட்டும் 'வெள்ளாவி' புதினத்துடன் ஒப்பிட்டுத் தனி ஆய்வை மேற்கொள்ளலாம். அவ்வாறு மேற்கொள்ளும்போது தமிழகம் மற்றும் இலங்கையில் வாழும் வண்ணார்களின் வாழ்வியலை முழுமையாக அறிந்துகொள்ள இயலும்.

தமிழ் இலக்கிய வடிவங்களான சங்க இலக்கியம், பக்தி இலக்கியம், அற இலக்கியம், சிற்றிலக்கியம், தனிப்பாடல் திரட்டு ஆகிய வற்றை முழுமையாக ஆராய்ந்து அவற்றிலுள்ள வண்ணார் பற்றிய பதிவுகளை ஒருங்கிணைத்துத் தனி ஒரு ஆய்வை மேற்கொள்ளலாம். அவ்வாறு மேற்கொள்ளும்போது காலந்தோறும் இலக்கியங்களில் வண்ணார் பதிவு செய்யப்பட்ட முறையை முழுமையாக அறிந்துகொள்ள முடியும்.

உடுக்கை அடித்தல், பம்பை நிகழ்த்தல் ஆகிய கலைகளில் பாடப் படும் பாடல்களைத் தொகுத்து அப்பாடல்களை விரிவாக ஆய்வு செய்யலாம். அவ்வாறு செய்யப்படும்போது பாடல்களில் இடம் பெற்றுள்ள வரலாற்றுப் பதிவுகள், கோயில்களின் வரலாறு, தெய்வங்களின் (நாட்டார் தெய்வங்கள்) வரலாறு முதலானவற்றை விரிவாக அறிந்துகொள்ள முடியும்.

துணைநூற்பட்டியல்

I. இலக்கியம், இலக்கணம்

- அம்பலவாணக் கவிராயர், அறப்பளீசுர சதகம், வர்த்தமானன் பதிப்பகம், சென்னை - 17, 1997.
- அறவாணன், க.ப., அற இலக்கியக் களஞ்சியம், தமிழ்க் கோட்டம், சென்னை - 29, 2008.
- இராமசாமிப் புலவர், சு.அ., (ப.ஆ.) தனிப்பாடல் திரட்டு - முதற்பகுதி, கழக வெளியீடு, சென்னை - 1, 1969.
- உபேந்திராசாரியார், ஜினேந்திர மாலை மூலமும் உரையும், கடலங்குடி பப்ளிகேஷன்ஸ், சென்னை - 17, 1994.
- சண்முகம்பிள்ளை, மு., (ப.ஆ.) தொல்காப்பியம் பொருளதிகாரம் இளம்பூரணம் - முதற்பகுதி, முல்லை நிலையம், சென்னை - 17, 2003 (ம.ப.).
- தொல்காப்பியம் பொருளதிகாரம் இளம்பூரணம் - இரண்டாம் பகுதி, முல்லை நிலையம், சென்னை - 17, 2002 (ம.ப.).
- தொல்காப்பியம் பொருளதிகாரம் இளம்பூரணம் - மூன்றாம் பகுதி, முல்லை நிலையம், சென்னை - 17, 2002 (ம.ப.).
- சாமிநாதையர், உ.வே., (ப.ஆ.) குறுந்தொகை மூலமும் உரையும், கேஸரி அச்சுக்கூடம், சென்னை, 1937.
- சாமிநாதையர், உ.வே., (ப.ஆ.) புறநானூறு மூலமும் உரையும், வெ.நா. ஜூபிலி அச்சுக்கூடம், சென்னை, 1894.
- சேக்கிழார், பெரியபுராணம், சிவ.ஆர். பக்தவச்சலம், குடியாத்தம் - 602, 2009 (இ.ப.).
- சோமசுந்தரனார், பொ.வே., (உரை.) ஐங்குறுநூறு மூலமும் உரையும், கழக வெளியீடு, சென்னை - 18, 2009.
- பத்துப்பாட்டு மூலமும் உரையும், தொகுதி -I, கழக வெளியீடு, சென்னை - 18, 2007.
- பத்துப்பாட்டு மூலமும் உரையும், தொகுதி -II, கழக வெளியீடு, சென்னை - 18, 2008.

- பரிபாடல், கழக வெளியீடு, சென்னை - *18,2007.*
- தாமோதரம் பிள்ளை, சி.வை., (ப.ஆ.) நல்லந்துவனார் கலித்தொகை நச்சினார்க்கினியர் உரையோடும், Madras, Printed at the Scottish Press, By Graves, Cookson and Co., 1887.
- துரைசாமிப்பிள்ளை, ஔவை. சு., (உரை.) பதிற்றுப்பத்து மூலமும் உரையும்,கழக வெளியீடு, சென்னை - *18,2007* (ம.ப.).
- தொல்காப்பியர், தொல்காப்பியம் சொல்லதிகாரம் சேனாவரையர் உரை, கந்தசாமி, ஞா. தேவநேயப் பாவாணர் திருத்திய திருத்தங்களும் குறிப்புரைகளும், கழக வெளியீடு, சென்னை - *18,2001.*
- நாராயணசாமி ஐயர், பின்னத்தூர் அ., (ப.ஆ.) நற்றிணை,கழக வெளியீடு,சென்னை - *1,1952.*
- மீனாட்சி சுந்தரம் பிள்ளை, உறையூர் ஸ்ரீ காந்திமதியம்மை பிள்ளைத்தமிழ், பூரண சந்திரோதய அச்சுக்கூடம், தஞ்சை, *1895.*
- வேங்கடசாமி நாட்டார், ந.மு., வேங்கடாசலம் பிள்ளை, ரா., (உ.ஆ.) அகநானூறு,கழக வெளியீடு, சென்னை, *1943.*
- வேங்கடராமையா, கே.எம்.,சுப்பிரமணியன், ச.வே., நாகராசன், ப.வெ., (ப.ஆ.) தொல்காப்பியம் மூலம் பாடவேறுபாடுகள்: ஆழ்நோக்காய்வு,பன்னாட்டுத் திராவிட மொழியியற் கழகம்,திருவனந்தபுரம், *1996.*
- வேங்கடசாமி நாட்டார், ந.மு., (உரை.) சிலப்பதிகாரம், சீதை பதிப்பகம், சென்னை - *05, 2010.*
- ஜகந்நாதன், கி.வா., திருக்குறள் ஆராய்ச்சிப் பதிப்பு, இராமகிருஷ்ண மிஷன் வித்யாலயம்,கோயம்புத்தூர் - *20,2004* (இ.ப.).

II. கதைப்பாடல்கள்

- நிர்மலாதேவி, சூ., (ப.ஆ.) தடிவீரசுவாமி கதை &வன்னியராயன் கதை,உலகத் தமிழாராய்ச்சி நிறுவனம்,சென்னை - *113,1996.*
- நிர்மலாதேவி, சூ., சின்னணைஞ்சான் கதை,உலகத் தமிழாராய்ச்சி நிறுவனம்,சென்னை - *113,1998.*
- வானமாமலை, நா., (ப.ஆ.) ஐவர் ராசாக்கள் கதை,நாம் தமிழர் பதிப்பகம்,சென்னை - *04.*ஏப்ரல், *2009.*
- வானமாமலை, நா., கட்டபொம்மன் கதைப்பாடல்,நாம் தமிழர் பதிப்பகம்,சென்னை - *04.2009.*
- வானமாமலை, நா., க்ட்டபொம்மு கூத்து,நாம் தமிழர் பதிப்பகம்,சென்னை - *04. 2009.*

- வானமாமலை, நா., கான்சாகிபு சண்டை,நாம் தமிழர் பதிப்பகம்,சென்னை - 04. 2009.
- வானமாமலை, நா., முத்துப்பட்டன் கதை, காத்தவராயன் கதைப்பாடல்,நாம் தமிழர் பதிப்பகம்,சென்னை - 04.2009.
- வானமாமலை, நா., வீணாதி வீணன் கதை,நாம் தமிழர் பதிப்பகம்,சென்னை - 04.2009.
- வானமாமலை, நா., வீரபாண்டியக் கட்டபொம்மு கதைப்பாடல்,நாம் தமிழர் பதிப்பகம்,சென்னை - 04.2009.

- **III. ஆய்வு நூல்கள்**
- அம்பேத்கர், பி.ஆர்., பாபாசாகேப் டாக்டர் அம்பேத்கர்,நூல் தொகுப்பு: தொகுதி 6,டாக்டர் அம்பேத்கர் பவுண்டேஷன், புதுடில்லி - 001,2008 (ம.ப.).
- அம்பேத்கர், பி.ஆர்., பாபாசாகேப் டாக்டர் அம்பேத்கர், நூல் தொகுப்பு: தொகுதி - 13, டாக்டர் அம்பேத்கர் பவுண்டேஷன், புதுடில்லி - 001.
- ஆசிரியர் குழு, பாட்டும் தொகையும்,நியூ செஞ்சுரி புக் ஹவுஸ் பிரைவேட் லிட்,சென்னை - 98,1981 (இ.ப.).
- இமையம், கோவேறு கழுதைகள்,க்ரியா வெளியீடு,சென்னை - 41,2003 (ம.ப.).
- இராமநாதன், ஆறு., (மு.ப.) நாட்டுப்புறப் பாடல்கள், தொகுதி - 4,மெய்யப்பன் தமிழாய்வகம்,சிதம்பரம் - 001, 2001.
- இராமநாதன், ஆறு., நாட்டுப்புறப் பாடல்கள், தொகுதி - 10,மெய்யப்பன் தமிழாய்வகம்,சிதம்பரம் - 001, 2002.
- இராமநாதன், ஆறு., நாட்டுப்புறப் பாடல்கள் காட்டும் தமிழர் வாழ்வியல்,மணிவாசகர் நூலகம்,சிதம்பரம் - 001, 1982.
- இராமச்சந்திர தீட்சிதர், வி.ஆர்., தமிழரின் தோற்றமும் பரவலும்,தமிழ்மண் பதிப்பகம்சென்னை - 17,2006.
- இராமச்சந்திரன், நா., துடியான சாமிகள் வில்லுப்பாட்டும் சமூகச் சிக்கல்களும், மக்கள் வெளியீடு, சென்னை - 02,2002.
- இராசமாணிக்கனார், மா., கல்வெட்டுகளும் தமிழ்ச் சமூக வரலாறும்,நியூ செஞ்சுரி புக் ஹவுஸ் (பி) லிட்,சென்னை - 98,2008.
- இராசமாணிக்கனார், மா., பெரிய புராண ஆராய்ச்சி,அலமு பதிப்பகம்,சென்னை - 14,2002.
- எட்கர் தர்ஸ்டன், தென்னிந்தியக் குலங்களும் குடிகளும், தொகுதி - 6, (மொழிபெயர்ப்பு: க. இரத்தினம்)தமிழ்ப் பல்கலைக்கழகம், தஞ்சாவூர், 2003.

- எட்கர் தர்ஸ்டன், தென்னிந்தியக் குலங்களும் குடிகளும், தொகுதி - 7, (மொழிபெயர்ப்பு: க. இரத்தினம்) தமிழ்ப் பல்கலைக்கழகம், தஞ்சாவூர், 2005.
- ஏகாம்பரம், ஆ., சாதி - வறுமை - அரசு,தி. பார்க்கர், சென்னை - 14, 2008.
- கந்தையா பிள்ளை, ந.சி., இந்து சமய வரலாறு விழுதுகள் பதிப்பகம், சென்னை - 19.2003 (இ.ப.).
- குணசேகரன், கரு. அழ., நாட்டுப்புற நிகழ்கலைகள்,நியூ செஞ்சுரி புக் ஹவுஸ் (பி) லிமிடெட், சென்னை - 98,1993.
- குணசேகரன், கரு. அழ., தொட்டில் தொடங்கி தொடுவானம் வரை (நாட்டுப்புறப் பாடல் தொகுப்பு),நியூ செஞ்சுரி புக் ஹவுஸ் (பி) லிமிடெட், சென்னை - 98,2000.
- குருமூர்த்தி, சா., தொல்பொருளாய்வும் தமிழர் பண்பாடும், சென்னைப் பல்லைக்கழகம்,சென்னை - 05,1974.
- கேசவன், கோ., சாதியம், சரவண பாலு பதிப்பகம்,விழுப்புரம் - 02.1995.
- கோதண்டராமன், மா., நாட்டுப்புறப் பாடல்கள், பாரதி புத்தகாலயம்,சென்னை - 17,2000.
- சசிவல்லி, வி.சி., பண்டைத் தமிழர் தொழில்கள், உலகத் தமிழாராய்ச்சி நிறுவனம், சென்னை - 113, 1989.
- சஞ்சீவி, ந., சங்க இலக்கிய ஆராய்ச்சி அட்டவணைகள், சென்னைப் பல்கலைக்கழகம்,சென்னை - 05,1973.
- சவரிமுத்து, சா., கருத்துப் புலப்பாட்டில் கதைப்பாடல்கள் மணிமொழி பதிப்பகம், சென்னை - 59, 2002.
- சிவசுப்பிரமணியன், ஆ., தமிழகத்தில் அடிமை முறை, காலச்சுவடு பதிப்பகம், சென்னை - 14, 2005.
- சிவத்தம்பி, கார்த்திகேசு., பண்டைத் தமிழ்ச் சமூகம் வரலாற்றுப் புரிதலை நோக்கி,மக்கள் வெளியீடு,சென்னை - 02,2003.
- சிவபெருமான், ஆ., தமிழும் அறிவியலும், கயிலைநாதர் பதிப்பகம், குகையூர், விழுப்புரம் - 306, 2006.
- சீனிவாச ஐயங்கார், பி.டி., தமிழர் வரலாறு (கி.பி. 600 வரை)தமிழ்மண் பதிப்பகம்,சென்னை - 17,2007.
- செல்வராசு, சிலம்பு. நா., சங்க இலக்கிய மறுவாசிப்பு, காவ்யா, சென்னை - 24, 2005.
- சௌந்தர பாண்டியன், எஸ்., இடங்கை வலங்கையர் வரலாறு,அரசினர் கீழ்த்திசை சுவடிகள் நூலகம்,சென்னை - 05,1995.

- தங்கராசு. மு., சங்க இலக்கியத்தில் நிலவியல்,தமிழ் மலர், சென்னை - 77,2000.
- தசரதன், ஆ., மகாலட்சுமி, தி.,நிர்மலாதேவி, சூ.,பூமிநாகநாதன், த., (தொகுப்பாசிரியர்கள்) தமிழில் ஆவணங்கள்,உலகத் தமிழாராய்ச்சி நிறுவனம்,சென்னை - 113,2001.
- தசரதன், ஆ., வலங்கைச் சான்றோரும் சோழரும்,தமிழ் ஓலைச் சுவடிகள் பாதுகாப்பு மையம்,சென்னை - 41,1995.
- தருமதீர்த்த அடிகளார், தவத்திரு., இந்துமதக் கொடுங்கோன்மை யின் வரலாறு, சாளரம், சென்னை - 91,2009 (ம.ப.)
- தருமராஜன், டி., சனங்களின் சாமிகள்,நாட்டார் வழக்காற்றியல் ஆய்வு மையம்,பாளையங்கோட்டை - 02,2006.
- திருலோக சீதாராம், (தமிழாக்கம்) மனுதர்ம சாஸ்திரம், அலைகள் வெளியீட்டகம்,சென்னை - 24,2006 (மூ.ப.).
- துரை அரங்கசாமி, மொ.அ., சங்க காலச் சிறப்புப் பெயர்கள்,பாரி நிலையம்,சென்னை - 01.1980 (இ.ப.).
- தேவநேயப் பாவாணர், ஞா., தமிழர் வரலாறு - 2,தமிழ்மண் பதிப்பகம்,சென்னை - 14,2000.
- நிர்மலாதேவி, கதைப்பாடல்களில் கட்டுப்பாட்டு மீறல்கள், உலகத் தமிழாராய்ச்சி நிறுவனம்,சென்னை - 113,2008.
- நிர்மால்யா, கேரளத்தின் முதல் தலித் போராளி அய்யன்காளி, தமிழினி,சென்னை - 14, 2007 (இ.ப.).
- நாகசாமி பாரதி, இரா., உங்கள் ஊர் கல்வெட்டுத் துணைவன், தமிழ் ஆர்ட்ஸ் அகெடமி,சென்னை - 90,2005.
- பக்தவத்சல பாரதி, ஆ., பண்பாட்டு மானிடவியல், மெய்யப்பன் பதிப்பகம், சிதம்பரம் - 001, 2003.
- பக்தவத்சல பாரதி, ஆ., மானுடவியல் கோட்பாடுகள், வல்லினம், புதுவை - 008, 2005.
- பிலவேந்திரன், ச., சனங்களும் வரலாறும்,வல்லினம்,புதுவை - 08. 2004.
- பிள்ளை, கே.கே., தமிழக வரலாறு மக்களும் பண்பாடும்,உலகத் தமிழாராய்ச்சி நிறுவனம்,சென்னை - 113,2000.
- பெருமாள், அ.கா., (ப.ஆ.). கவிமணியின் கட்டுரைகள், தமிழினி,சென்னை - 14,2004.
- பெருமாள், அ.கா., கர்ப்பமாய்ப் பெற்ற கன்னிகள், தமிழினி, சென்னை - 14, 2005.

- பெருமாள். அ.நா., தமிழில் கதைப்பாடல்,உலகத் தமிழாராய்ச்சி நிறுவனம்,சென்னை - *113,1987.*
- மனோன்மணி சண்முகதாஸ்., சாதியும் துடக்கும்,நியூ செஞ்சுரி புக் ஹவுஸ் (பி) லிட்,சென்னை - *98.2007* (இ.ப.).
- மாதையன், பெ., சங்ககால இனக்குழுச் சமுதாயமும் அரசு உருவாக்கமும்,பாவை பப்ளிகேஷன்ஸ்,சென்னை - *14.2004.*
- " சங்க இலக்கியத்தில் வேளாண் சமுதாயம்,நியூ செஞ்சுரி புக் ஹவுஸ் (பி) லிட்,சென்னை - *98,2004.*
- ராஜ் கௌதமன், பாட்டும் தொகையும் தொல்காப்பியமும் தமிழ்ச் சமூக உருவாக்கமும், தமிழினி, சென்னை - *14, 2006.*
- ருக்மணி, சீ., பேயோட்டும் உடுக்கைப் பாடல்கள் ஓர் ஆய்வு, சமந்தா பதிப்பகம், க. புதுப்பட்டி,மதுரை மாவட்டம், *1988.*
- ரொமிலா தாப்பர், வரலாறும் கருத்தியலும், (மொழிபெயர்ப்பு: ஆ.இரா. வேங்கடாசலபதி)நேஷனல் புக் டிரஸ்ட் இந்தியா, புதுதில்லி - *110 070.2008.*
- லூர்து, தே., நாட்டார் வழக்காற்றியல்: சில அடிப்படைகள், நாட்டார் வழக்காற்றியல் ஆய்வு மையம்,பாளையங்கோட்டை - *02.1997.*
- வாசுகி, இரா., வலங்கை இடங்கை சாதீ,சக்தி நிலையம், விழுப்புரம் *-02, 1995.*
- வானமாமலை, நா., தமிழகத்தில் சாதி சமத்துவப் போராட்டக் கருத்துகள்,அலைகள் வெளியீட்டகம்,சென்னை - *24. 2008.*
- வெள்ளைவாரணன், க., பன்னிரு திருமுறை வரலாறு, தொகுதி - *2*,அண்ணாமலைப் பல்கலைக்கழகம்,சிதம்பரம், *1997* (இ.ப.)
- வேங்கடசாமி, மயிலை சீனி., பழங்காலத் தமிழர் வாணிகம் (சங்க காலம்), நியூ செஞ்சுரி புக் ஹவுஸ் பிரைவேட் லிட், சென்னை - *98, 1995.*
- வேங்கடசாமி நாட்டார், ந.மு., கள்ளர் சரித்திரம், எனி இந்தியன் பதிப்பகம்,சென்னை - *17, 2006.*
- வேதசகாயகுமார், எம்., தற்கால இலக்கியம் வாசகப் பார்வை, ரோகினி பிரிண்டர்ஸ் பிரைவேட் லிமிடெட்,நாகர்கோவில் - *1,1995.*
- வைத்தியலிங்கன், செ., தமிழ்ப் பண்பாட்டு வரலாறு மூன்றாம் பாகம்,அண்ணாமலைப் பல்கலைக்கழகம்,சிதம்பரம் - *608 002.* முதற்பதிப்பு : *1997.*

IV. நிகண்டுகள், அகராதிகள் மற்றும் கலைக்களஞ்சியங்கள்

- அநவரத விநாயகம் பிள்ளை, (தொ.ஆ.) பழமொழி அகராதி, அமுத நிலையம், சென்னை - 14.
- ஆசிரியர் குழு, வாழ்வியற் களஞ்சியம், தொகுதி - 4, தமிழ்ப் பல்கலைக்கழகம், தஞ்சாவூர், 1987.
- ஆசிரியர் குழு, வாழ்வியற் களஞ்சியம், தொகுதி - 12, தமிழ்ப் பல்கலைக்கழகம், தஞ்சாவூர், 1992.
- ஆசிரியர் குழு, தமிழ்ச்சொல் கல்வெட்டுச் சொல்லகராதி, இரண்டாம் தொகுதி (ட-ஹே), சாந்தி சாதனா, சென்னை - 28,2003.
- ஆசிரியர் குழு, கழகத் தமிழ் அகராதி, கழக வெளியீடு, சென்னை - 18.
- இராசேந்திரன், து., (ப.ஆ.) செந்தமிழ்ச் சொற்பிறப்பியல் அகரமுதலி, ஏழாம் மடலம், முதல் பாகம், செந்தமிழ்ச் சொற் பிறப்பியல் அகரமுதலி திட்ட இயக்கக வெளியீடு, 2007.
- இராசேந்திரன், து., செந்தமிழ்ச் சொற்பிறப்பியல் பேரகரமுதலி, எட்டாம் மடலம், முதல் பாகம் (ய-வ), செந்தமிழ்ச் சொற் பிறப்பியல் அகரமுதலி திட்ட இயக்கக வெளியிடு, 2007.
- கதிரைவேற்பிள்ளை, நா., தமிழ்ச் சொல்லகராதி, உலகத் தமிழாராய்ச்சி நிறுவனம், சென்னை - 113,1998.
- கதிரைவேற்பிள்ளை, நா., தமிழ்மொழி அகராதி, சாரதா பதிப்பகம், சென்னை - 14, 2003.
- கோவிந்தராசன், சி., கல்வெட்டுக் கலைச்சொல் அகரமுதலி, மதுரை காமராசர் பல்கலைக்கழகம், மதுரை - 21, 1987.
- சிங்காரவேலு முதலியார், ஆ., அபிதான சிந்தாமணி, Asian Educational Services, New Delhi, 2010.
- திவாகரர் திவாகர நிகண்டு - முதல் தொகுதி, சென்னைப் பல்கலைக்கழகம், சென்னை - 05, 1990.
- பழனிச்சாமி, வை., (ப.ஆ.) செந்தமிழ்ச் சொற்பிறப்பியல் பேரகர முதலி, முதன் மடலம், மூன்றாம் பாகம் (உ.ஔ) செந்தமிழ்ச் சொற்பிறப்பியல் அகரமுதலி திட்ட இயக்கக வெளியீடு, 1997.
- பிங்கலர், பிங்கல நிகண்டு, கழக வெளியீடு, சென்னை - 18,1978.
- வீரமாமுனிவர், சதுரகராதி, உலகத் தமிழ்க் கல்வி இயக்கம், சென்னை - 14.

- Vaiyapuri Pillai. S., Tamil Lexicon, Vol. I - VI,University of Madras, Chennai - 5,1982.

V. இதழ்கள் மற்றும் மலர்

- புலமை, தொகுதி 24, சென்னை, திசம்பர் 1998.
- தலித் முரசு, சென்னை, மார்ச், 2001.
- துரும்பர் எழுச்சி மலர், சென்னை, டிசம்பர் 2004.
- புதிய புத்தகம் பேசுது, சென்னை, 2006.

VI. ஆய்வேடுகள்

- ஏழுமலை, மு., உடுக்கையடிப் பாடல்களில் நிகழ்த்துக்கலைக் கூறுகள், தமிழ் இலக்கியத்துறை, சென்னைப் பல்கலைக்கழகம், சென்னை - 5,2007.
- கிருஷ்ணவேணி, அ., சலவைத் தொழிலாளர்களின் வாழ்வியல் (திருநெல்வேலி - வண்ணாரப்பேட்டை), தமிழ்த்துறை, மனோன்மணீயம் சுந்தரனார் பல்கலைக்கழகம், திருநெல்வேலி, 2005.
- செந்தில்குமார், க., ிலவைத் தொழிலாளர்களின் வழக்காறுகள், நாட்டார் வழக்காற்றியல் துறை, தமிழ்ப் பல்கலைக்கழகம், தஞ்சாவூர்,2010.
- தொகுப்பு நூல், தமிழ் இலக்கியம், இலக்கணக் குறிப்புகள்,தமிழ் இலக்கியத்துறை,சென்னைப் பல்கலைக்கழகம்,சென்னை,2004-2005.

VII. ஆங்கில நூல்கள்

- HULTZSCH, E.,(Edited and Translated) South Indian Inscriptions, Tamil and Sanskrit, Vol - I,Archaeological Survey of India,Janpath, New Delhi - 110 011.1891.
- HULTZSCH, E., South Indian Inscriptions, Vol.-II, Part - 1, Tamil Inscriptions, Archaeological Survey of India,Janpath, New Delhi - 110 011.1891.
- HULTZSCH, E., South Indian Inscriptions, Vol.-II, Part - IV, Tamil Inscriptions, Archaeological Survey of India,Janpath, New Delhi - 110 011.1891.
- RAMANATHA AYYAR, A.S., South Indian Inscriptions, Volume . XIV,The Manager of Publications,Delhi, 1962.

- RAMANATHA AYYAR, A.S., South Indian Inscriptions, Volume . XII,Chola Inscriptions,The Director General, Archaeological Survey of India,1986.
- RAO SAHIB H, KRISHNA SASTRI, B.A., (Edited and Translated) South Indian Inscriptions, Vol.-III, Part - III.Archaeological Survey of India,Janapath, New Delhi.
- RAO SAHIB H, KRISHNA SASTRI, B.A., South Indian Inscriptions, Vol.-V, Archaeological Survey of India,Janapath, New Delhi.
- RAO SAHIB H, KRISHNA SASTRI, B.A., (Edited and Translated) South Indian Inscriptions, Vol.-V, Archaeological Survey of India,Janapath, New Delhi.
- RAO SAHIB H, KRISHNA SASTRI, B.A., South Indian Inscriptions, Volume . VII,The Director General,Archaeological Survey of India,1986.
- SRINIVASAN, P.R. (Edited) South - Indian Inscriptions, Vol.-XXVI, The Director General,Archaeological Survey of India,Janpath, New Delhi - 110 011.1891.

பின்னிணைப்பு - 1

வினா நிரல் அமைப்பு
1. பெயர்
2. ஊர்
3. சாதி
4. நாள்
5. குடும்ப உறுப்பினர்கள் : (பால்,வயது,கல்வி, தொழில், குடும்ப வருமானம் ஆகியவை)

1. தொழில்கள்

1. நீங்கள் செய்யும் தொழில்கள் எவை எவை?
2. அவற்றுள் முதன்மையான தொழில் எது?
3. அத்தொழிலை எத்தனை ஆண்டுகளாகச் செய்கிறீர்கள்?
4. இதில் மேற்கொள்ளப்படும் தொழில்நுட்பங்கள் எவை எவை?
5. அந்நுட்பங்கள் இன்றும் பின்பற்றப்படுகிறதா?
6. பின்பற்றப்படாவிட்டால் அதற்கான காரணம் என்ன?
7. இத்தொழில்களை எப்போதெல்லாம் செய்கிறீர்கள்?
8. தொழில்களுக்கான கூலி எவ்வாறு அளிக்கப்படுகிறது? உரிய கூலி கிடைக்கிறதா?
9. இத்தொழிலைப் பற்றிய உங்கள் கருத்து என்ன?
10. நாகரிக வளர்ச்சியின் தாக்கம் உங்கள் தொழில்களில் உண்டாக்கிய மாற்றம்?
11. இத்தொழில்களை இன்றும் மேற்கொள்ள விரும்புகிறீர்களா?
12. இத்தொழில்களுக்கென அரசிடமிருந்து எத்தகைய உதவியை எதிர்பார்க்கிறீர்கள்?

2. கலைகள்

1. நீங்கள் நிகழ்த்தும் கலைகள் எவை எவை?
2. எத்தகைய இடம் மற்றும் சூழலில் கலைகளை நிகழ்த்துகிறீர்கள்?
3. அக்கலைகள் எத்தனை ஆண்டுகளாக நிகழ்த்துகிறீர்கள்?
4. இவற்றுள் அதிகமாக நிகழ்த்தும் கலை எது?
5. இக்கலையை யாரிடமிருந்து கற்றுக் கொண்டீர்கள்?
6. இதற்கான கூலி எவ்வாறு அளிக்கப்படுகிறது? உரிய கூலி கிடைக்கிறதா?
7. இந்தக் கலையைப் பற்றிய உங்கள் கருத்து?

8. கலைகளுக்கு மக்களிடம் உள்ள வரவேற்பு எவ்வாறு உள்ளது?
9. பிற கலைகளை எந்த அளவுக்கு நிகழ்த்துகிறீர்கள்?
10. இக்கலைகளில் பயன்படுத்தப்படும் கருவிகள்?
11. அக் கருவிகள் எவ்வாறு பெறப்படுகின்றன?
12. நாகரிக வளர்ச்சியின் தாக்கம் இக்கலைகளில் எந்த அளவிற்கு வெளிப்படுகின்றது?

3. சடங்குகள்

1. நீங்கள் செய்யும் சடங்குகள் எவை எவை?
2. எப்போதெல்லாம் இச்சடங்குகளைச் செய்கிறீர்கள்?
3. இச்சடங்குகள் எதற்காகச் செய்யப்படுகிறது?
4. சடங்கு நிகழ்த்துவதில் எத்தனை பேர் பங்கு பெறுகிறீர்கள்?
5. இச்சடங்குகளால் ஏற்படும் பலன் என்ன?
6. சடங்கு நிகழ்த்தும்போது ஏற்படும் இடையூறுகள் எவை?
7. ஒவ்வொரு வகையான சடங்கிலும் உங்களின் பங்கு எத்தகையது?
8. இச்சடங்குகளில் பயன்படுத்தப்படுபவை எவை எவை?
9. புற வாழ்வியல் சடங்கிற்கும் அக வாழ்வியல் சடங்கிற்கும் உள்ள வித்தியாசம் என்ன?
10. நாகரிக வளர்ச்சியின் தாக்கம் சடங்கு நிகழ்த்துதலில் வெளிப்படுகிறதா?

4. மருத்துவம்

1. நீங்கள் செய்யும் வைத்திய முறை எத்தகையது?
2. எந்தெந்த நோய்களுக்கு வைத்தியம் செய்கிறீர்கள்?
3. உங்களின் வைத்தியத்தால் நோயாளி உரிய பலனை உடனடியாகப் பெறுகிறாரா?
4. எத்தனை ஆண்டுகளாக இதனைச் செய்கிறீர்கள்?
5. இதனை யாரிடமிருந்து கற்றுக் கொண்டீர்கள்?
6. உங்கள் பிள்ளைகளுக்கு இதனைக் கற்றுக் கொடுத்ததுண்டா?
7. இம்மருத்துவ முறைகளில் பின்விளைவுகள் ஏதேனும் ஏற்பட்டதுண்டா?
8. இதற்கான கூலி உடனே அளிக்கப்படுகிறதா? அல்லது பிற தொழில்களுக்கான கூலியுடன் சேர்த்து அளிக்கப்படுகிறதா?
9. இதில் முதன்மையானதாகப் பயன்படுத்தப்படுபவை எவை எவை?
10. இன்றைய சூழலில் நீங்கள் மேற்கொண்டிருந்த மருத்துவத்தின் நிலை:

5. வாழ்க்கை நிலை

1. நீங்கள் வாழும் ஊரில் உங்களுக்கு எந்த அளவிற்கு மரியாதை உள்ளது?
2. போதுமான பாதுகாப்பு உள்ளதா?
3. உங்களின் சமூக நிலையை எந்த அளவிற்கு உணர்கிறீர்கள்?
4. நீங்கள் செய்து வந்த தொழில்கள் கலைகள், சடங்குகள் மற்றும் மருத்துவ முறைகள் இன்று எந்த நிலையில் உள்ளன?
5. இவைகளைச் செய்ய மறுத்தபோது யாராவது கட்டாயப்படுத்தியது உண்டா? இதனால் எந்த தண்டனைக்காவது உட்படுத்தப்பட்டீர்களா?
6. உங்களுடைய தொழில்கள் முதலானவற்றை விட்டு விலகிய பின்பு போதிய சமூக அங்கீகாரம் கிடைத்துள்ளதா?
7. மாற்றுத் தொழில்களாக எவை எவையெவற்றை மேற் கொள்கிறீர்கள்?
8. அவற்றில் போதிய அளவு வருமானம் கிடைக்கிறதா?
9. உங்கள் மீது தீண்டாமை நிகழ்த்தப்படுகிறதா?
10. அதனை எந்த அளவிற்கு உணர்ந்தீர்கள்?
11. உங்கள் மீது நிகழ்த்தப்பட்ட அதிக அளவிலான தீண்டாமை எது?
12. உங்களின் தொழில்களை மீண்டும் செய்யுமாறு யாராவது கட்டாயப்படுத்தியது உண்டா?
13. நாகரிக வளர்ச்சியின் காரணமாக நீங்கள் இழந்தவை எவை?
14. நாகரிக வளர்ச்சி உங்கள் வாழ்வை எந்த அளவிற்குப் பாதித்துள்ளது?
15. புலம்பெயர்ந்து செல்வது எதனால்? வேறுவழி இல்லாததால் புலம்பெயர்வை மேற்கொள்கிறீர்களா?
16. இன்றைய சூழலில் பிறர் (பறையர்) உங்களை எந்த அளவிற்குப் பயன்படுத்திக் கொள்கின்றனர்?
17. அதற்காக அளிக்கப்படும் கூலி?
18. உங்களின் நிலை மேம்பாடு அடைய அரசிடம் எத்தகைய உதவியை எதிர்பார்க்கிறீர்கள்?
19. உங்களின் வாழ்க்கை முன்னேற்றத்திற்காக அரசு ஏதேனும் நலத்திட்ட உதவிகளைச் செய்துள்ளதா?
20. அதன் பயனை உங்களால் முழுமையாகப் பெற முடிந்ததா?
21. கல்வி மற்றும் அரசு உதவிகளைப் பெறுவதில் ஏற்படும் இடையூறுகள் எவை?
22. இடையூறுகளைக் கடந்து செல்ல முடிந்ததா?

பின்னிணைப்பு - 2

தகவலாளர் பட்டியல்

வ. எண்	பெயர்	பால்	வயது	ஊர்	தொழில்
1.	செங்கேணி	ஆண்	52	சாத்தனூர்	சலவை
2.	பிரகலாதன்	ஆண்	35	சாத்தனூர்	துணி தேய்த்தல்
3.	செல்வராசு	ஆண்	60	ஆவுடையார்பட்டு	துணி தேய்த்தல்
4.	சுசீலா	பெண்	42	ஆவுடையார்பட்டு	சலவை மற்றும் துணி தேய்த்தல்
5.	சுந்தரமூர்த்தி	ஆண்	38	பிரம்மதேசம்	துணி தேய்த்தல் மற்றும் பம்பை
6.	வீரம்மாள்	பெண்	26	பிரம்மதேசம்	சலவை
7.	ஏழுமலை	ஆண்	30	கப்பியாம்புலியூர்	சலவை
8.	காகுத்தான்	ஆண்	55	கப்பியாம்புலியூர்	சலவை
9.	ஏசகம்	பெண்	38	கப்பியாம்புலியூர்	சலவை
10.	அங்கம்மாள்	பெண்	46	கயத்தூர்	சலவை
11.	பாஸ்கர்	ஆண்	35	கயத்தூர்	சலவை, பம்பை, துணி தேய்த்தல் மற்றும் டிரம்வாசித்தல்
12.	கலியம்மாள்	பெண்	64	மதுரப்பாக்கம்	சலவை
13.	வீரப்பன்	ஆண்	39	மதுரப்பாக்கம்	சலவை மற்றும் துணி தேய்த்தல்
14.	பூங்காவனம்	ஆண்	55	மதுரப்பாக்கம்	சலவை மற்றும் துணி தேய்த்தல்
15.	ஆந்தாயி	பெண்	50	மதுரப்பாக்கம்	சலவை மற்றும் துணி தேய்த்தல்

16.	மதியழகன்	ஆண்	45	மதுரப்பாக்கம்	சலவை மற்றும் துணி தேய்த்தல்
17.	செஞ்சிவேல்	ஆண்	60	முண்டியம்பாக்கம்	துணி தேய்த்தல்
18.	கலியம்மாள்	பெண்	75	முண்டியம்பாக்கம்	துணி தேய்த்தல்
19.	அஞ்சாறு	ஆண்	80	மூங்கில்பட்டு	சலவை
20.	நாவாத்தாள்	பெண்	45	மூங்கில்பட்டு	சலவை
21.	ராமலிங்கம்	ஆண்	52	வா. பகண்டை	துணி தேய்த்தல் மற்றும் விவசாயக் கூலி
22.	மல்லிகா	பெண்	40	வா. பகண்டை	துணி தேய்த்தல் மற்றும் விவசாயக் கூலி
23.	வெங்கடேசன்	ஆண்	31	வா. பகண்டை	துணி தேய்த்தல்
24.	அழகுமலை	ஆண்	35	மேலக்கொந்தை	சலவை, துணி தேய்த்தல் மற்றும் வாத்து மேய்த்தல்
25.	காசாம்பூ	பெண்	70	மேலக்கொந்தை	சலவை, துணி தேய்த்தல் மற்றும் வாத்து மேய்த்தல்
26.	சம்மங்கி	ஆண்	60	மேலக்கொந்தை	வாத்து மேய்த்தல்
27.	அய்யனார்	ஆண்	42	மேலக்கொந்தை	துணி தேய்த்தல்
28.	வீரமணி	ஆண்	47	R.C.மேலக்கொந்தை	பம்பை
29.	அங்காளம்மாள்	பெண்	45	R.C.மேலக்கொந்தை	சலவை மற்றும் வாத்து மேய்த்தல்
30.	பிச்சைக்காரன்	ஆண்	55	R.C.மேலக்கொந்தை	பம்பை மற்றும் சலவை
31.	சசிகுமார்	ஆண்	35	R.C.மேலக்கொந்தை	பம்பை

த. தனஞ்செயன்

32.	வசந்தாள்	பெண்	40	R.C.மேலக்கொந்தை	சலவை
33.	மண்ணாம்பாள்	பெண்	80	வி. சாலை	சலவை
34.	பச்சையன்	ஆண்	38	வி. சாலை	கூலி வேலை (உணவகப் பணி)
35.	முருகேசன்	ஆண்	85	வி. சாலை	சலவை
36.	மகாலிங்கம்	ஆண்	52	கொங்கராம்பூண்டி	பம்பை
37.	நாவம்மாள்	பெண்	48	கொங்கராம்பூண்டி	சலவை
38.	செல்வராஜ்	ஆண்	60	தென்பேர்	பம்பை
39.	மல்லிகா	பெண்	52	தென்பேர்	சலவை மற்றும் துணி தேய்த்தல்
40.	பிச்சைக்காரன்	ஆண்	54	பிடாரிப்பட்டு	விவசாயக் கூலி வேலை
41.	பூங்கான்	ஆண்	58	ரெட்டிக்குப்பம்	பம்பை
42.	செல்வம்	ஆண்	46	அண்ணாநகர்	சலவை
43.	கருணாநிதி	ஆண்	40	வெட்டுக்காடு	சலவை மற்றும் துணி தேய்த்தல்
44.	பாஸ்கர்	ஆண்	31	வெட்டுக்காடு	துணி தேய்த்தல்
45.	தனக்கோடி	ஆண்	50	பாக்கம்	துணி தேய்த்தல்
46.	தனலட்சுமி	பெண்	58	அய்யூர் அகரம்	சலவை மற்றும் விவசாயக் கூலி
47.	இரவி	ஆண்	40	அய்யூர் அகரம்	உடுக்கையடித்தல்
48.	அய்யனார்	ஆண்	42	அய்யூர் அகரம்	பம்பை மற்றும் துணி தேய்த்தல்
49.	இராமர்	ஆண்	36	அய்யூர் அகரம்	உடுக்கையடித்தல்
50.	சம்பத்	ஆண்	45	விக்கிரவாண்டி	சிலம்பக்கலை
51.	இரிச்சன்	ஆண்	42	விக்கிரவாண்டி	சிலம்பக்கலை

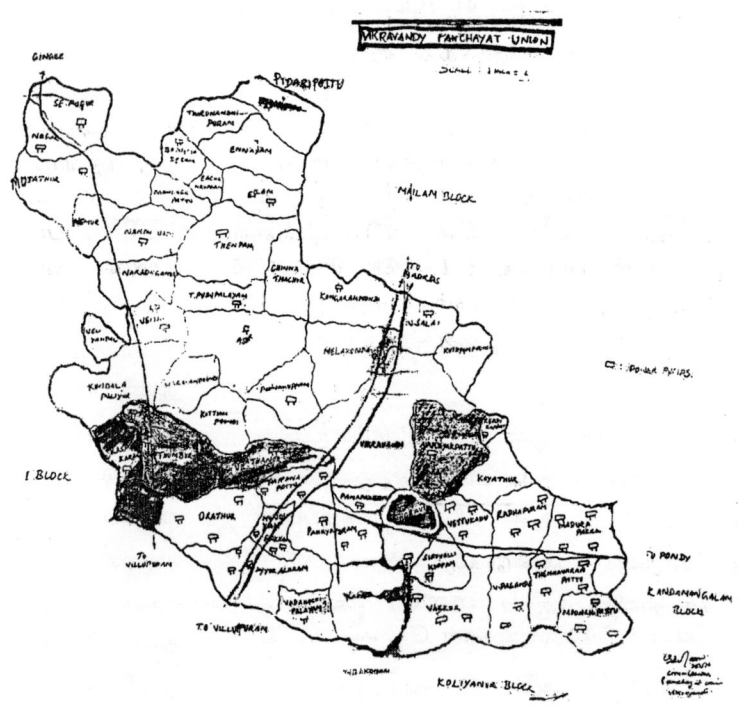

விக்கிரவாண்டி ஊராட்சி ஒன்றியத்தின் தாய் கிராமங்கள்

1. ஆசூர், *2.* ஆவடையார்பட்டு, *3.* அய்யூர் அகரம்,*4.* பிரம்மதேசம், *5.* சின்னதச்சூர்,*6.* ஈச்சங்குப்பம்,*7.* எண்ணாயிரம்,*8.* எசாலம், *9.* கப்பியாம்புலியூர்,*10.* கள்ளகாரணை, *11.* கயத்தார், *12.* கொங்கணம் பூண்டி, *13.* கொட்டியாம்பூண்டி, *14.* குண்டலபுலியூர், *15.* குத்தாம் பூண்டி, *16.* மகரப்பாக்கம், *17.* மண்டகப்பட்டு, *18.* மேலக்கொந்தை, *19.* முண்டியம்பாக்கம், *20.* மூங்கில்பட்டு, *21.* முட்டத்தூர், *22.* நகர், *23.* நந்திவாடி, *24.* நரசிங்கனூர்,, *25.* நேமூர், *26.* உலகலாம்பூண்டி, *27.* ஓரத்தூர், *28.* பகண்டை, *29.* பனையபுரம், *30.* பாப்பனப்பட்டு, *31.* பனப்பாக்கம், *32.* பிடாரிப்பட்டு, *33.* பொன்னங்குப்பம், *34.* ஈ. புதுப் பாளையம்,*35.* ராதாபுரம்,*36.* ரெட்டிக்குப்பம்,37. V.சாலை, 38. V. சாத்தனூர், 39. Se புதூர், *40.* சிறுவள்ளிக்குப்பம், *41.* தென்னவராயன் பட்டு, *42.* தென்பேர், *43.* திருநந்திபுரம்,*44.* தும்பூர், *45.* துரவி, *46.* வட குச்சிப்பாளையம், *47.* வாக்கூர், *48.* வேலியந்தல், *49.* வேம்பி, *50.* வெட்டுக்காடு.

த. தனஞ்செயன்

விக்கிரவாண்டி ஊராட்சி ஒன்றியத்தில் உள்ள துணைக் கிராமங்கள்

1. சிந்தாமணி, 2. பம்பாதிரிபேட்டை, 3. பூங்குனம், 4. அகரம், 5. ஆர்.சி. மேலக்கொந்தை, 6. கொசப்பாளையம், 7. கீழ்நந்திவாடி, 8. பூரிநகர், 9. அண்ணா நகர், 10. அரசலாபுரம், 11. லட்சுமிபுரம், 12. பகண்டைபாளையம், 13. விஸ்வரெட்டிபாளையம், 14. மண்டபம், 15. எஸ். குச்சிப்பாளையம், 16. கட்டப்பட்டு, 17. எஸ். அடைக்கலா புரம், 18. செ. கொளப்பாக்கம், 19. செய்யாது விண்ணான் பாளையம், 20. ஈச்சங்காடு, 21. தாங்கள், 22. அசோகபுரி, 23. செங்கமேடு, 24. எஸ்.எஸ்.ஆர். பாளையம், 25. பூண்டி.

விக்கிரவாண்டி ஊராட்சி ஒன்றியத்தின் விவரம்

ஊராட்சி ஒன்றியத்தின் பெயர்	-	விக்கிரவாண்டி
ஊராட்சி ஒன்றியத்தின் பரப்பளவு	-	223,4 ச.கி.மீ
ஊராட்சி ஒன்றியத்தின் மக்கள் தொகை (2001 கணக்கெடுப்புபடி)	-	1,14,205
ஆண்கள்	-	58,320
பெண்கள்	-	55,885
கூடுதல்	-	1,14,205
ஆதிதிராவிடர்கள் மொத்தம்	-	33,037
ஆண்கள்	-	17,016
பெண்கள்	-	16,021
பழங்குடியினர்கள் மொத்தம்	-	514
ஆண்கள்	-	213
பெண்கள்	-	301
கூடுதல்	-	514
பிற வகுப்பினர்கள்	-	80,634
முஸ்லீம்கள்	-	1256
கிறிஸ்துவர்கள்	-	4354
ஒன்றியத்தில் உள்ள மொத்த ஊராட்சிகள்	-	50
ஒன்றியத்தில் உள்ள துணை கிராமங்கள்	-	25
பேரூராட்சி விக்கிரவாண்டி	-	1

குறிப்புகளுக்காக